6174

க. சுதாகர்

6174	:	நாவல்
ஆசிரியர்	:	க.சுதாகர்
	:	© ஆசிரியருக்கு
முதற்பதிப்பு	:	ஆகஸ்ட் 2016
ஐந்தாம் பதிப்பு	:	ஜூலை 2017
வெளியீடு	:	வம்சி புக்ஸ்
		19.டி.எம்.சாரோன்,
		திருவண்ணாமலை.
		செல் : 9445870995, 04175 - 235806
அச்சாக்கம்	:	மணி ஆப்செட், சென்னை - 600 077
விலை	:	₹ 300/-
ISBN	:	978-93-80545-66-0

6174	:	Novel
Author	:	K. Sudhakar
	:	© Author
First Edition	:	August 2016
Fifth Edition	:	July 2017
Published by	:	Vamsi books
		19.D.M.Saron,
		Tiruvannamalai-606 601
		9445870995, 04175-235806
Printed at	:	Mani Offset, Chennai-600 077
Price	:	₹ 300/-
ISBN	:	978-93-80545-66-0

vamsibooks@yahoo.com - www.vamsibooks.com

சமர்ப்பணம்

என் தாய் தந்தையர்க்கும், என் அண்ணன், அக்காக்களுக்கும் குறிப்பாக...

தாயாய்த் தந்தையாய் என்னைத் தாங்கி வளர்த்திட்ட தாயுமானவனான என் அண்ணன் திருமலையின் பாதங்களுக்கும்...

மிகுந்த மனநிறைவோடு...

வாத்தியார் சுஜாதாவுக்கு அஞ்சலி செலுத்திக்கொண்டு வெகு நம்பிக்கையோடு சொல்கிறேன், சுதாகரின் 6174 போல் இதுவரை தமிழில் அறிவியல் புனைகதை இத்தனை செறிவோடு வந்ததில்லை. இனி வந்தால் ஆச்சரியமான ஆனந்தமாக இருக்கும். பிரம்மாண்டமான கதைக்களத்தை அநாயாசமாகக் கையாள்கிறார் சுதாகர். முதல் நாவல் என்று நம்ப முடியவில்லை. அறிவியலும் புனைகதையும் தனித்தனி ட்ராக்கில் போகாமல் ஒன்று கலந்து விரைகிற நடை. இளைய தலைமுறை Gen Next வாசகர்களுக்கு நிச்சயம் பிடிக்கும். மற்றவர்களுக்கும் கவலை வேண்டாம். தாதர்/கல்யாண் பாஸ்ட் ரயிலுக்கு தாதர் ஸ்டேஷனில் காத்திருந்தால், நீங்கள் வண்டியில் ஏறத் தேவையில்லாமல் சூழ நிற்கிற கூட்டம் உங்களை ரயிலுக்குள் தள்ளிவிடும். மின்னல் வேகத்தில் விரையும் ரயிலில் விழுந்துவிடாமல் பக்கத்தில் அது அடர்ந்து நின்று இறங்க வேண்டிய ஸ்டேஷனில் முன்னால் எக்கி இறக்கி விட்டுவிடும். சுதாகரின் கதைக்குள் நுழைந்தால் அதே வேகம். நாவல் தொடங்கி, நடந்து முடியும் அழகைப் பற்றி இதுக்குமேல் நான் சொல்லக் கூடாது. கதையே சொல்லும், படியுங்கள்.

இரா. முருகன்

நெகிழ்வோடு...

இக்கதை ஒரு வடிவத்திலே வராமல் இருந்த வேளையிலேயே இதனை நான் ஒரு ஆர்வக் கோளாறில் அனுப்பிவைத்துவிட, பொறுமையாக அதையும் படித்து எனக்கு அறிவுறுத்திய திரு.பி.ஏ.கிருஷ்ணன் அவர்களுக்கும், என் அண்ணன் ரவி ஸ்ரீனிவாசன் அவர்களுக்கும் எனது மனமார்ந்த நன்றி.

முழுவதுமாக நான் எழுதியபின் அதனைப் படித்துவிட்டு மிகவும் ஊக்குவித்த திரு வெளி ரங்கராஜன் அவர்களுக்கு எனது நன்றி சொல்லிலடங்காதவை. திரு வெளி ரங்கராஜன் மற்றும் திரு.பி.ஏ.கிருஷ்ணன் அவர்களது ஊக்குவிப்பும், வழிநடத்துதலும் இல்லாவிட்டால் இக்கதை முழு வடிவம் பெற்றிருக்காது என்பது உண்மை.

என் படைப்பு புத்தகமாக உருமாறிய பொழுதில், ஒரு நிமிடம் கூட அவகாசமே இல்லாத காலத்திலும், இப்புத்தகத்தைப் படித்து தனது கருத்துக்களையும், நல்லாசிகளையும் வழங்கியிருக்கும் திரு பி.ஏ. கிருஷ்ணன் அவர்களுக்கும், திரு.இரா.முருகன் அவர்களுக்கும் நான் நன்றியுடன் கடமைப்பட்டிருக்கிறேன், இற்றைக்கும் ஏழேழ் பிறவிக்கும்.

பேராசிரியர் செ.ராமானுஜம் அவர்கள், நோயுற்றிருக்கும் போதும், கதையைப் படிக்க சிரமமெடுத்துக்கொண்டு அவரது மதிப்பீட்டையும், அறிவுரையையும் வழங்கினார். அவருக்கு எனது நன்றி என்றென்றும் உரித்தானவை. 'நான் கதை எழுதுகிறேன்' என என் மனைவி ஸ்ரீவரமங்கையும், 'நான் எழுதுவது கதை' என என் மகன் அபிஜீத்தும் நம்பினார்கள். என்னைச் சகித்துக்கொண்டு, எழுத உதவினார்கள். அவர்களுக்கு என் நன்றி.

கோலம் மற்றும் ஃபிபனாச்சி தொடர் குறித்தான தனது வலைப் பதிவிலிருந்த கருத்துகளை பயன்படுத்த அனுமதி அளித்து உதவிய டாக்டர். நாரணன் அவர்களுக்கு எனது மரியாதைகள் கலந்த நன்றி.

இக்கதையை தரமான வடிவத்தில் கொண்டுவர பெரு முயற்சி எடுத்திருக்கும் வம்சி பதிப்பகத்தின் ஷைலஜா அவர்களுக்கு எனது மனமார்ந்த நன்றி.

கதையை வரிவரியாக மிகப் பொறுமையுடன் ஆராய்ந்து பிழைகளைத் திருத்தி, சீர்நோக்கி உதவிய சகோதரி கே.வி.ஜெயஸ்ரீ அவர்களுக்கும், இப்புத்தகத்தின் அட்டை மற்றும் புத்தக வடிவமைப்பைச் சிறப்பாக அமைத்துத் தந்திருக்கும் மோகனா, ஆனந்திக்கும் எனது நன்றிகள்.

அன்புடன்

க. சுதாகர்
E.mail.sudhakar6174@gmail.com
www.facebook.com/6174thenovel

பொருளடக்கம்

ஆதி கதை 9

ஒருங்குதல் 13

பயணம் 64

அடைவு 249

இயக்கம் 296

பிறகு... 398

ஆதி கதை

காலம் : கணிக்கப்படாத புராதன யுகம்.

இடம் : தற்போதைய கன்யாகுமரிக்குத் தெற்கே ஒரு தீவு.

'வலிமையும் அறிவும் மிக்க மூதாதைகளே! கருணையே வடிவான உங்கள் சக்தி, எங்களைக் காப்பதிலிருந்து சற்றே ஓய்வெடுக்கட்டும்'

தீவின் பாறை அடுக்குகளின் மேலமைந்திருந்த மண்டபத்தினுள்ளே அந்நெடிய உருவத்தின் கையிலிருந்த மெல்லிய வாள் மேலே உயர்ந்தது. வெளியே கடலின் இரைச்சல் அதிகமாயிருக்க, மண்டபத்தினுள்ளிருந்து பேசிய சொற்கள், அலைகள் பாறைகளில் மோதித் தெறித்த தூவானத்தில் கலந்து காற்றில் மிதந்திருந்தன. அரைக்கோள வடிவ கோபுரத்தின் உட்புறம், நான்கு துவாரங்கள் வழியே நீல ஒளி வானிலிருந்து கசிந்து, வாளின் மேல் மெல்ல இறங்கிக் கொண்டிருந்தது. வாளின் கைப்பிடியளவில் ஒளி இறங்கி வாள் முழுதும் ஒளிர்ந்ததும், மீண்டும் உச்சாடனம் ஒலித்தது.

"மீண்டும் நம் இனம் தழைக்கும். அப்போது, வானிலிருந்தும், கடலிலிருந்தும் பிற இனங்களிலிருந்தும் இச்சக்தி இரவிலும் பகலிலும் எம்மைக் காக்கட்டும். அதுவரை..."

நெடிய உருவம் வாளை இரு கைகளாலும் மெல்ல இறக்கி, தன் இடதுபுறம் கொண்டு சென்றது. ஒரே வீச்சில், முன்னே இருந்த பீடத்தின் மீது வைக்கப்பட்டிருந்த "அதன்" மேல்புறத்திலிருந்து சற்றே கீழே, பக்கவாட்டில் பாய்ந்த வாள், துண்டாடுதலின் சிறிது எதிர்ப்பின் பின் வலப்புறம் மீண்டபின்,

‘அ’ வும், ‘ம’வும் அகன்றே இருக்கட்டும். உச்சாடனம் முடிந்தது.

வெட்டியபோது கீச்சென்ற ஒலியுடன், கண்ணைப் பறிக்கும் நீல ஒளி பாய்ந்ததில் மண்டபம் முழுதும் ஒரு நொடி பிரகாசித்தது. அதில், அவர்களது நிழல்கள் விகாரமாக நீண்டன.

பீடத்தின் மறுபுறம் அரைவட்டமாக அவர்கள் நின்றிருந்தனர். முகத்தில் இறுதிச்சடங்கின் இறுதிக்கட்டம் இறுகியிருக்க, மெல்ல அவர்கள் பீடத்தை நோக்கி வணங்கினர்.

ஒன்பது அடி உயர அவர்கள் உடலில் பாலினக் குறிகள் இல்லை. உள்ளும் புறமும் வேறுபாடு இல்லாத அவர்களுக்கு ஆடைகள் என்ற சடங்குப் பொருட்கள் வேண்டியிருக்கவில்லை.

மீண்டும் இருள் சூழ, நெடிய உருவம் மெல்ல அழைத்தது.

‘‘ ஆமூன்?’’

‘‘இருக்கிறேன்’’

அரைவட்டத்தில் இருந்து ஒரு உருவம் ஒரு அடி முன்னேறிக் குனிந்தது.

‘‘மேற்பகுதி, நாளை, மேற்குக்கடற்கரையை அடைந்து வடக்கில் திரும்பிப் பயணித்து, வடதுருவத்தில் அமிழட்டும். அடிப்பகுதி, நேரே தென் துருவத்திற்குச் செல்லட்டும். ஏற்பாடுகள்...?’’

‘‘செய்யப்பட்டுவிட்டன’’

நெடிய உருவம் பேசவில்லை. மெல்ல மண்டபத்திலிருந்து வெளியேறி பாறைகளில் இறங்கியது. இன்னும் ஒரு சடங்கு பாக்கியிருக்கிறது. கடல் சீறத் தொடங்கியிருந்தது.

அவர்கள் வரிசையாக, மவுனமாக நெடிய உருவைத் தொடர்ந்தனர். பாறைகளில் குருவின் இருபுறமும் அவர்கள் நிற்க, கடல்நீர் அவர்கள் பாதங்களை நனைத்தது.

ஆர்ப்பரிக்கும் அலைகளைப் பார்த்தபடியே ஆமூன் மெல்லப் பேசினான்.

‘‘இது, நம் இனத்திற்கே இறுதிகட்டமா?’’

''ஆமூன், வாழ்வு, அழிவு என்பது ஒரு வளர்சிதை மாற்றம் மட்டுமே. மீண்டும் நாம் வருவோம். இப்போதைய இறுதிக்கட்டமாக, இப்பரும உடல் விடுத்து, ஒளிமய உருவம் ...''

''இதன்பின் உலகம் என்ன ஆகும்?''

''நமக்குப் பின் அட்லாண்ட்டிஸ் இனத்தவர் தோன்றுவர். அறிவு சற்று கூடுதலாக, மன ஆளுமை உள்ளவர்களாக அவர்கள் இருப்பார்கள். அவர்களுக்குப் பின் அப்பயங்கர இனம் தோன்றும்...''

ஆமூன் பேசவில்லை. கடல் மட்டம் அவர்கள் முட்டு அளவுக்கு உயர்ந்திருந்தது.

''மனித இனம்... அறிவு மிக அதிகம் அவர்களுக்கு. மனக்கட்டுப் பாடு சிறிதும் இல்லாத மனிதர்கள். பேராசை, புகழ், பிறரை ஆளுதல் என வெறித்தனமாக உலகை அழிப்பார்கள். அவர்களிடம் இச்சக்தி கிடைத்தால்...'' அவர் நிறுத்தினார்.

லெமூரிய சக்திபீடம் , மனிதர்களிடம் கிடைத்தால் அண்டமே அழியும் என்பதால்தான் , அச்சக்தி பிரமிடை அழித்த இறுதிச்சடங்கு நடந்தேறியது என்பதை அவர்கள் அமைதியாகப் புரிந்து கொண்டனர். லெமூரியர்கள் கூர்மையான அறிவு அதிகம் படைத்த இனமில்லை. எல்லாம் மெதுவாகத்தான் புரியும்.

''அதோ பார்'' குரு , கடல்மட்டத்தில் சற்று தொலைவில் துள்ளிக் கொண்டிருக்கும் பெருமீன்களின் கூட்டத்தைக் காட்டினார்.

''ஆமூன், இம்மீன்களிலிருந்து மெல்ல மெல்ல மனிதன் எழுவான். காலப்போக்கில் அவன் இரு கருவிகளைச் செய்துகொள்வான். அவற்றைத் தன் கண்கள் எனப் போற்றுவான்''

கடல்மட்டம் இடுப்பளவு உயர்ந்திருந்தது.

''அக்கருவிகள் கொண்டு, ஒரு நாள் இச் சக்திபீடத்தைக் கண்டுபிடித்தும் விடுவான்''

ஆமூன் சரேலெனத் திரும்பினான்.

''மனிதன்... நம் சக்தியைக் கைக்கொண்டுவிடுவானா?''

''சாத்தியம்... இரு கருவிகள்... ஒன்று எழுத்து எனப்படும் 'மொழி' என்பான் அதனை...''

பேசிக் கொண்டிருந்த குரு திகைத்தார். ''ஆமூன், என்ன செய்கிறாய்?''

அவரது ஆணைப்படி அவர்களின் ஒன்பது அடி உயர உடல்களிலிருந்து நீல ஒளிக்கற்றைகள் வானை நோக்கிக் கிளம்பியிருக்க வேண்டும். அனைத்து ஒளிக்கற்றைகளும் வான் நோக்கி உயர்ந்திருக்க, ஆமூனின் உடல் ஒளிக்கற்றை மட்டும் பக்கவாட்டாகச் சரிந்து, மீன்களை நோக்கி நீண்டிருந்தது.

''நான் வரவில்லை. குருவே. மனிதரிடமிருந்து நம் சக்தியைக் காக்க இங்கே இருக்கப் போகிறேன்...மனிதர்களுடன் எழுவேன் நம் இனத்தின் சொத்து, அவர்கள் கையில் செல்ல விடமாட்டேன்''

''தவறு ஆமூன்! மீண்டு வா!. வான் நோக்கித் திரும்பு''

ஆமூன் மெல்லக் கரைந்து கொண்டிருந்தான். நீல ஒளி மீன்களின் மிக அருகே நீண்டிருந்தது. சட்டென நினைவு வர, திகைத்தான். இரண்டாவது கருவி எது?

மற்ற ஒளிக்கற்றைகள் வானில் பாய, ஆமூன் கடலின் ஓலத்திற்கும் மேலே, ஓலமிட்டான்.

''சீக்கிரம் சொல்லுங்கள், எது அந்த இரண்டாவது கருவி?''

முழுதும் கரையும் முன்பு குரு பேசினார். அவர் சொற்களை, அலைகள் பாறையில் மோதி எழுந்த ஓசை ஆமூன் கேட்கவொட்டாமல் தடுத்தது.

அனைத்து ஒளியும் அணைந்து அடங்கியபோது, அவர்கள் நின்றிருந்த பாறை கடலுள் முழுதும் முழுகியிருந்தது. வெள்ளை நுரைப்படலம் கடல் மேல்மட்டத்தில் பரந்து விரிந்திருக்க, கடல் அமைதியானது.

குருவின் இறுதி வார்த்தைகள் அந்நுரைகளுக்குள் அடங்கியிருந்தது போல, மெல்ல குமிழ்கள் உடையும் ஒலி முணுமுணுப்பாகக் காற்றில் விரிந்தது. கேட்க ஆமூன் இல்லை.

அந்த இறுதிச் சொற்கள்?

''எண்''

ஒருங்குதல்

நேரம் : டிசம்பர் 22, 2002 இரவு 11.38,

இடம் : இந்தியப் பெருங்கடலில் மாலத்தீவுக்கும் கன்னியா-குமரிக்கும் இடையே.

ஒரு வாரமாக ஓய்ந்திருந்த, வடகிழக்கில் இருந்து வீசும் 'இருவை' பருவக்காற்று, திடீரென உயிர்த்தெழுந்து பேய்க்காற்றும் கொந்தளிப்புமாக மாலையிலிருந்தே கடலைப் பெரும் போர்க்களமாக ஆக்கியிருந்தது.

கறும்பாளங்களாக அலைகள் எழுந்ததில், ஆராய்ச்சிக் கப்பலான ஒடிசியின் முன்பகுதி கடல் மட்டத்திலிருந்து சரேலென 40 டிகிரி மேலே எழுந்து, இடப்புறம் சற்று சரிந்து, பேரலை ஒன்றின் முகட்டினில் சறுக்கிக் கடல் மட்டத்தில் மீண்டது. அதன் 10000 டன் எடையும், 346 அடி நீளமும், 52 அடி அகலமும் கொந்தளிக்கும் கடலலைகளுக்கு ஒரு பொருட்டாகவே படவில்லை. பெரும் சரக்குக் கப்பல்களோடு ஒப்பிட்டால் ஒடிசி, சிறு படகுதான் என்றாலும், ஆராய்ச்சிக் கப்பல்கள் என்னும் வகையில் அது பெரியது.

பனாமாவில் 1998ல் ரிஜிஸ்டர் செய்யப்பட்டிருந்த ஒடிசி, பசிபிக், இந்தியப்பெருங்கடல் பகுதிகளில் அபூர்வமான பெரிய கடல் உயிரினங்கள் ஆராய்ச்சிக்கென மட்டுமே குத்தகைக்கு விடப்படும். மூன்று சிறப்பு சோதனைச் சாலைகளையும், பெரும் உயிரினங்களின் உடல்களைப் பாதுகாக்கத் தேவையான பிரமாண்டமான உறைபதன அறைகளையும், நீர்முழ்கிக் கூண்டுகளையும் கொண்ட ஒடிசியின் மேல் தளத்தில் ஒரு ஹெலிகாப்டரும் உண்டு.

மேல்தளத்தில் வலப்பக்கத்து விளிம்புக் கம்பிகளைப் பிடித்தபடி நின்றிருந்த நாலுபேரும் விழுந்து விடாமலிருக்க மிகவும் முயற்சிக்க வேண்டியிருந்தது. அலையின் தெறிப்பு சாரலாக தளத்தில் சிதறும் தூவானத்தில், நனையாதபடி நீளமான சிறப்பு ஆடைகள் அணிந்திருந்த அவர்கள் கீழே எதையோ உன்னிப்பாகக் கவனித்துக் கொண்டிருந்தனர்.

இரு நிமிடங்களின்பின் கடலில் சிகப்பு ஒளி சிமிட்டியது. ஒடிசியின் மேல்தளம் உயிர்த்துப் பரபரத்தது. கப்பலின் முகப்பில் விரைத்திருந்த இரும்புக் கம்பத்திலிருந்து கொக்கிகளுடன் சங்கிலிகள் மெல்ல நீண்டன. மெல்ல மெல்ல சங்கிலித்தொடர், கம்பத்தின் பின்புறமிருந்த பெரிய மோட்டாரால் சுற்றி மேலிழுக்கப் பட்டு, கறுப்பாக பளு ஒன்று கடலுக்கு மேலே தெரியத் தொடங்கியது.

நீர்மூழ்கிக் கூண்டு. இரு மனிதர்கள் 2 மணிநேரம் சுமார் 1000 மீட்டர்வரை கடலின் ஆழத்தில் செல்லக் கூடிய அக்கூண்டில் இருந்து, வலிமையான டார்ச் ஒளியில் கடல் படுகையை ஆராய முடியும். ஆக்ஸிஜன் மற்றும் தேவைப்படும் வாயுக்கலவையைப் போதுமான அளவு உள்ளடக்கிய அந்நீர்மூழ்கிக் கூண்டு, ஆழ்கடல் அதிசயங்களான ஜெயண்ட் ஸ்க்விட், ஜெயண்ட் ஆக்டோபஸ் போன்றவற்றை ஆராய, விசேஷமாக பெரும் சுறாக்கள் தாக்கினாலும் உடையாத இழைக்கண்ணாடியால் தயாரிக்கப்பட்டது.

மாலத்தீவின் அருகே இந்த ஆழ்கடல் உயிரினங்கள் பொதுவாகக் காணப்படுவதில்லை. சுருக்கமாகச் சொன்னால் ஒடிசிக்கு அங்கு வேலையே இல்லை.

சிவப்பு ஒளிக்கற்றை கப்பலின் முகப்பின் மேலே கோணல்மாணலாகப் பாய, ஆடியாடி மேலெழுந்த கூண்டு, கவனமாக மேல்தளத்தில் இறக்கப்பட்டது. வெளிவந்தவர்கள் கப்பலின் மேல்தளத்தில் விரைந்து, படிக்கட்டில் இறங்கி உள்ளறையில் புகுந்தனர். மூச்சிறைக்க தனது சிறப்பு டைவிங் உடைகளைக் கழற்றியபடி, ஒருவன் கனமான மூச்சுத் திணறல்களுக்கிடையே மிக மெல்லிய குரலில் கிசுகிசுத்தான்.

''இருக்கு''

காலம் : இரு வருடங்கள் முன்பு ஜூலை 16, இரவு 11 மணி .

இடம் : ஃபாட் ஃபாங் பகுதி, பாங்காக்

இரவு விடுதிகளின் அடைத்திருந்த கதவுகளைத் தாண்டி, வெளியே கேட்கும் பேய்த்தனமான இசையையும், மேலே விழுந்து விழுந்து, கூடுவதற்கு அழைக்கும் பெண்களையும் பொருட்படுத்தாது அவன் மெல்ல நடந்தான். குறுகலான தெருக்களிலிருந்து வெளியேறி, சாலையோரம் வலதுபுறம் நிறுத்தியிருந்த அந்த ஆடி 6 ரகக் காரை அணுகியவன், பாண்ட் பாக்கெட்டிலிருந்த சிறிய கருவியின் பொத்தானை அழுத்துமுன் சற்றுத் தயங்கினான். அதை இருமுறை மட்டுமே இயக்க முடியும். இயக்கினால், பத்து மீட்டர் சுற்றளவில் அதன் ரிசீவர் பொருத்தப் பட்டிருக்கும் காரின் முன்விளக்குகள் ஒரு முறை சிமிட்டும். அதில்தான் ''கிளையண்ட்''டுடன் அவனது சந்திப்பு. ஜகார்த்தாவில் ஏஜெண்ட் கொடுத்தது. தவறுதலுக்கு இங்கே இடமில்லை.

ஆடி யின் முன்விளக்கு ஒரு முறை சிமிட்டி அணைந்தது. அவன் முகத்தில் திருப்திப் புன்னகை ஓடியது.

காரின் கண்ணாடிகள் ஏற்றப்பட்டிருக்க, உள் விளக்கு அணைக்கப் பட்டிருந்தது. டிரைவர் ஸீட்டின் அருகே அவன் அமர்ந்து, கதவை அடைத்ததும், பின் இருக்கையிலிருந்து ஒரு குரல் மிகச் சன்னமாகக் கேட்டது... ஏதோ ஸ்பீக்கரிலிருந்து கேட்பது போல..

''வீரனே, வெல்கம் டு த ப்ராஜெக்ட்''

வியந்து போனான். பெண் குரல்... எனது மிகப் பெரிய க்ளையண்ட்... ஒரு பெண்? திரும்பிப் பார்க்க நினைத்தவன் உடனே அந்த எண்ணத்தைக் கைவிட்டான். ''முன்ஸீட்டிலிருந்து அப்படியே திரும்பிப் பாக்காம போகணும்'' ஜகார்த்தா ஏஜெண்ட் எச்சரித்திருந்தான். இது போன்ற சந்திப்புகளில் ஒழுங்கு மிக முக்கியம். கேணத்தனமாக ஏதாவது செய்யப்போனா, டீல் நழுவிப் போயிரும். சிலநேரம், உயிர் போயிரும்.

''நன்றி. ஏன் 'வீரனே'? என் பெயர்...'' அவனுக்குள் நெருடியது. இவ்வளவு ஃபார்மலான பேச்சு?

''தெரியும்'' இடைவெட்டியது பின்புறமிருந்து வந்த குரல்.

''அடையாளங்கள் இங்கு அர்த்தமற்றவை. முகம், முகவரி, நமக்குள் தேவையில்லை.பேச்சு என்பது, நாம் ஒப்புக்கொள்ளும் சொற்களில் மட்டுமே இனி இருக்கவேண்டும். புரிகிறதா வீரனே?''

''புரிகிறது'' அவன் தயங்கினான். இது அவனுக்குப் புதிது. க்ளையண்ட் பெயரும் தெரியாது. முகமும்...

''வீரனே, ஆர்மியில் ''சோல்ஜர்'' என அழைப்பது மரியாதைக் குரியது. இது ஆர்மி. ப்ரைவேட் ஆர்மி. ஒழுங்கு மிக முக்கியம்.''

''உங்களை எப்படி அழைப்பது? மிஸ்? மேடம்.'' ஒரு நொடி தயங்கினான். ஜகார்த்தாவில் ஏஜெண்ட் குறிப்பிட்டபடி, கிளையண்ட்டின் புனைப்பெயர்..? ''கிழக்கு?''

''என்னை அழைக்க வேண்டிய அவசியமிருக்காது. நான் அழைப்பேன். நீ பதில் சொன்னால் போதும்''

''சரி''

''சரி என்பது இனி நிறுத்தப்படவேண்டும். ஒன்றை நீ ஆமோதித்தால் ''ம்'' என்றும் , மறுதலித்தால் ''ஹூஹூம்'' என்றும் மட்டுமே சொல்லப்படவேண்டும்''

''ஏன் இப்படி? அதுவும் மிக மிகச் செயற்கையான பேச்சு?''

''இனி நான் உன்னைத் தொடர்பு கொள்ளப் போவது போனில் மட்டுமே. நமது உரையாடல்கள் பதிவு செய்யப்படலாம். என்னதான் என்க்ரைப்ட் செய்தாலும், அவை அறியப்படும். நாம் அறியப்படுவோம்''

''யார் ? எப்படி?''

''இந்திய உளவுத்துறை முன்பு போல இல்லை. 'மேடம்' என்பதை நீ உச்சரிக்கும் விதத்தில் இருந்து நீ எந்தப் பகுதியைச் சேர்ந்தவன் என்பதை அவர்கள் ஊகிக்கமுடியும். ரா (RAW) வும் ஐ.பி (I.B)யும் வட்டார உச்சரிப்பைப் புரிந்த அமைப்புகள். இயற்கையாகப் பேசும்போது,வட்டார மொழி உச்சரிப்பு நம்மைக் காட்டிக் கொடுத்துவிடும். எனவே, ந்யூட்ரலான சொற்கள், மிக ஃபார்மலான பேச்சுவழக்கு''

அவன் பதில் பேசவில்லை. உருவம் ஒரு பேப்பரை முன் இருக்கைகளின் இடையில் நீட்டியது. ''நாம் பயன்படுத்தப் போகும் சொற்களின் பட்டியல். இவை மட்டுமே போனில் பேசப்படவேண்டும். இவற்றை மனப்பாடம் செய், புரிகிறதா? ''

வாயடைத்துப் போனான். இவ்வளவு கவனம் தேவைதானா? சிறு கோபம் மூண்டது. தொகை பெரிது. அடக்கி வாசிக்கணும்.

பின் ஸீட்டின் கதவு திறக்கப்படும் க்ளிக் சப்தம் கேட்டது.

''நமது சந்திப்பு இத்துடன் முடிவடைகிறது. பின் ஸீட்டில் பை இருக்கிறது. நீ கேட்ட தொகையும், செல்போனும். அதோடு அந்தக் கருவி''

''ம்''

''சட்டெனப் புரிந்துகொண்டு விடுகிறாய். இப்போது ஆயுதங்கள். எவை வேண்டும்?''

''தற்காப்பிற்கு பெரேட்டா, குக்ரி.. வாங்கவேண்டாம். இருக்கிறது. ப்ராஜெக்டைப் பொறுத்து ஆயுதங்களின் தேவையை அறிவிக்கிறேன்''

''ம். முதலில் ஹாங்காங்''

நேரம் : ஒரு மாதம் முன்பு. ஒரு காலை 3 மணி.

இடம் : கிரிஸ்டலோகிராபி சென்டர். பிலடெல்பியா ஸ்டேட் யூனிவர்சிடி.

அந்தக் கட்டிடத்தின் ரெண்டாவது மாடியில் அனைத்து பரிசோதனை அறைகளும் அடைக்கப்பட்டு இருளில் மூழ்கிக் கிடக்க, எக்ஸ்ரே கிரிஸ்டல்லோகிராபி டிபார்ட்மெண்ட்டில் மட்டும் பகுதி அடைத்திருந்த அறைக்கதவின் வழியே ஒளிக்கீற்று கசிந்து ஒல்லியான கோடாக வராண்டாவில் நீண்டிருந்தது. அறையினுள்ளே ப்ரமாண்டமான எக்ஸ்ரே ஃப்ளோரசென்ஸ் ஸ்பெக்ட்ரோமீட்டரின் மறுபுறம் குனிந்து அமர்ந்திருந்த அனந்த் மெல்ல நிமிர்ந்து சோம்பல் முறித்தான். முதுகு விண்ணென வலித்ததில், கண்கள் சுருங்கி, முகத்தில் வேதனை கொப்பளித்தது. பல வருடங்களான அவனது கடுமையான மூளை உழைப்பை, சற்றே மேடேறியிருந்த நெற்றி

காட்டியிருக்க, ஆறு அடி உயர மெலிந்த தேகம், குனிந்தே பல மணிநேரம் வேலை செய்ததில் மிகவும் தளர்ந்திருந்தது.

மேசை மேலிருந்தவற்றைப் பார்த்தவன் முகத்தில் ஒரு நிம்மதி பரவியது. 'ஆயிற்று. இன்னும் நாலு ஸ்பெசிமென்கள் மட்டுமே பாக்கி. நாளைக்கு இறுதி ரிப்போர்டை எழுதிவிடலாம்'

அவன் முன் இருந்த ஜாடிகளில் கிடந்த கற்கள் பலவடிவமானவை. பல நிறத்தவை. மிகமிகச் சிறிய மணல்துகள் அளவு சிறிய கற்களிலிருந்து, மோதிரத்தில் கட்டப்படும் கல் அளவு பெரிய கற்கள் அவை. மெக்சிக்கோவிலிருந்து ப்ரேசில் வரை பல நாடுகளில் அகழ்ந்தெடுக்கப்பட்டவை... பலவும் குவார்ட்ஸ், ஃபெல்ஸ்பார் வகை.

யார் கொண்டு வந்தது, எதற்கு இந்த ஆய்வு என்பதெல்லாம் அவனுக்குச் சொல்லப்படவில்லை. அவனது முன்னாளைய ஆராய்ச்சி கைடு, எரிக் ஸ்லெம்மர் எளிதில் ஒரு உதவி கேட்கமாட்டார். அவர் சொல்லி விட்டால் அவனால் தட்டமுடியாது. அவரது வினோதமான கட்டளையில் அவன் ஆச்சரியமடையவில்லை. 'எல்லா சோதனைகளையும் நீ மட்டுமே , தனித்தே செய்யவேண்டும்' அது ஸ்லெம்மரின் ஸ்டைல். அவுட்சோர்ஸிங்கில் அவருக்கு நம்பிக்கை என்றுமே இருந்ததில்லை.

இன்னும் நாலு கற்கள் மீதம் இருக்கையில், அவன் அந்த நீல நிறக் கல்லை சாம்பிள் டேபிளில் வைத்து மூடினான். ஸ்பெக்ட்ரோமீட்டர் இயங்க, கணினியில் உத்தரவுகளைக் கொடுத்துவிட்டு, இதுவரை ஆராய்ந்திருந்த கற்களை அவற்றின் ஜாடிகளில் இட்டு மூடி, அவற்றின் மீதிருந்த லேபிள்களில் அவை பரிசோதிக்கப்பட்டவை என்பதின் அடையாளமாக பச்சை மையால் டிக் செய்யத் தொடங்கினான்.

ஏ.ஆர்.எல் 9300 மாடல் எக்ஸ். ஆர். எஃப் ஸ்பெக்ட்ரோமீட்டரின் (X Ray Fluoroscence Spectrometer) ப்ரிண்டர் உயிர்த்தது. மவுனமாக அது துப்பிய காகிதங்களை அடுக்கி வைத்தவன், கடைசியாக வந்த காகிதத்தைக் கண்டதும் பரபரப்பானான். வியப்பில் அவன் விழிகள் விரிய, ஆறுமணி நேர அலுப்பு சட்டெனக் காணாமல் போனது.

கிடைத்த விடைகளை சி.எஸ்.வி ஃபார்மாட்டில் சேமித்து, எக்ஸலில் ஏற்றமிட்டு, சில கணக்கீடுகளைச் செய்தான். அதன் விடைகளைக் கண்டவன் தன்னையறியாமல் முணுமுணுத்தான்.

'' இம்ப்பாஸிபிள்''

காலம் : 15 ஜனவரி

இடம் : சிகாகோ யூனிவர்சிட்டி. கணக்கியல் துறை. வடிவக் கணக்கியல் பிரிவு.

இண்டர்காம் மணியடித்தபோது ஜானகி அவளது அறையில் இல்லை. வகுப்பு முடிந்து அறைக்கு வந்து கொண்டிருந்தாள்.. அவளது மெல்லிய உடலைத் தழுவியிருந்த, குளிர்கால உடைகள் கச்சிதமான உடல்கட்டை மறைக்க முயன்று தோற்ற சலிப்பில், இடுப்பருகே சுருக்கங்களாக மடிந்து, ஏக்கத்துடன் மேலும் கீழும் விம்மி விரிந்திருந்தன. அறையுள் நுழைந்தவள் சீட்டில் அமருமுன்னே மீண்டும் இண்டர்காம் ஒலித்தது.

''ஹலோ, நான் ஜான் வில்கின்ஸ். இரண்டு நிமிடம் பேச வேண்டும். அறைக்கு வரலாமா?''

ஜானகி நினைவு கொள்ள முயன்றாள். ஜான் வில்கின்ஸ்? தெரியாத பெயர். புத்தகக் கம்பெனிகளின் ஏஜெண்ட்டாக இருக்குமோ? நாளைக்கல்லவா வருவதாகச் சொல்லியிருந்தான்?

''வேண்டாம். நான் வரவேற்பறைக்கு வருகிறேன். ரெண்டே நிமிஷம்''

ஜான் வில்கின்ஸ்ஸுக்கு அறுபது வயதிருக்கும். ப்ரிட்டிஷ்கார மேலெழுந்த மூக்கு, மெல்லிய உடல். கைத்தடி ஊன்றி சோபாவிலிருந்து மெல்ல எழுந்தார்.

''ஹலோ'' கை குலுக்கிய ஜான் மீண்டும் மெல்ல சோபாவில் அமர்ந்தார்.

''என்னைத் தெரிந்திருக்காது. இன்-ஆர்கானிக் கெமிஸ்ட்ரி.. கேம்ப்ரிட்ஜ் யூனிவர்சிடியில் இருபது வருடம்... அதன்பின் இப்போ இருபது வருடங்களாக ஐரோப்பாவின் பல பல்கலைக் கழகங்களில்... கோலங்கள் பற்றிய உன் பேப்பரைப் படித்தேன். குட் வொர்க்'' மிக

மெதுவாகப் பேசிய அவரை ஏனோ சட்டென ஜானகிக்குப் பிடித்துப் போனது.

"நேரா விஷயத்துக்கு வர்றேன். ஒரு வடிவப் புதிர் வெகு காலமாக பல அறிஞர்களை ஆட்டிக் கொண்டிருக்கிறது. பல குழுக்கள் அதில் முடியைப் பிய்த்துக் கொண்டிருக்கிறார்கள். உனக்கு அந்த சவாலில் பங்கேற்க விருப்பமா?"

ஜானகிக்கு ஒரு நிமிடம் மூச்சு நின்றது.

புதிர்க்குழுக்கள்... கணக்கியலில் மறைவான ஆராய்ச்சிக் குழுக்கள் பல இருக்கின்றன. இவற்றில் பிரபலமான விஞ்ஞானிகள், இயற்பியல், வேதியியலில் நோபல் பரிசு பெற்றவர்களும் அடக்கம்.. யார் எந்தக் குழுவில் உறுப்பினர் என்பது மிக மிக ரகசியம்.. குழுக்களுக்குள் நிலவும் கடும்போட்டி, சில நேரம் படு விகாரமாக வெடிக்கும். வெற்றி பெற்றால் பெருமளவில் பணம், புகழ், தோல்வி... யாரும் நினைத்தே பார்க்க முடியாத ஒன்று.

அவற்றில் எதிலாவது சேரவேண்டுமானால், ஒன்று கடும் சிபாரிசு இருக்கவேண்டும். இல்லை, ஆராய்ச்சிக்குப் பணம் கொடுக்கும் அதிகாரத்தில் நமது அப்பா இருக்கவேண்டும். என்னதான் முயற்சித்தாலும் இந்த ஜென்மத்தில் அவளால் ஒரு குழுவில் சேர முடியாது.

"என்ன வடிவம்?" ஜானகியின் குரல் பதட்டத்தில் தடுமாறியது.

ஜான், தன் பழுப்பு நிற கோட்டுப் பையில் சிரமப்பட்டு கையை விட்டு, பல நொடிகள் தேடி, ஒரு மடங்கிய காகிதத்தை எடுத்து அவளிடம் நீட்டினார்.

காகிதத்தை விரித்த ஜானகி குழம்பினாள். முடியாத புதிர்கள் பலவற்றை அவள் அறிவாள். ஆனால் இது, அவள் இதுவரை கண்டிராதது.. சித்திரப் புதிர்.

முக்கோண வடிவங்கள். சில முக்கோணங்கள் நேராக, சில தலைகீழாக... சில ஒன்றின்மேல் ஒன்றாக...சிறு சிறு விண்மீன்கள் புள்ளிகளுக்குப் பதிலாக முக்கோண வடிவங்களை நிரப்பியிருந்தன.

"என்ன இது?"

"பட்டியலிடப்படாத ஒரு புதிர். ஆசியாவில் எங்கோ குகையிலோ, கட்டிடத்திலோ பல நூறு வருடங்களுக்கு முன் செதுக்கப்பட்டது. இதன் மூலம் இன்னும் கண்டுபிடிக்கப்படவில்லை. இருநூறு வருடங்களுக்கு முன், எடுத்து வந்தவர் ஒரு இந்தியர். இன்னும் பல அறிஞர்கள் குழுக்களில் ரகசியமாக விவாதிக்கப் பட்டும் ஒரு சித்திரப்புதிர்''

''ஏன் நான்?''

ஜான் புன்னகைத்தார் ''நீ தேர்வு செய்யப்பட்டிருக்கிறாய், ஜானகி. கங்கிராஜுலேஷன்ஸ். இப்புதிர்க் குழுக்களில் நுழைவு, அவர்களே அழைத்தால்தான் உண்டு என்பது உனக்குத் தெரிந்திருக்கும். அமெரிக்க யூனிவர்சிட்டிகளில் நீ மட்டும்தான் இப்போது...''

''வேற யாரு இருக்காங்க?''

''மேற்கொண்டு பதில்களுக்கு முன் சில கேள்விகள் என் தரப்பிலிருந்து... கேட்கலாமா?''

''ம்'' என்றாள் ஜானகி. புதிர் ஆராய்ச்சிக் குழுவில் இடம்... சிறிது பதட்டமாயிருந்தது அவளுக்கு.

''நீ இதில் சேர விருப்பமா? ஆம்/ இல்லை''

ஜானகி மீண்டும் அப்புதிரைக் கவனித்தாள். முக்கோணங்களின் கீழே சில எண்கள் எழுதப்பட்டு அழிக்கப்பட்டிருந்தன. சாதாரணப் புதிர் வடிவம்... ஏதோ ஒன்று அவளை ஈர்த்தது.

''ஆம்'' என்றாள் தயக்கத்துடன்.

''வெரிகுட்.. எல்லா வேலையையும் விட்டுவிட்டு இதன் பின் சில மாதங்கள் பைத்தியமாக அலையத் தயாரா?''

''ஒரு நிமிஷம்'' ஜானகி சுதாரித்தாள்.''எனது ஆராய்ச்சிகள், இங்கு இருக்கும் பணிகளையெல்லாம் விட்டுவிட்டு ஒன்றுமே தெரியாத இப்புதிரின் பின் அலையச் சொல்கிறீர்கள்? ''

''இப்புதிர் குறித்து பல முக்கிய ஆவணங்கள் கிடைத்திருக்கின்றன. ஸோ, ஒன்றும் தெரியாத நிலையில் இப்புதிர் இல்லை. இதில் வேலை செய்ய உனக்கு உதவித்தொகையும் கிடைக்கும். முதல் தவணையாக ..... டாலர். போதுமா?''

க. சுதாகர்

ஜானகி திகைத்துப் போனாள். இத்தனை பெரிய தொகையா? இப்போதைக்கு முக்கிய ஆராய்ச்சிப் பணிகள் எதுவும் இல்லை. கொஞ்சம் வித்தியாசமான அனுபவமும் நல்லதுதான். ஸப்பாட்டிகல் இப்போது கிடைக்குமா? கேட்டுத்தான் பார்க்கணும்.

ஜான் வில்கின்ஸ் எழுந்தார். ''முக்கியமான ஒரு வார்த்தை. இந்த ப்ராஜெக்ட் பத்தி யாரிடமும் மூச்சு விடக்கூடாது. விவரங்களோடு நாளை என்னிடமிருந்து ஒரு மின்னஞ்சல் வரும்''

''யார் என்னைத் தேர்வு செஞ்சாங்க? யாரு ரெஃபரென்ஸ்?''

ஜான் வில்க்கின்ஸின் கண்களில் ஒரு சோர்வு தெரிந்தது. இவ்வளவு பெரிய வாய்ப்பு கிடைத்திருக்கும்போது, யார்? எப்படி? என்பதெல்லாம் வேண்டாத கேள்வி.

''ஹான்ஸ் டூனன், ஆம்ஸ்டெர்டாம்'' அதற்கு மேல் ஜான் சொல்லவேண்டிய அவசியமில்லை.

வாயைப் பிளந்தாள் ஜானகி. ஹான்ஸ் டூனன்... வடிவக் கணிதத்தில் மிக மிக முக்கியமான ஒரு பெயர். கிட்டத்தட்ட நோபல் லாரேட் ஒருவரின் சிபாரிசுக்குச் சமம்.

ஜான் அவளைக் கவனிக்காமல் தொடர்ந்தார். ''முதல்கட்ட வேலை இந்தியாவில். அங்கே உன்னை அவர்களே தொடர்பு கொள்ளுவார்கள். ஹான்ஸ் ஏன் உன்னைத் தேர்வு செய்தார் என்பதை அங்கு நீ தெரிந்துகொள்வாய்''

நேரம் : 5.00 மணி காலை. மூன்று நாட்கள் முன்பு

இடம் : சென்னை

சென்னை விமானதளத்தின் பன்னாட்டு முனையத்தில் வருகைப்பகுதியில் அன்று அதிகக் கூட்டமில்லை. வானம் சிறிது மூடிக்கிடந்தது. சில ரிடையர்ட் தம்பதிகள் முன் ஜாக்கிரதையாக விரித்திருந்த குடைகள், தனியார் டாக்ஸி ஓட்டுநர்கள் பிடித்திருந்த தப்பும் தவறுமாய் பெயர்கள் கிறுக்கிய காகிதங்கள் எனப் பலவிதமாக வரவேற்புகள் காத்திருக்க, பயணிகள் மெதுவே வெளிவரத் தொடங்கினர்.

அனந்த் பத்து நிமிடம் கழித்து வெளிவந்தான். இரு சூட்கேஸ்கள், ஒரு லாப்டாப் முதுகுப்பை கொண்டு வெளிவந்தவனை டாக்ஸி ஓட்டுநர்கள் மொய்க்க, அவன் யாரையோ தேடினான்.

'சித்தப்பா '

ஐந்தரை அடிக்கும் குறைவான உயரத்தில், கால்களை அகட்டி, அவசரமாக நடந்து வந்த , நாராயணனுக்கு வழுக்கை மிகவும் பரவியிருந்தது. பின் தலையில் சில முடிக்கற்றைகள் அங்குமிங்குமாக வளர்ந்திருக்க, அவற்றின் நீளம்கொண்டு, சிரமப்பட்டு, தலையில் முடியில்லாத பகுதிகளை மறைக்க முயற்சித்திருந்தார். கைகளைப் பக்கவாட்டில் பரத்தி, தொந்தியைத் தூக்கி அவர் நடப்பது, கிட்டத்தட்ட பென்குவினை நினைவுபடுத்தியது அனந்த்திற்கு.

''வெல்கம் ஹோம்'' தழுவிக்கொண்ட நாராயணன், மூச்சிரைக்க அவன் முதுகை அன்பாகத் தட்டினார்.

''ஸொரி, லேட்டாயிருச்சோ? டிரைவர், கிண்டி தாண்டறப்போ மெதுவா 'சார், ரிசர்வ்ல இருக்கு. பெட்ரோல் போட்டுறலாமா?'ங்கறான். நேத்திக்கே பாத்திருக்க வேணாம்?''

வீடு படுசுத்தமாக இருந்தது. சித்தப்பாவுக்கு எல்லாம் மிக ஒழுங்காக இருக்கவேண்டும். வாசலில் கிடக்கும் மிதியடிகூட இடம் மாறக்கூடாது.

''சித்தப்பா, நான் எதுக்கு இங்க வந்தேன்னா..''சித்தப்பாவின் காபியை மெதுவாக உறிஞ்சியபடி. சிறிது தயக்கத்துடன், பீடிகையுடன் ஆரம்பித்தான் அனந்த்.

'' தெரியும் '' என்றார் நாராயணன் சுருக்கமாக. காஸ் அடுப்பை அணைப்பதில் கவனமாக இருந்தார் - இருப்பதாகக் காட்டிக் கொண்டார். அனந்த் அவரைத் தவிர்த்துத் திரும்பினான். கல்யாணத்தின்போது போனில் வாழ்த்து சொன்னவர் இப்போதுதான் நேரில் பார்க்கிறார்.

'ரெண்டு பேரும் அடுத்த வருஷம் மெட்ராஸுக்கு வரணும்..' என்றார் அன்று போனில்.

இப்போது அவனைத் தனியே வரவேற்கிறார்.

நேரம் : இரவு 8 மணி ஒரு வாரம் முன்பு

இடம் : காரியவட்டம். திருவனந்தபுரம்

கேரளப் பல்கலைக்கழகத்து ஸ்டாஃப் குவார்டடர்ஸ் வெறிச்சோடிக் கிடந்தது. லேசாக மழை சிணுசிணுக்க, சுவர்க்கோழிகளின் ஓசை மட்டும் கேட்டுக்கொண்டிருந்தது. சரளைக்கற்கள் கரகரக்க ஒரு ஜீப் மெல்லத் திரும்பி ஒரு மரத்தின் மறைவில் நின்றது. இரு நிமிடங்கள் தாமதித்தபின் ஜீப்பிலிருந்து ஒரு உருவம் வாக்கி டாக்கி போன்ற ஒன்றில் சன்னமாகப் பேசியது.

''அவங்க நெருங்கிட்டாங்க'

''ஓகே. நான் ரெடி. ஜஸ்ட் ஒன் மினிட்'' பேசிய மனிதருக்கு 55 வயதிருக்கும். வழுக்கை மேல்நெற்றியில் ஏறிக்கொண்டிருக்க, அடர்த்தியாகச் சுருண்டிருந்த முடிக்கற்றைகளும், சுறுசுறுப்பான நடையும், மெலிந்த உடலும், அவரது ஆரோக்கியமுமான வாழ்வுமுறை முதிர்வைத் தடுத்துக் கொண்டிருப்பதைக் காட்டியது. அவரது கூர்மையான கண்கள் மேசையின்மீது ஒரு போட்டோவை ஏக்கமாகப் பார்த்தன. பலவிதமான உணர்ச்சிகள் அவர் முகத்தில் ஓடின.

வாக்கிடாக்கி கரகரத்தது.'சார், அவங்க பின் வாசல்ல வந்துட்டாங்க. இனிமேலும் நீங்க தாமதிக்கக்கூடாது '

'' இருபது வினாடிகள்'' முதியவர் போட்டோவை கீழே வைத்தார். மின் விளக்கை அணைத்தார். ஒரு சுவிட்சைத் தட்டினார். 'ஆ' என்ற அலறல் பின்புறம் கேட்டது , யாருக்கோ மின்சாரம் தாக்கியிருக்க வேண்டும்.

முதியவர் வாசலுக்கு விரைந்தார். ஜீப் சட்டென உயிர்த்து சீறிப் பாய்ந்தது. வாசலில் கிறீச்சிட்ட ஜீப்பில் அவர் ஏறிக்கொள்ள, சரளைக்கற்கள் கரகரக்க, ஜீப் பல்கலைக்கழகத்தின் பின்புறம் விரைந்தது. வடமேற்கு எல்லையில், தற்காப்பு கருதி, எப்போதும் மூடியே இருக்கும் ஒரு சிறிய கேட், அவர்களுக்கெனத் திறந்து வைக்கப் பட்டிருந்தது. ஜீப் வெளியேறியதும், கேட் மூடப்பட்டது. அது திறந்ததே யாருக்கும் தெரியாமல்.

''அனந்த், உனக்கு ஒரு மெசேஜ் வந்திருக்கு '' காபி டம்ளரும், செல்போனுமாக வந்த நாராயணனைப்பார்த்து அனந்த் வியப்பானான்.

''எனக்கா?அதுவும் உங்க போன்ல?'' முணுமுணுத்தபடி சிந்தனையுடன் செல்போனின் திரையைப் பார்த்தான்.

''நல்வரவு அனந்த். அடுத்த செய்திக்குக் காத்திரு.''

''இது என்ன? தலையுமில்லாம வாலுமில்லாம?''.

செய்தியின் கீழே செல்லச்செல்ல அவன் கண்கள் வியப்பில் விரிந்தன.

''அன்புடன் சடகோபன்''

அவன் கண்கள் வியப்பில் விரிந்தன.

சடகோபன் சார்...

''சார்'' வாசலில் கேட்ட சப்தத்தில் அனந்தின் சிந்தனைகள் சட்டெனக் கலைந்தன. எரிச்சலுடன் திரும்பிப் பார்த்தான்.

''அனந்த்ங்கிறது யாரு?''

''நாந்தான். என்ன வேணும்?''

''பார்சல் வந்திருக்கு. ஐ.டி கார்டு காமிங்க ''

பார்சல்? எனக்கு? இங்கே?

''ரேஷன் கார்டு... பேன் கார்டு.. எதாச்சும் ஒண்ணு...போட்டோ இருக்கணும். பாஸ்போர்ட்டு? அது போதும். கொடுங்க'' பையன் வேறு இடங்களில் டெலிவரிக்குப் போகப் பறந்து கொண்டிருந்தான்.

''இங்க கையெழுத்துப் போடுங்க, போன் நம்பரு...''

பார்சல் சிறிதாக இருந்தது. லேசாகக் கனத்தது.

பிரித்தான். கையடக்கமான ஒரு செல்போன். கம்பெனி பெயர், மாடல் எதுவும் இல்லாமல் மொளுக்கென. ப்ளாக்பெர்ரி போன்ற க்வெர்ட்டி கீ போர்டுடன். மற்ற செல்போன்கள் போலன்றி சற்றே பெரிய திரையுடன். ஒரு சிம் கார்டு அத்தோடு..

யாரு அனுப்பியிருப்பாங்க?

போன் உயிர்த்ததும் ஆச்சரியமானான். சிக்னல் இருக்கிறது. ஆனால் செல்போன் ஆபரேட்டர் பெயர் எதுவும் திரையில் வரவில்லை.

ட்ரிங் என்ற சன்னமான ஒலியுடன் சன்னமாக செல் அதிர்ந்தது. ஒரு குறுஞ்செய்தி திரையில் தோன்றியது.

"நாளைக்கு திருவனந்தபுரம், பத்மநாப சுவாமி ஆலய கோபுரத்துக்கு அடியில் காலேல 11 மணிக்குக் காத்திரு. மிக்க ரகசியம். நாராயணன் உனக்கு வேண்டியதைச் செய்வார். புது செல்போன் பத்திரம். சடகோபன்"

அனந்த் நாராயணனை ஏறிட்டான். அவர் புன்னகையுடன் ஒரு காகிதத்தை நீட்டினார். இணையதளத்தில் பதிவு செய்யப்பட்டு, சாதாரண பேப்பரில் ப்ரிண்ட் செய்யப்பட்ட, திருவனந்தபுரத்திற்கான ஜெட் ஏர்வேஸ் விமான ஈ. டிக்கட் அடுத்தநாள் காலை ஆறுமணிக்கு.

அவன் நினைவுகள் பின்னோக்கி ஓடின.

1992 - மே மாதம். அம்பாசமுத்திரம். தீர்த்தபதி ஹைஸ்கூல்.

"இன்று நம்மோடு இருப்பவர் இஸ்ரோவின் பெரும் விஞ்ஞானி.. டாக்டர். சடகோபன்" பேராசிரியர் சிவமணி பேசத் தொடங்க, 1- ஏ வகுப்பறையில் இருந்த, பத்துபேர் கொண்ட அம்மாணவர் கூட்டம் ஆவலுடன் மேடையைப் பார்த்தது. பள்ளி, கோடை விடுமுறையாதலால் அமைதியாக இருந்தது. மேடையில் ப்ளாஸ்டிக் நாற்காலியில் அமர்ந்திருந்த அம்மனிதர் கூச்சத்தில் நெளிந்தார். பாராட்டு அவருக்குப் பிடிக்காதது.

"இன்று முதல் பத்து நாள் டாக்டர் சடகோபன் நம்முடன் இருக்கப்போகிறார் என்பதை என்னால் இன்னும் நம்ப முடியவில்லை. அவர் வந்து ரெண்டு நாள் பாடம் எடுக்கமாட்டாரா? என பல வெளிநாட்டுப் பல்கலைக்கழகங்கள் வருந்தி அழைத்துக் கொண்டிருக்க, இங்கே அவர் நம்மோடு.. ப்ரமிப்பாக இருக்கு..."

சடகோபன் எழுந்தார்.

மெலிந்த கறுத்த தேகம். புறங்கையில் நரம்புகள் புடைத்திருந்தன. எடுப்பான நாசி. கறுத்த நெற்றியில் தீர்க்கமாக ஸ்ரீசூர்ணம்.

வெள்ளையில் பச்சைக்கட்டம் போட்ட அரைக்கைச் சட்டையும், காப்பி கலர் பேண்ட்டும், சாதாரணச் செருப்புமாக இருந்தவரை மிஞ்சிப்போனால் இருபது வருஷங்களுக்கு முந்தி இருந்த கணக்கு வாத்தியார் எனச் சொல்லலாம்.

''நான் பெரிய விஞ்ஞானியெல்லாம் ஒன்றும் இல்லை'' லேசாகச் செருமினார்.

''ஏதோ உங்களைவிடக் கொஞ்சம் கூடத் தெரியும். அதைப் பகிர்ந்து கொள்ளலாம் என வந்திருக்கிறேன். இங்க கிளாஸ்-ன்னு ஒண்ணும் நடக்காது. ஒவ்வொரு நாளுக்கும் குறிப்பிட்ட திட்டம் இருக்கும். அதுக்கு முன்கூட்டியே நீங்க தயார் பண்ணிகிட்டு வந்து கேள்விகள் கேட்டுத் தெரிஞ்சிக்கலாம். முக்கியமா'' தொடர்ந்தார், புன்னகையுடன் '' டெஸ்ட் கிடையாது. மார்க் கிடையாது''

சிறிய சிரிப்பலை வகுப்பில் எழுந்து அடங்க, முதல் பெஞ்சில் அமர்ந்திருந்த அனந்த் வாயைத் திறந்து பிரமிப்பில் அவரையே பார்த்துக் கொண்டிருந்தான். டாக்டர் சடகோபனைக் குறித்து அவன் கேட்டிருக்கிறான் என்றாலும் நேரில் இத்தனை அருகில் பார்ப்பது இதுவே முதல் தடவை. . இன்ஸாட் 1 ஏ-யின் வெற்றிக்குப் பின் வானிலை சாட்டிலைட்களை அனுப்ப இஸ்ரோ தீட்டிய திட்டங்களில் முக்கிய விஞ்ஞானி...அவர் வகுப்பில் நான்......

அது ஒரு சோதனைக்கட்ட முயற்சி. கல்லூரி மாணவர்கள் அறிவியலில் ஆர்வம் காட்டவேண்டும் என்பதற்காக, மாணவர்கள் விஞ்ஞானிகளுடன் இருந்து , கலந்து சிந்தித்தால் என்ன? என அரசாங்கத்தில் யாருக்கோ தோன்றிய உருப்படியான எண்ணத்தின் விளைவு. கல்லூரி மாணவர்களுக்கான ஒரு க்விஸ் போட்டியில் மாவட்ட அளவில் வெற்றி பெற்றவர்களைப் பத்துநாள் பயிற்சி முகாமுக்கு தேர்ந்தெடுத்த பின் நடந்த , முதல் பயிற்சி முகாம், பட்ஜெட் சுருக்கத்தால், அம்பாசமுத்திரத்தில் அமுங்கியது. மதுரை, சென்னை, கோயமுத்தூர் மாணவர்கள் வரவில்லை. அம்பாசமுத்திரம்... எவன் போவான்? இருபது மாணவ மாணவியர் இருந்திருக்க வேண்டிய முகாம், பத்து பேருடன் தொடங்கியது.

அடுத்த பத்து நாட்களில் சடகோபன் அறிவியல் மட்டும் பேசவில்லை. தமிழர் வாழ்க்கை, இலக்கியம் என அன்றாட வாழ்வில்

அறிவியல் கலாச்சாரத்தோடு பின்னிப் பிணைந்திருப்பதை, போகும் பாதைகளில், வயல்களில், வீட்டு வாசல் கோலங்களில் காட்டினார். மாணவர்கள் வியந்தனர். வேலை கிடைக்க மட்டுமே பட்டப்படிப்பு என்னும் கோணத்திலிருந்து விலகி சிந்திக்க ஆரம்பித்தனர். அதன்பின் பல மாதங்கள் கடிதத் தொடர்பு இருந்திருந்தாலும், காலப்போக்கில் அது படிப்படியாகக் குறைந்திருந்தது.

அவரிடமிருந்து இப்போது செய்தி? அதுவும் மர்மமான செல்போனில்?

நேரம் : காலை : 5 மணி

இடம் : சென்னை விமான நிலையம்.

''செக்-இன் பேகேஜ் எதாச்சும்...?'' ஜெட் ஏர்வேஸ் செக் இன் கவுண்ட்டரில் இருந்த பெண்ணுக்கு மேல் உதட்டில் மச்சம் இருந்தது.

''இல்லை'' அனந்த் ஆயாசமானான். அதான் பாக்கறாள்ல? அப்புறமும் என்ன தொண தொணன்னு...?

''கைப்பையில் எதாவது ஜெல், திரவங்கள், கத்தி, கூர்மையான பொருட்கள்..?''

''ஆர்.டி.எக்ஸ் ஒரு கிலோ இருக்கு. பரவாயில்லையா?''

எந்திரகதியில் அவனைப் பார்க்காமலே கேட்டுக் கொண்டிருந்தவள், அவனது பதிலில் கோபமானாள்.

''சார். சீரியஸாகப் பதில் சொல்லுங்க''

''பின்ன என்னங்க? கேக்கறதுல கொஞ்சமாச்சும் லாஜிக் வேணும். கத்திய வச்சிருப்பவன் நீங்க கேட்டா சொல்லிருவானா?''

''இவனிடம் பேசி ப்ரயோஜனமில்லை'' என மனதுக்குள் திட்டியபடியே போர்டிங் பாஸை அவனிடம் நீட்டினாள். அவன் போகுமுன்னே ''நெக்ஸ்ட்'' என்றாள்.

விமானத்தில் 4C இருக்கையில் அமர்ந்தவன் உடனே அயர்வில் தூங்கிப்போனான்.

''எக்ஸ்க்யூஸ் மீ''

இரண்டு முறை விமானப் பணிப்பெண் எழுப்பியபின் எழுந்தான் அனந்த்

'யெஸ்?'

''கொஞ்சம் எழுந்திருக்கிறீங்களா? உள்ளே இவங்க உக்காரணும்''

''ஷ்யூர்'' கண்களைக் கசக்கியபடி எழுந்து வெளிவந்தவன், உள்ளே புக முயன்ற பெண்ணைப் பார்த்து திகைத்தான்... இவள்... இவள்....

''ஜானகி?''

உள்ளே புக முயன்ற பெண் சட்டென அவனை நோக்கினாள்.

''மை காட்! அனந்த்?''

''ப்ளீஸ் மூவ் ஆன்'' பின்னே நின்றவர்கள் பொறுமையிழந்து முணுமுணுக்க, அவசரமாக நுழைந்து ஜானகி 4A இருக்கையில் அமர்ந்தாள்.

''நம்பவே முடியலை...'' என்றாள் திகைப்புடன் சிரித்தவாறு.

அனந்துக்கும் இன்னும் ஆச்சரியம் அடங்கவில்லை. எத்தனை வருடங்கள்? பதினாறு? பதினேழு?

வருடங்கள் அவளிடம் பெரிய மாற்றத்தை ஏற்படுத்தவில்லை ஜானகியின் நீண்ட முகம், பெரிய கண்கள், மெல்லிய இதழ்கள். அனந்த்துக்கு அன்று அம்பாசமுத்திரத்தில் படுத்தியதுபோலவே, இன்றும் மனதை என்னமோ பண்ணின. குப்பென மல்லிகைப்பூவின் நறுமணம்..

''எங்க இருக்க ஜானகி?''

'' ம்...ரெண்டு மாசமா கோயமுத்தூர்ல. அப்பாவோட இருக்கேன். நீ?''

'' நேத்துதான் வந்தேன். கொஞ்ச நாள். சபாட்டிகல்''

''ம்ம்'' இருவரும் மவுனமாக இருந்தனர். அனந்த்திற்கு என்னவெல்லாமோ கேட்கத் தோன்றி அலைமோதி, இருமினான்.

"என்ன ஆச்சு?" ஜானகி கேட்க மேலும் திணறினான். இப்படி யாரு கடைசியாகக் கேட்டது? அம்மா.? பதினெட்டு வருசம் இருக்குமா?

"ஒன்னுமில்ல.. தண்ணீர் மாறினது, கொஞ்சம் ஜலதோஷம். நீ திருவனந்தபுரத்துல எங்க...?" மேற்கொண்டு கேட்க மனமில்லை.

"ம்..." தயங்கினாள். "ஓகே. சடகோபனை ஞாபகமிருக்கா?"

அனந்த் திகைத்தான் " நல்லாவே.. அவருக்கென்ன இப்போ?"

" இல்ல, ரெண்டு நாள் முன்னால அவர்கிட்ட இருந்து ஒரு செய்தி வந்தது. உடனே திருவனந்தபுரத்துக்குக் கிளம்பி வரச்சொல்லி... அதுவும் ரொம்ப விநோதமா.." அவள் மேலும் தயங்கினாள்.

"ஜானகி, ஏதாவது செல்போன் கூரியர்ல?"

"ஆ, ஆமா. அதோட விமான டிக்கட்டும் இருந்துச்சு"

"அனந்த பத்மநாபசாமி கோயில் வாசல்?"

"எஸ்! அனந்த், என்ன நடக்குது இங்க?" ஜானகி, இரு கையையும் கூப்பி , வியப்பில் விரிந்த தன் வாயைப் பொத்தினாள்.

"நானும் அவர் கூப்பிட்டதுலதான் கிளம்பியிருக்கேன். ஸ்ட்ரேஞ்ஜ்..."

அனந்த் கண்களை மூடி இருக்கையில் பின்னே சாய்ந்தான். சடகோபன் இப்பவும் நம்மைச் சீண்டுகிறார். ஆனால் எதற்காக?

"எக்ஸ்யூஸ் மீ, சர். ப்ரேக்ஃபாஸ்ட்.. வெஜ் / நான்வெஜ்?" விமானப் பணிப்பெண்ணின் குரல் அவனை இவ்வுலகத்திற்கு இழுத்து வந்தது. "ஒன்றும் வேண்டாம் " எனச் சொல்லிவிட்டு, " டீ கிடைக்குமா? " என்றான். ஜானகி சரிந்து கண்மூடியிருந்தாள். அனந்த் அவளை மெல்ல கவனித்தான். அவள் காதோரம் லேசாக ஒரு நரைமுடி.. காலம் ஓடத்தான் செய்கிறது... வைஷ்ணவி இருந்தாலும் இல்லாவிட்டாலும். நரை எனக்கும் வந்திருக்குமோ? இதுவரை கவனிக்கவில்லை.

மீண்டும் அனந்த் சிந்திக்க முயன்றான். ஏன் சடகோபன் எங்களை அழைத்தார்? நாங்கள் இருவர் மட்டுமா அல்லது..? விமான

இரைச்சல் , அசதி எல்லாம் சேர்ந்து அழுத்த, உறங்கிப் போனான்.

அனந்த்தும் ஜானகியும், திருவனந்தபுரம் கோட்டை வாசலின் வழியே பெரிய கோபுரத்தை அடைந்தனர். பதினோரு மணி வெயில் லேசாகக் கொதிக்கத் தொடங்கியிருந்தது.

''அனந்த், இந்த இடம்தான்னு நிச்சயமாத் தெரியுமா?'' ஜானகி கறுப்புக் கண்ணாடியைத் தலையிலிருந்து இறக்கிவிட்டுக் கொண்டாள். அனந்த் பேசாமல், செல்போனை உயிர்ப்பித்தான்.

எந்த ஆபரேட்டர் பெயரும் இல்லாமல், ட்ரிங்க் என்ற சப்தத்துடன் லேசாக அதிர்ந்தது.

''புது செய்தி'' என ஒளிர்ந்த திரையை வியப்புடன் பார்த்த அனந்த், பட்டன்களை அழுத்த , மாறிய திரையைக் கண்டு மேலும் வியந்தான்.

தமிழில் திரையில் ஒரு வரி.

''தன்னிலே பிரிந்துகூடிப் பின் பகுக்க''

அனந்த் மேலும் வார்த்தைகளுக்காக ஸ்க்ரால் பொத்தான்களை அழுத்தினான். திரை சலனமற்றிருந்தது. ஒரே வரி. அவ்வளவுதான்.

செய்தி அனுப்பிய எண்ணைப் பார்க்க முயன்றான். அனுப்புனர் எண் +504 என ஒளிர்ந்தது. அனந்திற்குப் புரிந்தது. என்க்ரைப்ட் செய்யப்பட்ட எண். ஆபரேட்டர், எக்ஸ்சேஞ்ச் ஒன்றும் தேட முடியாது.

''அனந்த்'' ஜானகி அழைக்க சிந்தனையிலிருந்து மீண்டான்.

''வினோதமா ஒரு மெசேஜ் பாரேன்'' வியப்புடன் ஜானகி தன் கையிலிருந்த செல்போனைக் காட்டினாள்.

அவளுக்கும் சற்றேறக்குறைய அதே நேரத்தில்தான் செய்தி அனுப்பப்பட்டிருக்கிறது. திருவனந்தபுரம் விமான நிலையத்திலேயே அவள் செல்போனை உயிர்க்கச் செய்தது அவனுக்கு நினைவிருந்தது. அப்போதெல்லாம் ஒரு செய்தியும் வரவில்லை.

பகல் நேரச் சூரிய ஒளி திரையை வெள்ளையாக மறைக்க, அனந்த் அவளது செல்போனை ஒரு கடைப் பந்தலின் நிழலில் நீட்டி, கண்களை இடுக்கிக்கொண்டு பார்த்தான்.

ஒரேயொரு வரி தமிழில்...

''தன்னை இயல் தோற்றும் தசம ஆதி''

''சே. என்ன எழவு இது?'' என்றாள் ஜானகி எரிச்சலுடன்.

''இது ஒரு சீப்பான விளையாட்டுன்னு எனக்குப் படுது அனந்த். சடகோபன் எதுக்கு நம்மள இப்படி அலைய விடணும்? லெட்ஸ் கெட் பேக்.''

''யோசி ஜானகி. சீப்பான விளையாட்டா இருந்தா ஏன் நமக்கு விமான டிக்கட் அனுப்பப் போறாங்க? என்கிரைப்ட்டட் செல்போன் சேவை... சாதாரண விசயம் இல்ல. கொஞ்சம் பொறுத்திருந்து பாப்போம்''

''எவ்வளவு நேரம்? வெயில் பொரிக்கிறது'' ஜானகி, துப்பட்டாவைத் தலையில் முக்காடு போலப் போட்டுக் கொண்டாள்.

யாரோ நம்மோடு விளையாடுகிறார்கள். அதுவும் புதிர் போட்டு... ஏன்?

திருவனந்தபுரத்தில் தெரிந்தவர்கள் யாராவது இருக்கிறார்களா என நினைவில் தேடினான். ஸ்ரீதரன் நாயர்?.. அவன் வீடு திருவனந்தபுரம் பக்கம் என்று ஞாபகம்... பேசாமல் சென்னையில் சித்தப்பாவுக்குப் போன் செய்யலாமா? என அவன் யோசித்துக் கொண்டிருக்கும்போதே வெள்ளை நிற குவாலிஸ் ஒன்று அருகே நின்றது.

இரு போலீஸ்காரர்கள் முன்னாலிருந்து இறங்கி அவர்களைத் தாண்டி மெல்ல நடந்தனர். பின்னே நடந்து வந்தவருக்கு சுமார் முப்பது வயதிருக்கும். வெள்ளை அரைக்கைச்சட்டை அணிந்திருந்தார். புறங்கையில் புசுபுசுவென ரோமங்கள் அடர்த்தியாக. அனந்தின் அருகே வந்த பின் கோபுரத்தைப் பார்த்தபடி மெல்லப் பேசினார்

'' அனந்த்?''

''யெஸ்?'' என்றான் அவரை நோக்கி.

''என்னைப் பாக்காதீங்க. உங்க பக்கத்துல இருக்கிறவங்கதான் ஜானகியா?''

"ஆ... ஆமா...நீங்க...?" .

"சடகோபன் அனுப்பினாரு. ரெண்டு பேரும் எங்கூட வாங்க"

அனந்த் தயங்கினான். ஜானகி 'என்ன?' என்பது போலப் பார்த்தாள்.

"பயப்படாதீங்க. நாங்க சிறப்புப் போலீஸ் படை. தயங்காம எங்கூட வாங்க. ப்ளீஸ்" அவர் கையில் போலீஸ் அடையாள ப்ளாஸ்டிக் கார்டு மின்னியது.

ஜானகியிடம் விளக்கி, அவளைச் சம்மதிக்க வைத்து இருவரும் குவாலிஸ்ஸில் ஏறினர். குவாலிஸ் முன்னே சென்று திரும்பி கோட்டை வாயிலை நோக்கி விரைந்தது.

"நாம எங்கப் போறோம்? அனந்த்... இவங்க யாரு?" ஜானகி பொறுக்காமல் கோட்டை வாசலைக் கடக்கு முன்னேயே கேட்டாள்.

" என் பெயர் தேவராஜ். ஐ.பி.எஸ் . டாக்டர் சடகோபனுடன் ஒரு ஸ்பெஷல் ப்ராஜெக்ட்ல இருக்கேன். இப்போதைக்கு இவ்வளவு தெரிஞ்சாப் போறும்"

"என்ன ப்ராஜெக்ட்?" ஜானகியின் பொறுமை மெல்ல மெல்ல ஆவியாகிக் கொண்டிருந்தது.

"நீங்க எந்தப் ப்ராஜெக்ட்ல இருக்கீங்களோ அதுலதான் நானும்"

"ஒரு நிமிஷம். வண்டிய நிறுத்துங்க" ஜானகி தன் இருக்கையிலிருந்து முன்னே குனிந்து எழுந்தாள். அனந்த் அவளை இருக்குமாறு சைகை காட்டினான்.

"ஹலோ, நாங்க எந்தப் ப்ராஜெக்ட்லயும் இல்ல.. சடகோபன் கூப்பிட்டாருன்னு வந்தோம். உங்களுக்கு ஆள் மாறிடுச்சு. அனந்த், நீ சொல்லு " அனந்த் தடுக்கத் தடுக்க பேசியபடியே ஜானகி கதவை திறக்க முற்பட்டாள். தேவராஜ் பின்னே திரும்பினார்.

"கொஞ்சம் அமைதியா இருங்க. உங்களத்தான் நாங்க தேடி வந்திருக்கோம். சடகோபனை நேத்திலேருந்து காணல"

காலம் : மூன்று மாதம் முன்பு.

கலிபோர்னியாவின் இளம் வெயிலில் கிரிஃபித் கண்காணிப்பு மையம் குளித்துக் கொண்டிருந்த அழகான பிற்காலைப் பொழுதில், அதன் மூன்றாவது மாடியில் தன் அறையிலிருந்த டாக்டர். மைக் ஸ்லோன் கணினித்திரையைக் கவனித்தவாறே இடது புறமிருந்த போனைக் கையிலெடுத்தார்.

''மைக். உயிருடனிருக்கிறாய் என்பதில் மகிழ்ச்சி. பேசலாமா?''

மைக்கின் உதட்டில் சிறு சிரிப்பு தவழ்ந்தது.இந்தக் கிறுக்கு ஆஸ்திரேலியன் உறங்காமல் அர்த்த ராத்திரியில் என்ன செய்து கொண்டிருக்கிறான்?

''இதுவரை நிம்மதியா உயிரோடயிருந்தேன் டேவ், உன்னிடமிருந்து இப்போது ஃபோன். இனிமேல் தீர்மானமாகச் சொல்ல முடியாது. எனி ப்ராப்ளம்?''

உலகின் மற்றொரு மூலை உறங்கிக்கொண்டிருக்கும் வேளையில், மெல்போர்ன் அருகே ஸ்ப்ரிங் வேல் ரோடிலிருந்து விலகி, மலைப்பகுதியின் சாய்மானத்தில் தனியாக அமைந்திருந்த அந்த வீட்டின் ஹாலில் மட்டும் விளக்கு எரிந்துகொண்டிருந்தது. உறக்கம் கலைந்த கண்களுடன் டேவிட் ப்ரோடி தன் வாட்சைப் பார்த்தார். இரவு ஒரு மணி. இந்த அர்த்த ராத்திரியில், தீப்பந்து கண்காணிப்பு மையத்திலிருந்து அந்த போன் வந்திருக்காவிட்டால் அவர் மைக் ஸ்லோனின் உயிர் பறிக்கும் போன் கால் செய்திருக்க அவசியமில்லை.

''204716'' டேவிட்டின் குரல் மூச்சு இழைக்க கிசுகிசுத்து, ஒரு இருமலின் பின் சரியானது.

ஸ்லோன் தனது கணினியில் அதனைத் தேடினார். விண்ணில் கவனிக்கப்படும் பொருட்களுக்குச் சூட்டும் பெயர்கள் பொதுவாக உப்புச் சப்பில்லாத எண்களாகத்தான் இருக்கும்.

டேவிட் கொடுத்த எண் குறித்த பொருள் - ஒரு விண்கல்.

''ம். கவனிக்கப்படுகிறது''

''அந்த விண்கல்லின் அபாய நிலை ரேட்டிங் என்ன?''

விண்கல்லின் அளவு, திசைவேகம், பாதை முதலியவற்றைக் கணக்கிட்டு, அக்கல்லால் பூமிக்கு ஏற்படப்போகும் அபாயத்தை, 1முதல் 5 வரை எண்களால் மதிப்பிடுவார்கள். மிக அதிகமான அபாய நிலை 5. மிகக்குறைவாக 1. ஒன்றுமே இல்லாவிட்டால் 0.

'' நெகடிவ்''

''ஷ்யூர்?''

''டேவிட். நீ அதிகம் குடித்திருக்கிறாய். அந்தக் கல் சூரிய மண்டலத்திற்கு இன்னும் வரவேயில்லை. வந்தாலும் பூமிக்கு வரும் வாய்ப்பு குறைவு. இப்ப வந்த ரிப்போர்ட்டின் படி அதன் பாதை பூமி நோக்கி இல்லை. ஸ்டெல்லாவைக் கட்டிப்பிடித்துத் தூங்கு''

''நன்றி. இரண்டு திருத்தங்கள். ஒன்று, என் மனைவி பெயர் நிக்கோல். நீ சொன்னாய் என்று ஒரு ஸ்டெல்லாவை இந்த ராத்திரியில் தேடுவது சற்று கடினம். நிக்கோல் அறிந்தால் அபாயமானதும்கூட. இரண்டாவது, அந்தக்கல்லின் அளவு சற்றே கவலையளிக்கிறது. அது பூமியை நோக்கி வரும் என்பதற்கான சாத்தியக் கூறு...''

ஸ்லோன் குறுக்கிட்டார்

'' உனது எடை நாளை காலைக்குள் 80 கிலோவாகக் குறையும் சாத்தியக்கூறு''

டேவிட் சிரிப்பில் லேசாகக் குலுங்கினார். தனது பிரமாண்டமான தொந்தியைத் தடவி விட்டுக் கொண்டபடி, மேலே ஒன்றும் பேசாமல் போன் இணைப்பைத் துண்டித்தார். எனது 96 கிலோ எடையின் மேல் மைக்கிற்குப் பொறாமை. அந்த ஒல்லிப்பிச்சான் அமெரிக்கன் 56 கிலோவை இருபது வருடமாகத் தாண்டவில்லை.

ஸ்டெல்லாவைவிட, டேவிட்டின் எடையைவிட முக்கியமான ஒரு நிகழ்வு இரு மாதங்களில் நடக்கப்போவதை இருவரும் அறியவில்லை.

இடம் : நிலநடுக்கோட்டுக்கு 34,786 கிமீ மேலே, இரு வாரம் முன்பு.

விண்வெளியிலிருந்து நூற்றுக்கணக்கான கற்கள் பூமியில் ஆண்டு தோறும் விழுந்து கொண்டுதான் இருக்கின்றன.

க. சுதாகர்

பெரும்பாலானவை மிகமிகச் சிறியவை. தொண்ணூற்று ஐந்து சதவீதக் கற்கள் கடலில் விழுந்துவிடுகின்றன. புவிக்கு அருகே வரும் கற்களைக் கவனித்துக் கொண்டே இருப்பதற்கென சில கண்காணிப்பு மையங்களும் இருக்கின்றன. ஆஸ்திரேலியாவின் தீப்பந்து கண்காணிப்பு மையத்திலிருந்து, கலிஃபோர்னியாவின் கிரிஃபித் மையம்வரை, பல தரப்பட்ட கண்காணிப்பு நிலையங்கள் பலவிதமான கருவிகளுடன் கற்களுக்காகக் காத்திருக்கின்றன. இந்த மையங்களுக்கு விழும் கற்களால் அபாயம் உண்டா? எந்த வகை கற்கள் இவை? என்பதிலிருந்து அவற்றின் ஜாதகத்தை நிர்ணயிக்கும் தகவல்களைப் பரிமாறிக் கொள்ள, பன்னாட்டு அளவில் தொடர்புகள் ஏற்படுத்தப்பட்டுள்ளன.

இரு மாதங்கள் முன்பு, பல ஆயிரம் ஒளிவருடங்களுக்கு அப்பால் இருந்து ஐநூறு மீட்டர் அகலமும், முன்னூறு மீட்டர் நீளமும், நூற்றைம்பது மீட்டர் உயரமும் கொண்ட, அசுரக்கல் ஒன்று சூரிய மண்டலத்துள் நுழைந்தது. 204716 எனப் பெயர் சூட்டப்பட்ட அதன் பாதை சூரிய குடும்பத்தில் ஊடுருவியிருந்தாலும், பூமிக்கு அபாயம் என்ற அளவில் 'ஒன்றுமில்லை' என்ற மதிப்போடு பூமியை விட்டு விலகிச் செல்லுவதை, ஒரு மாதத்திற்கு முன்பு மைக் ஸ்லோனில் குழுவால் கணிக்கப்பட்டு, பல குழுக்களாலும் கண்காணிக்கப்பட்டு, உறுதிப்படுத்தப்பட்டு, இறுதியில் 'போகட்டும் கழுத' என அனைவராலும் அலட்சியமாக விடப்பட்டது.

அந்த விண்கல் சூரியமண்டலத்தில் நுழைந்து சில நாட்களிலேயே பல ஆயிரக்கணக்கான கிலோமீட்டர் தொலைவில், யாரும் எதிர்பார்க்காத விதத்தில் மற்றொரு கல்லோடு மோதி பல துண்டங்களாக நொறுங்கியது. அதன், நூற்றுக்கணக்கான சிறு துண்டங்கள் பூமியை நோக்கி விரைந்தன. பெரும்பாலானவை காற்று மண்டலத்தில் தீப்பிடித்து எரிந்து, எரிவிண்மீன் மழையாக பசிபிக்கில் விழுந்தன. ஆஸ்திரேலியா, நியூசிலாந்து, பப்பா நியூகினியா, பிலிப்பைன்ஸ், ஈஸ்டர் தீவுகளில் அதிசய எரிநட்சத்திர மழையைக் காண கடற்கரைகளில், திறந்த வெளிகளில் நீளமான நவீன லென்ஸ்கள் பொருத்தப்பட்ட காமிராக்களோடு மக்கள் திரண்டிருந்தனர்.

பூமி நோக்கி வந்த எல்லாத் துண்டுகளும் விழுந்துவிடவில்லை.

வானிலை, செய்தித் தொடர்பு செயற்கைக்கோள்கள் நிலநடுக் கோட்டிலிருந்து 34786 கி.மீ. தொலைவில் ஒரு வட்டப்பாதையில் நிறுத்தப்படுகின்றன. அவற்றின் சுழல் வேகம், பூமியின் சுழல் வேகத்திலேயே இருப்பதால், அவை எப்போதும் பூமியில் ஒரே இடத்தை நோக்கி இருப்பதாகப் படும். அப்படி ஒரேயொரு பாதை மட்டுமே இருக்கிறது. தற்போது 426 செயற்கைக்கோள்கள் அந்த வட்டப்பாதையில் சுற்றுவதாலும், தனது நாட்டுக்கு அருகில் அங்கே இடம் கிடைப்பது அரிது என்பதாலும், அந்தப்பாதையில் கர்ச்சீப் போட்டு இடம் பிடிக்க உலக நாடுகளுக்குள் எப்போதும் அடிபிடி.

அப்படிப்பட்ட அரிய பாதையில், இந்தியா ஒரு செயற்கைக்கோள் ஏவ இருந்த இடத்தில், சரியாக 73 டிகிரி E என்னும் தீர்க்கரேகைக் கோடு காட்டும் பகுதியில், விண்கல்லின் ஒரு துண்டு சரிவாக நுழைந்து, இரு முறை இங்கும் அங்கும் தடுமாறி, பின் நிலையாக நிதானமாகச் சுற்ற ஆரம்பித்தது, எவரும் அதைக் கட்டுக்காப்புக்குள் கொண்டு வராமலேயே.

விஞ்ஞானிகள் அதிசயமாகப் பார்த்துக் கொண்டிருக்கையில், மற்றொரு துண்டு, அதே பாதையில் இந்தியப் பெருங்கடலில் ஆப்பிரிக்காவுக்கும் மாலத்தீவுக்கும் இடையேயான பெரும் வெளியில் 82 டிகிரி E என்னும் தீர்க்கரேகைக் கோடின் மேலே நிலை பெற்று, சுற்றத் தொடங்கியது. இரு துண்டு கற்களுக்கும் இடையே பாதையில் ஒரு செயற்கைக்கோளும் இல்லை. வானவியல் வட்டாரத்தில் ஆச்சரியமாகப் பேசப்பட்ட இந்தச் செய்தியைத் தொடர்ந்து, அக்கற்களைச் சிறு ராக்கெட்டுகள் கொண்டு அடித்து கீழே இறக்க சில நாடுகள் முற்பட்டபோது, மேலும் சில நாடுகளின் ரகசிய, அவசரத் தலையீட்டால் தவிர்க்கப்பட்டது.

இடம் : தெரியவில்லை **காலம்** : பதிமூன்று நாட்கள் முன்பு

விண்கற்கள், புவி நிலை வட்டப்பாதையில் சுற்றுவதன் படங்களைப் பல தொலைநோக்கிகள் கக்கிக் கொண்டேயிருக்க, நாசா, இஸ்ரோ போன்றவை கவலையுடன் கண்காணித்து வந்தன. ஆராய்ச்சி நிறுவனங்களிலும், பல்கலைக் கழகங்களிலும் சில விஞ்ஞானிகள் புது ப்ராஜெக்டுகள் கிடைக்குமெனக் கணக்கிட்டுக் கொண்டிருக்க, தென்னிந்தியாவில் ஒரு மூலையில் அந்த முதியவர்

ஏதோ கணக்கீடுகள் செய்து கொண்டிருந்தார். அவர் எழுதியிருந்த காகிதங்களில் பல உருவங்கள் பூமியின் மேலே வட்டப்பாதைகள், அதிலிருந்து சில கோணங்களில் நேர்க்கோடுகள் என பூமியின் பல பகுதிகளில்...

இறுதியில், தன்னிடம் இருந்த சிறிய மணிலா என்வெலெப்பை மேசைமேல் வைத்துத் திறந்தார். உள்ளிருந்த போட்டோ, காகிதங்களை மேசைமேல் சரித்துப் பரப்பினார். கண்களைச் சுருக்கி அந்தக் காகிதத்தில் இருந்த சொற்களை மெல்ல உதடுகள் அசைய , ஒவ்வொரு சொல்லையும் நிறுத்தி நிதானமாக வாசித்தார்.

''இழிந்து வானின்று வரும் கல்லொன்று
எழும் ஊழிக்காலத்தின் சிலநாள் முன்பு
ஊழிமட்டும் ஒளியெறியும் இரண்டாய்ப் பிரிந்து
ஆழிமேல் தானும் அசையா நின்று....''

அதற்கு மேல் சொற்கள் இல்லை. ஏன், மூலமான கல்லிலேயே இல்லை.

50000 வருடங்கள் முன்பு இதே போல வந்த கல் இரண்டாய்ப் பிரிந்தது. இலக்கைத் தவற விட்டுவிட்டு, நேரே மண்ணில் பாய்ந்தது. இந்த முறை சரியாக... ஒரு சிறு தவறுக்குக்கூட இடமில்லாமல்.

1908ல் சைபீரியாவின் துங்குஸ்காவில் (Tunguska) விளைந்த பெரும் நாசம்... மீண்டும் நடக்குமோ?

போட்டோவை லென்ஸ் ஒன்றின் மூலம் கூர்ந்து பார்த்தார். கல்வெட்டின் போட்டோ அது. ப்ரம்மி எழுத்துகளில் எழுதப் பட்டிருந்த புதிர்ச்சொற்கள்...

இரண்டு நாட்களாக உலகத்தையே உலுக்கிவரும் கற்கள் குறித்தான பழந்தமிழ் வாக்கு, இடிபாடுகளின் அடியில் புதைந்திருந்த ரகசிய அறையில் கண்டெடுத்த மாணிக்கம்...

மனிதர் பெருமூச்சு விட்டார்.

ஒன்று நிச்சயம். இக்கற்கள் வரப்போவது முன்கூட்டியே பலரும் அறிந்தது. பழந்தமிழர் கல்வெட்டிலிருந்து, தென் அமெரிக்க பிரமிட் அருகே கிடைத்த வாக்குகள் வரை...

யார் நம்புவார்கள்?

இடம் : விளாடிவாஸ்டாக், ரஷ்யா

நேரம் : இரவு 11.30, ஆகஸ்ட் 2004

உலகின் பெரும் கடுங்குளிர்த் துறைமுகம் , -30 டிகிரி சி, இரவு வெப்பநிலையில், காற்று திரவமாகி வழிந்தோடிப் போனது போல மிக நிசப்தமாக, வறண்டிருந்தது..

துறைமுகத்தின் ஒரு கோடியில் கா - ரக ஹெலிகாப்டர் ஒன்று மெல்ல உயிர்த்தது. ஒரு லாடா காரிலிருந்து குனிந்தபடி ஓடி வந்த நால்வரும் ஏறிக்கொண்டதும், ஹெலிகாப்டர் மெல்ல எழுந்து, கிழக்கில் கடலின் மேல் விரைந்தது. சிறிது தொலைவில், கடலின் மேல் பனிப்படலத்தின் நடுவே கறுப்பாக நிழலாட, ஹெலிகாப்டர் விமானி மெல்ல உயரத்தைக் குறைத்தான். உயரம் குறையக்குறைய அது சற்று பெரிதாகத் தெரியத் தொடங்கியது.

போர்க்கப்பல்.

அட்மிரல் செரன்கோவ், யுடலோய் வகை டெஸ்ட்ராயர் ரகப் போர்க்கப்பல். 120,000 குதிரைத்திறன் கொண்ட 4 காஸ் டர்பைன் என்ஜின்கள் பொருத்தப்பட்ட செரன்க்கோவ், 34 நாட் வேகத்தில் துரத்திச் சென்று எதிரிக் கப்பல்களை அதிவிரைவாக அழிக்கும் ஆற்றல் கொண்டது. அதன் 162 மீட்டர் நீள மேல்தளத்தில் , ஏழு கா - ரக ஹெலிகாப்டர்கள் , நான்கு 3.9 இஞ்ச் விட்டமுள்ள பீரங்கிகள், தரையிலிருந்து ஆகாயத்தைத் தாக்கும் ஏவுகணைகள், நீர்மூழ்கிக் கப்பல்களைத் தாக்கும் ஏவுகணைகள் பல டார்பீடோக் குழாய்கள் ஒரே நேரத்தில் கடலின் மேற்பகுதியிலும், வானிலும், கடலின் அடியிலும் தாக்கக்கூடிய அசுரன் - செரன்கோவ். குளிர்ப் போர்க் காலத்தில் அட்மிரல் செரன்க்கோவ் அமெரிக்கக் கடற்படைக்கு ஒரு பெரும் சவாலாக இருந்தது. இதற்கெனவே அமெரிக்கா தனது பசிபிக் கடற்பிரிவின் டெஸ்ட்ராயர் ரகக் கப்பல்களை மேம்படுத்தியது.

சோவியத் யூனியன் 95 முதல் பல போர்க்கப்பல்களை அடிமட்ட விலையில் விற்கத் தொடங்கியது. அட்மிரல் செரன்கோவில் இருந்து பல போர்த்தளவாடங்களை இறக்கி, துண்டு போட்டு விற்றபின், துருப்பிடிக்கும் நிலையில் அதை விளாடிவாஸ்டாக் அருகே நிறுத்தி

வைத்திருந்தனர். சில வருடங்களில் அது இருந்ததே, பலருக்கும் தெரியாமல் போயிற்று. ஆனால் அது வடகொரியாவின் பார்வையிலிருந்து தப்பவில்லை.

2001ல் ரஷ்யாவுக்கு வடகொரியா, தனது வடகிழக்கு எல்லைப்பகுதியில் சில முக்கிய இடங்களை ராணுவத் தளவாடங்களை நிறுத்தவும், எல்லையோர ராஜின் நகரில் புதிய ரயில்பாதை அமைப்பதின் மூலம் அப்பகுதியை ட்ரான்ஸ்-சைபீரியன் ரயில்பாதையில் இணைக்கவும் அனுமதி அளித்தது. கைம்மாறாக, பல ராணுவத் தளவாடங்களையும், விமானங்களையும் பெற்றது.

சீனா, ரஷ்யா இரண்டிற்கும் மிக அருகில் அமைந்த ராஜின் நகரம், பூமி வடகொரியாவுக்கு அளித்த அரசியல் நன்கொடை. ராஜின் மூலம் எளிதாக ஜப்பான் கடலில் சீனா தன் படைகளைச் செலுத்திவிடமுடியும். சீனா அதற்கெனவே, ராஜின் துறைமுகக் கட்டுமானப் பணிகளைத் தன் செலவில் கட்டித்தர முன்வந்தது. ரஷ்யாவுக்கு, ராஜின் கிடைத்தால் ஜப்பான் கடல் வியாபாரத்தைப் பலமடங்கு பெருக்க முடியும். ராஜினில் ரயில்பாதை அமைக்க அனுமதியளித்ததில், வடகொரியா ரஷ்யாவோடு கடுமையாகவே பேரம் பேசியது. இது பொதுவாக அனைவருக்கும் தெரிந்தது என்றாலும், சில பேரங்கள் வெளியே வரவேயில்லை. முக்கியமாகக் கப்பல். அதில் ஒன்று செரென்கோவ்.

துருப்பிடித்துக் கிடந்த பல கப்பல்களைப் பார்வையிட்டபின் வடகொரியா சில கப்பல்களை பேரம் பேசியது. ஊழல் நிறைந்த அந்த பேரத்தில், செரென்கோவும் அடக்கம். கதிரியக்க ஏவுகணைகள், சில பீரங்கிகள் எடுக்கப்பட்டபின், செரென்கோவ், பராமரிப்புக்காகவும், புதுப்பிப்பதற்காகவும் வடகொரியத் துறைமுகத்திற்குச் செல்கிறது என உலக நாடுகளிடம் அதன் பயணம் குறித்து அறிவிக்கப்பட்டது. அன்று, அட்மிரல் செரென்கோவ், விளாடிவாஸ்டாக்கின் அருகிலிருந்து, வட கொரியாவுக்கான நீண்ட பயணத்திற்குத் தயாராக நின்றிருந்தது. இதுவரை விளாடிவாஸ்டாக்கில் இருந்த ரஷ்யப் படைகளுக்கும், சி.ஐ.ஏ உளவாளிகளுக்கும் தெரியும். தெரியாமல் போனது, அந்த லாடாவில் வந்த நால்வர் செரென்கோவுக்குச் செல்லப் போகின்றனர் என்பது.

செரென்கோவின் மேல் இறங்கிய ஹெலிகாப்டரில் இருந்து வெளிவந்த நால்வரும் அதன் மேல்தளத்தில் நடந்து உள்ளே சென்றபின், ஹெலிகாப்டர் மெல்ல மேலேறி வடக்கு நோக்கிப் பறந்து மறைந்துபோனது.

இரண்டு நாட்களில் செரென்கோவ் ஜப்பான் கடலில் தெற்குநோக்கிப் பயணித்து, பின் வடமேற்காகத் திரும்பி, வடகொரியாவில் கப்பல் பராமரிப்புத் துறைமுகத்தை நோக்கிப் பயணித்தது... சி.ஐ.ஏவும் இதனை உறுதிப்படுத்தியதால், எதையும் எளிதில் நம்ப மறுக்கும் தென் கொரிய, அமெரிக்கக் கடற்படைகள் செரென்கோவ் இருக்கும் நிலையைப் பார்த்து 'ஒழியட்டும்' என விட்டுவிட்டன. அதன்பின் சில வருடங்களுக்கு செரென்கோவ் குறித்து யாரும் அறியவில்லை. முக்கியமாக, அதன் டார்பீடோக் குழாய்கள் விளாடிவாஸ்டாக்கில் கழற்றப்படவில்லை என்பதையும், அதன் நவீன ஜ்வெஜ்தா சோனார் கருவி மிக நன்றாகச் செயல்படுகின்றது என்பதையும் அறியவில்லை,

"வாட்" சுத்தமாக அதிர்ந்தான் அனந்த். "நேத்திக்கு என்னோட போன்ல பேசினாரே?"

"அந்த கூரியர்ல வந்த மொபைல்ல தானே?" தேவராஜின் குரலில் சின்னச் சிரிப்பு தெரிந்தது. மேலும் தொடர்ந்தார்.

" அதுல நீங்க கேட்டது முன்னமே பதிவு செய்யப்பட்ட செய்தி"

சிறிது நேர மவுனத்தின் பின் தேவராஜ் மீண்டும் பேசினார்.

" உங்க செல்போன்ல எதாச்சும் குறுஞ்செய்தி வந்துச்சா? அதுவும் தமிழ்ல?"

அனந்த் திகைத்தான்.

"உங்களுக்கு எப்படித் தெரியும்?" ஜானகியின் குரல் கிசுகிசுத்தது.

தேவராஜ் பின்னே திரும்பினார். அவரது அடர்ந்த மீசையினடியே வெள்ளையாகப் பல்வரிசை பளிச்சிட்டது.

" எனக்கும் வந்திருக்கு" சொல்லியபடியே, தனது கையிலிருந்த செல்போனை அனந்த்திடம் கொடுத்தார்.

திகைப்பிலிருந்து மீளாமலே அனந்த் அதன் திரையை நோக்கினான். வழக்கம்போல ஒரே வரி, தமிழில்.

"*சீரிய கட்டமதில் தடயம் காண்*"

"கடைசியா அவர எப்பப் பாத்தீங்க, தேவராஜ்?"

"நேத்து ராத்திரி. ரொட்டீன் ரிப்போர்டிங். பத்து மணி இருக்கும்"

"எங்க?"

"அவரோட குவார்ட்டர்ஸ் வீட்டுல. அங்கதான் இப்பப் போறோம்"

குவார்ட்டர்ஸ் தனித் தனியான வீடுகளுடன், மிக அமைதியாக இருந்தது.

வீடு படு சுத்தமாகப் பராமரிக்கப்பட்டிருந்தது. புத்தகங்கள் ஒழுங்காக அடுக்கி வைக்கப்பட்டிருந்தன. உள்ளே அவரது மேசை வெகு சுத்தமாகத் துடைக்கப்பட்டு, புத்தகங்களும், காகிதங்களும் அங்கும் ஒழுங்காக வைக்கப்பட்டிருந்தன.

"எதாவது உங்களுக்கு வித்தியாசமாகப் படுதா?" தேவராஜ், முகத்தில் அரும்பிய வியர்வையைக் கைக்குட்டையால் துடைத்தபடியே கேட்டார்.

"இல்ல" மவுனமாகத் தலையாட்டினான் அனந்த்., ஜானகி மேசையைக் கவனித்துப் பார்த்தாள்.

"சார்" வாசலில் நின்றிருந்த மஃடி உள்ளே வந்து சல்யூட் அடித்தார்.

" போஸ்ட் ஒண்ணு வந்திருக்கு."

"கொடுங்க"

சின்னதான வெள்ளைக் கவர். அனுப்பியவர் பெயர், முகவரி இல்லாமல் மொட்டையாக இருந்தது. கையால் சடகோபனின் முகவரி எழுதப்பட்டிருந்தது.

கவரைப் பிரித்தார். உள்ளே ஒரு சிறிய பேப்பர் துண்டு மடிக்கப்பட்டிருந்தது. தமிழ் எழுத்துகள், கையால் எழுதப்பட்டிருந்தன.

"அனந்த், எதாச்சும் புரியுதான்னு பாருங்க"

அனந்த் பேப்பரைக் கவனித்தான். முழுக் காகிதமில்லை. ஒரு ஏ 4 சைஸ் காகிதம், இரண்டாக மடித்து படு சுத்தமாகக் கிழிக்கப்பட்டிருக்க வேண்டும். காகிதத்தின் நடுவே, கறுப்புமை கொண்டு, கையால் தமிழில் எழுதப்பட்டிருந்தது. ஒரே ஒரு வரி.

''ஆதியின் முதல்வர்க்கம் சூடிய அறைதனிலே''

ஜானகி இன்னும் மேசையையே பார்த்துக் கொண்டிருந்தாள்.

''தமிழ்ச் செய்யுள்ல ஒரு வரி போல இருக்கு?'' அனந்த்தின் நெற்றி சுருங்கியது.

''இதுல ஏதோ புதிர் இருக்கு'' என்றார் தேவராஜ்.

'' யாரு எழுதினது?''

தேவராஜ் அர்த்தத்துடன் புன்னகைத்தார் ''சடகோபன்''

''அவரே எதுக்கு அவருக்கு எழுதணும்?''

''கையெழுத்து அவருடையது. இது அவருக்கு எழுதினது இல்ல. நமக்கு எழுதியிருக்காரு''

''சுத்தமாப் புரியலை'' என்றான் அனந்த்.

''இது அவர் நமக்குக் கொடுத்திருக்கிற க்ளூன்னு நினைக்கிறேன். அவர் இங்க இருந்து கிளம்பறதுக்கு முன்னேயே இதப் போஸ்ட் செஞ்சிருக்கணும்.''

''ஸோ, அவர் கடத்தப்படலை. தானே போயிருக்கார்''

''அவர் கடத்தப்பட்டார்னு நான் சொல்லலையே?'' தேவராஜ் புன்னகைத்தார்.

''அனந்த், ரொம்ப கிரிமினலா யோசிக்காதீங்க. இந்தப் புதிருக்கு பொருள் தெரியுதான்னு பாருங்க''

பேசாமல் அனந்த் மீண்டும் படித்தான்.

''ஆதியின் முதல்வர்க்கம் சூடிய அறைதனிலே''

''இல்ல சார். எனக்குப் புரியல. விடுகதை மாதிரி? சடகோபனுக்குத் தமிழ் இலக்கியத்தில் நாட்டம் உண்டு...தெரியும். கம்பராமாயணம்

அவரோட மூச்சுன்னே சொல்லலாம். அதெல்லாம் அப்போ... பத்து, பதினஞ்சு வருஷம் முன்னால... இந்த விடுகதை , புதிரெல்லாம் அவர் சும்மா விளையாட்டுக்குச் செய்வாரே தவிர, சீரியஸாகச் செய்வார்னு தோணலை'' உரக்கவே சிந்தித்த அனந்த் உதட்டைப் பிதுக்கினான்.

சிந்தனையுடன் பேண்ட் பாக்கெட்டில் கைவிட்டவனுக்கு ஏதோ உறுத்தியது. செல்போன்.

இதுல ஏதோ செய்தி வந்திருந்ததே? ஜானகிக்கும் வந்திருந்தது...

மேசையில் ஒரு வெள்ளைப் பேப்பரைத் தேடி, பென்சிலால் , போனில் வந்திருந்த செய்தியை எழுதினான்.

''ஜானகி, செல்போனைக் கொடு''

அவளது செல்போனில் இருந்த வரியையும் அடுத்து எழுதினான்.

''சார், உங்க போன்... அப்படியே அந்த பேப்பர்... அந்த வரிய கொஞ்சம் சொல்லுங்க''

மூன்றாவது வரியில் அவரது போனில் வந்திருந்த செய்தியை எழுதியவன்,

தேவராஜ் சொல்லச் சொல்ல தபாலில் வந்த காகிதத்தில் இருந்ததை நான்காவது வரியில் எழுதினான்.

''இதப் பாருங்க'' அனந்த் காட்டிய காகிதத்தை இருவரும் பார்த்தனர்.

''தன்னிலே பிரிந்துகூடிப் பின் பகுக்க
தன்னை இயல்தோற்றும் தசம ஆதி
சீரிய கட்டமதில் தடயம் காண்
ஆதியின் முதல்வர்க்கம் சூடிய அறைதனிலே''

'' ஏதோ ஒரு பெரிய விடுகதை மாதிரி இருக்கு'' என்றார் தேவராஜ்.

ஜானகி பேசவில்லை. உன்னிப்பாகக் காகிதத்தில் இருந்த வரிகளையே கவனித்துக் கொண்டிருந்தாள்.

''எக்ஸாட்லி. சடகோபன் தான் இருக்கிற இடத்தைப் புதிர்ல சொல்ல வந்திருக்காரு. அதை ஒரே ஆளுக்கு அனுப்பாம, எனக்கு

ஒரு வரி, ஜானகிக்கு ஒன்னு, இங்க ஒன்னுன்னு ...'' சட்டென நின்றான்.

''இங்க எதுக்கு அனுப்பணும்? அதுவும் தனக்கே எதுக்கு?''

''நாம இங்க அவரத் தேடுவோம்னு அவருக்கு நிச்சயமாத் தெரிஞ்சுருக்கணும்'' தேவராஜ் ஒரு நாற்காலியில் அமர்ந்தார்.

''ஆதியின் முதல்வர்க்கம் சூடிய அறைதனிலே - ஏதோ ரூம் பத்திச் சொல்லுது. ஆதியின் முதல் வர்க்கம்'' சூடிய ரூம்? ஆதின்னா ? முதல் வர்க்கம்? அனந்த் நிறுத்தினான். ''முதல் வர்க்கம்'' ஸ்கொயர். ஏதோ எண்ணின் இரு மடங்கு... ஆதி எண்? ஒன்று? ஜீரோ? ரெண்டுத்துக்கும் வர்க்கம் அதே எண்கள்தான்...

ஜானகி காகிதத்திலிருந்து அவர்களை ஏறிட்டாள்.

'' இது எண் புதிர்''

'' புதுசா எதாச்சும் சொல்லு, எந்த எண்? அது தெரியாமத்தானே திண்டாடறோம்?'' அனந்த் சலித்தான்.

''எனக்குத் தெரியும்''

''வாட்?''

''ஒரேயொரு க்ளூ தர்றேன். ஹர்ஷத் நம்பர்ஸ்'' ஜானகியின் இதழ்களில் மர்மப்புன்னகை பரவியது. அவள் விழிகள் அவன் முகத்தில் விடையை எதிர்பார்த்து ஆவலுடன் விரிந்தன.

அனந்த் முதலில் விழித்தான். மெல்ல மெல்ல அவனுக்குப் புரியத் தொடங்கியது. தேவராஜ் புரியாமல் பரிதாபமாகப் பார்த்தார்.

ஜானகி விளக்கினாள்.

''சாதாரணமா நாம உபயோகிக்கிற தசம எண்கள்ல சில, ஹர்ஷத் எண்கள் வகை.. அந்த எண்களைப் பிரிச்சு, பிரிச்ச எண்களோட கூட்டுத்தொகையால, முதல் எண்ணை வகுத்தா, இயல் எண்கள் வரும். உதாரணமா 18ன்னு ஒரு எண்ணை எடுத்துக்குவோம். அதப் பிரிச்சு வர்ர எண்களைக் கூட்டினா..

1+8= 9..

முதல் எண்ணை இந்த கூட்டுத்தொகையால வகுத்தா,

18/9 = 2 . 2ங்கறது ஒரு இயல் எண். இதே மாதிரி 21ங்கற நம்பர். 2+1 =3 21/3 = 7. இப்படி பல அடிமானங்கள்ளேயும் கண்டுபிடிக்க முடியும். இந்த எண்கள் எல்லாம் ஹர்ஷத் எண்கள்னு சொல்லுவாங்க.''

''நம்ம ஊர்ப் பெயரா இருக்கு?'' வியந்தார் தேவராஜ்

''கணிதவியல்ல இந்தியர்களோட பங்கு கொஞ்சநஞ்சமில்ல. ஹர்ஷத்-னா பெருமகிழ்ச்சின்னு அர்த்தம். இந்த எண்களைக் கண்டுபிடிச்சவர் கப்ரேக்கர்னு ஒரு பள்ளிக்கூட ஆசிரியர்.''

''சந்தோஷம். இருக்கட்டும். அதுக்கும் நாம தேடி வந்த சடகோபனுக்கும் என்ன தொடர்பு?'' தேவராஜின் போலீஸ் புத்தி மேலோங்கியது

''இருக்கு. அவர் ஒரு அறையோட எண்ணை ஹர்ஷத் எண் மூலமாச் சொல்லறாரு. முதல் ரெண்டு வரியும் ஹர்ஷத் எண்களோட இயல்பைச் சொல்லுது. கடைசி வரி இடத்தைக் காட்டுது. மூணாவது வரி அங்க என்ன கிடைக்கும்னு சொல்லுது'' ஜானகி தொடர்ந்தாள்.

''புதிரை வரி வரியாப் பாருங்க''

தன்னிலே பிரிந்து - எண்ணை அதனோட ஸ்தானங்கள்ல பிரிச்சு,

கூடி - அந்த எண்களைக் கூட்டி,

தன்னைப் பின் பகுக்க - அந்த தசம எண்ணை, கூட்டி வந்த தொகையால வகுத்தால்...

இயல் தோற்றும் - இயல் எண்கள் 1,2,3,4 ன்னு நீள்கிற எண்கள் கிடைக்கும். இது ஹர்ஷத் எண்களோட இயல்பு.

தசம ஆதி - இப்படி இருக்கிற ஹர்ஷத் எண்கள்ல ரெண்டாம்படை எண்களின் தொடக்க எண்... பத்து என்ற எண் 10

ஆதியின் முதல் வர்க்கம் - 10x10 = 100

சூடிய அறைதனிலே - 100ன்னு எண் இருக்கிற அறையிலே...''

சீரிய கட்டத்தில் தடயம் காண் - ஏதோ கட்டத்தில ஏதோ தடயம் இருக்கு. கவனின்னு சொல்லுது'' ஜானகி முடித்தாள்.

அனந்த் யோசித்தான் '' சரியாத்தான் இருக்கும்னு படுது. ஆனா, 100வது ரூம்னு எங்க தேடறது?''

''இந்த யூனிவர்சிட்டில முதல்ல தேடுவம். இங்கதானே இருந்திருக்கிறாரு?''

''கரெக்ட்'' என்றார் தேவராஜ். ''யூனிவர்சிட்டி ஆபீஸ்ல முதல்ல கேக்கறேன். அப்புறம் மத்த இடம் பத்தி யோசிக்கலாம்'' .

தேவராஜ் சற்றுத் தள்ளி நின்று தன் செல்போனில் யாரிடமோ பேசினார்.

''ஜானகி, உன் ஹஸ்பெண்ட்... குழந்தைங்க ...?'' தயங்கித் தயங்கி அனந்த் இழுத்தான்.

'' எனக்கு ஒரு பொண்ணு இருக்கா. ஜனனி-ன்னு பேரு. ஆறு வயசு''

''உன் கணவர்?'' அனந்த் மீண்டும் கேட்டான்.

''விவாகரத்து வாங்கிட்டேன் அனந்த். நாலு வருஷமாச்சு. பூனா யூனிவர்சிடில பி.ஹெச்.டி பண்ணிட்டு, சிகாகோ யூனிவர்சிடில கோலங்களும், கணிதத் தொடர்களும் பத்தி ஆராய்ச்சி பண்ணிக்கிட்டிருக்கேன். அங்கயே பேராசிரியரா இருக்கேன். போறுமா?'' ஜானகி மேசையிலிருந்த அந்த போட்டாவை வைத்த கண் வாங்காமல் பார்த்தபடியே பேசினாள்.

அனந்த் சிறிது தர்மசங்கடமானான். ''சாரி'' என்று முணுமுணுத்தான்.

'' நீ?'' என்றாள் ஜானகி.

அனந்த் சுருக்கமாகச் சொன்னான். ஜானகி அமைதியாக நின்றிருந்தாள். இருவருக்கும் இடையே தர்மசங்கடமான கனத்த திரை விழுந்திருக்க, சுவற்றில் மாட்டியிருந்த குவார்ட்ஸ் கடிகாரத்தின் முட்களின் அசைவு பெரிய ஒலியாகக் கேட்டது.

தேவராஜ் இரு நிமிடங்களின்பின் அறைக்குள் வந்தார். ''அட்மினின்ஸ்ட்ரேஷன்ல விசாரிச்சேன். யூனிவர்சிட்டில ஒவ்வொரு டிபார்ட்மெண்ட்டும் ஒரு ப்ளாக்னு வைச்சிருக்காங்க. அவங்க

ரூமுக்கு நம்பர் எல்லாம் போடல. டிபார்ட்மெண்ட் ஆளுங்க, அவங்களோட வசதிக்கு ரூமுக்கு நம்பர் போட்டிருந்தாங்கன்னா, இருக்க வாய்ப்பு உண்டு''.

''ஒவ்வொரு டிபார்ட்மெண்ட்லயும் 100ங்கற ரூம் இருந்தா?''

''இருக்கலாம்.'' தேவராஜ் மேசையில் ஒரு கையை ஊன்றி சாய்ந்து நின்றார்.

''சடகோபன் ஆராய்ச்சி செஞ்சது பிஸிக்ஸ் டிபார்ட் மெண்ட்லதானே?''

''ஆமா. ஜாய்ண்ட் ரிசெர்ச் ப்ராஜெக்ட். கொஞ்ச நாள் இங்க... கொஞ்ச நாள் பெங்களூர்ல..''

''அப்போ, முதல்ல பிஸிக்ஸ் டிபார்ட்மெண்ட்?''

***இடம்** : மாஸ்கோ, ரஷ்யா*

***காலம் :** பதிமூன்று நாட்கள் முன்பு*

அதிகாலை ஐந்து மணிக்கு மாஸ்கோ விமான நிலையத்தில் வந்து இறங்கிய ஏர் இந்தியா விமானம் நிலைக்கு வந்து பயணிகள் இறங்க அரைமணி நேரம் பிடித்தது. கொட்டும்பனியில், வழுக்கும் ஓடுபாதையில், அகல உடல் கொண்ட போயிங் 747 ஜெட் விமானத்தைத் திருப்புவதும், நிறுத்துவதும் அவ்வளவு எளிதல்ல.

பிசினஸ் வகுப்பிலிருந்து வெளிவந்த நவீன் ஷர்மாவின் கையில் ஒரேயொரு லாப்டாப் பை மட்டுமே இருந்தது. வெளியே டாக்ஸிகள் நிறுத்துமிடம் தாண்டி, கொட்டும் பனி மழையில் சாலையோரமாகக் காத்திருந்த பழைய லாடாவில் அவர் ஏறிக்கொள்ள , கார் மாஸ்கோவின் வடமேற்குப் பகுதி நோக்கி விரைந்தது. ஒரு மணி நேரப் பயணத்தின் பின் புறநகர்ப்பகுதியொன்றில் பெயரிடப்படாத சாலையொன்றின் ஓரத்தில் இருந்த கட்டிடத்தின் அருகே கார் நின்றது. பனி மூடியிருந்த கட்டிடத்தின் காவல் கூண்டிலிருந்து வெளிவந்த இரு காவலாளிகள் காரின் இருபுறமும் நின்றுகொள்ள , நவீன் ஷர்மா காரிலிருந்து வெளிவந்தார்.

காவல் கூண்டின் உள்ளே அவரது விழி ஸ்கேன், கைரேகை முதலானவை எடுக்கப்பட்டபின், அவை செயற்கைக்கோள் மூலம்

மாஸ்கோவின் இந்தியத் தூதரகத்திற்கும், ரஷ்ய உளவுத்துறைக்கும் தனித்தனியே அனுப்பப்பட்டது. இந்தியத் தூதரகம் அங்கிருந்து டெல்லியில் இந்திய வெளியுறவுத் துறைக்கு அனுப்ப, டெல்லி உறுதி செய்தபின், மாஸ்கோவில் இந்தியத் தூதரகம் காவல் கூண்டுக்கு நவீன் ஷர்மாவை உறுதி செய்தது. அதன் அடையாளமாக சிகப்பாக ஒரு பட்டை திரையில் ஒளிர, காவலர்கள் மேலும் காத்திருந்தனர்.

சில நொடிகளில் ரஷ்ய உளவுத்துறை தனது டேட்டாபேஸில் அலசி அவரை உறுதிசெய்தபின், காவல்கூண்டின் திரையில் மற்றொரு சிகப்பு பட்டை முதல் சிகப்புப் பட்டைக்கு அருகே ஒளிர, அக் காவல்கூண்டில் நவீன் ஷர்மாவுக்கு உள்ளே செல்ல அனுமதி கொடுக்கப்பட்டது. இரு படிகளாக, ஐந்து நிமிடம் நடந்த இந்தச் சோதனை நவீன் ஷர்மாவுக்குப் பழக்கப்பட்டவொன்று. இது ரஷ்யா. நம்பினாலும் முதலில் சரிபார்க்கும். இரும்புத் திரை துருப்பிடித்துப் போயிருந்தாலும், இறுக்கம், உறுதி இன்னும் தளரவில்லை.

அரை மணி நேரத்தில் தயாரான நவீன், முதல் மாடியில் இருந்த வரவேற்பறையில் சோபாவில் அமர்ந்தார். ஒன்றன் பின் ஒன்றாக அங்கு வந்த அதிகாரிகள் ராணுவ சீருடை அணிந்திருந்தனர். பளபளப்பாக மின்னிய பல மெடல்களும், பதக்கங்களும் அவர்கள் ரஷ்ய ராணுவத்தில் மிக முக்கிய பொறுப்பு வகிப்பவர்கள் என்பதைச் சொல்லாமல் சொல்லியது. அதிகாலை ஏழு மணி அளவில், மிக மிக அவசரமாகக் கூடிய அக்கூட்டத்தில் நவீன் மிகச் சுருக்கமாக இரு நிமிடங்கள் மட்டுமே பேசினார்.

ரஷ்ய ராணுவ அதிகாரிகளில் சிலர், நவீனின் வேண்டு கோள்களைக் கேட்டு வியந்தனர். அவர்களது சிவந்த முகங்கள் கோபத்தில் மேலும் சிவந்தன.

"எங்கள் செயற்கைக்கோளின் கட்டுப்பாடு உங்கள் கையில் வேண்டுமா? முதலில் எங்கள் பதில். 'முடியாது.' பின் எங்கள் கேள்வி எதற்காக?''

''முழுக்கட்டுப்பாட்டு அதிகாரம் தேவையில்லை. சிறிய மென்பொருள் ஒன்றைத் தரவேற்றம் செய்வோம், அதுவும் ஒரேயொரு செயற்கைக்கோளில். இரண்டு நாட்களுக்கு மட்டுமே. செயற்கைக்கோளுக்கு ஒன்றும் நேராது- எங்கள் உத்திரவாதம்.. ஏதேனும் நேர்ந்தால் எங்கள் பொறுப்பு''

க. சுதாகர் 49

''என்ன மென்பொருள்? ஏன் ரஷ்யா?'' ஜெனரல் யார்க்கோவ்வின் உணர்ச்சியற்ற ஆழ் பச்சைவிழிகள், பேச்சு வார்த்தைகளில் அனுபவம் மிகுந்த நவீனைக்கூடக் கொஞ்சம் உலுக்கின.

நவீன் தன் லேப்டாப்பை விரித்தார். ''ஜெனரல், ஐந்து நிமிடம் உங்களது தனிப்பட்ட கவனம் எனக்குத் தேவை'' மற்ற அதிகாரிகள் ஒருவர் பின் ஒருவராக வெளியே சென்றனர்.

அதன்பின் நவீன் பேசப்பேச, லாப்டாப்பில் ஜெனரல் யார்க்கோவ் கண்ட காட்சி , எத்தனையோ செச்சென் புரட்சியாளர்களையும், சைபீரியக் குளிரையும் எதிர்கொண்டு பழக்கப்பட்டிருந்த அந்த முதிர்ந்த ஜெனரலை உறைய வைத்தது.

வெளிறிப்போய் வெளி வந்த ஜெனரல் யார்க்கோவ், இரு நிமிடம் தனியாய் உலவி யோசித்தார். பின் கடற்படை, விமானப்படை உயர் அதிகாரிகளுடன் மற்றொரு அறையில் ஆலோசனை நடத்தினார்.. ஒரு மணி நேரத்தின் பின், தானே வெளிவந்து நவீனை உள்ளே அழைத்துப் போனார்.

பதினைந்து நிமிடம் கழித்து அவர்கள் ஒவ்வொருவராக சில நொடி இடைவெளியில் வெளிவந்தனர். நேர இடைவெளி சீராக இல்லாமல் மாறிமாறி இருந்தது. பாதுகாப்புக்காக, கடைசி நிமிடத்தில் மட்டுமே பாதுகாப்பு மையத்திலிருந்து அதிகாரிகள் வெளிவரும் நேர இடைவெளி அறிவிக்கப்படும். செச்சென் போராளிகள் திடீர்த் தாக்குதல் நடத்தினாலும் ஒரே நேரத்தில் அனைவரையும் குறி வைக்க இயலாது. மீண்டும்... இது ரஷ்யா.

அவர்கள் முகங்கள் கற்பாறைகளாக உணர்ச்சியற்று இருந்தன. சிலரது நடை, கார்களின் கதவுகளை அவர்கள் அறைந்து சார்த்திய வேகம், அவர்களது கோபம், தர்ம சங்கடம், இயலாமைகளை மறைமுகமாகக் காட்டின.

அட்மிரல் கோர்ஷ்கோவ் விமானம் தாங்கிக் கப்பல், சுக்கோய் போர் விமானங்கள், கா ஹெலிகாப்டர்கள், எம்.பி.டி எனப்படும் முக்கியப் போர் டாங்கிகள் போன்றவற்றை இந்தியா வாங்குவதும் போதும். இப்படி கெடு விதிப்பதும் போதும்.

ரஷ்யா கோபத்திலும் அடக்கி வாசிப்பதற்கு இரு காரணங்கள்.

ஒன்று - பண நெருக்கடி.

இரண்டு - பண நெருக்கடி.

கேரளப் பல்கலைக்கழகத்தின் இயற்பியல் துறை பழையகாலக் கட்டிடத்தில் அமைந்திருந்தது. பல அறைகளில் வகுப்புகள் நடந்துகொண்டிருக்க, ஏதோ ஒரு வகுப்பு முடிந்து மாணவர்கள் வெளிவந்து கொண்டிருந்த சளசளவென ஓசை கொஞ்சநேரம் கேட்டு, மெல்ல அடங்கியது. முதல் மாடியிலிருந்து இறங்கி வரும் மாணவர் கூட்டத்திற்கு வழிவிட்டு, மூவரும் ஒரு ஓரமாகப் படிகளில் ஒதுங்கிக் கொண்டனர். முதல் மாடியிலிருந்த ஒரு அறைக்கும் எண்கள் இடப்படவில்லை.

''ஒருவேளை தப்பா யூகம் பண்ணிட்டமோ?'' என்றான் அனந்த் சந்தேகமாக. ஜானகி அவனைக் கோபமாகப் பார்த்தாள். '' நான் சொன்னது சரியாகத்தான் இருக்கும்''

''ஓகே. டிபார்ட்மெண்ட் அலுவலகத்தில கேட்டுப் பார்ப்போம்'' தேவராஜ் விரைவாக நடந்தார்.

''ரூம் நம்பரோ? அறியில்லா சாரே. எனிக்கு இவிடெ ட்ரேன்ஸ்ஃபர் ஆயி ஒரு மாசமே ஆயிட்டுள்ளூ'' என்ற பெண் விரிந்து கிடந்த அவள் முடியை இன்னும் உலர்த்துவது போல விரித்தாள். ''தே, ஆ சந்திரசேகரன் நாயரை ஒந்நு சோதிக்யு'' என்றவள் தனது மேசையில் கிடந்த ஒரு ரிஜிஸ்ட்டரில் மீண்டும் அமிழ்ந்தாள்.

சிந்திக்க முயன்ற சந்திரசேகரன் நாயரின் நெற்றி சுருக்கியதில், சந்தனப் பொட்டு சிறிது உதிர்ந்த்து. ''ஆ, பண்டு நம்பர் ப்ளேட்டொக்க உண்டாயிருந்நு. இப்போழில்லா. ஏது நம்பரா சாரு பறஞ்ஞு?''

''100? அது லைப்ரரி முறியல்லே?' என உரக்கச் சிந்தித்த நாயர் முன்னே நடந்தார்.

''இதாணு..''

தேவராஜ் அண்ணாந்து பார்த்தார். சுண்ணாம்பின் பல படுகைகளினூடே 100 என்னும் எண் மங்கலாகத் தெரிந்தது.

''போயிப் பாக்கலாம்'' என்றவாறு உள்ளே நுழைந்தார். லைப்ரேரியன் சுதாரித்து என்னவெனக் கேட்குமுன்னே, தேவராஜ் ,

அவர் மேசைமேல் குனிந்து ''போலீஸ் இன்வெஸ்டிகேஷன்' என்றார். லைப்ரரியன் முகம் பயத்தில் வெளிறியது.

அனந்த் கண்களை மூடினான். யோசி. சீரிய கட்டம். சீரிய கட்டம்.

இடம் : அம்பாசமுத்திரம்

காலம் : 1992

''சார், இந்த வாஸ்துவெல்லாம் நீங்க நம்பறீங்களா?'' அனந்த் கேட்க, சடகோபன் திரும்பினார். இருவரும் குளித்துவிட்டு, தோளில் துவைத்துப் பிழிந்திருந்த ஆடைகள் பாரமாக அழுந்த, தாமிரபரணி ஆற்றின் கரையிலிருந்து பாலம் செல்லும் சரிவில் மெல்ல ஏறிக்கொண்டிருந்தனர். இளஞ்சூடு மெல்லப் பரவத் தொடங்கியிருந்தது. மேலே பாலத்தில் புகையைக் கக்கியபடி ஒரு டவுன் பஸ் அம்பாசமுத்திரத்திலிருந்து கல்லிடைக்குறிச்சி நோக்கி பெரும் சப்தத்துடன் விரைந்து கொண்டிருந்தது.

சடகோபன் துவைத்திருந்த துணிகள், பாரமாகக் கனக்க, அவற்றைத் தோள் மாற்றினார். அவர் நெற்றி சுருங்கியது.

''இப்ப என்ன திடீர்னு.. வாஸ்து?''

''நீங்க நேத்திக்கு சொன்னீங்களே? 'கோயில்கள் எல்லாம் ஆகம விதிகள் படி அமைச்சாங்க. அது ஒரு அறிவியல் துறைன்னு சொல்லலாம்னு?' அதுமாதிரி வாஸ்துவும் அறிவியல்தானா?''

சடகோபன் கடகடவென சிரித்தார்.

''நல்ல கேள்வி. ஆகமம் வேற, மனையடி வாஸ்து வேற. வாஸ்துவை ஒழுங்காப் படிச்சவங்களுக்கு அது ஒரு அறிவியல் துறை. சிலருக்கு அது ஜோசியம். இன்னும் சிலருக்கு அதெல்லாம் குருட்டு நம்பிக்கை. வாஸ்துப்படிக்கு, ஒவ்வொரு திசைக்கும் ஒரு சக்தி உண்டு. காந்தம் வடக்கு தெற்கு எனத் திசை சார்ந்து இருப்பது போல, பிற சக்திகளும் திசை சார்ந்து இருப்பதாக வாஸ்து சாஸ்திரம் சொல்கிறது. உதாரணமாக அதில் வடகிழக்குத் திசையை ஆற்றல் குவியும் சீரிய திசைன்னு சொல்லுவாங்க...

சீரிய கட்டம்... அனந்த் அங்கிருந்த பெரும் அலமாரியைக் கவனித்தான். பத்து அடி உயரம் இருந்த அலமாரியில்

புறாக்கூண்டுகள் போல கனசதுர வடிவில் ஷெல்ஃப்கள் அமைந்திருந்தன. கண்ணாடிக் கதவுகள் இட்டு மூடப்பட்டிருந்தன. அலமாரியின் வரிசைகளின் தலைப்புகளும் வித்தியாசமாக இருந்தன. பிஸிக்ஸில் அவன் பி.ஹெச்டி என்றாலும், குவாண்டம் பிசிக்ஸ் என்பது மட்டுமே அவனுக்கு அங்கு புரிந்த தலைப்பு. சூப்பர் ஸ்ட்ரிங்க்ஸ், குவாண்டம் எலக்ட்ரோ டைனமிக்ஸ் போன்ற மற்றவை அதிகம் கேட்கப்படாதவை. சில புதிய துறைகள் சுத்தமாகத் தெரியாதவை. புத்தகங்களும் அதிகம் எடுக்கப்படாதவை.

வடகிழக்கு மூலையில் மேலே இருந்த புறாக்கூண்டு ஷெல்ஃபை எட்டி அண்ணாந்து பார்த்தான். அது புத்தகங்கள் எதுவுமின்றி வெறுமையாக இருந்தது. அதனருகே இருந்த அனைத்து கனசதுரப் பெட்டகங்களிலும் புத்தகங்கள் அடுக்கியிருந்தன.

''தேவராஜ் . அந்த ஷெல்ஃப்...''

தேவராஜ் எதுவும் சொல்லுமுன்னேயே, ஒரு அலுமினிய ஏணியை அலமாரிமேல் சாய்த்து அதன் மேல் அனந்த் ஏறினான். வெறுமையாக இருந்தது. அனந்த் கீழேயிறங்க முயற்சிக்கையில், அதன் உட்புற மூலையில்... அதென்ன?

அனந்த் கீழேயிறங்கினான். அவன் கையில் மீண்டுமொரு காகிதம்.

இடம் *: மலாக்கா ஜலசந்தி மற்றும் இந்தியப் பெருங்கடல்*

காலம் *: பதினைந்து நாட்களுக்கு முன்பு*

வாஷிங்டன் கவலையடைந்தது. பல மாதங்கள் முன்பே கிடைத்த தகவல்தான் என்றாலும், தற்போது நடக்கும் நிகழ்வுகள் வெள்ளை மாளிகையை வெளிறிப்போக வைத்திருந்தன.

ரஷ்யாவின் பெரும் போர்க்கப்பல் அட்மிரல் பாண்ட்டலயெவ் மற்றும் மார்ஷல் ஷப்போஷ்னிக்கோவ் தலைமையில் கருங்கடலிலிருந்தும், பசிபிக் பெருங்கடலிலிருந்தும் பதினாலு கப்பல்கள் இந்தியப் பெருங்கடலில் ஒருங்கிப் போர்ப்பயிற்சி செய்யக் கிளம்பியிருந்தன.

ரஷ்யா, குளிர்ப்போர் நாட்களுக்குப்பின் தனது கடற்படை வலிமையைக் காட்ட எத்தனிப்பது இதுவே முதல்முறை. அதுவும்,

இந்தியப் பெருங்கடல்?

கருங்கடலில் இருக்கும் கப்பல்கள் மிஞ்சி மிஞ்சிப் போனால் மத்தியத் தரைக்கடல் வரை வரும். பெரும்பாலும் பால்கன் நாடுகளின் எல்லைகளைக் கண்காணிக்கும். ஆனால், கருங்கடலில் இருந்து , பெரும் தொலைவைக் கடந்து இந்தியப் பெருங்கடலில் இத்தனை கப்பல்கள் குவிகின்றன என்றால், ரஷ்யாவின் நோக்கம் என்ன?

அந்தப் பரபரப்பான செய்திகளினூடே தும்மாத்தூண்டாக வந்த ஒன்று சில நாடுகளுக்குக் கவலையளித்தது- அட்மிரல் செரன்க்கோவ் தற்போது வடகொரியா போர்க்கப்பல் ஜிங்-லி1 என்ற பெயரில் மலாக்கா ஜலசந்தியைத் தாண்டுகிறது - இந்தியப் பெருங்கடலில் ரஷ்யப் பெரும்போர்க்கப்பலான அட்மிரல் பண்ட்டலெயெவ் தலைமையில் பிற ரஷ்யக் கப்பல்களுடன் போர்ப்பயிற்சி செய்ய.. அது மாலத்தீவுக்கும் கன்னியாகுமரிக்கும் இடைப்பட்ட சானலில் இன்னும் இரு நாட்களில் கடக்கும். வரிசையாக அதன் பின் மூன்று ரஷ்யப் போர்க்கப்பல்கள் வருகின்றன. அனைத்தும் விளாடிவாஸ்டாக்கிலிருந்து கிளம்பியவை. அவற்றில் ஒன்று, கிட்டத்தட்ட சிறு நகர சைஸில் இருக்கும் மார்ஷல் ஷப்போஷ்னிக்கோவ்.

கொச்சியும் , விசாகப்பட்டினமும் உஷார்ப்படுத்தப்பட்டன. ஐ.என்.எஸ் ராஜாளி, கடற்படையின் ஸ்குவாட்ரன் அரக்கோணத்தில் முழுதும் தயார் நிலையில் நிறுத்தப்பட்டது. போர் விமானிகள், கடற்படை வீரர்கள் விடுப்பிலிருந்து வரவழைக்கப்பட்டனர். இந்தியக் கடற்படை நகம் கடித்து நெர்வஸாக நின்றது.

''மற்றொரு புதிர்''

தேவராஜ் பெருமூச்செறிந்தார். ஜானகி ''ஓ, நோ'' என்றாள்.

அனந்த் அந்தக் காகிதத்தைப் பிரித்துப் படித்தான். சுவாரசியமானான். கணினித் தமிழில் தட்டச்சு செய்யப்பட்டு, ப்ரிண்ட் செய்யப்பட்டிருந்தது.

''மலர்களிலே மல்லிகையென்றோர் , நகரங்களிலே?''

இரு வரிகள் கடந்து அடுத்த சொற்றொடர்

''நிலையம் பேருந்துகளுக்கென, அங்கோர்

அலர்ந்த மலர் வழிகாட்ட, அதன்பின்னே மெய் துலங்கும்''

''கிட்டதட்ட கண்டுபிடிச்சிட்டோம்'' என்றான் அனந்த் உற்சாகமாய்.

''லெட் மி திங்க்'' யோசித்தார் தேவராஜ். ''மலர்களில் மல்லிகையென்றோர் நகரம்.. மல்லிகை... நகரம்...மதுரை? மதுரை பேருந்து நிலையம்.. மாட்டுத்தாவணி... அங்கப் போனா உண்மை கிடைக்கும்? கரெக்ட்?''

''ஆமா சார்'' என்றான் அனந்த். மூவரும் வெளியே வந்தனர்.

''சார், அப்போ நாங்க சென்னை கிளம்பறோம். நீங்க மதுரைல அவரைப் பாத்தப்புறம் எங்களக் கூப்பிடுங்க. நாங்க வர்றோம். என்ன ஜானகி?'' என்று ஜானகியையும் துணைக்கு அழைத்தான்.

''ஆமா'' என்றாள் ஜானகி. ''எனக்குச் சென்னைல, தரமணி போணும். மாத்ஸ் ரிஸர்ச் இன்ஸ்டிட்யூட்ல ஒரு டிஸ்கஷன் ரெண்டு நாள்ல இருக்கு.''

''நீ?'' என்பதுபோல அனந்தைப் பார்த்தார் தேவராஜ்.

''எனக்கு'' அனந்த் என்ன சொல்வது எனத் தெரியாமல் தயங்கி, புதிதாக முயன்றான். ''பெங்களூர் போணும். நாளைக்கு சாயங்காலத்துக்குள்ள ஐ.ஐ.எஸ்.ஸில இருக்கணும். பிஸிக்ஸ் டிபார்ட்மெண்ட்ல..''

தேவராஜ், சிறிது யோசித்தார். ''ம்ம்..நீங்க நாளைக்குக் காலைல கிளம்பலாம். இப்ப ஃப்ளைட் இருக்காது. இங்க பக்கத்துல லாட்ஜில தங்கலாம். என்ன சொல்றீங்க?''

''என் பொண்ணு தேடுவா சார். என் அப்பாகிட்ட பேசணும்''

''சரிம்மா. என் செல்போனிலிருந்தே பேசுங்க''

ஜானகி போனில் பேசிக் கொண்டிருந்தபோது, அனந்த் லைப்ரரியனிடம் கேட்டுக் கொண்டிருந்தான்.

''காண்டீன் எவிடயா?''

காண்டீனில் புகையோடு வெப்பம் புழுங்கித் தள்ளியது. சளசளத்துக் கொண்டிருந்த மாணவர்கள் கூட்டங்களிலிருந்து விலகி ஒரு ஓரமாகக் கிடந்த மேசையினருகே மூன்று ப்ளாஸ்டிக் சேர்களை அனந்த் இழுத்துப் போட்டான்.

''எனக்கும் எதாச்சும் ஆர்டர் பண்ணுங்க. நான் இப்ப வந்துடறேன்'' தேவராஜ், காண்டீனிலிருந்து வெளியேறினார்.

''ரெண்டு பரோட்டா, ஒரு பீஸ் கறி'', அனந்த் வெயிட்டர், மெனுவைக் கொடுக்குமுன்னே ஆர்டர் சொன்னான்.

''சுயநலம். தனக்கு மட்டும் ஆர்டர் பண்ணத் தெரியுது''

''உனக்கு வேணும்னா நீ வேற ஆர்டர் பண்ணு. நான் சுயநலம்னு சொல்லறதெல்லாம் ஓவர்''

''நீ சுயநலமா இல்லன்னா, அன்னிக்கு எங்க அப்பாகிட்ட அப்படிப் பேசியிருப்பியா?'' ஜானகி சட்டென நாக்கைக் கடித்துக்கொண்டாள்.

''கம் அகைய்ன்..என்ன சொன்னேன்? சொல்லு''

''ஓ.. உனக்குக் கொஞ்சம்கூட ஞாபகமில்ல. இல்ல? 'உங்க பொண்ணைவிட நல்ல இடம் கிடைச்சிருக்கு. எனக்கு என் வளர்ச்சி முக்கியம்'னு நீ எங்க அப்பாகிட்ட சொல்லலை?''

அனந்த் திகைத்தான்.

''ஜானகி, நான் எப்ப இப்படி அவர்கிட்ட சொன்னேன்?

''விடு அனந்த். பழசயெல்லாம் கிளற இது நேரமில்ல. என்னமோ உளறிட்டேன். சாரி'' ஜானகி, தண்ணீர் கிளாசைக் கையால் உருட்டியபடி, அதைப் பார்த்தபடியே பேசினாள். அவள் குரலில் லேசாக வலி தோன்றியதாகப்பட்டது அனந்த்திற்கு.

''ஜானகி, நான் அவரைப் பாத்தப்போ என் பி.ஹெச்டிகூட முடியலை. நான் எப்படி இன்னொரு பொண்ணுகூடக் கல்யாணம் பத்தி யோசிக்க முடியும்?''

ஜானகி அவனை நேராக நோக்கினாள்.

''தெரியும். தெரிஞ்சுதான் அப்பாகிட்ட உன்னைப் பத்திச் சொன்னேன். அனந்த் செட்டில் ஆனப்புறம் மத்ததெல்லாம் பேசலாம். உங்களுக்கு அவனைப் பிடிச்சிருக்கா?-ன்னு மட்டும் பாருங்க'ன்னு சொல்லியிருந்தேன்.ஆனா நீ...''

அனந்த் முன்னே குனிந்தான். அவன் குரல் கம்மியது.

''ஜானகி, எல்லாத்தையும் ஒரு லெட்டர்ல எழுதி, பூனா யூனிவர்சிடி முகவரில உனக்கு அனுப்பியிருந்தேன். நீ படிக்கல?''

ஜானகி அவன் கண்களை நேராகப் பார்த்தாள். ''இல்லை'' என்பதுபோலத் தலையாட்டினாள்.

''உன் அப்பாவோட சந்திப்பு...'' அனந்த் பின் சாய்ந்தான். புண் இன்னும் ஆறவில்லை. சீழ் வடியத்தான் வேண்டும்.

இடம் : இந்தியப் பெருங்கடல்
காலம் : பத்து நாட்களுக்கு முன்பு

பனி அடர்ந்திருந்த மாலை மாறி, மெல்ல இருள் கவியத் தொடங்கியிருந்தது.

சூப்பர் டாங்கர், ''அல் ஹரீஃபா'' துபாயிலிருந்து மணிலா செல்லத் தொடங்கி நாலு நாட்களாயிருந்தன. அமைதியான கடலின் மேற்பரப்பில் பெரும் மரக்கட்டை ஒன்று மிதப்பது, சற்றும் ஆடாது மெல்ல மிதந்து கொண்டிருந்த கப்பலின் மேல்தளத்தில் காப்டன் ஹாரி பால்மர், ஏறி கிழக்கு நோக்கி நின்றார். கவனமாகத் திருத்தப்பட்ட தாடியும் தலைமுடியும் அவரது சுய ஒழுங்கையும், சீரான வெள்ளி முடிகள் அவரது அனுபவத்தையும் காட்டின. அவரது கூர்மையான, சிறிய கண்களிலிருந்து கப்பலில் எந்தச் சின்ன விஷயமும் அவர் கண்காணிப்பிலிருந்து தப்பியதில்லை. கடுமையான உடற்பயிற்சியில் கட்டுக்கோப்பாக வைத்திருந்த அவரது மெல்லிய உடலிலிருந்து ஓர் ஒளிர்வு, காண்பவரை மரியாதை கொள்ள வைத்தது.

அவர் செலுத்திச் சென்ற கப்பல்களிலே ஒருமுறைகூட மாலுமிகளின் ஒழுங்கீனப் போக்கோ, அல்லது சிறு அமளியோ ஏற்பட்டதில்லை. கொதித்து வருபவர்கள் அவரது ஆழமான நீல விழிகளைப் பார்த்தவுடன் பெட்டிப்பாம்பாக அடங்கிப் போவார்கள்.

''இன்னும் பத்து நாட்கள்'' ஹாரி உரக்கவே முணுமுணுத்தார். மேரி, பையன் ஜானோடு இன்னும் ஒன்பது நாட்களில் சிங்கப்பூர் வந்துவிடுவாள். ஒரு நாள் ஓய்வின் பின் கப்பலுக்கு வருவார்கள். பின், இறங்கி குடும்பத்தோடு ஒரு நாள் முழுக்க சிங்கப்பூர் சுற்றலாம். ஜான் இன்னும் வளர்ந்திருக்கிறானா? கூடைப்பந்து தள ஆளுமை பற்றிச் சொல்லிக் கொடுத்தது பயனுள்ளதாக இருந்ததா எனக் கேட்கவேண்டும். குடும்பம் பற்றிய ஆவல் அவருக்குள் பெரிதாக எழுந்த வேளையில், அவரது கற்பனைகளைக் கலைப்பது போல பின்னிருந்து வந்தவன் கொண்டு வந்த செய்தி வந்தது.

''எதிரே ஒரு கப்பல் அல் ஹரீஃபாவின் பாதையிலிருந்து வலப்பக்கம்'' கேப்டன் பால்மர், தொலைத் தொடர்புத் துறைக்குப் படியிறங்கினார். கப்பல்களுக்கு இடையே இருக்க வேண்டிய தூரம் மற்றும் பக்கவாட்டு தூரம் எப்போதும் காக்கப்படவேண்டும். அதுவும் சூப்பர் டேங்கர்.. ''எந்தக் கப்பல் என்பதைக் கவனி.''

''போர்க்கப்பல் காப்டன்.''

''கொடி? (எந்த நாடு?)''

''வடகொரியா''

ஹாரி பால்மரின் உள்ளங்கை வியர்த்தது. இது அவரது 25 வருட அனுபவத்தில் புதிது.

''நமது பாதையில் குறுக்கிடுகிறார்களா?''

''இல்லை. இன்னும் ஒரு நாளில் நமக்கும் அவர்களுக்கும் இடையே உள்ள பக்கவாட்டு இடைவெளி மிகக் குறைந்துவிடும்''

''எச்சரிக்கை செய்துவிட்டு, நமது கப்பலை 5 டிகிரி போர்ட் பக்கம் திருப்பு. நமது வேகத்தைக் பத்து நாட் ஆகக் குறை''

''சிரமம் கேப்டன். எதிரே இடப்பகுதியில் சேனல் ஆழம் குறைவு''

ஹாரி கவலையானார். சிறு இடைவெளி. ரிஸ்க் எடுத்து முன் செல்லலாம். ஏதாவது இடித்துவிட்டால்...?

''வேகத்தைக் குறைத்து, அவர்கள் செல்லும்வரைக் காத்திருந்தால்?''

''செய்யலாம் கேப்டன். நமது பயணம் இரு நாட்கள் தாமதமாகலாம். அடியில் நீரோட்டம் நமக்குச் சாதகமாயில்லை. நிறுத்தினால் நீரோட்டம் நம்மை தெற்கு அல்லது தென்மேற்காகத் தள்ளி அவர்கள் பாதையில் கொண்டுபோய் விடும். அதைத் தடுக்க, மேலும் எரிபொருள் செலவாகும்''

''ஒ.கே. இந்திய எல்லைக்குள் நுழையலாம். எதற்கும் இந்தியாவில் அனுமதி பெறச் செய்தியை அனுப்பு''

பால்மரின் நெற்றிக் கோடுகள் மேலும் மடிந்தன. ஏதோ ஒன்று சரியில்லை என உள்மனம் சொல்லியது.

பால்மர் தனது கேபினுக்குத் திரும்பிய வேளையில், என்ஜின் அறையில் இருவர் நுழைந்தனர். அடுத்த ஷிஃப்ட் தொடங்க இன்னும் ஐந்து நிமிடம் இருக்கிறது. அடுத்த ஷிஃப்ட் ஆட்கள் இன்னும் வரவில்லை. ஏற்கெனவே களைப்படைந்திருந்த அந்த ஷிப்ஃட் ஆட்கள் ஒரு என்ஜினின் கட்டுக்காப்புப் பேனலில் ஏதோ சரிசெய்வதில் மும்முரமாக இருந்ததில், அந்த இருவர் உள்ளே வந்ததைக் கவனிக்கவில்லை.

ரஷ்யத் துறைமுகமான ஒடெஸ்ஸாவிலிருந்து விமானத்தில் வந்து துபாயில் கப்பலேறிய அந்த இருவரில் ஒருவன் கொரியன். கப்பல் என்ஜின்களின் பெரும் சப்தத்தின் இடையே அவன் கால்சட்டையின் விளிம்பில் சுருட்டி வைத்திருந்த காகிதத்தைப் பிரித்தான். அதில் கிறுக்கியிருந்த வரிசையில், பொத்தான்களை அழுத்தினான். கழிவறைக்குச் சென்று, காகிதத்தைக் கிழித்து மிகக்கவனமாக ஒரு துண்டும் தரையில் கிடக்காதவாறு, டாய்லெட்டின் துளையில் போட்டு இருமுறை ஃபளஷ் செய்தான். எதுவுமே நடக்காததுபோல தனது அறைக்குத் திரும்பினான்.

இரண்டு மணி நேரம் கழித்து, என்ஜின் அறையில் இருந்த இரவு ஷிஃப்ட் ஆட்கள் குழப்பமடைந்தனர். அதீதமாக இரு என்ஜின்கள் சூடாகிறது. ஏன்? ஷிஃப்ட் மாறும்போது சரி பார்த்தோமே? எல்லாமே சரியாகத்தானே இருந்தன? பொறியாளர்களை அழைத்துவரும் வேளையில், ஒரு என்ஜின் சுத்தமாக நின்று போயிருந்தது. மற்றொன்று, பொறியாளர்கள் ஆராய்ந்து கொண்டிருக்கும்போது நின்றுபோனது.

மிகக் கவலை அளிக்கும் விதமாக மூன்றாவது என்ஜின் சூடாகத் தொடங்கியது.

''இப்போது, 4 நாட் வேகத்தில் மட்டுமே செல்லமுடியும். ஒரு என்ஜினில் முழு வேகத்தில் செல்வது நல்லதாகப்படவில்லை. இந்தியா நோக்கி திரும்ப நீரோட்டமும், வானிலையும் சாதகமாயில்லை'' பால்மர் அதனைக் கேட்டபின் உறங்கவில்லை.

இந்தியா நோக்கியும் திருப்ப முடியாது. வடகிழக்கிலிருந்து பாயும் நீரோட்டம் எளிதில் திருப்பவிடாது. என்ஜின் மேலும் சூடாகும். நின்றும் போகலாம். திரும்பிச் செல்லவும் முடியாது. திருப்ப முடியாது. இங்கேயே நின்று கொண்டிருக்கவும் முடியாது. கடல் கொந்தளிக்கிறது. நிற்க விடாது.

பால்மர் சிறிது யோசித்துவிட்டு ஆணையிட்டார் ''மெதுவாக முன்னே சென்றுகொண்டிரு. ரேடியோவில் அவசரக்காலச் செய்தி அனுப்பு. என்ஜினீயர்கள் உடனே வேண்டும்''

ஜிங்-லி1 இல் ஜ்வெஸ்தா சோனார்களின் ஒளிரும் திரைகளில் அல் ஹரீஃபாவைக் கவனித்துக் கொண்டிருந்தவனுக்குப் புன்னகை அரும்பியது. ''வரட்டும்''

அல் ஹரிஃபா, சில நாட்டிக்கல் மைல்கள் முன்னே நகர்வுதன் மூலம், அது அறியாமலேயே. மூன்றாம் உலகப்போரை முன்னே நகர்த்துகிறது,

கப்பல்கள் திரும்புவதற்கு அவற்றின் சுழல் அச்சுமுனை (pivotal point) முக்கியம். இந்த அச்சு முனையில்தான் கப்பல்கள் கடலில் திரும்ப எத்தனிக்கும். கப்பல்களின் வகை, வடிவமைப்பு பொறுத்து இந்த அச்சுமுனையின் இருப்பிடம் மாறும். கண்டெய்னர் கப்பல்கள், மிதவைத்திறம் வாய்ந்தவை. எளிதில் அங்குமிங்கும் ஆடாமல் செலுத்திய பாதையில் நேராகச் செல்லக்கூடியவை. ஆனால் அவற்றைத் திருப்புவது கடினம். டேங்கர்கள், சூப்பர் டேங்கர்கள் வித்தியாசமானவை. அவற்றை நேராக, சரியான மிதவையில் செலுத்துவது கடினம். எளிதில் திரும்பிவிடும். டேங்கர்கள், முன்னோக்கிச் செல்லும்போது, அதன்மேல் பாயும் மொத்த விசையின்

திசைக்கேற்ப எளிதில் இடதுபக்கம் திரும்பும். பின்புறம் செல்லும் போது, எளிதில் வலப்புறம் திரும்பும்.

பால்மர் இதனைச் சாதகமாகப் பயன்படுத்தத் திட்டமிட்டார். அல் ஹரிஃபா ஒரு சூப்பர் டேங்கர். எதிரே வடகிழக்கிலிருந்து, வேகம் குறைந்த இருவைக் காற்று. கப்பல் முன்னே செல்ல எத்தனிக்கையில் இடது புறம் இந்தியா நோக்கித் திரும்ப முடியும்.

ரேடியோவில் உதவி கேட்டு, காத்திருந்தனர். முன்னே நிழலாக இருட்டிய பனி மூட்டத்தில் ஒரு கப்பல் தெரிந்தது. ஏனோ பால்மருக்கு அக்கப்பலின் வருகை நல்ல அறிகுறியாகப் படவில்லை.

முன்னே வந்துகொண்டிருந்த ஜிங்-லி 1 முதலில் தனது வேகத்தைக் குறைத்தது. பின் அங்கு நின்றுபோனது. அதன் ஜ்வெஜ்ஸ்தா சோனார் கருவிகள் இயங்கத் தொடங்கின. ஒரு கப்பல் 50 கிமீ தொலைவிலிருந்து ஒரு டார்பீடோவை ஏவினாலும், ஜிங் லி 1 ஆல் உடனே அதைக் கண்டுபிடிக்க முடியும்.

அதன் 53 செ.மீ விட்டமுள்ள டார்பீடோக் குழாய்கள் தயாராய் இருந்தன.

அல் ஹரிஃபா தள்ளாடியது. மெல்ல மெல்ல வடகிழக்கு நோக்கித் திரும்ப எத்தனித்தது. உயிருடன் இருக்கும் ஒரே என்ஜினும் முழுப்பலத்துடன் உழைக்க வேண்டியிருந்தது.

இருபதே நிமிடங்களில் பால்மர் தன் தவற்றை உணர்ந்தார். அவருக்கு அக்குளிரிலும் வியர்க்கத் தொடங்கியது.

கடலின் காட்சி முழுதும் மாறியிருந்தது. இருவைக்காற்று சற்றே திசை மாறி, கிட்டத்தட்ட கிழக்கு மேற்காக அடிக்கத் தொடங்கியிருந்தது. கப்பலின் வலது முன்புறம் ஒரு கோணத்தில் காற்றின் பாதையில் மாட்டிக்கொண்டது. கணித்ததைவிட, மேலும் வடக்காகத் திரும்பியது.

அதே நேரம், கிட்டத்தட்ட வடக்கு தெற்காகத் திரும்பிய நீரோட்டம் அல்ஹரிஃபாவைத் தெற்காகத் தள்ளியது. வேகம் குறைந்த, ஒரே என்ஜினில் திணறும் அல் ஹரிஃபா வடகிழக்குத் திசையில் முகப்பிருக்க, மெல்லத் தெற்கே நகர்ந்தது... நின்றும் போனது.

அல் ஹரிஃபா நின்றது - சரியாக ஜிங்-லி 1 இன் பாதையைப் பகுதியாக அடைத்தபடி... தனது வலப்பின்புறத்தை ஜிங்-லி1ன் முகப்புப் புற பீரங்கிகள் எளிதில் தாக்க வசதியாக.

ஒன்று பால்மருக்குத் தெளிவாகத் தெரிந்தது. இப்போது அல் ஹரிஃபா , பறக்கமுடியாத வாத்து. நாலு மீன்பிடிப் படகுகளில் வந்து கூடக் கொள்ளையர்கள் கப்பலைக் கடத்திவிட முடியும்..

டிஸ்ட்ரஸ் சங்கேத அறிவிப்பைப் பரப்பியபடி, அல் ஹரிஃபா தன் விதிக்குத் தயாராக நின்றது. சற்றே வடகிழக்கு மேல்புறத்தில் ஐந்து நாட்டிகல் மைல் தொலைவில் ஒடிசி நின்றுகொண்டிருந்தது - ஜிங் லி1க்கு இணை பாதையில். இந்தியக் கடலெல்லைப் பாதுகாப்புப் படை உஷார்படுத்தப்பட்டது

இரண்டு மணி நேரத்தில் வடகொரியா கத்தத் தொடங்கியது. ''மேற்கத்திய நாடுகள் எங்கள் கடற்படையின் வலிமை பெருகுவதைப் பொறுக்கமுடியாமல் ஒரு சூப்பர் டேங்கர் கொண்டு எங்கள் பாதையை அடைத்திருக்கின்றனர். அக்கப்பல் வழி விடாவிட்டால், வடகொரியா தகுந்த பதிலடி கொடுக்கும். எந்தக் கடற்படையாவது ஜிங் லி 1 ஐ நெருங்கினால் பெரும் நாசத்தைச் சந்திக்க வேண்டியிருக்கும்''

ஜிங்-லி 1 ஐ பின்னிருந்து நெருங்க முடியாதவாறு, அதன் பின்னே பசிபிக் கடலிலிருந்து போர்ப்பயிற்சிக்கு வந்து கொண்டிருந்த ரஷ்யக் கப்பல்கள் மூன்று நின்று கொண்டிருந்தன. அல் ஹரிஃபாவின் பின்னால் மேற்கிலிருந்து நான்கு ரஷ்யப் போர்க்கப்பல்கள், பெரும் போர்க்கப்பல் அட்மிரல் பாண்ட்டலயெவ் தலைமையில் நெருங்கிக் கொண்டிருந்தன.

ஐக்கிய நாடுகளின் பாதுகாப்புக் குழுவின் அவசரக் கூட்டத்தில் அமெரிக்கா வடகொரியாவைக் கடுமையாக எச்சரிக்க, சீனா வடகொரியாவுக்கு ஆதரவாக மவுனம் சாதித்தது. ரஷ்யா, '' இது நாங்கள் முன்னரே அறிவித்திருந்த பயிற்சி, ஒரு வருஷமாகத் தெரிந்த சேதி ''எனப் பேச, உலக அரசியலில் வெப்பநிலை உயர்ந்தது. ஐ.நாவில் வடகொரியாமீது நடவடிக்கை எடுக்கப் படவேண்டும் என்ற கருத்தை அமெரிக்கா முன் வைக்க, இங்கிலாந்தும் ஃப்ரான்ஸூம் வழக்கம்போல ஒத்து ஊத, ரஷ்யா மறுக்க, சீனா ஓட்டுப் போடுவதைத் தவிர்க்க, மற்ற நாடுகள் முழி பிதுங்கி நின்றன.

மறுநாள் காலை ஆறு மணி. கேம்ப் டேவிடில் அமெரிக்கக் கடற்படைத் தலைமை அதிகாரி அட்மிரல் க்ரெக் ஜாக்ஸன், தனது ஹம்மரை நோக்கி மெல்ல நடந்தார். ஒரு மணி நேரமாக ஜனாதிபதியுடனும், ராணுவ மற்றும் விமானத் தலைமை அதிகாரிகளுடனும் அவர் நடத்திய பேச்சுவார்த்தையின் முடிவாக அவர் மேல் ஏறியிருந்த பணியின் பளு அவரை அசத்தியிருந்தது.

மேலும் மேற்கொள்ளவிருக்கும் பணியின் அழுத்தம் சாதாரணமாக இறுகியிருக்கும் அவர் உதடுகளை முணுமுணுக்க வைத்தது.

"செய்தாலும் அழிவு. செய்யாவிட்டாலும் அழிவு"

அரபிக்கடலில் ஆப்கானிஸ்தான் போருக்காக வீரர்களையும், ஏவுகணைகளையும் சுமந்து கொண்டிருந்த அமெரிக்கக் கடற்படையில் டெஸ்ட்ராயர் வகை கப்பல்களில் ஒன்று, போர்க்காலத்தில் உதவும் கப்பல்களில் ஒன்றைப் பாதுகாத்தபடி தென் கிழக்காக மாலத்தீவு நோக்கி அல் ஹரிஃபாவுக்கு உதவ விரைந்தது. முரட்டுத்தனமாக வடகொரியா ஏதாவது செய்யுமுன் அல் ஹரிஃபாவை அங்கிருந்து அகற்ற வேண்டும்.

அமெரிக்க 7 ஆம் கடற்படைப் பிரிவு முழுத் தயார் நிலையில் இருக்க அறிவுறுத்தப்பட்டது.

கடல் கொந்தளித்துக் கொண்டிருக்க, மாலத்தீவினருகே அச்சிறிய கடல் சந்தியில் மேகங்கள் மீண்டும் சூழ்ந்தன. பெருமழைக்கும், பெரும்போருக்கும் அறிகுறியாக வானமும் கடலும் மேலும் கறுத்தன.

பயணம்

இடம் : ஒரு பூங்கா

காலம் : ஒன்பது நாட்களுக்கு முன்பு.

மாலை வெயில் மஞ்சளும் சிகப்புமாகக் கலந்து என்னவென்று சொல்லவியலாத குழம்பிய நிறத்தில் வானத்தைத் தீட்டியிருந்தது. அந்த வண்ணக் கலவை ஓவியத்தை ஆழ்ந்து பார்த்தும் புரியாமல், நேரம் மெல்ல நகர்ந்தது. பூங்காவின் ஒரு பெஞ்சில் அமர்ந்திருந்த அந்த முதியவர் மெல்ல எழுந்து நடந்தார். இந்தியப் பெருங்கடலில் நடைபெறும் போர் நாடகம் குறித்து மணிக்கணக்காகத் தொலைக்காட்சியில் பேசுகிறார்கள். ஒரு பைசாவுக்குப் பயனில்லாமல்... இந்த வானம் போலவே பூமியும் குழம்பிக் கிடக்கிறது. அவரது கவலைகள் முடிச்சு இறுகி, நெற்றியில் சுருக்கங்களோடு கோடுகளாக நீள, பாக்கெட்டில் செல்போன் கிணுகிணுத்தது. தெரிந்த எண்.

''சொல்லுங்க''

''............''

''சரி. நான் முதல்ல டெஸ்ட் பண்ணிப் பாத்துட்டு, உங்ககிட்ட அனுப்பறேன். பார்ப்போம்''

செல்போனை பேண்ட் பாக்கெட்டில் வைத்துவிட்டு, தனது சட்டைப்பையைத் துழாவினார். ஒரு சிறு ப்ளாஸ்டிக் பவுச்சில் இருந்த துண்டு காகிதத்தை எடுத்தார். பல முறை எடுக்கப்பட்டு பழுப்பேறிப்

போய் கசங்கியிருந்த காகிதத்தை கவனமாகப் பிரித்தார். அவசரமாக நடந்துகொண்டு கைப்பட எழுதியது போலிருந்த கையெழுத்தில் கிறுக்கியிருந்ததை மீண்டும் வாசித்தார்.

சுழியும் தான் துலங்கும் ஞாயிறுமுன் கதிரெறியும்

ஊழியும் உடனாட சாவாடும் திசையெங்கும் - நாளதனில்

தானுதித்த தீயோனை...

காகிதம் மடங்கியிருந்தது. பின்னிருந்த எழுத்துகளை அவர் படிக்கவில்லை. வேண்டியதும் இல்லை. அவருக்கு மனப்பாடமாகத் தெரியும்.

''ஊழியும் உடனாட சாவு ஆடும் திசையெங்கும்'' இந்தப் போர்தானா அது? முதியவர் கண்மூடி சிந்தித்தார். சிந்தனையில் நெற்றி நரம்பு புடைத்தது. மனத்தின் அழுத்தத்தில் பெருமூச்சு வெளிப்பட்டது. யார் அந்தத் தீயோன்?

இடம் : எர்ணாகுளம், மெரைன் ட்ரைவ்.

காலம் : 12 ஆகஸ்ட் 1998

ஸீ ஷெல்ஸ் ஓட்டலில் கூட்டம் அலைமோதியது.

''ஹலோ, நான் வைத்தியநாதன்'' கை குலுக்கித் தன்னை அறிமுகப்படுத்திக்கொண்டு, ஓட்டலின் சோபாவில் ஆழ்ந்து அமர்ந்தார். கருநீலக் கலரில் கோட்டு அணிந்திருந்தார் டை கட்டாமல், காலர் பட்டனைத் திறந்து விட்டபடி காஷுவலாக இருந்த வைத்தியநாதனை அனந்த்திற்குச் சட்டெனப் பிடித்துப் போனது. சுருள் சுருளான அடர்த்தியான வெள்ளை முடி. அவரது மீசை லேசாக நரைத்திருந்ததுகூட அவருக்கு கம்பீரத்தைக் கூட்டியது எனத் தோன்றியது அவனுக்கு.

கால் மேல் கால் போட்டு அமர்ந்திருந்த அவரது இடது கால் தன்னிச்சையாக ஆடியதில் அவரது ஷூ பளபளவென பாலீஷில் மின்னியது. அனந்த் தனது ஹவாய் செருப்பினை மறைக்கக் காலை சோபாவின் கீழ் பின்னால் இழுத்தான்.

''ஸீட் இல்லா சாரே. ஒந்து இவ்விட இருக்யு. ஞான் விளிக்காம்''

கோட்டு அணிந்த உயரமான மெலிந்த இளைஞன், சிறிய நோட்டுப் புத்தகத்தில் வருபவர்கள் பேர் எழுதிக்கொண்டு, படு பிசியாக ஒருவேலையும் செய்யாமல் உள்ளும் வெளியுமாக, வந்து போய்க் கொண்டிருந்தான்.

அனந்த் நாற்காலியை முன்னே இழுத்துப் போட்டு அமர்ந்தான். இவ்வளவு மெல்லிய குரலில் அவர் பேசுவது இந்த ரெஸ்டாரண்ட் ஒலிகளில் கேட்காது. சற்றே முன்னே குனிந்தான்.

ஜானகி அவள் அப்பா கொச்சி வரும்போது அவனைப் பார்த்துப் பேசவிருக்கிறார் எனக் கடிதம் எழுதியதும், இன்று மாலை, டிபார்ட்மெண்டில் வந்து தன்னை காரில் அவர் இங்கு அழைத்து வந்ததும் ஏதோ மாயமாக, நம்ப முடியாததாகவே பட்டது அவனுக்கு.

அனந்த் ரெஸ்டாரண்டின் உள்ளே எட்டிப் பார்த்தான். இன்னும் கோட்டுக்காரன் வரவில்லை. வெளியே மழை தூறிக் கொண்டிருந்தது. ''சே. அவசரத்துல குடைகூடக் கொண்டு வரலையே? திரும்பிப் போறப்போ, ஆலுவா போற பஸ்ல ஏறக்கூட முடியாதே? பதினஞ்சு கிலோமீட்டர் பஸ்ல தொத்திக்கிட்டே எப்படிப் போறது?

''ஜானகி சொல்லியிருப்பாள் என நினைக்கிறேன். நான் ஒரு கார்டியாலஜிஸ்ட் ''

''ஜானகி சொல்லாட்டாலும் தெரியும் சார்'' என்றான் அனந்த் புன்னகையுடன். தென்னிந்தியாவின் புகழ்பெற்ற கார்டியாலஜிஸ்ட், மகள் அறிமுகப் படுத்தித்தான் தெரிய வேண்டுமென்ற அவசியமில்லை.

வைத்தியநாதன் சிரித்தார் ''தொழில் அப்படி. இதயமே இல்லாதவனும் பயப்படறது இதய நோய்க்குத்தான் ''

''இந்த ரெஸ்டாரண்ட் உனக்குப் பிடிக்குமா அனந்த்? ''

அனந்த் குழம்பினான். என்ன கேக்கிறார்?

'' ம். பிடிக்கும்...''

''அதுக்காக, இங்கயே நீங்க இருந்துட முடியுமா?''

''முடியாது'' அனந்த் கொஞ்சம் உஷாரானான். இது நல்ல ஆரம்பமாகப் படலை.

''உனக்குப் பிடிச்ச ரெஸ்டாரண்ட்ல நீ எப்படி வாழ முடியாதோ, அதேமாதிரிதான் வாழ்க்கைல, பிடிச்சத எல்லாத்தையும் எப்பவும் நம்ம கூடவே வச்சுக்க முடியாது. இல்லையா? உங்க வீட்டுல எத்தனை பேரு அனந்த்?''

''எங்க அம்மா அப்பாவுக்கு நாலு பசங்க. எனக்கு ஒரு அக்கா, ஒரு தங்கச்சி. ஒரு தம்பி இருந்தான். சின்ன வயசுல காய்ச்சல்ல போயிட்டான்''

''ஓ. ஐ ஆம் சாரி. அக்காவுக்கெல்லாம் கல்யாணம் ஆயிடுச்சா?'

''ஆமா சார். குர்கான்வ்ல இருக்கா. அத்தான் ரான்பாக்ஸி-ல இருக்காரு. தங்கச்சி இப்ப பி.எஸ்ஸி ரெண்டாம் வருஷம். கல்யாணத்துக்குப் பாத்துகிட்டிருக்கோம்''

''எனக்கு ஜானகி ஒரே பொண்ணு'' வைத்தியநாதன் அவன் முகத்தை ஆழ்ந்து பார்த்தார், தொடர்ந்தார். ''ஸோ, உன் தங்கச்சிக்குக் கல்யாணம் ஆகிற வரைக்கும் பொறுப்புகள் இருக்கு. நம்ம சமுதாயத்துல லயாபிலிட்டீஸ் என்கிறத, பொறுப்புன்னு மரியாதையாச் சொல்றோம். கரெக்ட்?'' அனந்த்திற்கு அவர் பேசுவது கொஞ்சம் கொஞ்சமாகப் பிடிக்காமல் போகத் தொடங்கியது.

''அப்பாவுக்கு என்ன வேலை?''

''அப்பா அக்ரிகல்சுரல் டிபார்ட்மெண்ட்ல இருந்து ரிட்டயர்ட் ஆயிட்டார். ரெண்டு வருஷம் ஆச்சு''

''ஆபீசரா இருந்தாரோ?''

''இல்ல. சீனியர் க்ளெர்க்''

''ஓ... நான் ஒரு கார்டியாலஜிஸ்ட்'' வைத்தியநாதன் எழுந்து, கால்களை உதறி நீட்டிவிட்டு, மீண்டும் அமர்ந்தார்.

''அம்மா என்னவா இருக்காங்க, அனந்த்?''

''அம்மா ஹவுஸ் வைஃப் சார்.''

''எது வர படிச்சிருக்காங்க?''

அனந்த்தின் உள்ளே சிறு கோபம் மூண்டது.

"பத்தாம் வகுப்பு. எதுக்குக் கேக்கறீங்க?"

"இல்ல... ஜானகியோட அம்மாவும் ஒரு டாக்டர்"

அனந்த் எழுந்தான்..

"டாக்டர் வைத்தியநாதன். நீங்க உங்க மகளுக்கு ஒரு கணவனைத் தேடறீங்களோ இல்லயோ, உங்க அந்தஸ்துக்கு ஏத்த மாதிரி ஒரு மருமகனைத் தேடறீங்க. என்னால மாற்ற முடிந்ததை நீங்க கேட்டா, நான் மாற்றத் தலைப்படுவேன். ஆனா என்னால மாற்ற முடியாதவைகளைப் பத்தி நீங்க பேசுவது சரியாயில்லை"

வைத்தியநாதன் அசரவில்லை. சோபாவில் சாய்ந்து உட்கார்ந்தார்.

"உக்காருப்பா. நீ புத்திசாலி. ஒரு கோடு போட்டுக் காட்டினாப் போதும். புரிஞ்சிக்கிற. இப்ப நான் விசயத்துக்கு வர்றேன். டாக்டர். வருண் அரோராவைக் கேள்விப்பட்டிருக்கியா?"

இல்லை எனத் தலையாட்டினான் அனந்த்.

"இல்லையா? இந்தியாவிலேயே பெரிய கார்டியாலஜிஸ்ட். அடிக்கடி அவர் நேர்காணல் நிகழ்ச்சியெல்லாம் டி.வி ல வருமே?"

"எங்க வீட்டுல டி.வி யெல்லாம் இல்ல சார்"

"ஓ.கே... ஓகே... ஜிப்மெர்ல அவரு என்னோட சீனியர். போன மாசம் டெல்லில ஒரு இண்டர்நேஷனல் கார்டியாலஜிஸ்ட் கான்ஃபரன்ஸ். அதுல நாங்க ரெண்டுபேரும் பேனல்ல இருந்தோம். அவர்கிட்ட தற்செயலா ஜானகியும் நானும் இருக்கிற போட்டோவைக் காட்டினேன். அவருக்கு என்ன தோணிச்சோ தெரியல, அவர் வீட்டுல விருந்துக்கு அடுத்தநாள் கூப்பிட்டாரு" வைத்தியநாதன் நிறுத்தினார்.

"அவர் மனைவியும் ஜானகியோட போட்டோவைப் பாத்தாங்க. திடீர்னு "என் பையனுக்கு உங்க பொண்ணக் கல்யாணம் பண்ணிக்கிறீங்களான்னு" கேட்டுட்டாரு. நான் அப்படியே ஆடிப் போயிட்டேன்."

அனந்த் சிலை போல அமர்ந்திருந்தான்.

"அவருக்கு ஒரு பையன், ஒரு பொண்ணு. மூத்த பொண்ணு தியா அரோரா லண்டன்ல கைனகாலஜிஸ்ட்டா இருக்கா. கல்யாணம்

ஆயிருச்சு. ரெண்டாவது பையன், தீபக் அரோரா - போஸ்டன்ல டாக்டரா இருக்கான். அவனும் கார்டியாலஜிஸ்ட். பொறுப்புகள் ஒண்ணும் கிடையாது. மீனிங்க் - லையாபிலிடீஸ் ஒண்ணும் இல்ல '' நிறுத்தினார் வைத்தியநாதன்.

''எனக்கு ஜாதில எல்லாம் நம்பிக்கை கிடையாது. இப்ப நீயே சொல்லு. ஒரு பக்கம், பெரிய வசதியான குடும்பம், பையன் ஏற்கெனவே வேலைல இருக்கான். கை நிறைய சம்பாதிக்கிறான்'' வைத்தியநாதன் அவனை ஏறிட்டார்.

''உனக்கு எப்ப வைவா இருக்குன்னு சொன்னே? ''

அனந்த் பேசவில்லை. வைத்தியநாதன் மேலும் தொடர்ந்தார்.

''நீ கிறிஸ்டலோகிராபியில ஆராய்ச்சி பண்ணறே-ன்னு ஜானகி சொன்னா. பிஹெச்.டிக்கு அப்புறம் என்ன ப்ளான்? லெக்சரர்? எங்க? கானாடுகாத்தான் பக்கம் 'ஞானமுத்தம்மாள் நினைவு கல்லூரி'ல நாலாயிரம் ரூவா மாச சம்பளத்திலயா?''

அனந்த் எழுந்தான்.

''ஜானகிக்கு நான் விவரமாச் சொல்லிக்கிறேன். கவலப்படாதீங்க. கல்யாணத்துக்குக்கூட நான் வரமாட்டேன்'' அனந்த் திரும்பிப் பார்க்காமல் நடந்தான்.

வெளியே மழை தீவிரமாகக் கொட்டத் தொடங்கியிருந்தது.

பஸ் ஸ்டாப்பைத் தாண்டி 'ஆலுவ, ஆலுவ' என்று ஆலுவாய் செல்லும் பயணிகளை அழைத்தபடி படு விரைவாகச் சென்ற சிகப்பு டவுன் பஸ்களின் அழைப்பைச் சற்றும் பொருட்படுத்தாமல், முழுக்க முழுக்க நனைந்தவாறே நடந்த அம்மனிதனை பஸ் ஸ்டாப்பில் சிலர் வியப்புடன் பார்த்தனர்.

''வெள்ளமடிச்சுக் காணும்'' (குடித்திருப்பான் போல)

ஜானகி அசைவற்றிருந்தாள். அனந்த் நாற்காலியில் பின்னே சாய்ந்திருந்தான். அவன் கண்கள் மூடியிருந்தன.

சாதாரணமாகவே கடிப்பதற்குக் கடினமாயிருக்கும் கேரள பரோட்டா, ஆறிக் குளிர்ந்து, கட்டையாகக் கிடந்தது.

தேவராஜ் சிறிது நேரம் கழித்து வந்தார். அணிந்திருந்த வெளிர் பழுப்பு நிற பேஸ்பால் தொப்பியைக் கழற்றியவர் ஆயாசமாக நாற்காலியில் சாய்ந்தார். ''லாட்ஜ்ல ரூம் காலியா இல்ல. இங்க ஒரு புரபஸர் வீட்டுல தங்கிக்கலாம். சடகோபன் வீட்டுக்கு அடுத்த வீடுதான். பல்கலைக்கழக அலுவலகத்துல பேசிட்டேன். இன்னிக்கு நாம அத உபயோகிச்சுக்கலாம். ராத்திரி சாப்பாடு அங்க வந்துரும்'' தொடர்ந்தார், ''நீங்க ரெண்டுபேரும் மதுரை வர வந்தீங்கன்னா நல்லாயிருக்கும்னு தோணுது''

''நீங்க வீட்டுக்குப் போறீங்களா சார்?''

''இல்ல. நானும் உங்ககூட தங்கிக்கிறேன். காவலுக்கு ரெண்டு கான்ஸ்டபிள்ஸ் மஃப்டில இருக்காங்க. போவமா? என்ன நீங்க ரெண்டு பேருமே சாப்பிடல?''

வீடு வெறுமையாக இருந்தது. மூன்று படுக்கை அறைகள் கொண்ட பெரிய வீடு. இரவு சாப்பாடு ஏழு மணிக்கே வந்துவிட்டது,

''சீக்கிரம் படுக்கப் போங்க. நாளைக்கு காலேல அஞ்சு மணிக்கு நாம கிளம்பணும். ஏர்ப்போர்ட்டுக்கு ஜீப்புலயே போயிரலாம். உங்கள ஏர்ப்போர்ட்ல விட்டுட்டு நாங்க மதுரை போறோம்''

தேவராஜின் செல்போன் மணியடித்தது. ''அலோ... அலோ... சே, என்ன சிக்னல் இது? எழவு'' திட்டிக்கொண்டே செல்போனை எடுத்துக்கொண்டு தேவராஜ் வெளியேறினார்.

அனந்த் சட்டென ஜானகியின் அருகில் வந்தான். ''ஜானகி, சடகோபன் இருக்கிற இடம் எனக்குத் தெரியும்''

அவள் விழித்தாள் ''அதான் மதுரைன்னு அப்பவே சொன்னியே?''

''அவர் இருக்கிறது மதுரையில இல்ல''

''என்ன உளர்றே? நீதானே அந்தப் புதிர்ல என்னமோ மல்லிப்பூ, மதுரைன்னு இருக்குன்னு சொன்னே?''

''அது தேவராஜைத் திசை திருப்பறதுக்குச் சொன்னேன். இவர் இருந்தா சடகோபனை நாம சந்திக்க முடியும்னு தோணலை''

ஜானகி பேசாமல் அவனையே பார்த்துக் கொண்டிருந்தாள்.

அனந்த் தொடர்ந்தான் ''எனக்கு என்னவோ சந்தேகமாகவே இருக்கு ஜானகி. சடகோபன், இந்த தேவராஜ்கூட ஒரு ப்ராஜெக்ட்ல வேல பாக்கிறாருன்னு வச்சுக்குவோம். இவர் இருக்கிறச்சே அவர் ஏன் தலமறைவாகணும்? அதுவும் இந்த ஆளு நம்மகூட இருக்கும்போது ஏன் அவர் இருக்கிற இடத்துக்கு நாம வர்றதுக்கு புதிர்ல வழி சொல்லணும்? நேராவே கூப்பிட்டிருக்கலாமே?''

ஜானகி சிந்தித்தாள் ''எனக்கு இந்த தேவராஜ் மேல ஆரம்பத்திலேருந்தே ஒரு சந்தேகம் அனந்த். போலீஸ்னா எதுக்கு இப்படி மஃப்டில வரணும்? அதிகாரபூர்வமா யூனிவர்சிட்டில சொல்லிட்டு மூலைக்கு மூலை அவங்க ஆட்களை வச்சே தேடலாமே? நாம எதுக்கு?''

அனந்த் நாற்காலியில் சற்றே பின் சரிந்தான். '' நம்மள எதுக்கு சடகோபன் கூப்பிட்டுருப்பாரு? ஒருவேளை அதுவும் இந்த ஆளோட வேலைதானோ?''

''இல்ல. அவர் நம்மள எதிர்பார்த்திருந்திருக்கணும்'' என்றாள் ஜானகி திடமாக. அனந்த் அவளைக் கேள்விக்குறியோடு ஏறிட்டான்.

''எப்படி அவ்வளவு ஷ்யூரா சொல்லறே?''

''அவர் மேசைமேல ஒரு போட்டோ இருந்துச்சு, கவனிச்சியா?''

''போட்டோ?''

''அது நாம அம்பாசமுத்திரத்துல எடுத்த க்ரூப் போட்டோ. அது எதுக்கு அவர் மேசை மேல வச்சிருக்கணும்? அவருக்கு நோபல் லாரேட்ஸ்வரை தொடர்பு இருக்கு. சயின்ட்டிஸ்ட்ஸ், இல்ல அவர் அம்மா அப்பா போட்டோ இருந்தா நியாயம் இருக்கு. ஒரு ரெண்டுங் கெட்டான் பசங்ககூட , ரொம்ப வருஷம் முன்னால எடுத்த போட்டோ?''

''ம்'' என்றான் அனந்த். அவள் சொல்வது சரியாகத்தான் பட்டது.

அனந்த் அவளை விழிகளில் ஊடுருவி நேராக நோக்கினான்.

''ஜானகி, கொஞ்சம் ஓப்பனாவே பேசுவோமா? ரெண்டு பேருக்கும் நல்லது''

''என்ன பேசணும்?''

''நீ எதுக்கு இங்க வந்த? உண்மையான காரணம் என்ன?''

ஜானகி மவுனித்தாள்.

அனந்த் தொடர்ந்தான். ''ஓ.கே நான் என்னோட காரணத்தைச் சொல்றேன். எனக்கு ஒரு கிறிஸ்டல் பத்தின மிக ரகசியமான ப்ராஜெக்ட்ல ஆராய்ச்சி பண்ணறதுக்கு வாய்ப்பு கிடைச்சிருக்கு. என் பழைய கைடு அனுப்பிச்சாரு. இங்க அந்தக் குழுவுல இருக்கிறவங்க தொடர்பு கொள்வாங்கன்னு சொன்னாரு. வந்தப்போவே சடகோபன் கிட்டயிருந்து மறைமுகமான செய்தி...''

ஜானகி அவனை ஏறிட்டாள். ஜான் சந்தித்ததையும், ரகசியக் குழுவில் இடம் கிடைத்தது பற்றியும் சுருக்கமாகச் சொல்லிவிட்டு , சட்டென மவுனத்தில் ஆழ்ந்தாள். பின் மிக மெல்லிய குரலில் பேசினாள் '' நாம ரெண்டு பேரோட ப்ராஜெக்ட்டும் ஏதோ ஒரு வகையில சம்பந்தப்பட்டிருக்கணும்... அதுவும் சடகோபன் நம்ம ரெண்டு பேருக்குமே பொதுவான தொடர்பா இருக்காருன்னு தோணுது''

''எக்ஸாட்லி. எனக்கு இப்படிப்படுது. தப்பான்னு சொல்லு ஜானகி'' அனந்த் ஒரு நாற்காலியை அவள் அருகில் இழுத்துப் போட்டுக்கொண்டு, மிகச் சன்னமான குரலில் பேசினான்.

''தேவராஜ் போலீஸா இல்லையாங்கறது ரெண்டாவது விஷயம். ஆனா அவருக்கு சடகோபனால என்னமோ வேலையிருக்கு. அவர் தலைமறைவாயிருக்கிறதை, அதிகாரபூர்வமா இவரால தேடமுடியாத அளவுக்கு என்னமோ சிக்கல் இருக்கு இதுல. சடகோபன் நம்மகிட்ட எதையோ சொல்ல நினைக்கிறார். அவர் நம்மளைத் தொடர்பு கொண்டதை இவங்க எப்படியோ தெரிஞ்சுகிட்டு, நம்ம மூலமா அவரைப் பிடிக்கப் பார்க்கறாங்க. இந்த என்னமோ, எதையோ, எப்படியோ இருக்கே அது நமக்குத் தெரிஞ்சா நமக்கும் ஆபத்து இருக்கு''

ஜானகியின் முகம் வெளிறியது.

''பயப்படாதே ஜானகி. நாம இப்ப சடகோபனைப் பார்க்கணும். ஆனா தேவராஜுக்குத் தெரியக் கூடாது. அதுனாலதான் அவரே ஒரு விடையை யூகிச்சாரு. நானும் மறுக்காம, ஆமாம்னுட்டேன்''

''அப்போ நிஜமான விடை?'' என்றாள் ஜானகி.

''நல்லா அந்தப் புதிரைக் கவனி. மலர்களிலே மல்லிகை - என்ன புரியுது உனக்கு?''

''புரியறதுக்கு என்ன இருக்கு? ரொம்ப சிம்பிள்...*மலர்களிலே சிறந்த மல்லிகை''*

அனந்த்தின் கண்கள் விஷமமாக மின்னின. *'புஷ்பேஷு ஜாதி '*

சட்டென ஜானகியின் கண்கள் வியப்பில் விரிந்தன. விருட்டென எழுந்தாள்.

''ஓ...மை காட்... பாணினியோட வெர்ஸ்''

''ப்ளீஸ் ஜானகி. உட்காரு. பதட்டப்படாதே. தேவராஜுக்குக் கொஞ்ச கூட சந்தேகம் வரக்கூடாது. பாணினியோட அந்த நாலு வரிகளை நினைச்சுப்பாரு'' அனந்த் கிசுகிசுத்த குரலில் அவளருகில் குனிந்து பேசினான்.

ஜானகி மெல்ல முணுமுணுத்தாள், ஷு

''புஷ்பேஷு ஜாதி,
புருஷேஷு விஷ்ணு,
நாரேஷு ரம்பா,
நகரேஷு காஞ்சி''

''புஷ்பங்களில் சிறந்தது ஜாதி மல்லிகை, புருஷர்களில் சிறந்தவர் விஷ்ணு, பெண்களில் சிறந்தவள் ரம்பை, நகரங்களில் சிறந்தது காஞ்சி'' அனந்த் தேவையில்லாமலே விவரித்தான். அவள் கவனிக்காமல் அந்த வார்த்தைகளில் மூழ்கியிருந்தாள். சட்டென முகமலர்ந்தாள்.

''மலர்களிலே மல்லிகையென்றோர் நகரங்களிலே?... ங்கிற கேள்விக்கு நகரங்களில் சிறந்த காஞ்சிபுரம் என்று பதில். மை காட். ப்ரில்லியண்ட்!''

''தேவராஜ் மதுரைன்னு நினைச்சாரு. நானும் ஆமான்னு சொன்னதும் வேற பேச்சே வரல. விடியக்காலைலே கிளம்பி எப்படியாவது காஞ்சிபுரம் போயிருவம். என்ன சொல்லறே?''

''எனக்கென்னமோ பயமாயிருக்கு அனந்த். பிடிபட்டோம்னா?''

''என்ன செய்வாங்க? நாம என்ன தப்பு பண்ணிட்டோம்? தைரியமா இருக்கணும், ஜானகி. இப்ப சடகோபனைப் பாக்கறது முக்கியம்''

''எப்ப கிளம்பணும், அனந்த்?''

''நாலுமணி?''

''ஓ.கே''

ஜானகி தன் படுக்கையறைக்குச் சென்று தாழிட்டுக்கொண்டாள். அனந்த் மற்றொரு அறையில் செல்ல, தேவராஜ் பதினோரு மணிவரை வாசலில் ஏதோ போனில் பேசியபடி உலாத்திக் கொண்டிருந்தார்.

அனந்த் ஏதோ வெம்மையேறுவது போல உணர்ந்தான். வியர்த்துக் கொட்டியது. ஏ.ஸி நின்றுபோயிருந்தது. மின்சாரம் இல்லையோ? உறங்க முயன்றவன் தன்னருகே ஏதோ சிறு சப்தம் கேட்டு மெல்ல விழித்தான். என்ன ஒலி? மெல்ல சிறு மோட்டார் ஓடுவது போல... ஹிஸ்ஸ்...ஸென. திரும்பிப் பார்த்தவன் ஒன்றும் இல்லாததால் மீண்டும் திரும்பிப் படுத்தான். ஏ.ஸி மீண்டும் உயிர்த்தது. சட்டென உறங்கிப் போனான்.

கிட்டத்தட்ட அதே நேரம் ஜானகியும் எழுந்தாள். என்ன வியர்வை? சே... மின்சாரம் இல்லை. ஏ.ஸி நின்றிருக்கிறது. திரும்பப் படுத்தவள், கட்டிலினருகே ஏதோ நீளமான கம்பி கிடந்ததைக் கவனித்தாள். எழுந்து, ஆடைகளைச் சரிசெய்துகொண்டு, மேசை மேலிருந்த டார்ச்சை எடுத்துப் பார்க்கையில் அங்கு வெறுமையாயிருந்தது. தலைமுடியாயிருக்கும். சே, முடி கொட்டுது... முணுமுணுத்தவாறே, தண்ணீர் குடித்துவிட்டு மீண்டும் படுக்கும் போது, ஏ.ஸி சப்தம் போடத் தொடங்கியிருந்தது. நிம்மதியாக உறங்கிப் போனாள்.

நீளமான வளைந்த மெல்லிய நுண்புழைக்குழாய் ஒன்றை மெல்ல சன்னலின் ஓட்டை வழியே அனந்தின் அறையிலிருந்து எடுத்த அந்த உருவம், தோட்டத்தில் மெல்ல நடந்து ஜானகியின் அறையிலிருந்தும் குழாயை உருவியது. குழாய்களின் மறுமுனைகளை சிறிய

கையடக்கமான கருவிகளில் நுழைந்திருந்தது. மிகக் கவனமாக அக்கருவிகளிலிருந்து குழாய்களை எடுத்தபின் அவ்வுருவம், அனைத்தையும் முதுகுப்பையில் வைத்துக்கொண்டு , தோட்டத்தில் பதுங்கிப் பதுங்கி, முன்வாசல்வரை வந்து, வீட்டின் மின் இணைப்பை மீண்டும் சரிசெய்தபின், கற்சுவரைத் தாண்டிக் குதித்து மறைந்தது.

காலை நாலுமணிக்கு லேசாக மழைதூறத் தொடங்கியிருந்தது. அனந்த், பல்கலைக்கழக வாயிலருகே ஆட்டோவில் தூங்கிக் கொண்டிருந்த டிரைவரை எழுப்பினான். ''ஏர் போர்ட் வருமோ?''

''இல்லா'' என்று மீண்டும் உறங்கப் போனவனை, அனந்த் சொன்ன தொகை எழுப்பியது. ஆட்டோ உயிர்த்தது.

விமான நிலையத்தை நெருங்கும்போது, ஆட்டோ குலுக்கலிலும், ஜானகி தன் கைப்பையில் எதையோ தேடினாள். மல்லிப்பூச்சரம். எடுத்துத் தலையில் சூடிக்கொண்டாள். அனந்த்தைப் பார்த்துச் சிரித்தாள்.

''என்ன கேணத்தனம்? காலங்காத்தாலே மல்லிப்பூ?''

''ஜஸ்ட் ஷட் அப்'' சொன்னவாறே, பையில் இருந்து ஒரு செண்ட் பாட்டிலை எடுத்து அனந்த்தை நோக்கி ஸ்ப்ரேயரைத் திருப்பினாள்..

''ஏய்... இந்த நாத்தம் பிடிச்ச சென்ட் எல்லாம் உன்னோட நிறுத்திக்கோ'' அவன் கத்தக் கத்த அவன் சட்டையை செண்ட் ஸ்ப்ரே நனைத்தது.

''ம்ம்ம். நீ பொண்ணு மாதிரி இப்ப மணக்கறே '' என்றாள் ஜானகி, சிரித்துக் கொண்டே. 'கும்' என மல்லிப்பூவின் வாசம் அந்த சென்ட்டில் இருந்து கிளம்பியது. ஜானகியின் சிரிப்பு ஆட்டோவின் வெளியே , அந்த அதிகாலை நிசப்தத்தைக் கலைத்து மங்கியது.

பல்கலைக்கழக வாயிலின் அருகே போர்வையில் மூடிப் படுத்துக் கிடந்த ஒருவன் எழுந்தான். ஆட்டோவின் சிகப்பு பின்புற விளக்குகள் புள்ளியாக மறையும்வரைக் காத்திருந்தவன், தன் செல்போனை உயிர்ப்பித்தான். மிகச் சுருக்கமாக செய்தி ஒன்று அவன் தட்டச்சு செய்ய திரையில் ஒளிர்ந்தது. ''கிளம்பிவிட்டனர்''

சென்னையில் அசோக் நகர் தூண் அருகே ஓரமாக நின்றிருந்த ஆட்டோவில் கால் வெளியே நீட்டியிருக்க, பின் இருக்கையில் 'ஆ'வென வாயைப் பிளந்து உறங்கிக்கொண்டிருந்தவன் திடுக்கிட்டு விழித்தான். அவன் காக்கிச்சட்டைப் பையில், சப்தம் செய்யாமல் அதிர்ந்துகொண்டிருந்த செல்போனை எடுத்து கண்களைக் குறுக்கி, திரையைக் கவனித்தான். எண் +401

அவனுக்குப் பழக்கப்பட்ட எண்.

''ம்''

''கிளம்பிவிட்டனர். சென்னையில் இறங்கியபின் அவர்கள் உயிரோடு இருக்கக்கூடாது''

''ம்''

தொடர்பு துண்டிக்கப்பட்டது. அவன் ஆட்டோவின் பின்னிருக்கையிலிருந்து வெளியே வந்து சோம்பல் முறித்தான். செல்போனின் திரையில் மணியைப் பார்த்தான். இன்னும் ஒரு மணி நேரம் இருக்கு. ஆனா, எந்தத் தவறுக்கும் இங்கு இடமில்லை. ஆட்டோவைக் கிளப்பினான். விமானதளம் செல்லும் பாதையில் ஆட்டோ விரைந்தது.

வில்லிவாக்கத்திலிருந்து கொரட்டூர் செல்லும் சாலையில் பாடி ஜங்ஷனுக்குச் சற்று முன்பு, சாலையின் ஓரத்தில் அசோக் நகர் ஆட்டோவின் நிஜமான டிரைவர் கால்கள் பரப்பி குப்புறக் கிடந்திருந்தான். இன்னும் ஒரு மணி நேரம் கழித்து போலீஸ் அவனது உடலைக் கைப்பற்றும். போஸ்ட் மார்ட்டம் அறிக்கை அவன் இறந்து பல மணி நேரங்கள் கடந்து விட்டிருந்ததை அறிவிக்கும்.

திருவனந்தபுரத்தில் கோட்டையருகில் ஒரு பழைய லாட்ஜின் இரண்டாவது மாடியில் தங்கியிருந்த அவன் மிகக் கவலையடைந்திருந்தான். ஹாங்காங்கிற்கு பிறகு நடந்த ஒன்றும் சரியில்லை. இன்று காலையில் நடந்தவை நம்பமுடியாதவை. சிறு தவற்றுக்குக்கூட இங்கே இடமில்லை. ''கிழக்கிற்கு'' அறிவிக்க வேண்டும். செல்போனை இயக்கமுடியாது. கிழக்கு அழைத்தால் மட்டுமே பேசமுடியும்.

அவன் காத்திருந்தான்.

இரு நிமிடங்களில் அவன் செல்போன் அதிர்ந்தது. இந்தியாவிற்கு கொரியா வடகிழக்கு என்றாலும் கிட்டத்தட்ட கிழக்கு என்றே சொல்லலாம். யார் என்றெல்லாம் அவனுக்குத் தெரியாது. கிழக்கு என்று மட்டும் பெயர் தெரியும். அதுவும் அப்பெயரில் போனில் அழைக்கக்கூடாது என்பதை அவள் துபாய் சந்திப்பின்போது தெளிவாகச் சொல்லியிருந்தாள்.

''இம்ப்பாசிபிள். என்ன சொல்கிறாய்?'' கிழக்கின் குரலிலிருந்த நம்பிக்கையின்மை, அவனை அச்சுறுத்தியது..

''உண்மை. காலையில் அவர்கள் போகும்போது மெஷினை இயக்கிப் பார்த்தேன். சிக்னல் கிடைக்கவில்லை. திருவனந்தபுரம் ஏர்ப்போர்ட்டில இருந்தும் அதே செய்திதான் வந்தது. பெங்களூர், டெல்லி, மும்பை, சென்னைக்கு அவர்கள் யார் என்று தெரியாது. சிக்னல் மட்டும்தான் அவர்களை அடையாளம் காட்டமுடியும்''

மறுமுனை மவுனம் சாதித்தது. அவன் பேசிய கடைசி வரிகள் தேவையில்லாதவை. அதுக்குத் தெரியும்.அவர்கள் கிளம்பிய பின் திருவனந்தபுரத்திலிருந்து கிளம்பும் விமானங்களின் சேவைப் பட்டியலில் இருந்த அனைத்து நகரங்களிலும் ஆட்கள் உஷார்ப்படுத்தப்பட்டிருந்தனர். அனைவரிடமும் ஒரே சிக்னல் மட்டும்..

''நேத்து ராத்திரிதானே வியர்வை சாம்பிள் எடுத்தாய்?''

''ம். அதைத்தான் சர்வரில் தளவேற்றம் செய்தேன். இன்று காலையில் அவர்கள் சிக்னல் சுத்தமாகக் கிடைக்கவில்லை.''

கிழக்கு சில நொடிகள் கழித்து மீண்டும் பேசியது.

''காலையில் எடுத்த சாம்பிள ஸ்கேன் செய்தாயா? என்ன சிக்னல் அது?''

'' மல்லிகை மணம் க்ரூப் மூலக்கூறுகள். டேட்டா பேஸ் லைப்ரரில ஸ்கேன் செய்ததிலும் திரும்பத் திரும்ப அப்படித்தான் வந்தன''

''மல்லிகை?''

"ம். அவன்கிட்ட இருந்தும் அதே சிக்னல்தான்"

போட்டோக்களை அனுப்புவது ஆபத்தானது. எதிரிகள் புத்திசாலிகள். கிழக்கிற்குத் தெரியும். அதன் சர்வரிலிருந்து இணையதளத்திற்கு வரும் டேட்டாவை இந்திய உளவுத் துறைகள் ஐ.பி.-யும், ரா-வும் கைப்பற்ற முடியும். கைப்பற்றியிருக்கின்றன. போட்டோக்களைத் தொடர்பில் அவர்கள் பிடித்து விட்டால், தொலைந்தது. இந்த விலையுயர்ந்த கருவிகளை அதுக்குத்தானே கிழக்கு, இந்தியாவிற்கு அனுப்பியிருக்கிறது? அவற்றின் சிக்னல்கள் சாதாரணமாக போட்டோக்கள், ஒலிப்பதிவுகள் போன்றவற்றிலிருந்து மிக வேறுபட்டவை. கோப்புகள் எதிரிகள் கையில் கிடைத்தாலும், அந்தக் கருவிகள் இல்லாமல் புரிந்துகொண்டுவிட முடியாது. கருவிகள்? உலகில் எங்கும் கிடைக்காது...

"எங்கே செல்கிறார்கள்?"

"சென்னை... டிக்கெட் விமான நிலையத்துல, கிரடிட் கார்ட் உபயோகித்து வாங்கியிருக்கிறார்கள்"

"விமானம் கிளம்பி விட்டதா?"

"ஹூஹூம். தாமதம். இனிமேத்தான் வர வேண்டும். நமது ஆளை அந்த விமானத்துல தொடர்ந்து போகச் சொல்லவா?"

"வேண்டாம்" கிழக்கு மவுனித்தது. சென்னையில் இருப்பவனுக்குத் திருவனந்தபுரத்துக்காரனைத் தெரியாது. இந்த விசயம் கோட்டையில் இருந்து பேசுபவனுக்குத் தெரியாது. பிரித்து ஆள்தல்- ஒரு மேலாண்மைத் திறன்.

"ஏர்ப்போர்ட்ல இருக்கிறவனை, அந்த விமானத்துல யார் யார் கிட்ட மல்லிகைச் சரம் கூந்தல்ல இருக்குன்னு பார்க்கச் சொல். அவர்கள் அடையாளத்தைப் படுகுறிப்பா எனக்கு அனுப்பு" கோட்டையில் கேட்டுக் கொண்டிருந்தவன் மெல்ல விறைத்தான். கிழக்கு பதட்டப்படுகிறது. குரல் வழக்கமான ஃபார்மல் மொழியிலிருந்து மாறியிருக்கிறது. இது நல்ல அறிகுறியில்லை.

"ம்.ம்"

''நீ இப்பவே ஒரு மல்லிகைச் சரம் சாம்ப்பிள் கோப்பை தயார் செய்யவேண்டும். உடனே சர்வர்ல தளவேற்றம் பண்ணு.''

அவன் பதில் சொல்லுமுன்னே கிழக்கு தொடர்பைத் துண்டித்தது.

அவன் பெருமூச்செறிந்தான். நிறைய வேலையிருக்கு. முதலில் திருவனந்தபுரம் ஏர்ப்போர்ட்ல இருக்கறவனப் பிடிக்கணும்.

மெதுவே இறங்கி வீதியில் நடந்தான். தெருவோரம் மல்லிகை, முல்லை, செண்பகப் பூப்பந்துகளுடன் ஒருவன் வியாபாரத்தைத் தொடங்கியிருந்தான்.

நகரேஷு காஞ்சி. நகரங்களுள் சிறந்தது காஞ்சி. இந்தப் புகழ் அதற்கு சும்மா கிடைத்துவிடவில்லை.பாடலிபுத்திரம், தக்ஷசீலம் போன்ற நகரங்களின் வரலாற்றுச் சிறப்பு காஞ்சிக்கு உண்டு.

காஞ்சிபுரத்தில், மிகக் குறுகலான சந்து ஒன்றில் பால் கறக்க மாடுகளை ஒருவர் அழைத்துச் சென்றுகொண்டிருக்க, மிகப் பழமையான வீடு ஒன்றின் முன் அறையில் மினுக் மினுக்கென சிகப்பு எல்.இ.டி ஒரு கருவியிலிருந்து ஒளிர்ந்தது. வழுக்கைத் தலையைத் தடவியபடி ஒல்லியான ஒரு கிழவர் கட்டிலிலிருந்து எழுந்தார். தீர்க்கமான மூக்கு, கூர்மையான நாசி, மிகக்கூர்மையான கண்கள். அனைத்தும் அவர் அறிவுக் கூர்மையைக் காட்டின.

லேசாக கூன் போட்டு நடந்தார். அறை விளக்கைத் தட்டிவிட்டபடி, கூசிய கண்களை இடுக்கியபடி, அக்கருவியின் முன் திரையில் தோன்றிய வரிகளைப் படித்தார். மெல்லப் புன்னகைத்தபடி மற்றொரு கணினியில் தட்டினார். ''வரட்டும். உண்மையைச் சொல்லும் நேரம் நெருங்கிவிட்டது ''

திருவனந்தபுரத்திலிருந்து விமானம் கிளம்பத் தாமதமானது. டெல்லியிலிருந்து கிளம்பும்போது, அங்கு மூடுபனி மற்றும் விமானப் போக்குவரத்து நெரிசல் காரணமாகத் தாமதமாகக் கிளம்பியதே காரணம் எனவும், மூடுபனியும், விமானப் போக்குவரத்து நெரிசல் கட்டுப்பாடும் எங்கள் கையில் இல்லை என வருத்தும் தெரிவித்தபடி, விமானக் கம்பெனி தொடர்ந்து அறிவித்துவிட்டு, தம்மாத்தூண்டு சாண்ட்விச், ஒரு கோலா பானத்தை இலவசமாகக் கொடுத்தது. போர்டிங் பாஸை வைத்துக்கொண்டு

சாண்ட்விச் வாங்க நீண்டிருந்த பெரிய க்யூவில் பொறுமையாக நின்று அனந்த், ஜானகிக்கும் சேர்த்து சாண்ட்விச்சும், கோலாவும் வாங்கி வந்தான். ''தாங்க்ஸ்'' என்றாள் ஜானகி. நிஜமாகவே அவளுக்குப் பசித்திருந்தது. இந்த மென்மையான, உண்மையான கரிசனம் ஏன் தீபக்கிடம் இல்லாமல் போனது? அவள் வலுக்கட்டாயமாக சிந்தனைகளைத் திசைதிருப்ப முனைந்தாள்.

''எப்ப கிளம்பும்?'' அனந்த் சாண்ட்விச்சைக் கடித்துக்கொண்டே, அறிவிப்பாளரிடம் கேட்டான்.

''வந்தவுடன் கிளம்பிருவோம். பத்து நிமிஷந்தான் போர்டிங் டைம் ''

''எப்ப வரும்?''

அவள் பதில் சொல்லாமல் புன்னகைத்தாள்.

''சீக்கிரம் வந்துடும். டெல்லியிலேர்ந்து கிளம்பிருச்சு ''

''கேட்ட கேள்விக்கு பதில் சொல்லாமலேயே எப்படி சமாளிக்கிறதுன்னு இவங்ககிட்டதான் கத்துக்கணும்'' முணுமுணுத்துக் கொண்டே வந்து, ஜானகியின் அருகே நாற்காலியில் சாய்ந்து அமர்ந்தவன், நாற்காலி பின்னே விழப்போவது போலச் சாய, திடுக்கிட்டு முன்னே குனிந்து சமாளித்தான்.

''ம்ம்.. பாத்து'' ஜானகி அவனைக் கோபமாய்ப் பார்த்து அதட்டிவிட்டு, செய்தித்தாளில் மூழ்கினாள்.

அனந்திற்குள் சிறு கோபம் மூண்டது. நான் என்ன சின்னப் பையனா? இப்படி ட்ரீட் பண்ணுகிறாள்? இவ புருஷன் டைவர்ஸ் வாங்கிட்டு ஓடியே போயிருக்கான்னா சும்மா இல்ல...

ஜானகி சீராக மூச்சு விடச் சிரமித்தாள். அப்பா ஏன் இப்படிப் பொய் சொன்னார்? அன்ந்த் நம்ம அந்தஸ்துக்கு ஏற்றவனில்லை, எனக்கு அவன் மூஞ்சியே பிடிக்கலை என்று ஏதாவது சொல்லியிருக்கலாம். ஏன் இவன் கேரக்டர்மீது அபாண்டமாய் பழி சுமத்தினார்? நினைக்க நினைக்க ஜானகிக்கு நெஞ்சில் சுமை கூடியது. ஏமாற்றப்பட்டுவிட்டோம் என்ற உணர்வு லேசாகக் கனன்று தீயாய் எரியத் தொடங்கியது.

''நீ சொன்ன மாதிரி அவனைப் போய்ப் பார்த்தேம்மா...'' வைத்தியநாதன் இட்லியைத் தட்டில் போட்டுக்கொண்டார். ஜானகியின் நெஞ்சு படபடவென அடித்துக் கொண்டது. வெளிக்காட்டாமல் அமைதியாக இருந்தாள்.

''என்னமோ கொச்சில அவன்கூடப் படிச்ச பொண்ணைக் காதலிக்கறானாம். அவ அப்பா துபாய்ல இருக்காரு. அங்க வேல வாங்கித் தர்றேன்னு சொல்லியிருக்காருன்னான் ''

ஜானகி உறைந்தாள்.

''அங்க போயி அவளோட செட்டில் ஆயிடப்போறேன்னு சொன்னான். இன்னும் பத்து நாள்ல வைவா முடிஞ்சுடும். அப்புறம் துபாய் போகப்போறதா ப்ளான்'' வைத்தியநாதன் ஜானகியைப் பார்க்காமலேயே பேசினார். தன் பெண் தன் மேல் வைத்திருக்கும் நம்பிக்கையின் மேல் அவருக்கு நம்பிக்கை.

''ஜானகி'' வைத்தியநாதன் அவள் தோளில் கை வைத்தார். '' உன் நிலமை எனக்குப் புரியுது. நான் இப்ப ஒண்ணும் சொல்லமாட்டேன். நீயா யோசிச்சு நிதானமா ஒரு முடிவு எடு. எதுவா இருந்தாலும் எனக்கு சரிதான். இன்னொரு தடவை அவனைப் பாக்கணும்னாலும் நான் போய்ப் பாத்துட்டு வர்றேன். எனக்கு ஒரு ஈகோவும் இல்ல''

''வேண்டாம்பா''

ஒரு நிமிடத்திற்குப் பின் ஜானகி தொடர்ந்தாள்.

''நான் போஸ்ட்-டாக்டரேட் பண்ணறேன்ப்பா''

''திடீர்னு எப்படிம்மா கிடைக்கும்?''

''சிகாகோ யூனிவர்சிட்டிலருந்து என் கைடுக்கு இமெயில் வந்திருந்துச்சு. யாராச்சும் நல்ல மாணவர் இருந்தா சிபாரிசு பண்ணுங்கன்னு சொல்லியிருந்தாங்க. என்னைக் கேட்டாரு. நான் பாக்கலாம்னு சொல்லியிருந்தேன்''

வைத்தியநாதன் மனதுக்குள் சிரித்துக்கொண்டார்.

''தாராளமா ட்ரை பண்ணு. பணத்தப் பத்திப் பாக்காதே. உன் சந்தோஷம்தான் எனக்கு முக்கியம்''

''ஜி.ஆர்.ஈ ஸ்கோர் 980 இருக்குப்பா. இப்ப ஸ்காலர்ஷிப் கிடைக்காது. அங்க போய் பாத்துக்கலாம்''

அம்மாவின் மடியில் முகம் புதைத்து அழத் தோன்றியது ஜானகிக்கு. ''வேண்டாம்'' என உறுதி கொண்டாள். மெல்ல மாடிக்கு ஏறினாள். தனது பயோடேட்டாவைப் புதுப்பிக்கத் தொடங்கினாள்.

சிகாகோவில் ஒரு நாள் டிபார்ட்மெண்டுக்குக் கிளம்பிக் கொண்டிருக்கையில் திடீரென வைத்தியநாதனின் போன் வந்தது.

''ஜானகி. தீபக் அரோரான்னு ஒரு பையன்...''

அறையில் உடன் தங்கியிருந்த லக்ஷ்மி ரெட்டியிடம் சொன்னாள். கர்நூலைச் சேர்ந்த லக்ஷ்மி, மெக்கானிக்கல் என்ஜினியரிங்கில் எம்.எஸ் செய்துகொண்டிருந்தாள்.

''ஜானகி, எதுக்கும் ரெண்டு மாசம் அவகாசம் கேளு. அந்தப் பையனைப் போய்ப் பாரு. அல்மோஸ்ட் தீஸிஸ் ஸப்மிஷன் வர வந்துட்டே. முடிச்சுட்டுக் கல்யாணம் பண்ணிக்கோ''

லக்ஷ்மியின் அறிவுரை சரியாகவே பட்டது ஜானகிக்கு. தீபக்கை போஸ்டனில் போய்ப் பார்த்தாள்.. ரொம்பவும் பிடித்துப் போகவில்லை என்றாலும், நிராகரிக்கின்ற அளவுக்குத் தோன்றவில்லை. ''பிடிச்சிருக்கு, பிடிக்கலை'' யென்று பளிச்சென சொல்லுகிற அளவுக்கு அந்த சந்திப்பு முக்கியமாகப் படவில்லை அவளுக்கு.

ஒரு நாள் லக்ஷ்மி ''ஜானகி, இந்த வரன் உனக்கு வேண்டாம்னு படுது'' என்றாள் திடீரென.

ஜானகி ஆச்சரியமானாள். 'ஏன்?'

''என் கஸின் போஸ்டன்ல ப்ராக்டீஸிங் டாக்டர். அவன்கிட்ட தீபக் அரோராவப் பத்திச் சொன்னேன். அவ்வளவு நல்லதா அவன் சொல்லலை. ஸோ...'' இடையே நிறுத்தினாள். என்னமோ தயங்குகிறாள் என்பது மட்டும் புரிந்தது ஜானகிக்கு.

''ஸோ ஸ்வீட் ஆஃ யூ லக்ஷ்மி. அவனோட பின்புலம், நடத்தை பத்தியெல்லாம் அப்பா நல்லாவே விசாரிச்சிருப்பாரு. நான் இன்னும் யெஸ்னு சொல்லலையே?''

லக்ஷ்மி அதன்பின் ஒன்றும் பேசவில்லை. இரு வாரங்களில் அவள் வேலை கிடைத்து அட்லாண்ட்டா சென்றுவிட, ஜானகி தனியானாள். வேறு ரூம் மேட்டை அவள் ஏற்றுக்கொள்ளவில்லை. தனிமையும், கோலங்களின் ஆராய்ச்சியும் அவளுக்குப் பிடித்துப் போனது.

''வருண் அரோரா நேத்திக்குக்கூடக் கேட்டாரு. நீ என்னம்மா சொல்லற?'' வைத்தியநாதனின் போன் மீண்டும் ஒரு அதிகாலைப் பொழுதில்.

ஜானகி யோசித்தாள். ''ம்ம். எனக்கு வேண்டாம்னு இல்லைப்பா. ஆனா ஆராய்ச்சி முடிஞ்சப்புறம்தான் கல்யாணம். தெளிவாச் சொல்லிடுங்க.''

''ஓ.கேம்மா''

''அப்புறம் அப்பா..'' லக்ஷ்மி சொன்னது நினைவு வந்தது. சொன்னாள்.

''அதெல்லாம் பத்திக் கவலைப்படாதம்மா. ஊர் வம்பு அங்கயும் இருக்கு போலிருக்கு. அவன் வருண் அரோராவோட பையன். அவர் குடும்பம் ரொம்ப கல்சுரல் டைப். தியா அரோரா உனக்குப் போன் பண்ணினாளா?''

''இல்லப்பா''

''பண்ணுவா. உங்கூடப் பேசணும்னா. ரொம்ப நல்ல பொண்ணும்மா. நல்ல குடும்பம்''

''சரிப்பா''

வைத்தியநாதன் போனை வைத்தார். அவர் மனைவி, பேரலல் லைனில் கேட்டுக்கொண்டிருந்தவள் கவலையானாள். ''என்னங்க, அவ என்னமோ பையன் நடத்தை பத்தி விசாரிக்கச் சொல்லறாளே. எதுக்கும் யு.எஸ்ல நம்ம சொந்தக்காரங்ககிட்ட கேக்கலாமா?''

''அதெல்லாம் வேண்டாம்மா. இவ சும்மா பயப்படறா. வருண் அரோராவோட பையனுக்கு யாருகிட்டருந்து நடத்தை பத்தி சர்டிபிகேட் வாங்கணும்?''

எத்தனை சீக்கிரமாகத் திருமணம் நடந்ததோ, அத்தனை வேகமாகத் திருமணத்தின்மேல் இருந்த நம்பிக்கையை ஜானகி இழந்தாள்.

சிகாகோவில் அவளது ஆய்வு அத்தனை சீக்கிரம் முடிவதாகத் தெரியவில்லை. ரிசர்ச் கைட், ''இன்னும் சரியா வரலை'' என்று குறை சொல்லிக் கொண்டிருக்க, அவளுக்குள் முடித்தே ஆகவேண்டும் என்ற தீவிரம் எழுந்தது. தாங்க்ஸ் கிவிங், க்றிஸ்த்மஸ் விடுமுறை என ஒரு மாசம் போஸ்டனில் போய் இருப்பாள். எப்பவாவது தீபக் சிகாகோவுக்கு வார விடுமுறையில் வருவான்.

ஜானகி கர்ப்பமானாள். கூடுதல் நாட்கள் அருகில் இருந்ததில் தீபக்கின் போக்கில் சிறிது மாறுதல் இருப்பதாகப் பட்டது அவளுக்கு. பிரசவத்திற்கு உதவியாக வந்திருந்த அவள் அம்மாவுக்கும்...

''ரெண்டுநாள் வான்கூவர்ல கான்ஃபரன்ஸ் ஜானு டார்லிங்''

தீபக்கின் கோட்டுப் பையிலிருந்து கிடைத்தவை டென்வர் போய் வந்ததற்கான போர்டிங் பாஸ் மற்றும் , மரியாட் ஹோட்டலின் கிழிந்த லக்கேஜ் அட்டைகள், ரப்பர் பேண்ட்டுடன் ஒட்டிக் கொண்டிருந்தபடி...

சிறிதாக சந்தேகம் வர, ஜானகி டென்வர் மரியாட்டில் போன் செய்தாள்.

''டாக்டர் தீபக் இங்க இரு நாட்கள் முன்பு தங்கியிருந்தாரா?''

''சாரி. கெஸ்ட் விவரமெல்லாம் போன்ல சொல்லமுடியாது. யார் நீங்க?''

''அவருடைய செக்ரட்டரி. ஓட்டலில் அவர் கேமராவை விட்டுவிட்டு வந்துவிட்டாரா எனச் சோதிக்கச் சொன்னார். என் பெயர் ஜானகி.''

''ஒரு நிமிஷம்.'' சிறிய இடைவேளையின் பின் போன் உயிர்த்தது.

''மன்னிக்கவும். அப்படி யாரும் இங்கு தங்கவில்லை.''

''டாக்டர். அரோரா?''

"ம்.. யெஸ். டாக்டர் அரோராவும் அவர் நண்பர் க்ரேசியேலாவும் மூன்று நாட்கள் முன்பு. அவர்கள் அறையிலிருந்து கேமரா ஒன்றும் கிடைக்கவில்லையே? எதற்கும் நாங்கள் தொலைந்து கண்டெடுத்த பொருள்..." ஜானகி போனை வைத்தாள்.

"யெஸ்" என்றான் தீபக் எரிச்சலோடு. "ஆர் யூ ஸ்பையிங் ஆன் மீ?"

"யெஸ். தீபக். யார் அந்த க்ராசியேலா?"

"எவனுக்குத் தெரியும்?"

ஜானகி திகைத்தாள்.

"புரியலை? போன் பண்ணினேன். ந்யூயார்க்கிலிருந்து வந்தாள். மூணு நாட்கள். மூவாயிரம் டாலர்" தீபக் சிரித்தான். அவன் பற்களின் இடைவெளியில் அழுக்காகத் தன்னை உணர்ந்தாள் ஜானகி.. அவனது உணவு நான்... பல உணவு வகைகளில் ஒன்று. மாட்டிக்கொண்டு உறுத்தினால், ஒரு குண்டூசி கொண்டு எடுத்துத் துப்பிவிடுவான். மற்றொரு உணவு தேடிப் போவான்.

புரிந்ததும் மேலும் கொதித்தது. உறங்கிக்கொண்டிருந்த பெண்ணைத் தோளில் போட்டுக்கொண்டு வெளியேறினாள். கார் பனியில் முதலில் கிளம்ப மறுத்து, பின் உறுமி சிகாகோ செல்லும் பாதையில் விரைந்தது.

தீபக்கின் பெற்றோர், பல உண்மைகள் பின்பு தெரிய வந்ததில் அவமானத்தில் அதிர்ந்து போயினர். தியா அரோரா போஸ்டனுக்குப் பறந்தாள். புத்திசாலித்தனமாக, தீபக் அறியாதவாறு ஹோட்டலில் தங்கினாள். தம்பியின் நடத்தை குறித்து மேலும் அவள் துருவத் துருவ போஸ்டன் அவளுக்குப் பல கதைகள் சொன்னது.

தியா ஒரு தீர்மானத்துக்கு வந்தாள். சிகாகோ சென்று ஜானகியைச் சந்தித்தாள்.

"இப்படி ஒரு தம்பி எனக்கு இருக்கறதுக்கு இல்லாமலே போயிருக்கலாம். ஜானகி. அவன டைவர்ஸ் பண்ணு. உன் வாழ்க்கைய புதுசாத் தொடங்கு"

வைத்தியநாதன் ஆடிப்போனார். உள்ளூர உடைந்த அவரால் எதுவும் செய்ய முடியவில்லை. ஜானகிக்கு ஆறுதலாக இருந்தவள் அவள் அம்மா மட்டுமே. பல நாட்கள் ஜானகியுடன் சிகாகோவில் இருந்து, ஒரு வழியாக ஜானகியை மீண்டும் தீபக்குடன் சேர்ந்து வாழ மனத்தளவில் தயார் செய்தாள். கோயமுத்தூர் திரும்பிய இரண்டு நாளில், ஜானகியின் உடைந்த குரல் போனில் மீண்டும் வர , இரவில் மூச்சுத் திணறி, வியர்த்து, '' லேசா மூச்சு முட்டுகிறது'' என்றாள்.

தாடை வலியும், இடது பின் தோளில் வலியுமாக , தெளிவான அறிகுறிகளோடு மாரடைப்பு வர, தென்னிந்தியாவின் மிகப்பெரிய கார்டியாலஜிஸ்ட்டின் மனைவி, அவர் கண்முன்னேயே, ஒரு வைத்தியமும் பலனளிக்காமல், அவர் தவிக்கத் தவிக்க, பத்தே நிமிஷத்தில் இறந்து போனாள்.

ஜானகி உடலாலும், மனத்தாலும் மீண்டும் தனியளானாள். ஆராய்ச்சி மெல்ல முடிவுக்கு வந்துகொண்டிருந்தது.

''சென்னைக்கான ஏர் இந்தியா விமானம் புறப்படத் தயாராக இருக்கிறது. குழந்தைகளுடன் இருக்கும் குடும்பங்கள், முதியவர்கள் முதலில் அழைக்கப்படுகிறார்கள்.'' அறிவிப்பு அவள் சிந்தனையைக் கலைத்தது.

''தூக்கமா?'' என்றான் அனந்த்.

''ஆமா. நேத்து ராத்திரி சரியாத் தூங்கலை. மின்சாரம் வேற போயிடிச்சு.''

''ஆ... ஆமா. என் ரூமிலயும்தான் பவர் இல்ல. சே. என்னம்மா வேர்த்துக் கொட்டிருச்சு தெரியுமா?''

''முட்டாளே. வீடு முழுக்க கரெண்ட் போனா, உன் ரூமில மட்டும் போகாம இருக்குமா?''

''இவளைக் கொஞ்சம் அடக்கி வாசிக்கச் சொல்லணும்'' என நினைத்துக் கொண்டான் அனந்த்.

விமானம் சென்னை நோக்கி 28000 அடியில் சீராகப் பறக்கத் தொடங்க, அனந்த், முன்னே இருந்த வலைப்பையில் சொருகியிருந்த அன்றைய பேப்பரைப் புரட்டினான். ஹிந்துஸ்டான் டைம்ஸ்,

டெல்லிப் பதிப்பு. ‘‘சென்னையில் பெண்கள் குடிக்கும் பழக்கம் அதிகமாயிருக்கிறது’’ என்ற செய்தி அவனைப் பின்னோக்கி சிந்திக்கச் செய்தது.

கிறிஸ்டலோகிராபியில் பி.ஹெச்டி கிடைத்த சில மாதங்களில், மேல் ஆய்வுக்கு எம்.ஐ.டியில் ஊதியத் தொகையுடன் அழைப்பு வந்ததும், அமெரிக்கா சென்றுவிட்ட அனந்த், ஜானகியிடமிருந்து தனது கடிதத்திற்குப் பதில் கிடைக்காத ஏமாற்றத்தில், மும்முரமாக ஆய்வில் இறங்கினான்.

தங்கை, கல்லூரியில் காதல் விவகாரத்தில் தற்கொலை செய்துகொண்டாள் என்னும் அதிர்ச்சியிலிருந்து மீளுமுன், ஆறே மாதத்தில் அப்பாவும் அம்மாவும் இறந்து போக, அனந்த் தனியானான். குர்கானிலிருந்து அக்கா எப்போதாவது தொடர்பு கொள்வாள். அதுவும் நாளாக நாளாக மெல்ல நின்று போனது.

அமெரிக்காவில் பிறந்து வளர்ந்த வைஷ்ணவிக்கு , அறிவு இருந்த அளவுக்கு அகங்காரமும் இருந்தது. அனந்த்தை எம்.ஐ.டியில் ஏதோ கான்ஃபரன்ஸிலும், அமெரிக்க வாழ் இந்தியர்களின் விருந்திலும் இருமுறை பார்த்தவளுக்கு சட்டென அவனைப் பிடித்துப்போனது. அவன் வழுகி, வழுகிச் செல்ல அவளது பிடிவாதமும் வளர்ந்தது. அவந்தான் வேணும் என அடம்பிடித்து, இறுதியில் அடைந்தும் விட்டாள். எதுவானாலும், ‘‘நான் விரும்பினால் வாங்கியே தீருவேன்’’ என்னும் வன்நுகர்வுத் திறம் அவளுக்குச் சிறுவயதிலேயே உண்டு. அமெரிக்க வளர்ப்பு அதைக் கற்றுக் கொடுத்திருந்தது. லெமான் ப்ரதர்ஸில் வேலை பார்த்த வைஷ்ணவிக்குப் பணம் என்பது ஒரு பொருட்டாக இருந்ததில்லை.

ஈகோ. எனக்குத் தனி விமானம் இருக்கு என்று கத்திய அஹங்காரம்... ஃப்ளோரிடாவில் ஏ.டி.பி ரேங்க்கரிடம் டென்னிஸ் கத்துக்கிட்டேன் என அலட்டிய திமிர்... உன் சம்பாத்தியம் எனது கார் பெட்ரோலுக்கே போதாது’’ என்னும் வார்த்தை திருமணமான இரண்டாவது வாரத்திலேயே வெடிக்க, அனந்த் அதிர்ந்து போனான். வைஷ்ணவியின் அப்பா, மகாதேவன் அவள் சொல்வது சரிதான் என்பது போலப் பேசியதும், ஆறே மாசத்தில் விவாகரத்து கேட்டு நின்றதும் அவனைத் துவள வைத்தன.

"குடித்துவிட்டு ஓட்டாதே வைஷ்ணவி" எனப் பலமுறை அவன் எச்சரித்தும் கேளாமல், அன்று பெரிதாகச் சண்டை போட்டுவிட்டு, மகாதேவனிடம் போனில் அழுதுவிட்டுப் பார்ட்டிக்குப் போனவள் பிணமாகத் திரும்பினாள்.

போனது அவள் மட்டுமா? வயிற்றில் இருந்த நாலு மாச சிசுவும்... எப்படி இருக்கும் என்பதைக்கூட அவன் ஸ்கேனில் பார்க்க முடியவில்லை, விடவில்லை. அந்த சிசு ஆணா பெண்ணா? கண் வந்திருக்குமோ? கைகள்..?

யாருக்காக அழுவது எனத் தெரியாமல் உடைந்த அனந்த், என்ன செய்வதெனத் தெரியாமல் தவித்தபோதுதான் ஸ்லெம்மரும் க்றிஸ்டலுடன் வந்தார்.

"வாழ்வைப் புதிதாகத் தொடங்கவேண்டும்" - எங்கிருந்து? வைஷ்ணவி இல்லாத ஒரு வாழ்வையா? அது பேர் வாழ்வா? இல்லை, நான் அவளோடு வாழ்ந்ததுதான் வாழ்வா?

சென்னையில், ஆட்டோ கத்திப்பாரா ஜங்ஷனைத் தாண்டும் போது செல்போன் அதிர, அவன் வேகம் குறைத்து ஓரம் கட்டினான். ஆர்.டி.ஓ ஆபீஸ் போகும் குறுக்குச் சாலையோரம் ஆட்டோவை நிறுத்தினான்.

கிழக்கு... வியந்தான். ஒரே நாளில் இருமுறை?

"ஒரு முக்கியமான விஷயம். கிழக்கு சர்வரில் உடனே தொடர்புகொள். ஒரு கோப்பு உன் மிஷினில் தரவிறக்கப்படும். அதுதான் ஏர்ப்போர்ட்டில் இயக்கப்படவேண்டும். இப்பவரை கிடைச்சிருக்கற கோப்பு இல்ல. விளங்குகிறதா?"

"தெளிவாக"

"புரியலன்னா கேளு. பழைய ஃபைல் காட்டற ஆட்களைப் பிடித்து விடாதே" தொடர்பு துண்டிக்கப்பட்டது. அவன், பின் இருக்கையின் பின்னே இருந்த மெஷினை மெதுவாக வெளியே எடுத்தான். அதிலிருந்து நீட்டியிருந்த நுண்புழைக் குழாய் ஒன்று, மெலிவான அதிர்வுக்கும் வேகமாக ஆடியது. மெல்ல மெஷினை உயிர்ப்பித்தான். அதன் திரையில் சில பொத்தான்களைத் தொட்டு

இயக்கியதும், மெஷின் இணையதளத்தில் தொடர்பு கொண்டது. ஏதோ ஒரு ஐ.பி முகவரியைத் தேடி, ஒரு நிமிடத்தில் கோப்பு ஒன்றைத் தரவிறக்கம் செய்தது. அவன் மிஷினை ஆஃப் செய்து, மீண்டும் உயிர்ப்பித்தான். சில பொத்தான்களின் அழுத்தத்தின் பின் புதிய கோப்பு மெஷினில் ஸ்கேன் செய்ய ஆயத்தமானது. மல்லிகை மூலக்கூற்றின் டேட்டா அடங்கிய கோப்பு மெல்ல உயிர்த்தது.

அந்த நுண்புழை, காற்றினை உறிஞ்சி உள்ளிருக்கும் மாஸ் ஸ்பெக்ட்ரோமீட்டருக்கு அனுப்பும், காற்றில் இருக்கும் ஒவ்வொரு மணம் கொண்ட மூலக்கூறுக்கும் ஒரு பொருண்மை ( ) எண் உண்டு. கருவி, அதனைக் கண்டறிந்து, தன்னிடம் இருக்கும் மூலக்கூறின் எண்ணை, ஒப்பிட்டுப்பார்க்கும். அந்த எண் சரியாக இரண்டிலும் வருமானால், நாம் தேடும் ஆள் அருகில் இருக்கிறார் என உறுதியாகச் சொல்லலாம். மல்லிகை மணத்தின் மூலக்கூறுகள் அடங்கிய பைல் வயிற்றில் அடக்கியபடி அந்த ஸ்பெக்ட்ரோமீட்டர் உயிர்த்திருந்தது. மல்லிகை மணம் வீசும் ஆட்கள் அருகில் வந்தால், மூலக்கூற்றை சரிபார்த்து, அது சன்னமாக அதிரும் - தேடும் ஆள் இவரென...

"க்ரவுண்ட் ஸ்டாஃப் கீழே இறங்குங்க. இதெல்லாம் முதல்லயே செய்யலாம்ல?"

"ஒரே நிமிஷம். எங்க ஆளு, புது ஸ்டாஃப். யூஸ் பண்ணின கப்பு எல்லாம் முன்னாடி சீட்டுக்கு கீழே வைச்சுட்டு இறங்கிட்டான்.. ஒரேயொரு நிமிஷந்தான். ப்ளீஸ்.. எடுத்துட்டு உடனே இறங்கிடறேன்" அவசரமாக் கெஞ்சியபடி , விமானத்தின் பின் கதவின் ஏணியில் விரைந்து ஏறினான் அவன். பின் கதவிலிருந்து முன்னே போனால், பயணிகளின் பின்தலை தெரியும். மல்லிகைச் சரமும் இருந்தால் தெரியலாம்.

15-வது வரிசையில் சன்னலோரம் அமர்ந்திருந்த பெண்ணின் தலையில் ஒரு மலர்ச்சரம். 15 ஏ . மனதில் குறித்துக்கொண்டான். அருகே 15 பி - இல் இருந்தவன் அவள் காதில் ஏதோ கிசுகிசுத்துக் கொண்டிருந்தான். அவளது புடவையில் சிகப்பு நிறப் பூக்கள்... இருவரின் முகமும் சரியாகத் தெரியவில்லை.. அவள் கணவன் போலும். நின்று கவனிக்க நேரமில்லை.

அவன் முன்னே நடந்தான்... முன்னே சென்று ஏதோவொரு கப்பை எடுத்துக்கொண்டு முன் வாசல் வழியே தடதடவெனக் கீழிறங்கினான்.

''தாங்க்ஸ். க்ளோஸ் த டோர்''

சென்னை உள்நாட்டு வருகை முனையத்தின் ஒரு மூலையில் அவன் காத்திருந்தான். இடுப்பில் மறைந்திருந்த மெஷினின் நுண்புழை அவன் அணிந்திருந்த முழு நீளச் சட்டையின் கைப்பகுதியினுள்ளே மறைந்து, இடது மணிக்கட்டின் அருகில் சிறிதாக வெளியே நீண்டிருந்தது. கம்பியைப் பிடித்திருந்த அவன் கையின் அருகே பயணிகள் வெளியேற வேண்டும். மல்லிகை மணம் கொண்ட கெமிக்கல் தப்ப முடியாது. அதை அணிந்திருக்கும் பெண்ணும், அவளுடன் வரும் ஆணும்...சிகப்பு மலர்ப் புடவை டிசைனும்.

ஐந்து நிமிடங்களில் அவர்கள் வெளிவந்தனர். அவர்கள், அவனைக்கடக்கும்போது, அவன் இடுப்பில் சன்னமாக ஒரு அதிர்வு. மெஷின் அவளை அடையாளம் கண்டுகொண்டுவிட்டது. அவன், மெல்லத் திரும்பி, கடந்து போன பெண்ணின் பின் தலையைக் கவனித்தான். சற்றே வாடி, மலர்கள் உதிர்ந்திருந்தாலும், மல்லிகை மலர்ச்சரம் தெளிவாகத் தெரிந்தது... சிகப்பு மலர் டிசைன் புடவை... அவளருகே அந்த ஆள்... அவன், மெல்ல நகர்ந்து தடுப்புக் கம்பியருகே நடந்து , பெண்ணின் அருகே நடந்து கொண்டிருந்த ஆள் அருகே சென்றான். மெஷின் மீண்டும் அதிர்ந்தது. இவர்கள்தான்.

அவர்கள் ஒரு காரில் ஏறுவதை தூரத்திலிருந்து கவனித்தான். மெல்ல ஆட்டோவை இயக்கினான். பின்புறம் திரும்பி சீட்டை ஒரு முறை பார்த்துக்கொண்டான். காரைத் தொடர்ந்தான்.

கார் விமான நிலையத்திலிருந்து வெளியேறி, சாலையில் இடப்புறம் திரும்பி சென்னை நகர் நோக்கி விரைந்தது. இரு நிமிடம் கழித்து, கார் டிரைவர் எரிச்சலானான். யார் இந்த மடையன்? ரோடு முழுதும் காலியா இருக்கு... ஓவர்டேக் பண்ணாம எதுக்கு ஹார்ன் அடிச்சுக்கிட்டே வர்றான்?

அருகே வரவர, கார் டிரைவர் திகைத்தான். எதுக்கு இந்த ஆட்டோக்காரன் காரை நிறுத்த பதட்டமாக சிக்னல் காட்டறான்? காரை இடதுபுறம் ஓரம் கட்டினான். ஆட்டோ முன்னே கடந்து நின்றது.

''ட்ரைவர், எனி ப்ராப்ளம்?'' பின் சீட்டிலிருந்தவள் கேட்டாள். அருகிலிருந்தவன் அயர்ந்து உறங்கியிருந்தான்.

''இல்ல மேடம். அந்த ஆட்டோக்காரன் நிறுத்த சிக்னல் காட்டறான். பாப்போம். வர்றான்''

ஆட்டோவிலிருந்து இறங்கிய டிரைவர் ஒரு சூட்கேசை எடுத்துக்கொண்டு காரை நோக்கி விரைந்தான். சன்னலின் கண்ணாடியை இறக்கியப் பெண் கேள்விக்குறியோடு அவனைப் பார்த்தாள்.

''உங்க சூட்கேசுங்களா? பாருங்க...''

''இல்லயே? எங்களோடது எல்லாம் சரியா இருக்கே? யாரு கொடுத்தாங்க?''

''சவாரில இருக்கிறவரு சொன்னாரு. ஆட்டோக்குள்ள உக்காந்திருக்காரு. உங்ககூட திருவனந்தபுரம் ப்ளைட்ல வந்தாருங்க''

''சாரி. எங்களோடது இல்ல. மாறிடுச்சுன்னு நினைக்...''

அப்பெண் முடிக்குமுன்னே, கண்ணாடி வழியே உள்ளே நீண்ட சைலன்ஸர் குழாயிலிருந்து இருமுறை சோடா திறக்கும் சப்தம் வந்தது. திகைத்துப்போய்ப் பின்னால் திரும்பிய கார் டிரைவர் நெற்றியில் குண்டை வாங்கியபடி ஸ்டீரிங்கில் சரிந்தான். பின்னால் இருந்தவர்கள் இருவரும் சீட்டில் சரிந்திருக்க, அவன் ஒரு நிமிடம் கார் அருகே நின்றான். உள்ளே யாரும் அசையவில்லை என்பதை உறுதி செய்தபின், ஆட்டோ நோக்கி நடந்தான். கிழக்கு இன்னும் அரைமணி நேரத்தில் அழைக்கும்.

டெல்லியில் ஹாஸ் காஸ் பகுதியில் மத்திய அரசு அலுவலகம் ஒன்றின் ஏழாவது மாடியில் '' கம்ப்யூட்டர் அறை. உத்தரவின்றி வரக்கூடாது'' என சிகப்பு கலரில் கொட்டை எழுத்தில் அலறிய கண்ணாடிக் கதவைத் திறந்துகொண்டு, அந்தப் பெண் வெளியே வந்தாள். காலை ஐந்து மணியிலிருந்து சில டெலிபோன்

உரையாடல்களை ஒட்டுக் கேட்டுக் கொண்டிருந்தவளின் கண்களில் தூக்கம் வழிந்தது.

‘‘ சே, எங்க இருந்து பேசறான்னே கண்டுபிடிக்க முடியலை. ஷைல், அந்த ஃபைல் பத்தி எதாச்சும் தெரிஞ்சுதா?’’

ஷைல் என்ற ஷைலேந்திர வர்மா, டையை உறிஞ்சியபடி பேசினார்.

‘‘நெகடிவ். பூர்வி, இது இன்ஸ்ட்ரூமெண்ட் டேட்டா ஃபைல். எல்லா ஸ்டாண்டர்ட் இன்ஸ்ட்ரூமெண்ட்ஸ் ஃபைல்ஸையும் தேடிப் பாத்துட்டேன். இது புதுசு. இவ யாராயிருந்தாலும், ஒண்ணு ஒத்துக்கணும் - வெரி ஸ்மார்ட் லேடி’’

ரா-வின் தொலைத்தொடர்பு உளவுத்துறை சிறிது தள்ளாடித்தான் போனது.

சென்னை விமான நிலையத்திலிருந்து வெளிவந்த அனந்தும், ஜானகியும், திரிசூலத்திலிருந்து ரயிலில் தாம்பரம் சென்று அங்கிருந்து காஞ்சிபுரம் செல்லும் பஸ்ஸில் அமர்ந்தனர். அனந்த் சுற்றுமுற்றும் பார்த்துக் கொண்டேயிருந்தான். அந்த போலீஸ்காரராயிருக்குமோ? பின்சீட்டில் இருக்கிற முரட்டுமீசை? அல்லது இந்த கண்டக்டர்?

அனந்த் கண்களை மூடி இயல்பாக இருக்க முயன்றான். வேறு எதையாவது யோசி. கவனத்தை லேசான நினைவுகளில் திருப்பு...

அன்று காலை விமானத்தில் நடந்தது நினைவுக்கு வந்தது.

‘‘சே, என்ன ஸ்ட்ராங்க் ஸ்மெல்? அதுவும் மல்லிகைப்பூ வாடை. தலைவலிக்குது’’ அனந்த் முணுமுணுத்தான். 7 எஃப்-இல் அமர்ந்திருந்த ஜானகி அவனைப் பார்த்து முறைத்தாள்.

‘‘யூ டோண்ட் ஹாவ் சென்ஸ் ஆஃப் ஹ்யூமர். என்னமோ ஒரு விளையாட்டுக்கு உம்மேல ஸ்ப்ரே அடிச்சா, இவ்வளவு சீரியஸா எடுத்துக்கறே?’’

‘‘ இந்த ஸ்மெல் எனக்கு என்னமோ பண்ணுது ஜானகி’’

‘‘ஓகே. நானும் பூச்சரத்தைக் கழட்டிட்டேன். போதுமா?’’ கோபத்துடன் அவள் மல்லிகைச் சரத்தை கழற்றி, முன்னேயிருந்த சீட்டின் வலைப்பெட்டியில் திணித்தாள்.

''இப்ப சந்தோஷமா?''

''சாரி. நீ தப்பா எடுத்துக்கிட்டே. இந்த ஸ்மெல்லுல எனக்கு தலைவலி வரும்'' அவன் முகம் வலியில் சுருங்கியது.

அவள் சற்று அமைதியானாள். ''நான்தான் சாரி சொல்லணும்... உனக்கு இப்படி அலர்ஜி இருக்கறது எனக்குத் தெரியாது. செண்ட்டட் டிஷ்யூ இருக்குல்ல?''ஜானகி தன்னைத்தானே திட்டிக்கொண்டாள். சே..கொஞ்சம் பொறுப்பாக நடந்துகொண்டிருக்கலாம். ஏன் சிறு பெண் போல நடந்துகொண்டேன்? தவறு அவன் மேல் இல்லை என்ற சந்தோஷமா?

அனந்த் டிஷ்யூவைத் தேடலானான்.

''காபி?'' விமானப் பணிப்பெண் காபி ப்ளாஸ்க்குடன் வர, ஜானகி, தன் கோப்பையை அவள் நீட்டிய தட்டில் வைத்தாள்.

''இன்னொரு டிஷ்யூ கிடைக்குமா?'' அனந்த் கேட்கத் தலையை உயர்த்தினான். ட்ரேயில் தலை தட்டி, காபி சிந்தியது.

''ஓ..மை காட்''

காபி கோப்பை சரிந்து, அவன் சட்டையைச் சிறிது நனைத்து, ட்ரேயில் உருண்டு, ஜானகியின் முன் சீட்டின் பின்புறம் வலைப்பெட்டியில் மீதியைத் தெளித்து, கீழே விழுந்தது.

ஏர் ஹோஸ்டஸ் லேசாகப் பதற, நிதானமாக அனந்த் எழுந்தான். இன்றைய தினம் என்னுடையது இல்லை.

டாய்லெட்டில் சென்று சட்டையை நீரில் நனைத்துத் துடைத்து, சீட்டில் அமர்ந்தபோது, மல்லிகை வாடை சுத்தமாக அவனிடம் இல்லை. கஃபேய்ன் அனைத்து மணத்தையும் விழுங்கிவிட்டிருந்தது.

டிஷ்யூ பேப்பரின் துடைப்பில் காபியின் மணம் வெகுவாகக் குறைந்தது.

அனந்த் சற்று நேரத்தில் உறங்கிப் போனான்.

ஜானகி, தலையிலிருந்து மலர்ச்சரத்தை எடுத்ததும், கூந்தலில் அதன் மணம் குறைந்து குறைந்து, ஸீட்டின் மேலிருந்து அடித்த வறண்ட ஏ.ஸி காற்றில், சென்னையில் இறங்கும்போது, முற்றிலும்

மறைந்து போயிருந்தது.

சென்னையில், விமானத்திலிருந்து இறங்கும்போது, 15 ஏ-இல் அமர்ந்திருந்த பெண்மணி, வரிசையில் நின்றிருக்க, பின்னாலிருந்த அவளது கணவன் நெருக்கத்தில் தடுமாறி அவளை இடித்தான். ''தள்ளாதீங்க சார்.. எல்லாரும்தான் இறங்கணும்'' பின்னால் திரும்பி சிடுசிடுத்தவன், அவளை இடித்ததில், மல்லிகைப் பூக்கள் சில உதிர்ந்து அவன் சட்டையின் உள்ளிலும், சட்டைப் பையிலும் விழுந்ததை உணரவில்லை. அவை சென்னையின் புழுக்கத்திலும், வெப்பத்திலும், மல்லிகை மணத்தை கும்மென வெளியிட்டதையும் கவனிக்கவில்லை.

சென்னையில் ஒரு திருமணத்திற்கு திருவனந்தபுரத்திலிருந்து வந்திருந்த சந்திரசேகரன் நாயரும் அவர் மனைவி சாவித்திரியும் அவர்களை அழைத்துப்போக வந்திருந்த காரின் உள்ளே மர்மமான முறையில் இறந்து கிடப்பதை, திருமண வீட்டினர் அறிய இரண்டு மணி நேரம் பிடித்தது.

10 மணி காலை. காஞ்சிபுரம்.

வாசலில் அழைப்பு மணி அடிக்க, ஒரு கிழவர் நிதானமாக நடந்து வந்தார்.

டாக்டர். சாரங்கன் பி.எச்டி என்று அறிவித்த பலகை, ஒரு புறம் ஆணியிலிருந்து விலகி, கொஞ்சம் கோணலாகத் தொங்கிக் கொண்டிருந்தது. வாசல்படியில் நின்றிருந்தவனின் கையில் ஒரு வாழையிலைப் பொட்டலத்தைக் கொடுத்தார். ''11 மணிக்கு அப்புறம் போ'' சாரங்கன் உள்ளே செல்ல, அவன் ரிக்‌ஷாவைக் கிளப்பினான். எங்க போகணும், என்ன செய்யவேண்டுமென்பதை அவரும் சொல்லவில்லை. அவனும் கேட்கவில்லை. இது அவனுக்குப் பழக்கப்பட்டவொன்று.

11.20 மணி காலை.

காஞ்சிபுரம் பஸ் நிலையத்தில் இறங்கிய அனந்தும் ஜானகியும், வெயிலில் கண்கள் கூச, பேருந்து நிலையத்தின் உள்ளே நின்றார்கள்.

''இப்ப எங்க போறது?'' ஜானகி கூலிங் கிளாசை அணிந்துகொண்டாள். பஸ்ஸிலேயே கேட்க முனைந்தவளை அனந்த் அடக்கியிருந்தான்.

''அந்தப் புதிரோட ரெண்டாவது வரி என்னது?''

''பேப்பரை தேவராஜ் கிட்ட கொடுத்துட்டேன். சரியா ஞாபகமில்லை'' அனந்த் உளற, ஜானகி கோபமானாள்.

''இடியட்.... இப்ப எப்படிக் கண்டுபிடிக்கிறது?''

''யோசி..அனந்த் யோசி'' அனந்த் கண்களை மூடினான்.

''ஜானகி, அலர்ந்த மலர் வழிகாட்டும்,.. சம்திங்''

அலர்ந்த மலர் ... மலர்.. பூ. காஞ்சிபுரத்தில என்னப் பூ விசேஷம்? யார் வழிகாட்டுவார்கள்?

''சார்.. வெள்ளரிக்கா''

''வேண்டாம்பா''

அனந்த் பஸ் நிலையத்தில் தெரியாதவர்களிடையே தெரியாத வரைத் தேடினான். யார் வருவார்கள்? ஒருவரா , பலரா?

''சார். தருமம் போடுங்க''

''போப்பா''

அனந்த் ஒரு புறம் நோக்கியிருக்க, ஜானகி மறுபுறம் நோக்கி நின்றாள்.

''சார். மல்லிப்பூ வேணுமா?''

''அட..விடுங்கய்யா. தொண தொணன்னு''

ஜானகி திரும்பினாள் ''எனக்கு வேணும். இந்தாப்பா, மல்லிப்பூ என்ன விலை?''

அனந்த் எரிச்சலானான். எந்த நேரத்துல மல்லிப்பூ கேக்கிறா பாரு? ஒரு விவஸ்தை கிடையாது?

மல்லிகைப்பூ விற்பவன் நின்றான். கையில் ஒரு பூப் பொட்டலம்.

ஜானகி அவனை அருகினாள். ''என்னப்பா பூ முழுசும் மலர்ந்திருச்சு?''

''இந்த நேரத்துல அப்படித்தாம்மா இருக்கும். உங்களுக்குத்தான் தெரியுமே?''

''இந்த மலர் வழிகாட்டுமா?''

''என் பின்னால வாங்க'' திரும்பிப் பார்க்காமல் நடந்தவன் பின்னால் ஜானகி நடந்தாள். ஒன்றும் புரியாமல் அனந்த் பின் தொடர்ந்தான்.

ஆட்டோ பல தெருக்களில் திரும்பியது. குறுகலான சந்துகளில் நுழைந்தது. டிரைவர் ஒருவார்த்தை பேசவில்லை.

''ஜானகி. எப்படி இது?'' அனந்த் கேள்வியை முழுதும் கேட்கக்கூட முடியாமல் குழம்பியிருந்தான்.

''லாஜிக். அனந்த். பதினோரு மணி வெயில்ல, ட்ரைவர் யூனிபார்ம் போட்ட ஒருத்தன் பூ விக்கறான். அதுவே விநோதம். அதுவும் ஒரேயொரு மல்லிகைப் பூப் பொட்டலம் கையில. எனக்கு அதுல சந்தேகம் வந்துச்சு. நமக்கு வந்த க்ளூ என்னது? ''அலர்ந்த மலர் வழிகாட்டும்'' இவன் சரியான ஆள்தானான்னு தெரிஞ்சிக்க ''வழிகாட்டுமா?''ன்னு கேட்டேன். ஜஸ்ட் லாஜிக் அனந்த். இதுக்கெல்லாம் அறிவு வேணும்''

''நேரம்டி உனக்கெல்லாம்''

ஆட்டோ நின்ற பழைய கால வீட்டின் கதவு மெல்லத் திறந்தது. சிறிது கூன்போட்ட மெலிந்த முதியவர் ஒருவர் சிரித்த முகத்தோடு வரவேற்றார்.

''ஸோ, காஞ்சி, மல்லிகை, புதிர்கள் கரெக்டா உங்கள இங்க கொண்டு வந்திருச்சு. எங்கே மதுரை போயிருவீங்களோன்னு நினைச்சேன். சடகோபன் செலக்‌ஷன் எப்படித் தப்பா இருக்கும்?'' சாரங்கன், சாய்வு நாற்காலியில் கைகளை மேலே தூக்கிப்போட்டு ஹாய்யாக அமர்ந்தபடி பேசிக் கொண்டிருந்தார். வெள்ளை வெளேர் என வேஷ்டி, கை வைத்த பனியன்.

''டாக்டர்.சாரங்கன். எதுக்காக இந்தப் புதிர் நாடகம்? சடகோபன் எங்கே ?

''புதிர்கள்? நீங்க அதுக்குத் தகுதியுடைவர்களா என்று சோதிக்கிறதுக்காக''

''எதுக்குத் தகுதியுடைவர்களான்னு சோதிக்கிறீங்க?''

''கொஞ்சம் பொறு. அனந்த். மிகப் பழமையான, மிக ரகசியமான ஒரு உண்மை உனக்கு இப்போ தன்னைக் காட்டப் போகிறது. இந்த அதிர்ஷ்டத்தை நினைச்சு நீ பெருமைப்படாம...?'' சாரங்கன் இருமினார். பின் தொடர்ந்தார்.

'' நிஜமாவே பாராட்டறேன். இந்தப் புதிர் அவ்வளவு எளிதில்லை. தமிழும் தெரியணும், கணக்கும் தெரியணும். அதுதான் அந்த உண்மையையும் காட்டும்.''

''என்ன உண்மை?''

''இன்னும் ரெண்டு நாளைக்குள்ள உங்க ரெண்டு பேருக்கும் எல்லாம் தெரிஞ்சுரும். இப்ப நான் சொல்லப் போறத பொறுமையா ரெண்டுபேரும் கேளுங்க'' சாரங்கன் மெல்ல எழுந்தார்.

''ஜானகி, நீ இப்படி உக்காரு'' அனந்த்தின் அருகே ஒரு மோடாவைக் காட்டினார். பின் தனது கணனியை உயிர்ப்பித்தார். 21 இஞ்ச் எல்.சி.டி திரையில் ஒரு கட்டிடத்தின் போட்டோ தெரிந்தது.

''இது கர்நாடகா - ஹாஸ்ஸன்ல இருக்கிற இஸ்ரோவின் சாட்டிலைட் கட்டுக்காப்பு மையம். இங்க இருந்துதான் நம்மோட வானிலை, தொலைத்தொடர்பு செயற்கைக்கோள்களையெல்லாம் கண்ட்ரோல்ல வைச்சுருக்கோம். சில உளவு சாட்டிலைட்களுக்கும் இங்க இருந்துதான் கண்ட்ரோல்''

அனந்த் ஒன்றும் பேசாமலிருந்தான். சாரங்கன் விசைப்பலகையில் பொத்தானைத் தட்டினார். மற்றொரு கட்டிடத்தின் போட்டோ திரையில் இப்போது ஒளிர்ந்தது.

''இது பெங்களூர் ஸ்டேஷன். இங்க டாக்டர்.பிந்தியா கோஸ்வாமின்னு ஒரு சயின்டிஸ்ட் இருக்கா. பயங்கர ப்ரில்லியண்ட். நானும் அவகூட வேலை பாத்திருக்கேன்''

ஜானகி நகத்தைக் கடித்தாள். அவளுக்குப் பொறுமை கொஞ்சம் கொஞ்சமாகப் போய்க் கொண்டிருந்தது.

''பிந்தியாவோட ஜூனியர் ஒருத்தன் பன்னிரெண்டு வருஷம் முன்னால ஒரு வித்தியாசமான அலைவரிசையில வர்ற சிக்னலைப் பிடிச்சான். அது கொஞ்சம் சீரியசான மேட்டர். பிந்தியாவும் நானும் ஆராய்ச்சி பண்ணினதுல...''

''சார். விஷயத்துக்கு வாங்க. இந்த கதைக் கேக்கறதுக்கு நாங்க இங்க வரலை. சடகோபன் எங்கே இருக்காரு?'' ஜானகி வெடித்தாள்.

சாரங்கன் அயரவில்லை. ஒன்றுமே கேட்காதது போலத் தொடர்ந்தார்.

''ஒண்ணுமே முதல்ல கிடைக்கல. இதுக்கு சரியான ஆள் சடகோபன்னு தீர்மானிச்சு அவர்கிட்ட போனோம். வானத்துல எங்கிருந்தோ மிக உயர்ந்த அதிர்வலையில் வந்த அந்த சிக்னல் பழங்கால ஜியாமெட்ரிகல் வடிவம் பத்தியும், ஒரு கிறிஸ்டல் பத்தியும் சொல்லுதுன்னு மட்டும் அவர்மூலமாப் புரிஞ்சது. இத டீ-கோட் பண்ணிப் பாத்த ஒரு வருஷத்துல, தென் அமெரிக்காவுல ஒரு தடயம். அதத் தேடி அலைஞ்சு, கடைசியில ஒருவழியா எல்லாத்தையும் சேர்த்துப்பாக்கும்போது, ஒரு பெரும் ரகசியத்தின் ஒரு பகுதிதான் கிடைச்சிருக்கு. இன்னும் கிடைக்காத பகுதிகள் இருக்குன்னு மட்டும் புரிஞ்சது. அவை கிடைக்கணும்னா, சரியான ஆட்கள் வேணும். அந்த சரியான ஆட்கள்'' சாரங்கன் நிறுத்தினார். இருவரும் பேசவில்லை.

''நீங்க ரெண்டு பேரும்'' . கணினியின் திரையின் மின்விசையை நிறுத்தினார்.

''சடகோபனுக்கும், எனக்கும், பிந்தியாவுக்கும் மட்டுமே இது தெரியும். மீதி ரகசியத்தை நீங்க தெரிஞ்சுக்க நாங்க ஏற்பாடு பண்ணுவோம். அது தெரிஞ்சதும் நீங்க எங்ககூட ஒத்துழைக்கணும்''

''ஒரு நிமிஷம்'' ஜானகி இடைவெட்டினாள். ''நீங்க யாருன்னு எனக்குத் தெரியல. ஆனா முழுசா முத்தின கேஸுன்னு மட்டும் புரியுது. நாங்க ரெண்டுபேரும் வேற வேற ப்ராஜெக்ட்ல இந்தியா வந்திருக்கோம். சடகோபன் கிட்டயிருந்து அவசரமா ஒரு செய்தி வந்ததால நாங்க திருவனந்தபுரம் போக வேண்டியிருந்துச்சு. இப்ப அவரத்தான் நாங்க தேடி வந்திருக்கோமே தவிர, உங்களோட

ரகசியத்தத் தேடறதுக்கு வரல''

அனந்த் மிகப் பொறுமையாகப் பேசினான். ''எங்க ப்ராஜெக்ட்டெல்லாம் வேற மாதிரி.. நான் கிறிஸ்டலோகிராபி, இவ வடிவக் கணக்கியல்- ஜியாமெட்ரி. இந்த ரகசியம், குப்பையெல்லாம் ஹாலிவுட்ல சொன்னீங்கன்னா படமா எடுப்பாங்க..நாங்க வேலை பாக்கிற குழுக்கள்ல இருக்கிற ஆட்களே வேற. சுத்தமான அறிவியல். நீங்க சொல்லற ரகசியத்துக்கும் எங்களோட ஆராய்ச்சிக்கும் தொடர்பே இல்ல''

''லெமூரியன் சீட் கிறிஸ்டல் ஸ்லெம்மர் மூலமா உனக்குக் கிடைச்சதும், ஹான்ஸ் டூனன், ஜான் வில்கின்ஸ்ஸுக்கு ஜானகிய சிபாரிசு பண்ணினதும், இப்ப நீங்க இங்க இருக்கிறதும் தொடர்பே இல்லாத நிகழ்வுகள்னா நீங்க நினைக்கிறீங்க?''

அதிர்ந்து போனான் அனந்த். எரிக் ஸ்லெம்மர்... அவரது ஆராய்ச்சி எந்த வடிவம் எடுக்கும் என்று அதில் வேலை செய்பவர்களுக்கே தெரியாது. மிகமிக ரகசியமான அவரது ப்ராஜெக்ட்டை... அந்தக் க்றிஸ்டலின் பெயரை... காஞ்சிபுரத்தில் சற்றும் தொடர்பேயில்லாத ஒரு கிழவர் உதிர்க்கிறார். நான் என்னமோ அந்தப் ப்ராஜெக்டுக்கு ஐ.ஐ.எஸ்.ஸி ப்ரொஃபசர் ரேஞ்சுல விஞ்ஞானிகளை எதிர்பார்த்திருந்திருக்கிறேன்.

ஜானகி உறைந்திருந்தாள். ரகசியக் குழுக்களில் ஆள் சேர்ப்பு என்பது இருவருக்கு மேல் தெரிந்திருக்காது. ஜான் வில்க்கின்ஸ், ஹான்ஸ் டூன்ன் தவிர வேறு யாருக்கும்... இங்கு காஞ்சிபுரத்தில் ஒரு ஓட்டு வீட்டில ஈசி சேரில் ஹாய்யாக ஒரு கிழம் படுத்துக்கொண்டு அதைப்பற்றி அனாயாசமாகப் பேசுகிறது. இது நிஜமா?

அனந்த் முதலில் சுதாரித்தான்.

''இது... இது உங்களுக்கு எப்படித் தெரியும்?''

சாரங்கன் அந்தக் கேள்விக்குப் பதிலளிக்கவில்லை.

''உங்களுக்கு ரகசியத்தச் சொல்லலாமா வேண்டாமான்னு சோதிக்கத்தான் இந்தப் புதிரெல்லாம். இந்தப் பெரும் விளையாட்டுல சடகோபனோ, சாரங்கனோ, பிந்தியாவோ இல்ல நீங்களோ மட்டும்

தனியா ஜெயிக்க முடியாது. முதல்ல நான் இப்ப சொல்லப் போறதுல நம்பிக்கை வரணும். அது வந்தாத்தான் மத்தது தெரியும், தெளியும்'' சாரங்கன் நிறுத்தினார்.

''யூ ஆர் த சூசன் ஒன்ஸ்''

அறையில் நிசப்தம் நிலவியது. மின்விசிறியின் ஓசை மட்டும் மெதுவே கேட்டுக் கொண்டிருந்தது. ஜானகியை நோக்கித் திரும்பினார். ''எப்படித் தேர்ந்தெடுத்தீங்க? யாரு சொன்னாங்கன்னு குடைஞ்சு குடைஞ்சே கொன்னுடுவே.ஜான் வில்க்கின்ஸன்கிட்ட கேட்ட மாதிரி''

அவளது கண்கள் திகைப்பில் விரிந்தன.

''ஜானகி. ஜனவரி 14... சிகாகோ மரியாட் ஓட்டல்''

நேரம் : *14 ஜனவரி நிகழ் வருடம், மாலை*
இடம் : *சிகாகோ*

''சே. இதுக்குத்தான் சொன்னேன், மூணு மணிக்கே கிளம்புன்னு...''

பாவனா தேசாய் பொறுமை இழந்து ஸ்டீயரிங்கைக் குத்தினாள். பேய்க்காற்றும், அதீதப் பனிப்பொழிவும் சிகாகோவின் மாலை நேரப் போக்குவரத்து நெரிசலை மேலும் மோசமாக்கியிருக்க, மிக மெதுவாக நகர்ந்த கார்களின் வரிசையில் அந்த சாக்லேட் நிற சாட்டர்ன் மெல்ல ஊர்ந்தது.

''அஞ்சுமணிக்கு ஆரம்பிச்சுரும். முத அயிட்டமே அத்தையோட ஸ்பீச். மிஸ் பண்ணினேன்னு வையி... ஜானகி, நீ செத்தே...'' பாவனாவின் இடது கைவிரல்கள் கோபத்தில் அதிகமாவே எச்சரித்து ஆடின. சாலையில் போர்த்தியிருந்த மெல்லிய பனிப்படலத்தில் கார்கள் சறுக்கி வரிசை மாறித் தடுமாறின. போதாக்குறைக்குக் காற்று வேறு...

முன்னே நகர்ந்து நேராக அமர்ந்த ஜானகி சிரித்தாள். ''ரிலாக்ஸ். 4.20 தான ஆவுது? போயிரலாம். ஏன் இவ்வளவு டென்ஷனாறே?''

மரியாட் ஓட்டல் பார்க்கிங்கில் நிறுத்திவிட்டு, ஓட்டமும் நடையுமாக இருவரும் ஹாலில் நுழையும்போது, அர்ச்சனா தேசாய் அரங்கின் மேடையில் ஏறியிருந்தாள். அவசரமாக பாவனா

ஐந்தாவது வரிசையின் ஓரத்தில் இருந்த சீட்டில் அமர, ஜானகி சீட் தேடி சில நொடிகள் அங்குமிங்கும் நோட்டமிட்டு நாலாவது வரிசையின் ஓரத்தில் அமர்ந்தாள்.

''தென் ஆசிய நாடுகளில் இன்றையப் பெண்கள் நிலைமை'' எனத் திரையில் பெரிய எழுத்துகள். கணீரென்ற குரலில் அர்ச்சனா பேசத் தொடங்கினார். மிகச் சரளமான பேச்சு. ஆணித்தரமான, வலுவான சொற்கள் நிறைந்த அவர் பேச்சுத் திறமை, அவருக்குப் பாராட்டுகளைக் குவித்திருக்கிறது. ''வந்திருக்கும் அனைவருக்கும் வணக்கம். இன்றைய பனிப்பொழிவின்மீது பழியைப்போட்டு, வராததற்கு வருத்தம் தெரிவித்து நாளை மின்னஞ்சல் எழுதப் போகும் அன்பர்களுக்கும்...'' அவையில் லேசான சிரிப்பொலி.

''ஆனால் தங்கள் நிலைக்கு எந்தச் சூழ்நிலையின்மீது பழியைப் போடுவது என்று தெரியாமல் இன்றும் இந்தியப் பெண்கள் இருக்கிறார்கள். நான் இது அவர்களே போட்டுக்கொண்ட எல்லைக்கோடு எனச் சொல்வேன்'' ஜானகி நிமிர்ந்து உட்கார்ந்தாள். அரைமணி நேரம் தொடர்ந்த அர்ச்சனா நிறுத்தினார். ''யானை தன் மேலேயே மண்ணை அள்ளிப்போட்டுக் கொள்வதைப்போல, படித்த இந்தியப் பெண்களும் அடங்கித்தான் கிடக்கிறார்கள். அது சுகம் என நினைக்கிறார்கள். இதப் பாருங்க'' சிறு தாமதத்தின் பின் ஒரு குறும்படம் திரையில் ஒளிர்ந்தது. கையில் வைத்து அமெச்சூர் வீடியோவாக எடுக்கப்பட்டது என்பதால் அதிர்வுகள், ஆட்டங்கள் மிகுதியாகத் தெரிந்தன.

மேல் மத்திய தர வர்க்க அபார்ட்மெண்ட் ஒன்று திரையில் தோன்ற, அதில் இளம்பெண் ஒருத்தி, காலையில் வீட்டுக்கதவைத் திறந்து ஒரு ப்ளாஸ்டிக் டப்பாவுடன், வாசலில் குனிகிறாள். காமிரா கீழே திரும்புகிறது. டப்பாவிலிருந்து வெள்ளையாக ஒரு பவுடரை விரல்களால் சிட்டிகை போல எடுத்து வாசலில் புள்ளி புள்ளியாக வைக்கிறாள். வளைவுகளாக அப்புள்ளிகளைச் சுற்றிக் கோடுகள் இட்டுவிட்டு வீட்டினுள் திரும்புகிறாள். வெள்ளையான அந்த டிசைன்மீது காமிரா ஒரு நிமிடம் நிலை நின்று விட்டு அணைகிறது.

அர்ச்சனா தொடர்ந்தார். இது சென்னையில் ஒரு காலையில் நான் எடுத்தது. இந்தப் பெண், ஒரு பிரபல கம்ப்யூட்டர் நிறுவனத்தில்

ப்ராஜெக்ட் மேனேஜர். அவள் வாசலில் வரைந்ததின் பெயர் கோலம். வட இந்தியாவின் ரங்கோலி போல. தினமும் இந்தக் கோலம் இடுவது தென்னிந்தியப் பண்பாடு. ''இதை ஏன் செய்கிறாய்?'' என்றால் என்னமோ மனத்துக்கு இதமாக இருக்கிறது என்கிறாள்.

இக்கோலங்கள் அந்தக் காலத்தில் வீட்டின் வாசலில் அழகுக்காக இடப்பட்டவை. இன்று, படிப்பு, நிதிச் சுதந்திரம் எல்லாம் வந்த பின்னும் அவள் இதைச் செய்யவேண்டிய அவசியம் என்ன? கொஞ்சம் ஆராய்ந்து பார்த்தால், இது போல வேண்டாத வேலைகள் பலவற்றைப் பண்பாடு என்ற போர்வையில் அவள் செய்துகொண்டிருக்கக் கூடும். இந்தக் கோலம் போடும் நேரத்தில் , அவள் யோகா செய்யலாம். குழந்தைகளை நிதானமாகப் பள்ளிக்கு தயார் செய்யலாம். ஏன், அவளது அலுவலக வேலையையே சிறப்பாக செய்து முடிக்கலாம். முன்னேற்றப் பாதையில் போவதை விட்டுவிட்டு, மேலும் மேலும் பண்பாடு என்ற பெயரில் இழுத்துப் போட்டுக்கொண்டு... இதெல்லாம் தேவைதானா? ''

பாவனா சிறிது அச்சத்தோடே முன்வரிசையில் எட்டிப் பார்த்தாள். நல்லவேளை ஜானகி அமைதியாக இருக்கிறாள்.

அர்ச்சனா பத்துநிமிடங்கள் மேலும் பேசிவிட்டு '' கேள்விகள்?'' என நிறுத்தினார். ஜானகியின் மெல்லிய கை உயர்ந்தது.

'' மன்னிக்கணும். கோலங்கள் குறித்து உங்கள் கணிப்பு தவறு''

பாவனா, நெற்றியில் கை வைத்து முன்னே குனிந்தாள். போச்சு... அவையில் சிறு சலசலப்பு. அர்ச்சனாவை எதிர்ப்பது என்பது சிகாகோவின் இந்திய அமைப்புகளை விட்டுவிட்டு நிரந்தரமாக வெளியேற நினைப்பவர்கள் வேண்டுமானால் செய்யலாம்.

அனாவசியமான வாதங்களைக் கேட்க, பலருக்கும் பிடிப்பதில்லை. காபி, மஃபின்ஸ் ஆடிட்டோரியத்தின் வெளியே கிடைக்கிறது என்பது தெரிந்ததும் சாரைசாரையாக வெளியேறினர். வந்ததற்கு சாட்சியாக அர்ச்சனாவிடம் கை குலுக்கியாயிற்று. தேவையில்லாமல் ஒரு பெண் வரட்டுவாதம் செய்வதை நாம் ஏன் கேட்டுக் கொண்டிருக்க வேண்டும்?

''பாரதப் பண்பாட்டை இழிவு செய்ய நான் வரவில்லை. ஆனால் இந்தக் காலத்துக்கு இது போன்ற தினசரி சடங்குகள் வேண்டாதது என்பதை மட்டுமே நான் சுட்டிக் காட்டுகிறேன்''

ஜானகி எழுந்தாள். மரியாட் சிப்பந்தி ஒருவன் ஓடிவந்து மைக்கை அவள் கையில் கொடுத்துவிட்டு, குனிந்தபடி விரைந்தான்.

''அர்ச்சனா, நீங்கள் சொல்ல வந்த செய்தி உண்மையா இருக்கலாம். ஆனால் உதாரணம் தவறு''

அர்ச்சனா பல்லைக் கடித்தார். காட்டிக்கொள்ளாமல் கேட்டார், ''விளக்க முடியுமா?'' வந்தமா, காபியைக் குடிச்சோமா, நாலு பேரப் பாத்தமா போனமான்னு இல்லாம, வள வளன்னு ... யாரு இவ?

''அந்த வீடியோவைத் திரும்பிக்காட்ட முடியுமா?'' ஜானகியின் குரல் உயர்ந்தது.

வீடியோ மீண்டும் ஒளிர, கோலத்தைக் காட்டும்போது ஜானகி ''ஸ்டாப்'' என்றாள். மைக்கை ஒரு முறை சோதித்தவாறே, அவையை நோக்கித் திரும்பினாள்.

''இது புள்ளிக்கோலம். ஐந்து ஐந்து புள்ளிகள் ஒவ்வொரு பக்கத்திலும். சதுர வடிவம். எனவே, இக்கோலத்தில் இருபத்து ஐந்து புள்ளிகள் இருக்கும்'' ஜானகி மெல்ல நடந்து அரங்கின் மேலேறினாள். அர்ச்சனாவின் முகம், முதலில் வந்த திகைப்பு மாறி கோபத்தில் சிவக்க ஆரம்பித்தது. அவர் பேசத் தொடங்குமுன்னே ஜானகி கையை உயர்த்தித் தடுத்தாள்.

''விவரிக்க விடுங்கள்''

அவையைப் பார்த்துப் பேசத் தொடங்கினாள்.

''இந்தப் புள்ளிக்கோலத்தில் ஒரு பக்கத்தின் ஒரு புள்ளியிலிருந்து அடுத்திருக்கும் பக்கத்தின் அதே இடத்துப் புள்ளிக்கு ஒரு நேர்க்கோடு வரைவோம். உதாரணமாக இடது செங்கோட்டின் ரெண்டாவது புள்ளியிலிருந்து கீழ்க்கோட்டின் இரண்டாவது புள்ளிக்கு. அதேபோல் செங்கோட்டின் மூன்றாவது புள்ளியிலிருந்து கீழ்க்கோட்டின் மூன்றாவது புள்ளிக்கு,.. எத்தனை புள்ளிகளை அக்கோடு இணைத்து வருகிறது என்பதைக் கீழ்க்கோட்டில்

அப்புள்ளிகளின் அடியில் எழுதி வருவோம். என்ன வருகிறது?''

அவையில் ஒரு குரல் ''ம்.. .ஆரிஜினையும் சேர்த்தா, ஒன்று, இரண்டு, மூன்று, ஐந்து'' என மெலிதாக எழுந்தது..

''நன்றி என்ற ஜானகி அதனை மீண்டும் எடுத்துச் சொன்னாள் ''1, 2, 3,5'' இப்போ ஆறு புள்ளிக் கோலமாக இருந்திருந்தால் அடுத்த கோடு எத்தனை புள்ளிகளை இணைத்திருக்கும்?''

மரியாட்டின் இலவச நோட்டுப் புத்தகத்தில் பென்சில் கொண்டு வரைந்து பார்த்த முதியவர் ஒருவர் எழுந்தார். '' எட்டு''

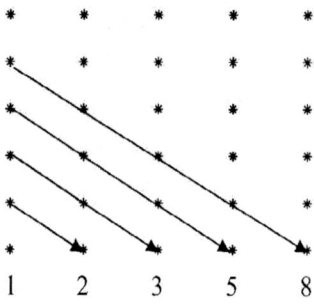

ஜானகி புன்னகைத்தாள். ''1,2,3,5,8. கொஞ்சம் யோசிங்க. எங்கயோ இந்த எண்களின் தொடரைப் பத்திப் படிச்ச மாதிரி இல்ல?'' பேசுவதை சற்றே நிறுத்தினாள். மவுனமான அவையில் சிலர் வியப்புடன் முணுமுணுக்க, ஒரு நிமிடம் கழித்து மீண்டும் தொடர்ந்தாள்.''கொஞ்சம் விவரம் வேண்டுமென்கிறவங்க இன்னும் ஒருமுறை 1 என்ற எண்ணை முதல்ல சேர்த்துக்குங்க. 1,1,2,3,5,8''

முப்பது நொடிகளின் பின் அவையில் திகைப்புக் கூவல்கள் எழுந்தன.

''டான் ப்ரவுனுக்கு நன்றி. அவர் மட்டும் 'தி டாவின்சி கோட்' (The DaVinci Code) எழுதாமல் போயிருந்தா, ஃபிபனாச்சி தொடர்ன்னு (Fibonacci Series) ஒண்ணை நாம பலரும் அறியாமலே போயிருப்போம். கோலம் போடறவங்க என்னை மன்னிக்கணும். ஆயிரமாயிரம்

காலமாக இருந்துக்கிட்டிருக்கிற ஒரு அற்புதக் கலையின் பெருமையைச் சொல்ல ஒரு சீப்பான உத்தியைக் கையாள வேண்டியிருக்கு'' ஜானகியின் கிண்டலை மீறி, அவையில் கைத்தட்டல் எழுந்து அடங்கி, ப்ரமிப்பான பேச்சு சலசலப்பாக உயர்ந்தது..

அர்ச்சனா ஏதோ பேச வாயெடுத்தார். ஜானகி தொடர்ந்தாள். ''என்னமோ, இந்தியப் பெண்கள் காலைல எழுந்தவுடனேயே ஃபிபனாச்சி தொடரில் வாழ்க்கையைத் தொடங்கறாங்கன்னு நான் சொல்ல வரலை. பலருக்கும் அது தெரியாமலே போயிருக்கும். ஆனா, கோலம், அடிப்படைக் கணிதத்தை மறைமுகமாக் கற்றுக் கொடுத்ததுங்கறது உண்மை'' நிறுத்தினாள்.

அவையில் சலசலப்பு மெல்ல உயர்ந்தது. ஆட்கள் மெல்ல மெல்ல காபிக் கோப்பைகளுடன் அவைக்குள் வரத் தொடங்கினர்.

ஜானகி தொடர்ந்தாள் ''கோலம் போடுவது ஒரு விளையாட்டாகவே எங்களுக்கு அன்று இருந்தது. கணிதமும், சதுரவடிவமும், அதன் பரப்பளவு சூத்திரமும், தழையத் தழையப் பாவாடை கட்டி, புள்ளிக்கோலம் போட்டதிலேயே சிறுமிகள் தெரிந்துகொண்ட ஒரு காலகட்டம் உண்டு. எனது தாயார் ஒரு கைனகாலஜிஸ்ட். ஓய்வு நேரத்தில் அவரது கோல நோட்டில் பல கோலங்கள் வரைந்து வைத்திருப்பார். கேட்டால், இந்தப்பெண் சொன்னாளே? மனதுக்கு இதமாய் இருக்கு என்று? அதைத்தான் சொல்லுவார்''

''கோலம் பத்தின லெக்சருக்கு நன்றி. நான் காட்டியது, மிகப் பொறுப்பான பதவியில் இருக்கும் ஒரு பெண் ஏன் அவள் நேரத்தை வீணடிக்கிறாள் என்பதைப்பற்றி... அதற்கு என்ன சொல்கிறாய்?'' அர்ச்சனாவின் குரல் இறுகியிருந்தது. அவரது அன்றைய முக்கியத்துவம், கிடைத்திருக்க வேண்டிய புகழ், ஐந்து நிமிடத்தில் முன்பின் தெரியாத ஒரு பெண்ணால் பறிக்கப்பட்டுவிட்டது.

''இது நேர வீணடிப்பு இல்லை என்பதைச் சொல்ல வருகிறேன். அவள் தனது அறிவை மேலும் கூராக்குகிறாள், அவளது மேலாண்மை அறிவை அதிகப்படுத்துகிறாள் என்பதைச் சொல்ல

வருகிறேன். பெண்களின் அறிவுத்திறன் வளரும் விதத்தை முதலில் நாம் அறிந்துகொள்ள வேண்டும்.. சொக்கட்டான், பரமபத சோபனம், பல்லாங்குழி, பாண்டி விளையாட்டு எல்லாவற்றிற்கும் ஒரு பொதுவான அடிப்படை உண்டு'' ஜானகி நிறுத்தினாள். அர்ச்சனா என்ன செய்வதென்று தெரியாமல் தயங்கி, தடுமாறி, இறங்கி தனது இருக்கையில் அமர்ந்தார்.

''இவ்வகை விளையாட்டுகள் அனைத்தும் வடிவம் சார்ந்தவை. குறிப்பிட்ட எல்லைகளுக்குள் வடிவங்கள் அமைத்து அதில் தனக்கென சவால்களை உண்டாக்கி அவற்றிற்கு விடை காண்பது பெண்களின் இயல்பான அறிவுத்திறம். பிம்பங்கள், பெண்களின் பலம். லாஜிக், அழகுணர்வு, கற்பனை, வடிவங்கள் சார்ந்தவை கொண்டு பெண்களால் பல வினாக்களுக்கு விடைகாண முடியும். கோலம் அதற்கு உன்னத உதாரணம்.

''கோலங்கள் கொண்டு இதுவரை ஏதாவது அறிவுபூர்வமான, ஆக்கபூர்வமான சாதனைகள் நிகழ்த்தியிருக்கிறார்களா?'' கூட்டத்தில் ஒரு அமெரிக்கப் பெண் எழுந்தாள்.

''நிறையவே. இணையதளத்தில் பாருங்கள்'' ஜானகி நிறுத்தினாள். இது பெரிய விவாதத்தில் கொண்டுபோய் விடும். மேற்கொண்டு மாலை நிகழ்ச்சிகள் பாழாகும்.

பலத்த கைதட்டல்களூடே இறங்கியவளோடு பேசுவதற்குக் கூடியவர்களை விலக்கியபடி நேரே அர்ச்சனாவிடம் வந்தாள். ''உங்களுக்கு வருத்தமளிக்கும் விதத்தில் பேசியிருந்தா மன்னிக்கணும். எனது எதிர்ப் பேச்சு கோலங்கள் குறித்தான கருத்துகளுக்கு மட்டுமே தவிர, உங்களுடைய பணி குறித்து இல்ல'' அர்ச்சனா அப்பொழுதும் திகைப்பிலிருந்து மீளவில்லை. சிறு கூட்டம் அவர்களைச் சுற்றிக் கூடியது. அடுத்த பேச்சாளர் மேடையில் ஏறி இருமுறை கனைத்து பார்வையாளர்களை அவரவர் இருக்கையில் அமருமாறு சொல்ல வேண்டியிருந்தது.

அதற்கு சில நொடிகள் கழித்து நடந்த ஒரு சம்பவம் அவளுக்குத் தெரியாது.

சலசலத்து அவையிலிருந்து வெளிவந்த பலருடன் சேர்ந்து வந்த அந்த வழுக்கைத் தலை மனிதர் மெல்ல நடந்து வரவேற்பறையில்

இருந்த பெரிய சோபாவில் சாய்ந்து அமர்ந்தார். யாரும் அருகிலில்லை என்பதை உறுதி செய்துகொண்டபின் தன் ப்ளாக்பெர்ரியில் தட்டினார், '' தேறிவிட்டாள். எனக்குச் சம்மதம்''

ஜானகியின் குழப்பம் கூடியிருந்தது. அதுக்கும் இதுக்கும் என்ன தொடர்பு? சாதாரணக் கோலம் எங்கே, ஜேம்ஸ்பாண்ட் கதை ரேஞ்சுக்குப் போற இந்த ரகசியம் எங்கே? இந்தக் கிழம் என்னதான் சொல்ல வருகிறது?

''நீங்க தெரிஞ்சுக்கப் போறது ஒரு பெரும் ரகசியத்தின் ஒரு பகுதி எக்காரணம் கொண்டும் இதப்பத்தி வெளியே பேசக் கூடாது.. யார்கிட்டயும்''

இருவரும் பேசவில்லை.

''கொஞ்ச நாளா இரு விண்கற்கள் பூமிக்கு மேலே புவியின் நிலைவட்டப்பாதைல சுத்திக்கிட்டு இருக்கறதப் பத்திக் கேள்விப்பட்டிருப்பீங்க. அதோட கப்பல்களால இந்தியப் பெருங்கடல்ல ஏற்பட்டிருக்கிற பதட்டம் பத்தியும் தெரிஞ்சிருப்பீங்க. இந்த ரெண்டுக்கும் நெருங்கிய தொடர்பு இருக்கு. இந்த விண்கற்களால பெரும் நாசம் ஏற்பட முடியும். ஏன், உலகப்போரே கூட ஏற்படலாம்... நான் சொல்லற ரகசியம் இந்த விண்கற்கள், கப்பல்கள் கூடத் தொடர்புடையது''

''இதுல எங்களுக்கு நம்பிக்கை வரணும்ங்கறீங்க? அனந்த் மெல்ல மெல்லப் பொறுமை இழக்கத் தொடங்கினான். சே. ரெண்டு நாளை வேஸ்ட் பண்ணிட்டோம்''

''அந்த மீதி ரகசியத்தை நீங்களே ஏன் கண்டுபிடிக்க முடியாது?''

''அதான் சொன்னேனே. அவை உங்களுக்கு மட்டும்தான் வெளிக்காட்டும்''

''ஏன் நாங்க மட்டும்?''

''ஏன்னா, நீங்க தேர்ந்தெடுக்கப்பட்டிருக்கீங்க. அந்த ரகசியத்தாலேயே''

''யாரு சொன்னா? என்ன ஆதாரம்?''

''இதெல்லாம் நீங்களே தெரிஞ்சுப்பீங்க - இன்னும் ரெண்டே நாள்ல. இப்ப கேக்கறதுக்கு முட்டாள்தனமாப் படும். நம்பறதும் கஷ்டம். ஆனா, முதல்ல நீங்க ரெண்டுபேரும் இத நம்பியாகணும். நம்பி இறங்கினாத்தான் கண்டுபிடிக்க முடியும்''

''ரகசியம்... எனக்கு மட்டும்தான் வெளிக்காட்டும்னு.. சுத்தப்பேத்தல். நான் இத நம்பத் தயாரில்லை. மன்னிக்கணும் மிஸ்டர்.சாரங்கன். உங்க நேரத்தை வீணடிக்கறீங்க'' அனந்த் கோபமாக எழுந்தான்.

''சடகோபன் எங்கன்னு நீங்க இன்னும் சொல்லல. உங்களுக்குத் தெரியாதுன்னா, அத தெளிவாச் சொல்லுங்க. சும்மா, இஸ்ரோ, சாட்லைட், விண்கல், ரகசியம்னு குழப்பாதீங்க'' ஜானகியும் எழுந்தாள். சிகாகோவுக்குத் திரும்பவேண்டியதுதான். ரகசியக் குழுவின் உறுப்பினர் என்பது அம்பலமானபின் இனிமே நிச்சயமா அந்த ப்ராஜெக்ட்ல இருக்கப்போவதில்லை... இனிமே சடகோபன் இருந்தா என்ன, இல்லாமப் போனா என்ன?.

சாரங்கன் லேசாக இருமினார். ''ம்... இன்னும் உங்களுக்கு முதிர்வு வரலை. சரி. நேரமாச்சு. இப்ப நீங்க கிளம்புங்க''

''எங்க?''

''ரிக்ஷா உங்களைக் கொண்டுபோகும். அங்க போய்த் தெரிஞ்சுப்பீங்க''

வாசலில் ரிக்ஷா நிற்கும் சப்தம் கேட்க, சாரங்கன் வாசற்கதவைத் திறந்தார்.

''ஆல் தி பெஸ்ட்''

வழியனுப்பி விட்டு, உடனே கதவைச் சாத்தினார். உள்ளே மறைந்தார்.

அவரது கணினியின் திரையில் ஒரு கேள்வி ஒளிர்ந்து கொண்டிருந்தது.

''தகுதியடைந்திருக்கிறார்களா?''

சாரங்கன் மூக்குக்கண்ணாடியை சரி செய்தார். மெதுவே தட்டச்சு செய்தார்.

''இல்லை. இன்னும் எதிர்ப்பு இருக்கிறது... நேரம் நம்மிடம் குறைவு''

அந்த உருவம், மெழுகுவர்த்தி வெளிச்சத்தில் ஒரு காகிதத்தில் எழுதிக்கொண்டிருந்தது. எழுதும் வேகம் அதன் உள்ளில் கொதித்துக் கொண்டிருந்த உணர்வுகளைக் காகிதத்தில் கக்கிக் கொண்டிருந்தது.

''பிழைகள்... மேலும் பிழைகள்...''

காகிதத்தில் வரிகள் ஓடின.

''அருகில் நெருங்கிக் கொண்டிருக்கிறோம். பிழைகள் தவிர்க்கப்படவேண்டும். பதற்றம் கூடாது. மிக நிதானமாக, அணுக வேண்டும்... மிக மிக நிதானமாக...''

அடுத்தவரிகள் அழுத்தமாகக் காகிதத்தில் பதிந்தன.

''தவறுகள் தண்டிக்கப்பட வேண்டியவை. தவறு இழைப்பவர்கள் தண்டனை பெற்றே தீர வேண்டும். சென்னை, திருவனந்தபுரம் ... இரண்டும். தீர்ப்பு என் உள்மனம் சொல்லும்''

அந்த உருவம், காகிதத்தை ஒரு முறை படித்தது. பின், பல சுக்கல் சுக்கல்களாகக் கிழித்து, ஒவ்வொன்றாக மெழுகுவர்த்தியின் செந்நாக்கில் எரித்துக் கருக்கியது. தீர்ப்புகள் அதன் மனதில் தெளிவாக உருவாயின.

''என்னது இது? சுத்த லூசு கேசா இருக்கு?'' ஜானகி கொதித்தாள்.

''ஜானகி. ப்ளீஸ், அடங்கு. எங்கயோ கொண்டு போறாங்கள்ல, அங்க போயிப் பாப்பம்''

''அங்க எத்தனை கிழடு கட்டைகள் இப்படி கேணத்தனமா ஆடப் போகுதோ?''

''சரி... விடு, ஜானகி''

''எப்படி நம்ம ப்ராஜெக்ட் விஷயமெல்லாம் இந்த ஆளுக்குத் தெரிஞ்சது? மை காட்'' ஜானகி முணுமுணுப்பதை நிறுத்தவில்லை.

ஆட்டோ தேசிய நெடுஞ்சாலையில் திரும்பி, சென்னை செல்லும் பாதையில் விரைந்தது. முன்னே சென்றுகொண்டிருந்த ஒரு டாடா

சுமோ திடீரெனத் திரும்ப ஆட்டோ நிலைகுலைந்தது. சுமோவிலிருந்து நாலுபேர் இறங்கினர். அனந்த்தையும் ஜானகியையும் திமிறத் திமிற, சுமோவில் ஏற்றினார்கள். சுமோ சென்னை நோக்கி விரைந்தது. தேசிய நெடுஞ்சாலையிலிருந்து விலகி, வலப்புறம் சரளைக்கல் சாலையில் இறங்கி விரைந்தது.

ஏதோ மூக்கில் அழுந்த, அனந்த்தின் பார்வை மெல்ல மெல்ல மங்கியது. முழுதும் நினைவு தப்புமுன், பக்கத்தில் ஜானகியைப் பார்க்க சிரமித்தான். அவனுக்குமுன் அவள் சரிந்திருந்தாள். அனந்த் போராடினான். நான் மயங்கிவிழ மாட்டேன். கண்கள் மங்க, மங்க மீண்டும் திறக்க எத்தனித்தான். வெகுவிரைவில் டாடா சுமோ ஒரு பாக்டரியின் வாசலில் நுழைந்து, அதன் பின்பக்கமாகச் சென்று நின்றது.

''மெல்ல, மெல்ல இறங்கு'' கைத்தாங்கலாக, ஒரு மனிதன், அனந்த்தைத் தன் தோளில் சாய்த்து இறக்கினான். ''நர்ஸ்... நர்ஸ்... எங்க போயிட்டாங்க?''

''இங்க இருக்கம்'' அவன் பின்னால் இரு பெண்கள் செவிலியர் சீருடையில் நின்றிருந்தனர்.

''ஜீப்புல ஒரு பொண்ணு மயக்கமா இருக்கா. உள்ள கூட்டிட்டுப் போங்க. இன்னும் வீக்கா இருந்தா, ஸ்டெரெச்சர்ல எடுத்துப் போங்க. பல்ஸ் பாருங்க முதல்ல''

''எல்லாம் எங்களுக்குத் தெரியும் சார். உங்க வேலையப் பாருங்க'' செவிலியரில் ஒருத்தி சிடுசிடுத்தாள்.

அனந்த் அந்த இடத்தைப் பார்த்து மேலும் குழம்பினான். இது என்ன இடிஞ்ச ஃபாக்டரி மாதிரி இருக்கு? கால்கள் தடுமாறின. அனந்த்தின் நினைவு மெல்ல தப்பியது.

அனந்த்திற்கு ஒரு நெடி நாசியில் ஏறியது. கிறுகிறுவென தலை சுற்ற, மஞ்சளாக எல்லா உருவமும் தோன்ற, அது ஊதாவாகி, கருமை படர்ந்தது. பின் எல்லாம் மறைந்து இருட்டானது.

அனந்தின் தலையில் பாறை வைக்கப்பட்டிருந்தது. தாடை இறுக்கிக் கட்டப்பட்டு, காதுக்குள் ஏதோ தக்கை அடைத்திருந்தது.

கைகள் கட்டப்பட்டிருக்க அவன் கத்த எத்தனித்தான். நாக்கு... நாக்கு? அது இருக்கிறதா?

மெல்ல மெல்ல கருமை விலகி, ஊதா வந்தது. பின் மஞ்சள். காதிலிருந்து தக்கை மெல்ல விலகி, நாக்கு இருப்பதை உணர்ந்தான். பாறை? அது ஏன் இன்னும் தலையில்?

''ம்.. ஹி இஸ் கமிங்க் டு சென்ஸ்'' பழக்கப்பட்ட குரல் போல.. யார் இவன்?

''ஹலோ, அனந்த், என்னத் தெரியுதா?'' தலையினருகே குனிந்தவன் முகத்தை நினவுபடுத்த எத்தனித்தான் அனந்த். முடியவில்லை.

''நான் சுடலை... சுடலைச்சாமி. இப்ப தெரியுதா?''

அனந்த் தலையைத் திருப்ப முயன்றான். மெல்ல மெல்ல பாறை தலையிலிருந்து மறைவது போல உணர்ந்தான்.

''சுடலை? டேய், நீயா?!'' அனந்த் ஆச்சரியத்தில் திக்கு முக்காடினான். எத்தனை வருடங்கள் ஆகிவிட்டன?

சுடலை, கல்லூரியில் அனந்தின் வகுப்பு மாணவன். ஆறடி உயரம். கருகருவென நிறம், சுருட்டையான முடி. ரவுடி போலத் தோன்றினாலும், மிக அமைதியான, புத்திசாலியான மாணவன். பி.எஸ்ஸி., இரண்டாம் வருடம், கல்லூரி ஹாஸ்டலில் இரு வகுப்பினருக்கு நடுவே நடந்த மோதலில் அடிபட்டு, அதன்பின் மெல்ல மெல்ல அடிதடியில் இறங்கி, கல்லூரியையே கலக்கியவன். அனந்துடன் வேண்டாவெறுப்பாக சடகோபனின் பயிற்சி முகாமில் கலந்துகொண்டவன்.

சுடலை மெல்ல அழைத்துப் போக, அனந்த் இன்னும் களைப்பாக உணர்ந்தான். இடது பின்புறத் தோள்பட்டையில் ஏதோ எரிந்தது.

''இப்போ பரவாயில்லையா?'' சுடலை கேட்க, அனந்த் தலையசைத்து 'ஆம்' என்றான்.

ஒரு கனமான கண்ணாடிக் கதவின் முன் அவர்கள் நின்றனர்.

''ஒரு நிமிஷம்'' சுடலை ஒரு பொத்தானை அழுத்த, சில நொடிகளில் உள்ளிருந்து கதவு திறந்தது. வெளியே வந்த உருவத்தைக் கண்டு அனந்த் திகைத்தான்.

''உள்ளே வா, பேசலாம்'' சடகோபன் கனமான கதவைத் திறந்து மறைந்தார்.

அனந்த் உள்ளே நுழைய முயன்று தடுமாறினான். கும்மிருட்டில் சில்லென ஏ.சியின் காற்று வீச, ஏதோ தியேட்டருக்குள் நுழைந்தது போலிருந்தது அவனுக்கு.

முன்னே மெலிதாக சடகோபனின் குரல் கேட்டது. ''மூன்றாவது அடியில் வலதுபக்கம் திரும்பு. எது மூன்றாவது அடி? அனந்த் யோசித்துக் கொண்டிருக்கையிலேயே ணங் 'என முழங்காலில் ஏதோ இடிக்க அனந்த் முனகினான்' யம்மா''

''அதான் சொன்னேன். பாத்து வா. மூணாவது அடி''

வலியில் அனந்த் எரிச்சலானான். முட்டி வலித்தது. 'விண்'ணெனத் தெறித்தது.

இருட்டில் ஒரு கை அனந்த்தைப் பற்றியது. ''எல்லாத்தையும் சொல்லணும்னு இன்னமும் நினைக்கறீங்க. அலெர்ட்னஸ் வேணாமா?''

தடுமாறி ஒரு இருக்கையில் அமர்ந்தவன் அருகே லேசாக மல்லிகை மணம் கமழ்ந்தது. முன்னேயிருந்த மேசையில் உயிர்த்த எல்.சி.டி ப்ரொஜெக்டர் ஒளியில் ஜானகி தெரிந்தாள். அவள் தலையில் சொருகியிருந்த மல்லிப்பூச்சரம் சற்றே நீலநிறம் தோய்ந்து, வெளிர்நீலச் சரமாகத் தெரிந்தது. அல்பம்... என்ன பூச்சூடல் வேண்டியிருக்கு இப்ப? அதுவும் உதிர்ந்த பூச்சரம்... தலை இன்னும் லேசாகக் கனத்தது.

''நான் ஏன் இப்படி புதிர் புதிராக வைச்சு உங்களைக் கூப்பிட்டேன்னு தெரிஞ்சுக்க நீங்க ரெண்டுபேரும் ஆவலா இருப்பீங்க''

அனந்த் சாய்ந்து உட்கார்ந்தான். தலை மேலும் கனத்தது. சடகோபனைச் சந்தித்த ஆச்சரியத்தையும் மகிழ்ச்சியையும் மீறி, முட்டிவலியும், தலைவலியும் எரிச்சலூட்டின.

"நான் என்ன செய்யறேன், எதுக்கு இந்த மறைஞ்சு ஓடற நாடகம், அதுல உங்களுக்கு என்ன வேலைன்னு இப்ப நாம பேசப்பேசப் புரியும். இப்ப நான் சொல்லப் போறது உனக்குக் கொஞ்சம் நம்ப முடியாததாக இருக்கலாம்" சடகோபன் தொடர்ந்தார்.

"லெமூரியா பத்தி உனக்கு எவ்வளவு தெரியும்?"

ஜானகி முந்தினாள். "அது கடலுக்குள்ளே மூழ்கிய கண்டம் என ஒரு கதை படிச்சிருக்கேன். அறிவியல் தொழில் நுட்பத்தில் அவர்கள் நம்மைவிடப் பல்லாயிரம் மடங்கு அதிகம் வளர்ந்தவங்க, ரொம்ப வளர்ந்த நாகரீகம்... ஏனோ அந்தக் கண்டம், திடீரென கடலுள் முழுகிப் போச்சு. இன்னும் முழுசாக் கண்டுபிடிக்கல"

"சுத்தப் பேத்தல். அப்படி ஒரு பெரிய கண்டம் திடீரென கடலுள் முழுக சாத்தியமே இல்ல" அனந்த் குனிந்து கால் முட்டியைத் தடவிக்கொண்டான்.

கைகட்டி நின்ற சடகோபன் புன்னகைத்தார். "அப்படியா? யார் சொன்னது?"

"இப்போதைய ஆய்வுகள்" அனந்த் வியந்தான். இவருமா இதையெல்லாம் நம்புகிறார்?

"இந்தப் படம் எது என்று சொல்ல முடியுமா?" சடகோபன் ஒரு விசையை அழுத்த திரை ஒளிர்ந்தது. பெரிய கோபுரம் ... ஸ்ரீரங்கமா? மதுரை?

"ஸ்ரீவில்லிபுத்தூர்" என்றாள் ஜானகி.

"சரி. இது?"

இடிபாடுகளுக்கிடையே ஒரு பிரமிட் போல ஒன்று. அதன் தலைப்பகுதி தட்டையாக இருந்தது. பிரமிட்டின் நாலு முகங்களிலும் ஏறுவதற்கு வசதியாகப் படிக்கட்டுகள். ஒரு பக்கம் படிகள் சிதிலமாகியிருந்தது.

"பெரு நாட்டில் ஏதோவொரு இன்காஸ் பிரமிட். இல்ல... மாச்சு பிச்சு இடிபாடுகள்?" அனந்த் சந்தேகமாகவே சொன்னான்.

''மயன் நாகரிக பிரமிட் அது. இப்ப பாரு'' அடுத்த ஸ்லைட் ஒளிர்ந்தது. முன்காட்டிய இரண்டும் பக்கம் பக்கமாக...

கூர்ந்து பார்த்த அனந்த்தும் ஜானகியும் வியந்தனர். இரண்டு அமைப்புகளிலும், புறப்பகுதியை ஒட்டி, பச்சை நிறக்கோடுகள் வரையப்பட்டிருந்தன. அடுத்த ஸ்லைடில் இரு கட்டிடங்களும் மறைய, கோடுகள் மட்டும் தெரிந்தன. இரு புறச்சுற்றுக் கோடுகளும் கிட்டத்தட்ட ஒரே வடிவில்... சிறிதும் பெரிதுமாக.

''ஏதோ சம்பந்தமே இல்லாமல் வந்த ஒற்றுமை என நீங்க நினைத்தால், இதைக் கவனிங்க'' சடகோபன் ப்ரொஜக்டரின் ஒளிர்தலை ஒரு கனமான அட்டையால் தடுத்துவிட்டு, விளக்கைப் போட்டார்.

கூசிய கண்களுடன் ஜானகியும் அனந்த்தும் முன்னே பார்த்தனர். வெண்பலகை ஒன்றில் சிவப்பு மை கொண்டு எட்டுக் கட்டங்கள் வரையப்பட்டிருந்தன.

''இது ஆகம விதிப்படி அமைக்கப்பட்ட ஒரு கோயிலில் இருக்கும் மண்டூக மண்டலம் என்னுமிடம். இங்கே அபார சக்தி குவிந்திருக்கும். இதன் மேலே விமான மண்டபம் எழுப்பப்படும்''

''என்ன ஆச்சரியம்னா, இதே எட்டு கட்டங்கள் மேலேதான் மயன் பிரமிட்களின் சக்தி பீடம் அமையும்'' ஜானகி கவனிக்கத் தொடங்கினாள். அனந்த் அவளைப் பரிதாபமாகப் பார்த்தான். சுத்த லூசு. அன்னிக்கு மாதிரியே இன்னிக்கும் எதையும் எளிதில் நம்பிவிடுகிறது...

''இந்த ஒற்றுமைகள் பல அறிஞர்களை ஈர்த்தது. 1995-ல நமது நாட்டின் பிரபலமான டாக்டர். கணபதி ஸ்தபதி பெரு நாட்டிற்குப் பயணித்தார்.அதற்கு அப்புறம் பிரமிடுகளின் அமைப்பு மற்றும் தென்னிந்திய கோபுரங்களின் ஒற்றுமை குறித்து பல வியப்பான தகவல்கள் கிடைச்சிருக்கு. உதாரணமாக நமது கோயில் கட்டுமான அளவுகோல் ஏறத்தாழ 33 இன்ச். அவங்க அளவுகோலும் அதே அளவு. கிட்டத்தட்ட அதே பேரு''

சடகோபன் நிறுத்தினார். சுடலைச்சாமி எழுந்தான்.

''மயன் பிரமிடுகளில், நாலு கட்டங்களாலான ஒரு சிறிய உட்பகுதி மிகப்புனிதமாகவும் ஆற்றல் வாய்ந்ததாகவும் நம்பப்படுகிறது. நமது கோயில்களில் இதே நாலு கட்டங்களாலான அளவுப் பகுதிக்குப் பிரம்ம மண்டலம் எனப் பெயர்...''

''ஆகம விதிப்படி கட்டப்பட்ட கோவில்கள் பல இருக்குன்னாலும் அதுல முக்கியமான ஒன்னுன்னு சிதம்பரத்தைச் சொல்லலாம்...'' சுடலைச்சாமி நிறுத்தினான். திரை மீண்டும் ஒளிர்ந்தது. மயன் பிரமிட் ஒன்றின் உட்புறம் திரையில் பிரமாண்டமாகத் தெரிந்தது.

''பிரபலமான இந்த மயன் பிரமிடின் கருவறைக்குப் பெயர்...'' சுடலை சில நொடிகள் நிறுத்தினான்.

''சிதம்பலம்''

இப்போது அனந்த் வாயைப் பிளந்தான்.

''நன்றி சுடலை'' சடகோபன் எழுந்தார் ''இதையெல்லாம் ஏன் சொல்றோம்னா, மயன் ஒரு தேவதச்சன் என நமது புராணங்கள் சொல்லுது. இந்த மயனுக்கும், அந்த மயன் மக்களுக்கும் தொடர்பு இருக்குமோ என்ற சந்தேகம் இப்போது வலுத்திருக்கு'' ஜானகியை நோக்கித் திரும்பினார்.

''ஜானகி லெமூரியா குறித்துச் சொன்னது உண்மை. தென்னிந்தியாவுக்கும் தென்அமெரிக்காவுக்கும் எங்கிருந்து, எப்போ இந்தத் தொடர்பு வந்தது? தெரியாது. கட்டிடங்கள் மட்டுமல்ல பல சொற்களும் பொதுவாக இருக்கு. இதப்பாருங்க'' சடகோபன் விசையை அழுத்த மற்றொரு ஸ்லைட் மாறியது. பெரிய பாம்பு ஒன்று, ஒரு மாட்டின்மீது சுற்றிச் சுற்றி விழுங்க முயற்சித்துக் கொண்டிருந்தது.

''அனகோண்டா'' என்றாள் ஜானகி.

சுடலைச்சாமி புன்னகைத்தான்.''நம்ம மேற்குத்தொடர்ச்சி மலைவாழ் மக்கள், அப்புறம் கிழக்கே ஒரிசா-ஆந்திர காடுவாழ் மக்கள் இதுபோன்ற பெரும் பாம்புகள் அவர்கள் காடுகளில் இருந்ததுன்னு சொல்றாங்க. அதன் பெயர்...'' நிறுத்திவிட்டு சடகோபனைப் பார்த்தான்.

''ஆனைக்கொன்றான்'' என்றார் சடகோபன்.

''நேஷனல் ஜியாகிராபிக் தமிழின் 'ஆனைக்கொன்றான்' மயன் மொழியின் 'அனகோண்டா' வாகத் திரிந்தது எனச் சொல்கிறது. மிரியம் வெப்ஸ்டர் அகராதி, அனகோண்டா என்பது சிங்களத்தில் பெரும்பாம்பைக் குறிக்கும் ''ஹனகேண்டிய'' என்பதின் திரிபு என்கிறது. யானைகளை இறுக்கிக் கொன்று விழுங்கும் பெரும்பாம்புகள் தென்னிந்தியக் காட்டில் இருக்கிறதா? என்றால் ''இப்போது இல்லை''ன்னுதான் சொல்லணும். ஆனால், ஆனைக்கொன்றான்-அனக்கோண்டா இந்தச் சொல் சும்மா மலைஜாதியினரது கதையிலிருந்து வந்திருக்காது என்பது திண்ணம். எப்பவோ இந்தத் தொடர்பு முறிந்திருக்கிறது'' தொடர்ந்தார்.

''பத்தொன்பதாம் நூற்றாண்டின் இறுதியிலிருந்து இருபதாம் நூற்றாண்டின் இறுதிவரை லெமூரியா பத்தி பல ஆய்வுகள் நடந்தன. பல புத்தகங்கள் எழுதப்பட்டன. சில அகழ்வாய்வுகள் குறிப்பாக ஜப்பானின் அருகே யோனாகுனியில் கடலுக்கடியில் கிடைத்த வினோதமான பெரும் சிலைகள், ஈஸ்டர் தீவுகளில் இன்றும் காணப்படும் புதிரான பெரும்சிலைகள் லெமூரியாவுடன் இணைத்துப் பேசப்படுகின்றன. லெமூரியா ஒன்று இருந்திருக்கலாம் என சந்தேகிக்க வழியிருக்கிறது''

அனந்த் அவரைக் குறுக்கிட்டான். ''இருக்கட்டும். அதுக்கும் இந்த விடுகதைகளுக்கும் என்ன சம்பந்தம்?''

''இருக்கு. இப்போது நாம இருக்கிற நிலமைக்கும் அன்றைய லெமூரியாவுக்கும் தொடர்பு இருக்கு. நீ முதல்ல அதை நம்பணும்'' என்றார் சடகோபன் கிளாசில் தண்ணீர் சரித்துக் குடித்துக்கொண்டே.

''சார். மொட்டைத்தலைக்கும் முழங்காலுக்கும் முடிச்சுப் போடறீங்க. லெமூரியாவாவது, மண்ணாவது. சுத்தப் பேத்தல்''

''அப்போ அந்தப் பெரும்பாம்புகள்?''

''எல்லாம் கதை ஜானகி. காட்டுவாசிகள் வேட்டையாடி வந்தபிறகு எல்லாரும் கூடியிருந்து பொழுதுபோக்கறதுக்காக கற்பனையில் உருவாக்கிய கட்டுக்கதைகள். அதெல்லாம் நம்பிக்கிட்டு...'' அனந்த் கைகளை விரித்தான். முட்டாள் பெண்ணே, இத நீ இன்னுமா

நம்பறே?

''சரி. சமேவா தீவுவாசிகள் குறித்துக் கேட்டிருக்கிறாயா? பொலுட்டு என்னும் இடத்து வினோத மனிதர்கள் மரங்கள், சுவர்களுக்குள் அநாயாசமாகப் புகுந்து வெளிவருகின்றனர் என சமோவா மக்கள் சொன்னது கதைகள் எனப் புறக்கணிக்கப் பட்டவை, இன்று படு சீரியசாக ஆராயப்படுகின்றன. இப்படித்தான் ஒரு வகை மீன் பற்றின மீனவர் கதைகளை நம்பாம...'' சுடலைச்சாமி சட்டென நிறுத்தினான்.

''பொலுட்டு, புருடான்னு... நீங்கல்லாம்கூட இதெல்லாம் நம்பிக்கிட்டு? அவங்களுக்கும், லெமூரியாவுக்கும், நமக்கும்...விடு... குறிப்பா இப்ப எனக்கும் என்ன தொடர்பு?''

சுடலைச்சாமி சிரித்தான். ''அனந்த். உனக்கு இன்னும் முட்டுவலி போகலேன்னு தெரியுது. கொஞ்சம் நிதானமா யோசிச்சுப் பாரு. இவ்வளவு பெரிய அறிவியல் வல்லுனர்கள், ரகசியமான ஒரு இடம், படு திறமை வாய்ந்த சிறப்புப் போலீஸ் படை எல்லாம் முட்டாள்தனமாகப் படுதா உனக்கு?''

மேலும் தொடர்ந்தான் ''சில விசயங்களை அப்பட்டமாகச் சொல்ல முடியாது. இந்த நாடு மட்டுமில்ல, இந்த உலகமே ஒரு பெரும் அழிவை எதிர் நோக்கியிருக்கு.'' குறிப்போடு, சடகோபனை ஏறிட்டான்.

சடகோபன் மெல்ல எழுந்தார். ''அனந்த், ஜானகி, நான் இப்போ சொல்வதை மிகக்கவனமாகக் கேளுங்க'' வெண்பலகையை நோக்கி நடந்தார்.

''1888-ல் மேடம் ப்ளவாட்ஸ்கி ''சீக்ரெட் டாக்ட்ரைன்''ன்னு ஒரு புத்தகத்தை எழுதினார். அது மறைந்த லெமூரியா கண்டம் அதன் உயரிய கலாச்சாரத்தை விரிவாக எடுத்துச் சொன்னது. சில மகாத்மாக்கள் அவருக்கு லெமூரியா குறித்த தகவலைத் தந்ததாக அவர் குறிப்பிட்டிருந்தார். அத வேணா நாம புனைகதை-ன்னு விட்டுரலாம். அதுல சில விஷயங்கள் சுவாரசியமானவை. உதாரணமா, அவர் சொல்லறாரு... லெமூரிய மக்கள் மனிதர்களல்லர். அவர்கள் சராசரி 9 அடி உயரம், மூன்று கண்கள் கொண்ட ஒரு வகை

விலங்கினம். அவர்களது விழிகள் நம்மைப்போல கிடந்தவாட்டில் இருக்காமல், செங்குத்தாக இருந்தன. குறிப்பாக மூன்றாவது விழி, முகத்தில் செங்குத்தாக... வெண்பலகையில் வரைந்தார் இப்படி...''

''சிவனுக்கு மூன்று கண்கள். மூன்றாவது விழி செங்குத்தாக நெற்றியில்'' ஜானகி பிரமிப்பில் உளறினாள்.

''கரெக்ட். அது இந்தியாவுக்கும் லெமூரியாவுக்கும் வேறொரு தொடர்பு. நாம் லெமூரியாவுக்கு வருவோம். மூன்றாவது கண் கொண்டு அவர்கள் மனதளவில் தொடர்பு கொண்டனர். ஒருவர் நினைப்பது மற்றொருவருக்குத் தெரியும். புரியும்''

''டெலிபதி?'' என்றாள் ஜானகி. அனந்த் கண்களை மூடி மறுதலித்தான். இந்த லூசு உளறுவதை முதலில் நிறுத்தணும்.

''யெஸ். அவர்களில் ஆண் பெண் எனப் பாலியல் பிரிவு இல்லை. ஒருவரே சந்ததியை உருவாக்க முடியும். ஹெர்மோப்ராடைட்.''

''இது சாத்தியமா?'' என்றான் அனந்த்

''முடியும். மண்புழுக்கள் ஹெர்மோப்ராடைட் வகை'' என்றாள் ஜானகி.

''லெமூரியா கடல் சீற்றம், எரிமலை வெடிப்புகளில் மூழ்கியபோது, லெமூரியர்களில், சிலர் இந்தியாவிற்கு வந்தனர். சிலர், ஆப்பிரிக்காவில், மேலும் சிலர் அன்று ஆப்ரிக்காவிற்கும் அமெரிக்காவிற்கும் இடையே இருந்த அட்லாண்டிஸ் நிலப்பகுதியில் சென்றனர். அட்லாண்டிஸ் பிரிந்து தென் அமெரிக்கா உருவாகுமுன் லெமூரிய - அட்லாண்டிஸ் மக்கள் கலவை இனத்தவரில் சிலர், லெமூரியர்களின் உயரிய தெய்வீக சக்திகளுடன் தொடர்பு கொள்ளும் ஆற்றலைக் கற்றனர். அவர்கள் மயன் மக்கள்''

படு நிசப்தம் நிலவியது. அவரே தொடர்ந்தார்.

''மற்றொரு தியரிப்படி பாத்தோம்னா, லெமூரியர்கள் இந்தக் கிரகத்தைச் சேர்ந்தவர்களில்லை. அவர்கள் வேறு கோள்கள், நட்சத்திர உலகிலிருந்து வந்தவர்கள். அவர்கள் வேற்று கிரக ஆற்றலைச் சேமிக்க, பிரமிடுகளைப் பயன்படுத்தினர். பிரமிடுகளில் அவ்வொளியாற்றல் சேமித்து வைக்குமிடம் நாலு கட்ட நடு நாயக மூலம்... கர்ப்பக்கிரகம். சிதம்பலம். அங்கிருந்து அவர்களால் வேற்று

உலகவாசிகளுடன் தொடர்பு கொள்ள முடிந்தது. அதுதான் நம்முடைய கோவில்கள், மயன் பிரமிடுகளின் அடிப்படை'' சடகோபன் நிறுத்தினார்.

''மெல்ல மெல்ல லெமூரியர்கள் தங்கள் அழிவு வருவதை உணர்ந்தனர். பிரமிடுகள் தொலைதூரக் கிரகங்களின் தகவல் தொடர்பு சாதனங்கள் மட்டுமல்ல, பெரும் ஆற்றலின் சேமிப்புக் கிடங்குகள் என்பது அறிவில் வளர்ந்த ஆனால் தெளிவான சிந்தையில் குறைந்த அட்லாண்டிஸ் மக்கள், மற்றும், அதன்பின் வரும் நம்போன்ற மனம் எளிதில் கெடக்கூடிய மனிதர்கள் அறிந்தால் பேரழிவு ஏற்படும் என்பதை உணர்ந்த லெமூரிய அறிஞர்கள் பெரும்பிரமிடுகளை அழித்தனர். அந்த ஆற்றல் கிடங்குகளின் பகுதிகள் இருக்கும் இடத்தைக் காட்ட வந்த குறியீட்டு வடிவங்கள்..'' சடகோபன் நிறுத்தினார். திரை ஒளிர்ந்தது. மீண்டும் கோபுரம் தெரிந்தது.

''கோபுரங்கள். தென் இந்திய கோபுரங்கள் முழு பிரமிடுகள் அல்ல. மேலே தட்டையாக இருப்பது, ஒரு பாதி பிரமிட் என்பதின் குறியீடு. எகிப்திய பிரமிட், மேலேயிருக்கும் பகுதியைக் காட்டும் குறியீடு''

''அப்போ தமிழர் நாகரீகம் லெமூரியா சார்ந்ததுங்கறீங்களா?'' என்றான் அனந்த். அவன் குரலில் இருந்த கிண்டலை சடகோபன் கவனித்தும் கவனிக்காதது போலத் தொடர்ந்தார்.

''தமிழர்கள் லெமூரிய நாகரிகத்தில் ஒரு பகுதி என்பதைக் காட்ட முடியும். சுடலை, நீ சொல்லு'' சடகோபன் அமர்ந்தார்.

சுடலை எழுந்தான். ''பழந்தமிழர் தெய்வ வழிபாடுகளில் உருவங்கள் பார்த்திருக்கிறீங்களா? இப்படி இருக்கும்''

சார்ட் பேப்பரில் பெரிதாக வரைந்தான். ஒரு அச்சுவெல்லக் கட்டியை நிறுத்திவைத்ததுபோல இருந்தது. ஜானகி ''மை காட்'' என்றாள் வியந்து. ''மேற்பகுதி உடைந்த பிரமிட்''

''யெஸ். தமிழ்ச் சமூகத்தின்படி மிக உயர்ந்த புண்ணியச் செயல் எது?'' மார்க்கரை கையில் உருட்டியபடியே சுடலை கேட்டான்.

ஜானகி, ''சுமைதாங்கிக் கல் வைப்பது'' என்றாள் உற்சாகமாக. அவள் பாட்டி சொல்லிக் கொடுத்தது சிறுவயதில். அனந்த் எரிச்சலானான். இதென்ன க்விஸ் போட்டியா?

''கரெக்ட். சுமைதாங்கிக் கல்லோட உருவம் தெரியுமா?''

ஜானகி ''மை காட்'' என்றாள் மறுபடியும். மற்றொரு உடைந்த பிரமிட், கிட்டத்தட்ட.

''நன்றி சுடலை'' என்றர் சடகோபன். ''லெமூரிய ஆராய்ச்சிப்படி, பிரமிட்கள் உடைந்தபின், தமிழ்நாட்டு பக்கம் போனவர்கள் அடிப் பகுதியைக் கொண்டு போனார்கள். அட்லாண்டிஸ் பக்கம் போனவர்கள் தலைப்பகுதியைக் கொண்டு போனார்கள். எகிப்திலும், மயன் நகரங்களிலும் தலைப்பகுதியும் தமிழ்நாட்டில் அடிப்பகுதியும் சிறப்பிக்கப்பட்டது. இந்தப்பகுதிகள் ஒளியில் ஒன்று சேர்ந்தால், மீண்டும் அவ்வாற்றல் பூமியில் கிடைக்க வாய்ப்பு உண்டு. வேற்று கிரகவாசிகளுடன் தொடர்பு கொள்ளவும் முடியும்.

வேற்று கிரகவாசிகள், பூமியுடனான தொடர்பு ஏற்படுத்தப் பட்டதும், பிரமிடுகளின் தேடலில் இறங்குவர் என்பது லெமூரியர்களுக்குத் தெரியும். அவர்களுடன் தொடர்பு கொண்டு அபரிமிதமான ஆற்றலைப் பிரமிடுகளுக்குள் பாய்ச்ச நேர்ந்தால், அல்லது அந்த முழுமையான பிரமிடுகள் தீய மனிதர்கள் கையில் கிடைத்தால் பேரழிவு நிச்சயம் என நன்றாகவே அறிந்த லெமூரியர்கள், பிரமிடின் ஓர் அடிப்படை கிறிஸ்டல் அமைப்பினைத் தேர்ந்தெடுத்து அதில் தங்கள் சங்கேத மொழியில் வேற்று கிரக வாசிகளுக்கும், மனிதர்களுக்கும் செய்திகளைப் பதித்தனர்.

அதன் மேல் ஒரு ஒளிக்கதிர் பட்டுச்சுன்னா, அதைவிட அதிக ஆற்றல் உள்ள மற்றொரு ஒளிக்கற்றையை லேசர் மாதிரி வெளிவிடும். ஒளிக்கற்றைகள் மூலம் ஆற்றலையும், செய்திகளையும் வெளிவிடும் அந்த க்றிஸ்டல்....''

''லெமூரியன் சீட் கீறிஸ்டல்'' அனந்த் தன்னையறியாமல் திகைப்பில் முணுமுணுத்தான்.

சடகோபன் தொடர்ந்தார் ''லெமூரியன் சீட் கிறிஸ்டல் என்பது அணிபவருக்கு மன அமைதியையும், நல்வாழ்க்கையையும் தரும்

என்பது கிறிஸ்டல்களில் நம்பிக்கை உள்ளவர்களுக்கு நன்கு தெரியும். கிடைப்பது அரிது. அதன் பண்புகளை விட லெமூரியன் சீட் கிறிஸ்டல் குறித்தான மர்மங்கள், புனைகதைகள் அதிகம்''

''லெமூரிய சீட் கிரிஸ்டல்கள் கிடைப்பது அரிது. சமீப காலமாகவே ப்ரேசிலில் சில அரிய ரகங்கள் கிடைத்திருக்கின்றன. கவனி. மறுபடி தென் அமெரிக்க நாடு... அந்த கிறிஸ்டல் அமைப்பு... அனந்த்.. நீ வரைய முடியுமா?'' மார்க்கரை அவன் கையில் தந்தார்.

பிரமிப்பில் தடுமாறி நடந்த அனந்த், சார்ட் பேப்பரில் வரைந்தான்.

''நன்றி, அனந்த். நல்லாப் பாருங்க. இதின் இரு புறமும் இரு பிரமிடுகள். நடுவே பன்முக உருளை அமைப்பு''

''இப்போ விசயத்துக்கு வர்றேன். மிகச் சக்தி வாய்ந்த லெமூரிய பிரமிட் ஒன்றின் அடிப்பகுதி கன்னியாகுமரிக்குத் தெற்கே கடல்படுகையில் கிடப்பது தெரியவந்திருக்கு. அதன் தலைப்பகுதி, பெர்முடா தீவின் அருகே அட்லாண்டிக் பெருங்கடலில் இருந்து சுமார் 1700 ஆண்டுகள் முன்பு எடுக்கப்பட்டு, இந்தியாவுக்குக் கொண்டுவரப்பட்டது. அடிப்பகுதியை மிக நெருங்கிய தலைப்பகுதி, சில நல்ல மனிதர்களின் முயற்சியால், தென்னிந்தியாவில் எங்கோ மறைத்து வைக்கப்பட்டது''

''இவ்வளவு முக்கியமான ஒரு பொருள் இந்தியாவுக்கு வருகிறது என்றால் வரலாற்றில் அதன் சுவடே இல்லையே?'' ஜானகி சந்தேகித்தாள்.

''1700 வருடங்கள் முன்பு பெர்முடா பக்கம் ஐரோப்பியர்கள் கவனம் அதிகம் போகலை ஜானகி. அங்கிருந்து அதக் கொண்டு வந்தவங்க ஆப்பிரிக்கர்கள். அவங்க அலெக்ஸான்ட்ரியா, ஜிப்ரால்டர் ஜலசந்தி, ஸ்பெயின், துருக்கி என அப்போது புகழ்பெற்றிருந்த வர்த்தக வழியில் வராம, படு ரகசியமா, பெர்முடாவிலிருந்து தென்மேற்கு ஆப்பிரிக்க அட்லாண்டிக் கரையை அடைந்து, ஆப்பிரிக்காவின் குறுக்கே நிலத்தைக் கடந்து, இந்தியப் பெருங்கடல்வழியே, நேராக இந்தியாவில் வந்தாங்க. கொங்கணக் கரைல எங்கயோ, பல்லவர் காலத்துல வந்திருக்கணும்''

''ஏன் பல்லவர் காலம்?''

''க்ரேஸி'' என்றான் அனந்த் கண்களை மூடியபடி. இங்கிருந்து எப்ப வெளியே போகப்போறோம்?

''சார், இன்னமும் நீங்க விசயத்தைச் சொல்லலை' சுடலைச்சாமி நினைவூட்டினான்.

''ஆங்'' என்றார் சடகோபன். ''பிரமிடின் ஒவ்வொரு பக்கத்துக்கும் ஒரு குறிப்பிட்ட அலைவரிசை உண்டு. அந்த அலைவரிசை கொண்டு அதன் ஒரு பகுதி, தனது மறுபகுதியைக் கண்டுகொள்ளும். இந்தத் தேடல் எப்பவுமே அதுக்கு இருக்கும். குறிப்பிட்ட நேரங்களில், அதனுள் சேமித்திருந்த இந்த ஆற்றல், வெடித்து பல்ஸாக வெளிவரும். இரு துண்டங்களுக்கும் இந்தக் குணம் உண்டு.

கொஞ்ச நாள் முன்னால, இஸ்ரோல ஒரு இளம் விஞ்ஞானி, தான் கவனிக்க வேண்டிய அலைவரிசைகளைத் தாண்டி, உயர் அலைவரிசைகளைக் மேய்ந்து கொண்டிருந்தபோது, சில வினோதமான சிக்னல்களைப் பதிவு செய்தான். அது எங்க இருந்து வருதுன்னு தேடினப்போ, கன்னியாகுமரிக்குத் தெற்கே கடல்லே இருந்து வருதுன்னு தெரிஞ்சது. அதுக்கு அப்புறம்தான் எங்களுக்கு பலவருடங்கள் முந்தி கிடைச்ச சில புதிரான விடுகதைகளுக்கிடையே இருந்த தொடர்பு தெரிஞ்சது. தீவிரமான தேடல்களின்போது எங்கேயோ நடந்த ஒரு கண்டுபிடிப்பு எங்க கண்ணுல பட்டது.

பத்து வருடங்களுக்கு முந்தி, பெரு நாட்டுல ஒரு பிரமிட் அருகிலே நடந்த அகழ்வாய்வுல ஒரு லெமூரியன் சீட் கிரிஸ்டல் கிடைத்தது. பெரிய அளவில் இருந்த இந்த கிரிஸ்டலில் இருந்த சங்கேதச் செய்தியை அறிந்த வல்லுநர்கள் வெலவெலத்துப் போயிட்டாங்க.

அந்தச் செய்தியின்படி, குமரியருகே கிடக்கும் அடிப்பகுதி, தலைப்பகுதியுடன் சேரும் நேரம் நெருங்கிவிட்டது. அவை ஒன்று சேர்ந்தால், ஒரு வேற்று கிரக பெரும் தீய சக்தி, பூமியைக் கண்டறியும்... பேரழிவு ஏற்படும்'' என நிறுத்தினார். ஒரு நிமிடம் மவுனித்தார். யாரும் பேசவில்லை.

மேலும் தொடர்ந்தார். ''இதுக்காக வல்லுநர்களின் ஒரு கூட்டமைப்பு படு ரகசியமாக அமைக்கப்பட்டு அந்தத் தலைப்பகுதியைத் தேடி அழிக்க முயன்று வருது. இந்த பிரமிட் சமாச்சாரத்தை மோப்பம் பிடித்த சில தீய அமைப்புகளும் அந்த கிரிஸ்டலை எடுக்க முயற்சி செஞ்சுகிட்டிருக்கு.

இந்தியக் குழுவில் நான், டாக்டர் பிந்தியா, சாரங்கன் மூணுபேரும் விண்கலங்கள், சாட்டிலைட் இமேஜிங், சங்க காலப் பாடல்கள், நாட்டுபுறக் கதைகள்ன்னு எதையும் விடாமல் ஆராய்ஞ்சோம். ஒருவழியாக அந்தத் தலைப்பகுதி இருக்குமிடத்தைக் கிட்டத்தட்ட கண்டுபிடிச்சுட்டோம்.

கொஞ்ச நாள் முந்தி, பிரமிடின் தலைப்பகுதி இருக்குமிடத்தைத் தெரிவிக்கும் மிக முக்கியமான ஆதாரம் ஒன்று சீன அறிஞர்களுக்கு அனுப்பும்போது, ஹாங்காங்கில் வடகொரிய உளவுத்துறை கைப்பற்றிடுச்சு. அவங்க க்றிஸ்டலை எடுக்கறதுக்கு முன்னால நாம அத எடுக்கணும் அழிக்கணும். அதற்கு, அனந்த், கிறிஸ்டல்ஸ் பத்தி நல்லாத் தெரிஞ்ச உனது உதவி வேண்டும்'' சடகோபன் நிறுத்தினார்.

ஜானகி கோபமாய் எழுந்தாள். ''எனக்கு என்ன வேலைன்னு இங்க கூட்டிக்கிட்டு வந்தீங்க? எல்லாம் அவங்கிட்டேயே பேசணும்னா நான் எதுக்கு?''

அனந்த் வியந்து போனான். இத்தனை கஷ்டங்களுக்கும் மேலே, இவளுக்குள் இன்னமும் போட்டி மனப்பான்மை? ஒரு வேளை அதுதான் அவளை இவ்வளவுக்கு உயர வைத்திருக்கிறதோ?

சடகோபன் அவளை ஏறிட்டார்.''வடிவங்கள் குறித்தான அறிவு இங்கு மிக அவசியம், ஜானகி. உன்னைவிட இதற்கு ஏற்ற ஒரு நபர் வேறு யாரையும் எனக்குத் தெரியவில்லை. இது என்னமோ மோப்ப நாய் வைத்து எடுக்கிற வெடிகுண்டு இல்லை. மனித மூளைக்கு அப்பாற்பட்டது''

''சார்'' அனந்த் எழுந்தான். ''மன்னிக்கணும். என்னால் இன்னும் இதனை நம்பமுடியவில்லை. மேலும், அப்படி ஒரு க்றிஸ்டல் கிடைத்தாலும், நான் அதில் எதுவும் செய்ய முடியும் எனத் தோன்றவில்லை. மனித மூளைக்கு அப்பாற்பட்டது எனச்

சொல்லுகிறீர்கள். என்னால் என்ன முடியும்?'' சிறிது நக்கல் கலந்த அவனது கேள்வியைப் பொருட்படுத்தாமல் சடகோபன் அவனை வேதனையுடன் பார்த்தார்.

''நான் சொல்ல வர்றதை நீ இன்னும் புரிந்துகொள்ள முயற்சிக்கலை''

அனந்த் கண்மூடி, தலையசைத்துச் சலித்தான். கதை கேக்க இனிமே பொறுமை இல்ல.

''பிரமிட் ஒரு முழு கிறிஸ்டலாகத்தான் இருக்கணும். அனந்த் நான் முன்னே சொன்ன மாதிரி, ஒரு குறிப்பிட்ட அலைவரிசை கொண்டு பிரமிட் தனது மற்ற பகுதிகளை அடையாளம் கண்டுகொள்ளும். அதன்பின், ஆற்றலை மிகைப்படுத்தி வெளியேற்றும். இது நடக்கறதுக்கு முன்னால, அதனது பிரதிபலிக்கும் அல்லது உள்வாங்கும் சக்தியைச் சிதிலப்படுத்திவிட்டால், அது பயனற்றுப் போயிடும். இதனை நீ செய்யமுடியும், இல்லயா?''

அனந்த் சிந்தித்தான். அவர் சொல்லுவதில் நியாயம் இருக்கிறது. ஆற்றல் கடத்தப்படுவதற்கு கிறிஸ்டல் அமைப்பு மட்டும் போதாது, மொத்தக் கட்டமைப்பின் வடிவமும் சரியாக இருக்கவேண்டும். பிரமிட்டின் உருவத்தைச் சிதைத்தாலே அல்லது ஒரு முகத்தின் அமைப்பினைச் சிதைத்தாலே போதும்.

யாருமே பார்க்காத பிரமிட்டோட அமைப்பை நான் எப்படி சிதைக்கப் போகிறேன்?

''இன்னொரு கேள்வி... எதுக்கு சீனாவோட தொடர்பு?'' அனந்த் நாற்காலியின் பின்னே கை கட்டி நின்றான்.

''சீனாவுல யூனான் மாகாணத்துல ஒரு பெரிய ஏரி இருக்கு, ஒரு நிலநடுக்கத்தால, திடீரென ஒரு பிரமிட் அதனோட அடியிலிருந்து சமீபத்துல மேலெழுந்து வந்திருக்கு. சீனால பிரமிட் அபூர்வம். இதுவரை சீனாவுக்கு இதுல பின்னடைவுதான் ஏற்பட்டிருக்கு. முதல்ல ஹாங்காங். சமீபத்துல ஆம்ஸ்டெர்டாம்''

''ஆம்ஸ்டெர்டாம்? அங்க என்ன?'' ஜானகி சட்டென சுதாரித்தாள். ஹான்ஸ் டூனென்?

சடகோபன் அதற்குப் பதிலளிக்கவில்லை.

''டாக்டர், உங்கத் திட்டத்தில அடுத்த கட்டம் என்ன?'' கேள்வி வந்த திசையில் ஜானகி சட்டெனத் திரும்பினாள். அவர்கள் அமர்ந்திருந்த இடத்திலிருந்து சிறு தொலைவில் இருட்டில் அமர்ந்திருந்த உருவம் மெல்ல எழுந்தது. மெல்ல வெளிச்சத்தில் தெரிந்த முகத்தைப் பார்த்ததும் ஜானகிக்கும் அனந்திற்கும் முகம் வெளிறியது.

''தேவராஜ், இன்னும் தீர்மானிக்கவில்லை. எவ்வளவு தூரம் மற்றவர்கள் நெருங்கியிருக்கிறார்கள் என்பது தெரியவேண்டும் முதல்ல''

''மிகவும் அருகே'' என்றார் தேவராஜ், தனது கைபேசியை சடகோபனிடம் கொடுத்தபடி. ''ஈ மெயில்ல ரெண்டாவது செய்தியைப் படிங்க''

அனந்தின் பக்கம் திரும்பினார் தேவராஜ். ''பயப்படாதீங்க. நாங்க எதிர்பார்த்தபடித்தான் நீங்க நடந்திருக்கிறீங்க. உங்களத் தேடி டிப்பார்ட்மெண்ட் ஆளுங்க மதுரை போயிருக்காங்க. அது ஒரு டிகாய் - உங்களத் தேடிக்கிட்டிருக்கிற ஒரு கும்பலைத் திசை திருப்பத்தான் அப்படி ஒரு நாடகம்... இப்ப அந்த கும்பல் கொஞ்சம் குழம்பியிருப்பாங்க - மதுரைல உங்களைத் தேடிக்கிட்டு''

செய்தியைப் படித்த சடகோபனின் முகம் இருண்டது.

''நாம நினைச்சதைவிட வேகமாகவே வந்துட்டாங்க. பிரமிடின் அடிப்பகுதி பன்னாட்டு எல்லைக்கு அப்புறம் இருக்கு, அதோட... அந்த எண்ணெய்க்கப்பல்... நமது கடற்படைகூட ஒன்றும் செய்ய முடியாது. நம்ம எதிரிகளோட கப்பல் இன்னும் பத்து மணி நேரத்தில் பிரமிடின் அடிப்பகுதியின் அருகே நிற்க முடியும்''

''மேல்பகுதி பிரமிட்?'' ஜானகி கை நகத்தைக் கடித்தாள்.

''அவர்கள் அதை எடுத்து அடிப்பகுதியுடன் சேர்க்க திட்டமிடுவதாகத் தோன்றவில்லை. கொண்டு போவதும் முடியாது. நாம் தடுத்து விடுவோமென அவர்களுக்குத் தெரியும்'' என்றார் தேவராஜ்.

சடகோபன் சாய்ந்து உட்கார்ந்தார். ''அது தேவையுமில்லை''

''என்ன?'' அனந்த் திகைத்தான். தேவராஜ் நெற்றியில் குழப்பம் சுருக்கங்களாகத் தோன்றின.

''சுருக்கமாச் சொல்றேன். இன்னும் கொஞ்ச நாட்களில் மற்றொரு ஆற்றல் கொந்தளிப்பு நிகழும். அது மேற்பகுதி பிரமிடிலிருந்துதான் எழும். அடிப்பகுதி அந்த அலைவரிசையில் சிறிது ஆற்றலை கிரகித்தாலே போதுமானது. அது உள்வாங்கி, வேறு அலைவரிசையை ஒளிர்ந்து, அதைப் பெருக்கி, ஒளிக் கற்றையை உமிழும். அதைத் தலைப்பகுதி உள்வாங்கி, அதே மாதிரி ஒளிர்ந்து அலைவரிசையைப் பெருக்கி, இன்னும் ஆற்றலுடன் வெளிவிடும். இது பலமுறை நடந்து, பெரும் ஆற்றல் கற்றை வெளிவரும். அதுபோதும் அழிவிற்கு''

''இது நடந்து முடிய எத்தனை நாளாகும்?'' தேவராஜ் விறைத்தார்.

''நாட்களா? சில நிமிடங்கள் போதும்''

அனைவரும் ஸ்தம்பித்தனர். ஏ.சியின் சப்தம் மட்டும் மெல்லக் கேட்டுக் கொண்டிருந்தது.

சடகோபன் மயான அமைதியைக் கலைத்தார் ''நான் அந்தக் கொந்தளிப்பில் வரும் அழிவை நினைத்துக் கவலைப்படவில்லை. மிஞ்சிப்போனால் சில கடற்கரை நகரங்கள் அழியும். அவ்வளவுதான். ஆனா...''

''அவ்வளவுதானா?'' எவ்வளவு சுலபமாகச் சொல்லிட்டார்? ஜானகி திகைத்தாள்.

''ஆனா, அதற்கப்புறம் பிரபஞ்சத்தின் வேறு பகுதியிலிருந்து வரும் அழிவாற்றல்.... அது, இந்த உலகம் இருந்த சுவடே தெரியாமல் அழிக்கும். இதுக்கு என்ன ப்ரூஃப்-னு கேக்காதே. நான் படிச்சதுல சொல்லறேன்''

''இப்ப என்ன செய்யலாம் சார்? பேசாம இந்தப் பேய்க் கூட்டத்தோட பேசிப் பார்க்கலாமா?''

''நடக்கிற காரியமாப் பேசுங்க தேவராஜ். இந்தப் பேரழிவு அவர்களுக்குப் பெரிதாகத் தோன்றாது. அழிவை விரும்புபவர்களுக்கு எப்படி அழிவு வந்தா என்ன?''

''அப்போ என்னதான் வழி?''

''பிராக்டிக்லா பாருங்க. நம்மால இப்போ அந்தத் தலைப்பகுதி கிறிஸ்டலை எடுப்பது மட்டும்தான் சாத்தியம். எடுத்து அதை சேதப்படுத்தணும். நானோ, சாரங்கனோ அல்லது பிந்தியாவோ வெளிவரமுடியாது. ஜானகி, அனந்த் நீங்க ரெண்டுபேரும் யோசிங்க. இது திட்டமிடும் நேரமில்லை. க்ரைஸிஸ் மேனேஜ்மெண்ட்'' சடகோபன் எழுந்து நடந்தார்.

''ஒரு நிமிஷம் சார்'' அனந்த் பின் தொடர முற்பட, சடகோபன் நின்றார்.

''எதிரொளித்து, எதிரொளித்துன்னு சொல்றீங்க. வானத்துல ஒரு கண்ணாடி மாதிரி ஒண்ணு இருந்தாத்தானே எதிரொளிக்க முடியும்?''

சடகோபன் ''சுடலை, நீ சொல்லு'' என்றபடி செல்போனை எடுத்துக்கொண்டு அதன் திரையைப் பார்த்தபடியே வெளியேறினார்.

சுடலை, கணினியில் மற்றுமொரு படத்தைச் சுட்டினான். ப்ரொஜெக்டர் ஒளிர்ந்து, பெரியதாக பிம்பம் திரையில் தெரிந்தது. பல கோணங்களில் எடுக்கப்பட்ட ஒரு பாறை..

''ஹை ரெஸலூஷன் இமேஜஸ். சாடலைட்டையும், தரையிலேர்ந்து டெலஸ்கோப்பையும் பயன்படுத்தி எடுத்திருக்கோம்''

''என்னது இது? பாறை மாதிரி இருக்கு?'' அனந்த்தின் சந்தேகம் வலுத்தது. வெறும் பாறையை ஏன் காட்டப் போறான்?

''இது ஒரு விண்கல். அதோட வெளிப்பரப்பைக் கவனமாப்பாரு''

அனந்த் கண்களைச் சுருக்கினான். சுடலை படத்தைப் பெரிதாக்கிக்கொண்டே வர, பாறை மறைந்து அதன் மேல்பரப்பு பூதாகரமாகத் தெரிந்தது.

''ஸ்டாப் . ரொம்பவே மாக்னிஃபை ஆயிருச்சு''

''ஓ. சாரி''

சுடலை படத்தின் அளவைச் சுருக்கினான். அனந்த் ஒரு அளவில் ''போதும்'' என சைகை காட்டினான்.

''இது.... மேல் படுகை குவார்ட்ஸ் மாதிரி இருக்கு... அதுக்குக் கீழே...'' அனந்த் சிரமித்தான்.

''கரெக்ட். மேல் லேயர் குவார்ட்ஸ்தான். என்ன குவார்ட்ஸ்னு சொல்ல முடியுமா?''

இல்லையெனத் தலையசைத்தான் அனந்த், திரையிலிருந்து கண்களை எடுக்காதபடியே.

''லெமூரியன் சீட் கிரிஸ்டல்...''

அனந்த் திகைத்துத் திரும்பி சுடலையைப் பார்த்தான்.

''ரெண்டு வாரம் முந்தி, இந்தப் பாறை பூமிய நோக்கி வந்தது. விண்கற்கள் விழுவது என்பது சாதாரண விசயம். ஆனா, இது விழலை'' சுடலை நிறுத்தினான்.

''கல்லு என்ன ஆச்சு?''

''இந்த விண்கல் படு கச்சிதமா, ஜியோ ஸ்டேஷனரி ஆர்பிட்ல, தானாப் போய் நின்னிருச்சு. அதுவும் 73 ஈ என்கிற தீர்க்கக்கோட்டுக்கு நேர் மேலே, மாலத்தீவுக்கு அருகே. அத்தோட, இன்னொரு விண்கல் 82 ஈ என்ற தீர்க்கக்கோட்டுக்கு மேல நின்னிருக்கு. இது பொதுவா சாத்தியமே இல்லை''

அனந்த்துக்கு மெதுவாகப் புரியத் தொடங்கியது.

''எது இந்த ஒளிக்கற்றையை எதிரொளிக்கும்னு கேட்டியே? இது எதிரொளிக்கும். சுடலை மீண்டும் விண்பாறையைக் காட்டினான். அதன் மேல்பகுதியில் இருந்த லெமூரியன் ஸீட் கிறிஸ்டல் படுகை பளபளத்தது''

சடகோபன் உள்ளே நுழைந்தார். '' சாரி. முக்கியமான ஒரு போன் கால். சுடலை, சொல்லிட்டீங்களா?''

''இல்ல''

அனந்த் இடைமறித்தான். ''கிட்டத்தட்ட அந்த பிரமிட் இருக்கிற இடம் உங்களுக்குத் தெரியும்னு சொல்றீங்க. அப்ப நீங்களே

எடுக்கவேண்டியதுதான?''

சடகோபனின் முகம் சற்று இறுகியது. ''இதச் சொல்லறதுக்கு நீ தேவையில்ல அனந்த். பிரமிட்டை எடுக்கக்கூடிய, அழிக்கக்கூடிய ஆட்கள் முந்தியே தேர்ந்தெடுக்கப்பட்டாச்சு. அதுல எங்க பெயர் இல்ல''

''யாரு தேர்ந்தெடுத்தாங்க?''

''இப்ப அது தேவையில்ல. நீயும் ஜானகியும் இதுல தொடர்பு உடையவங்கன்னு எனக்குத் தோணுது. நேராக் கேக்கறேன். நீங்க ரெண்டுபேரும் உதவ முடியுமா முடியாதா?''

அரை நிமிடத் தயக்கத்தின் பின் ஜானகி ''ஓ.கே'' என்றாள். அனந்த் அதன்பின் ''சரி'' என முணுமுணுத்தான். முடியாதுன்னு சொல்ல ரொம்ப நேரமாகாது. இத்தனை கஷ்டப்பட்டு இவ்வளவு மறைமுகமா பல விஞ்ஞானிகள் ஒரு முயற்சியைச் செய்யறாங்கன்னா வெறும் மூடநம்பிக்கையாக இருக்காது. போய்த்தான் பாப்பமே? ஊர்ல இருந்து ஒண்ணும் பெரிசா வெட்டி முறிக்கப் போறதில்ல. வெறுமே இருந்தா பழைய ஞாபகங்கள் மீண்டும் மனசைக் கிளறும். அதுக்கு எதையாச்சும் வித்தியாசமா செஞ்சு பாத்தாத்தான் என்ன?

''எதுக்கு புதிர் புதிரா எழுதிவைச்சு அலைய வச்சீங்க? சென்னைலேர்ந்து ஒருமணி நேரத்துல இங்க வந்துருப்போம்''

''பிரமிட்டைத் தேடறதுக்குத் தகுதியான ஆட்கள் நீங்கதானான்னு சோதிக்கறதுக்குத்தான். முக்கியமா எண்கள், தமிழ்ப் புதிர்கள்... இது தெரியணும். சாரங்கன் சொல்லியிருப்பாரே?''

சாரங்கனின் பேரைக் கேட்டதுமே ஜானகிக்கு பற்றிக்கொண்டு வந்தது. கிழம் என்னமா அறு அறுன்னு அறுத்தெடுச்சுருச்சு?

அனந்த் சிறிது யோசனையின் பின் தயக்கமாகக் கேட்டான். படு முட்டாள்தனமான கேள்வி. ஆனா கேட்டேயாகணும். கோபப்படுவாரோ?

''எங்க தொடங்கறது?''

''இந்தியாவுல அவங்க எங்க தொடங்க தீர்மானிச்சாங்களோ அங்கயே நாமும் தொடங்குவோம்'' கதவு நோக்கி நடந்துகொண்டே சடகோபன் சொன்னது விளங்கவில்லை.

''அவங்களா யாரு அவங்க?'' ஜானகி குழம்பினாள். இதுவரை ப்ரமிட் பத்தி மட்டும்தானே பேசினாரு?

''லெமூரியர்கள்கூட நம்பிக்கையில் மட்டுமே கண்டவர்களை நாம அவங்கன்னு மட்டும்தான சொல்ல முடியும்?'' சடகோபன் புதிராகப் பேசினார்.

''அவங்க'' என்ன செஞ்சாங்க இந்தியாவுல?

''கிட்டத்தட்ட 50,000 வருஷம் முன்னால அவங்களோட திட்டம் தூள்தூளாச்சு. அந்தத் தோல்வியின் காயத்தின் வடு இன்னும் இந்தியாவுல ஒரு இடத்துல இருக்கு. அங்கயிருந்து ஆரம்பிப்போம்.''

ஜானகி அனந்த்தை நோக்கினாள். அவர் சொன்னது இருவருக்கும் விளங்கவில்லை.

இம்முறை அனந்த் தெளிவாகக் கேட்டான்.''நாங்க எங்க போணும்னு இன்னும் நீங்க சொல்லலியே சார்?''

சடகோபன் திரும்பிப் பார்த்தார்.

''லோனார் போயிருக்கியா?''

''அவுரங்கபாத் பக்கம்? விண்கல் விழுந்து உண்டான ஏரி.. அதானே?''

''எக்ஸாட்லி''

ஜானகிக்கு ஏதோ புரிவது போலிருந்தது.

அனந்த்தால் வியப்பை அடக்க முடியவில்லை. அங்க என்ன இருக்குன்னு போகச் சொல்லறாரு?

''இப்ப அதுக்கு எப்படிப் போறது? இங்கயிருந்து போணும்னா நாலு நாளாவும்''

சடகோபன் பதில் பேசாமல் அவனை நோக்கி விஷமமாகப் புன்னகைத்தார்.

அந்த உருவம் மேசையின் மீதிருந்த காகிதத்தை மீண்டும் பார்த்தது. படபடப்பில், எழுதவேண்டும் என்ற உந்துதல் மிக உயர, மிகவும் கஷ்டப்பட்டு உறுத்தலை அடக்கிக்கொண்டது.

‘‘நெருங்கிவிட்டார்கள். என் ஒரு தீர்ப்பு நிறைவேறும் நாளும் நெருங்கிவிட்டது.’’ இம்முறை எழுதவில்லை. எழுதுதல் ஆபத்து.

நிதானமாக போனை எடுத்தது. முதலில் திருவனந்தபுரம்.

தென் மஹாராஷ்ட்ராவில் அவுரங்கபாத்திலிருந்து 200 கிமீ தொலைவில் காட்டுப்பகுதியில் இருக்கிறது லோனார் ஏரி. அஜந்தா எல்லோரா எனப் போய் வருவோர்கூட, ‘‘அட, போப்பா... எவன் போவான்?’’ என விட்டு விடுகின்ற ஓரிடம். உலகத்திலேயே பசால்ட் பாறையில் விண்கல் தாக்கத்தினால் உருவான ஒரே ஏரி லோனார் மட்டும்தான்’’

பெரும்பாலான விண்கற்கள் பூமியை நெருங்கும்போது காற்றின் உராய்விலேயே எரிந்து போய்விடும். மிகப் பெரிய விண்கற்கள் எரிந்தபிறகும், சின்ன கோலிக்குண்டு அளவுக்கு கடலில் விழுந்துவிடும். மிக மிக அபூர்வமாக அப்படிக் கரிந்து போகாமல் பூமியைத் தாக்கும் சற்றே பெரிய விண்கற்கள், பெரும் திசைவேகத்துடன் பூமியைத் தாக்கும்போது அபரிமிதமான நாசத்தை ஏற்படுத்தும். டினோசார்கள் அப்படி ஏற்பட்ட தாக்கத்தினாலேயே அழிந்தன என்று ஒரு தியரி உண்டு.

அப்படி விண்கல் தாக்கியதால் உண்டான பெரும்பள்ளம்தான் லோனார் பள்ளம். இரு துண்டுகள் அருகருகே விழுந்ததால் பெரிய பள்ளம் ஒன்றும், சிறிய பள்ளம் ஒன்றும் லோனாரில் இருக்கின்றன.

இப்பள்ளங்களில் நீர் நிரம்பி உண்டான ஏரிகளில், பூமியின் உள்ளிருந்து வந்த உப்புகள், தாதுக்கள் கரைந்து உப்பு நீர் ஏரியாக மாறின.

லோனார் பள்ளத்தின் விட்டம் சுமார் 1.8 கி.மீ. அதனுள் இருக்கும் உப்பு ஏரியின் விட்டம் 1.2 கி.மீ. லோனார் என்பதற்கு உப்பு என்பது பொருள். சமஸ்க்ருதத்தின் மருவிய சொல்.

லோனார் பள்ளம்? அனந்த் சிந்தித்தான். ஒரேயொருமுறை அவன் அங்கு போயிருக்கிறான். எம்.எஸ்ஸியில் கல்விச் சுற்றுலாவில் கிறிஸ்டல்ஸ் பத்திப் படிப்பதற்காக, கடமைக்காகப் போன இடம் அது.

‘‘எங்கூட வாங்க’’ தேவராஜ் முன்னே நடந்தார். ஜானகி தயங்கினாள்.

''என் பொண்ணு தனியா இருப்பா சார். அப்பாவால தனியாளா அவளப் பாத்துக்க முடியாது. நான் வேணா அப்புறமா வந்து சேர்ந்துக்கிறேனே?''

''நீ அவசியம் போயே தீரணும், ஜானகி, வேறு வழியில்லை. உன் பொண்ணைப் பத்திக் கவலப்படாத'' சடகோபனின் குரலில் நிஜமான கவலையும், கூடவே உறுதியும் தெரிந்தது.

''எத்தனை நாளாகும்னு தெரியாம... மாத்துத் துணிகூட ரெண்டு நாளைக்குத்தான் இருக்கு. அதுவுமில்லாம தனியா...'' ஜானகி முடிக்குமுன்னே தேவராஜ் குறுக்கிட்டார்.

''அதப் பத்தி கவலைப்படாதம்மா. அங்க நம்ம ஊர் சயன்டிஸ்ட் ரெண்டுபேர் - ஹஸ்பண்ட் அண்ட் வைஃப் தங்கியிருக்காங்க. ஏதோ உயிரின ஆராய்ச்சின்னாங்க. அவங்ககூட நீ தங்கிக்கலாம். செக்யூரிட்டி பத்தி கவலையே படாதீங்க. நாங்க இருக்கோம்''

''அதில்ல...''

''துணியெல்லாம் பக்கத்துல ஜால்னா போய் வாங்கிக்கலாம். இல்ல, அவுரங்கபாத் ஒரு தடவ போயிட்டு வந்தாப் போச்சு''

தேவராஜ் அவளைப் பேசவிடவில்லை.

''அனந்த், நாம ரெண்டுபேரும் எம்.டி.டி.ஸியோட பயணிகள் விடுதில தங்கிக்குவோம். ரெண்டு ரூம் போட்டிருக்கேன்''

இந்த ஆள் நம்மள விடமாட்டார் என்பது புரிந்தது அனந்த்துக்கு.

முன்னே தேவராஜ் நடக்க ஜானகியும், அனந்த்தும் வெளியே நடந்தனர். அனந்த் ''ஒரு நிமிஷம்'' என்றான். திரும்பி உள்ளே விரைந்தவன் சடகோபனை அணுகினான்.

'' ஒரு முக்கியமான கேள்வி''

''கேளு''

''இந்த தேவராஜ்... இவர நம்பலாமா?''

சடகோபன் அவனை ஏறிட்டார். '' வேற சாய்ஸ் இல்ல உனக்கு. டெல்லி செலக்ட் பண்ணி அனுப்பின ஆளு. ஐ.பி.எஸ். எனக்கு ரெண்டு வருஷமாத் தெரியும்.''

''ஓ.கே. இன்னொன்னு.. எதிரிங்க இருக்கறாங்கன்னு சொல்றீங்க. யாரு அவங்கன்னு எதாச்சும் தெரியுமா? நாங்களும் எச்சரிக்கையா இருப்போம்''

சடகோபன் சற்று தயங்கினார். வாசலை நோக்கினார். மிக மெல்லிய குரலில் பேசினார் '' இப்போதைக்கு ஒரு குழு, ஹாங்காங்ல நம்மள அடிச்சது... ரொம்ப ஆக்டிவ். அதோட லீடர் ஒரு பெண்..கிழக்கு-ன்னு புனைப்பெயர். இவ்வளவுதான் தெரியும். அவ ஆளுங்க எல்லா இடத்துலயும் பரவி இருக்காங்க. தேவராஜ் இருக்காருன்னாலும், எதுக்கும் யார்கிட்டயும் அதிகம் பேசாம, கவனமா லோனார்ல வேலையப் பாருங்க''

அனந்த்தும் சடகோபனும் வாசலுக்கு வர, நின்றிருந்த வண்டியைப் பார்த்து அனந்த் வியந்தான்.

''லோனார்? குவாலிஸ்ல?''

அவர்கள் வாசலுக்குப் போனதும், உள்ளே திரும்பிய சடகோபன் நேரே கழிப்பறையின் அருகே இருந்த மற்றொரு கதவைத் திறந்தார். கீழே படிக்கட்டுகள் நீண்டிருக்க, நிதானமாக அச்சுரங்க அறையில் இறங்கினார். சுவற்றில் இருந்த சிறிய ஸ்விட்சைப் போட்டதில், சுரங்க அறை, சிறிய மின்விளக்கில் தெளிவாகத் தெரிந்தது.

டெலிபோன் இணைப்புகளும், கம்ப்யூட்டர் நெட்வொர்க் ஸ்விட்ச்களும், ரூட்டர்களுமாக ஏதோ தொலைபேசி எக்ஸ்சேஞ்ச் போலக் காட்சியளித்த அதன் வலது ஓரத்தில் இருந்த பெரிய கேபினட்டின் அருகே சிறிய நாற்காலியில் அமர்ந்த சடகோபன், ஒரு ஹெட்போனை மாட்டிக்கொண்டார். சில பொத்தான்களின் அழுத்தத்தின் பின் அவர் பேசத் தொடங்கினார்.

'' திருவனந்தபுரம் பேச்சு... வாய்ஸ் அனலிஸிஸ் முடிஞ்சிருச்சா?''

''✱✱✱✱''

'' ஓ.கே. முதல்ல இண்டெர்னல் டேட்டாபேஸ்ல செக் பண்ணுங்க. இண்ட்டர்போல்கிட்ட துபாய், பாங்காக், ஜகார்த்தா, ஃப்யுஜிடிவ்ஸ் ஃபைல்ஸ் மட்டும் ரெக்வெஸ்ட் பண்ணுங்க''

குவாலிஸ் நெடுஞ்சாலையில் ஏறி, மறுபுறம் திரும்பி, இரு கிலோமீட்டர்கள் சென்றதும், பாதையிலிருந்து இடதுபுறம் விலகி தரிசு நிலத்தில் சென்றது. பதினைந்து நிமிடக் குலுக்கல்களுக்குப் பின், முன்னே கண்ட காட்சியில் அனந்த் வாயைப் பிளந்தான். ஆரஞ்சு வெள்ளை நிறக்கலவையில் பவன் ஹன்ஸ் ஹெலிகாப்டர்.

ஹெலிகாப்டரில் அவர்கள் ஏறியபின் இரு நிமிடங்களில் தெற்கு நோக்கிக் கிளம்பி, பின் வட்டமடித்து வடமேற்கு நோக்கி விரைந்தது. இரண்டு மணிநேரப் பயணத்தின் பின், சயாத்ரி மலைகளுக்கு இடையே தட்டையான மற்றுமொரு தரிசுநிலத்தில் இறங்க, அங்கு காத்திருந்த நீல நிற ஸ்கார்ப்பியோ அவர்களை ஏற்றிக்கொண்டு உடனே விரைந்தது.

மேற்குத் தொடர்ச்சி மலையின் ஒரு பகுதியான சயாத்ரி மலை, அந்த ஸ்கார்ப்பியோ எளிதில் சென்றுவிட அனுமதிக்கவில்லை. சாலையே இல்லாத காட்டுப்பகுதியில் மெல்ல ஏறி, இறங்கி தட்டுத்தடுமாறி ஸ்கார்ப்பியோ விரைந்தது. இது போன்ற உயர்கோண ஏற்றப்பகுதிகளில் ஸ்கார்ப்பியோ எளிதாகச் செல்லும். அதுவே தடுமாறியது.

ஒரு மணிநேரப் பயணத்தின் பின், இருள் கவிந்திருந்த வேளையில், லோனார் கிராமத்தில் புழுதியைக் கிளப்பியபடி ஸ்கார்ப்பியோ நுழைந்து, மெர்க்குரி விளக்கு ஒளிர்ந்த ஒரு தெருவின் மூலையில் நின்றது.

லோனார் ஒரு சராசரி மஹாராஷ்டிர தூங்குமூஞ்சி கிராமம். ஆறு மணிக்கெல்லாம் வீடுகள் அடைந்துவிடும். யாராவது பஸ்ஸைத் தவறவிட்டுவிட்டு நடந்து வந்தால்தான் கொஞ்சம் நடமாட்டம் உண்டு. அன்று அப்படியும் யாரும் வரவில்லை. வெறிச்சோடிக் கிடந்தது. முண்டுமுண்டாகப் புடைத்துக்கொண்டு நிற்கும் சதுரவடிவக் கற்களால் கட்டப்பட்ட வீடுகள்.. இருண்டு போய்க் கிடந்தன.

தேவராஜ் இறங்கினார். ''வாங்க'' என்றவர், அவர்கள் இருவரும் வருகிறார்களா என்று பார்க்காமலேயே முன்னே நடந்தார். எவரும் பேசவில்லை. சுவர்க்கோழிகளின் சப்தத்தையும், மாடுகளின் ஒலியையும் தவிர ஒன்றும் கேட்காத அதீத மவுனம் கனத்த

அவ்வேளையில் நடப்பது என்னமோ சிரமமாகப்பட்டது அனந்திற்கு. கிராமத்திற்கே உரித்தான சாணி நெடியும், பல்புகளின் மினுமினுப்பும் மேலும் கனத்தை ஏற்றின அவனுக்கு.

தாழ்ந்த ஓட்டுக்கூரை வீட்டின் வாசலில் தேவராஜ் நிற்பது சிறிது தூரத்தில் அனந்த்திற்குத் தெரிந்தது. வீட்டின் முன்வாசலில் இருந்த விளக்கின் ஒளியில் தேவராஜின் நிழல் நீண்டு தெருவின் எல்லையில் இருந்த மதில் சுவரில் மடங்கி , மறுபுறம் இருண்டிருந்த சிறு குளத்தில் விழுந்து மறைந்தது.

வாசலில் ஒரு நிழல் நீண்டு, தேவராஜின் மேல் படர்ந்தது. பின்வந்த உருவம் வாசலின் ஓரம் ஒதுங்கி காத்து நின்றது. ''வா, அனந்த்''

பரியச்சமான குரல்... அனந்த் கண்களை இடுக்கிக்கொண்டு பார்த்தான். ''ஹலோ,தெரியலையே யாரு?'' கேட்பதற்கு அவனுக்குத் தர்மசங்கடமாக இருந்தது.

''என்னடா என்னைத் தெரியலையா?'' சிரித்தபடி வாசல் விளக்கினொளியில் நீண்ட முகத்தினை சில நொடிகளில் அடையாளம் கண்ட அனந்த் ஆச்சரியமானான்.

''ஏய்...சம்பத்... சம்பத்குமார்தானே நீ?'' சட்டென சந்தோஷத்தில் அவனைத் தழுவ முயன்றவன், சம்பத்குமாரிடம் ஏதோ கண்டு தயங்கினான்.

சொல்லாமலே புரிந்தது சம்பத்திற்கு. ''கோ அஹெட். அனந்த்'' தழுவிய அனந்த்திற்கு தனது செயல் செயற்கையாகப் பட்டது.

''வா, ஜானகி. ஹோப் யூ ரிமெம்பர் மி'' சம்பத், அவள் ஒரு நிமிடம் தடுமாறியதைச் சிரித்து ரசித்தான்.

''ஒரு நிமிஷம் நில்லு ஜானகி. மங்கை, கொஞ்சம் வாசலுக்கு வாயேன்''

வெளியே வந்த பெண்ணை மங்கிய விளக்கொளியில், முகம் சரியாகத் தெரியாவிட்டாலும், என்னமோ சட்டென ஜானகிக்குப் பிடித்துப்போனது. ''ஜானகி, மீட் மை வைஃப், மங்கை.'' பரஸ்பர அறிமுகத்தின் பின் பெண்கள் வீட்டினுள் சென்றனர்.

''ஓகே. அப்ப நானும் அனந்த்தும் எம்.டி.டி.சி விடுதிக்குப் போறோம்''

கிளம்பிய தேவராஜை சம்பத் தடுத்தான்.

''ஏன்? அனந்த் இங்கேயே எங்ககூடத் தங்கட்டுமே?''

''அதில்ல'' தேவராஜ் தயங்கினார். ''சவுகரியப்படுமான்னு...''

''டோண்ட் வொரி. தாராளமா நீங்ககூடத் தங்கலாம். வீட்டக் கொஞ்சம் புதுப்பிச்சிருக்கேன். டைல்ஸ் எல்லாம் போட்டு, பாத்ரூம் புதுசா கட்டி...''

தேவராஜ் மேலும் தயங்கினார். சம்பத் அவர் கைகளைப் பிடித்து மெல்ல அழுத்தினான்.

''அனந்த் இங்க தங்கணும். ஒரு வேலை இருக்கு''

தேவராஜ் திரும்பினார்.. ''அப்போ நான் கிளம்பறேன். நாளைக்குக் காலைல பத்து மணிக்கு போன் பண்ணவா?''

''ம்ம்.. பன்னிரெண்டு மணிக்குப் பண்ணுங்களேன். காவலுக்கு யாரையாச்சும் இருத்தியிருக்கீங்களா?''

''யெஸ். ரெண்டு பேர் வீட்டுக்கு முன்னால, ரெண்டு பேரு கோயிலுக்குப் பக்கம். நாளைக்கு நான் வந்து பாத்தப்புறம் செக்யூரிட்டிய ரிவியூ பண்ணலாம்''

தேவராஜ் கிளம்பிச் சென்றதும், இருவரும் வீட்டினுள் நுழைந்தனர்.

தாழ்வான நுழைவாயில், நீளமான அறைகள் என பழைய வீட்டின் அமைப்பை மாற்றாமல், வீட்டை படு புத்திசாலித்தனமாக நவீனப்படுத்தியிருந்தான் சம்பத்.

''முதல்ல சாப்பாடு. அப்புறம் பேசலாம். அனந்த் வேட்டி கட்டிக்கிறியா?'' சம்பத்தின் கேள்வியின் காரணம் அடுத்த ஐந்து நிமிடங்களில் புரிந்தது.

''டைனிங் டேபிளெல்லாம் கிடையாது. தரையிலதான் உட்கார்ந்து சாப்பிடணும்.''

மங்கையின் இரவு உடையில் ஜானகி என்னமோ ஊதின பலூன் மாதிரி தெரிந்தாள். எதிரில் அவள் அமரும்போது கீழே உதிர்ந்த மல்லிகைப்பூக்கள் அனந்தை மேலும் எரிச்சல்படுத்தின.

''இந்த மல்லிப்பூவை இன்னமும் நீ விடலையா?''

''மைண்ட் யுவர் பிசினஸ்''

''ஒழி. என்ன சொன்னாலும் திருந்தாது'' முணுமுணுத்தான்.

சம்பத் குனிந்து சாப்பிடுவதில் கவனமாயிருக்க, அனந்த் அவனை உற்றுக் கவனித்தான். எப்படி இருந்தவன்?

காதில் கடுக்கன், தலையில் சிறு குடுமி, காதோரம் இளநரை, பஞ்சகச்ச வேஷ்டி, அங்க வஸ்திரம்... கோயில் அர்ச்சகர் போல்.. சம்பத் சட்டெனத் திரும்பினான்.

''என்னடா.. இவன் இப்படி மாறிட்டானேன்னுதானே யோசிக்கிறே? அது பெரிய கதை. இப்ப ஒண்ணும் யோசிக்காம சாப்பிடு. காலேல பேசலாம்.''

மங்கையும் ஜானகியும் உள்ளே ஒரு அறையில் செல்ல, ஆண்கள் இருவரும் வாசலில் உள்பக்கத் திண்ணையில் அமர்ந்தனர். அனந்த் ஏதோ பேசத் தெடங்க, சம்பத் தடுத்தான். ''முதல்ல நீங்க இந்த லோனார் பள்ளம் பத்தித் தெரிஞ்சுக்கணும்... ஸோ, நாளைக்குக் காலேல அஞ்சு மணிக்கு எழுந்திருச்சு, முதல்ல பெரிய பள்ளத்தப் பாக்கப் போவோம். அப்புறம் கோயிலுக்குப் போயிட்டு வரும்போது தேவராஜ் போன் பண்ணற நேரம் சரியா இருக்கும்'' காலை நீட்டிப் படுத்த சம்பத் சட்டெனத் தூங்கிப் போனான்.

சுவர்க்கோழிகளின் சப்தம் அனந்திற்குப் பெரிதாகப் பட்டது.

லோனார் பள்ளத்தின்மேல் விளிம்பில் நின்றனர் நால்வரும். இன்னும் விடியவில்லை. குளிர்க்காற்று கொஞ்சம் கடுமையாகவே உடலை ஊடுருவியது. இருளில் ஏரி இன்னும் கறுத்து, ஏதோ அந்த இடமே ஒரு புதிராக இருப்பதாகப் பட்டது ஜானகிக்கு. சம்பத் வேட்டி காற்றில் படபடக்க முன்னே நடந்தான்.

''எதுக்கு இவ்வளவு சீக்கிரமாப் போகணும்? வெயில் வரட்டுமே?'' ஜானகி குளிரில் லேசாக நடுங்கினாள்.

''வெயில் வந்தப்புறம் இங்க வெப்பம் சடார்னு உயரும். திரும்பி வரும்போது ஏர்றதுக்கு ரொம்ப கஷ்டப்படுவோம்'' மங்கை அவள் தோள்மீது கைபோட்டு அணைத்துக்கொண்டு நடந்தாள்.

''இப்பப் பள்ளத்துக்குள்ள இறங்கி ஏரிக்கரைல கொஞ்ச தூரம் சுத்திட்டு வருவோம். மெதுவா பாத்து இறங்குங்க. படி கொஞ்சம் உயரம் ஜாஸ்தி''

அவன் குரல் காற்றில் கரைந்து மெல்ல முணுமுணுப்பாகக் கேட்டது. சம்பத்தைத் தொடர்ந்து ஒருவர் பின் ஒருவராக அவர்கள் மெல்ல இறங்கினர். அனந்த் இறுதியில் இறங்க, புகையான பனிமூட்டத்தில் அவன் முன் மங்கலான வெள்ளையாக ஏதோ நிழலாட, எச்சரிக்கையானான். அருகில் சென்றதும் புரிந்தது.. மல்லிகைப்பூச் சரம்... ஜானகி...

''இன்னமுமா இதை வைத்துக்கொண்டு திரிகிறாள்? அடச்சை''

பத்து நிமிடங்களில் அனைவரும் ஏரியின் விளிம்பை அடைந்தனர். காற்றில் மெல்ல, கரையில் அலைகள் அடிக்கப் பச்சைப் பாசி படர்ந்த ஏரியின் நீர்ப்பரப்பில் மெதுவாக எழுந்துகொண்டிருந்த சூரியனின் சிவந்த கிரணங்கள், சிகப்பும் பச்சையுமாக அதீத நிறக்கலவையை உருவாக்க, கிறங்க வைத்த அக்காட்சியிலிருந்து அவர்களை ஏரி நீரின் துர்நாற்றம் நிஜ உலகிற்கு இழுத்து வந்தது.

ஏரியின் விளிம்பில் பலவிதமான வடிவங்களிலும், நிறங்களிலும் ஜொலித்த உப்புப் படிவங்கள் ஜானகியை வியக்க வைத்தன.

''உப்பு என்றால் சாதாரண உப்பு இல்லை. மாங்கனீஸ் உப்புகள்'' விளக்கியபடி மங்கை முன் சென்றாள்...

''ஒரு நிமிஷம்'' சம்பத் அனைவரையும் நிறுத்தினான். தனது முதுகுப்பையிலிருந்து சில காகித ஸ்ட்ரிப்களை வெளியே எடுத்தான்.

''சிகப்பு லிட்மஸ் பேப்பர்''

ஜானகியின் புருவங்கள் உயர்ந்தன.

சம்பத் லிட்மஸ் பேப்பரை ஏரி நீரில் நனைக்க அது நீலமானது.

''அடர் காரத்தன்மை''

அவன் நீலமான பேப்பரை, பி.ஹெச் அளவுகள் இடப்பட்டிருந்த மற்றொரு பேப்பரோடு வைத்து வண்ணங்களை ஒப்பிட்டான்.

''10.7 பி.ஹெச். இவ்வளவு அடர் காரத்தன்மை இருந்தா பெரும்பாலான தாவரங்கள் வளரமுடியாது. ஆனா இங்க பாரு''

அவன் காட்டிய கரைகளில் செடிகள் காட்டுத்தனமாகச் செழித்து வளர்ந்திருந்தன.

''இதுவே ஒரு அதிசயம்தான். இன்னும் மேல போவம்''

''ஏரிக்கு நடுவே போயி நீரை பி.ஹெச் சோதனை செய்து பார்த்தோம்னா, அது 7ன்னு காட்டும். தூய நீர். ஒரே ஏரில இரு விதமான நீர்ப்பண்புகள். இரண்டும் ஒன்றோடு ஒன்று கலக்காது. அது மட்டுமில்ல... தனித்துவம் வாய்ந்த உயிரினங்கள் கொண்டபடி இரண்டு நீர்ச் சூழல்களும் ஒரே ஏரில இருக்கு'' சம்பத் லிட்மஸ் காகிதங்களைத் தன் பையில் வைத்துக்கொண்டு, தோளில் மாட்டிக் கொண்டான்.

அனந்த் இது குறித்து அறிந்திருக்கிறான் என்றாலும், பார்க்கும்போது வியப்பாக இருந்தது.

''வெல்கம் டூ த வேர்ல்ட் ஆஃப் சயின்டிஃபிக் மிஸ்ட்ரிஸ்'' என்றான் சம்பத் சிரித்தபடி.

''இந்த ஏரியோட விட்டம் 1.2 கி.மீ. இதுக்கு மூணு ஓடைகள்ல தண்ணி வருது. ஆனா, நீர் வெளியேற ஒரு வடிகாலும் கிடையாது. அப்ப தண்ணி அளவு உயர்ந்துகிட்டேதான இருக்கணும்? அப்படியே இருக்கு. ஆவியாதல்ல மட்டும்தான் தண்ணி வெளியேறுது''

அனைவரும் பேசாமல் அவன் பின்னே நடந்து கொண்டிருந்தனர்.

''அதுல ஒரு ஓடையில தண்ணி வருஷம் பூராவும் ஓடுது. கோடைக்காலத்துல கொஞ்சம் வரவு குறையும். ஆனா வத்தாது''

''எங்க இருந்து வருது?''

''இங்க ஒரு விஷ்ணு கோயில் இருக்கு. அதுக்கு முன்னாடி சின்னதா ஒரு குளம்.. தண்ணி அங்க விழுந்து அதுல இருந்து இங்க வருது. அதுக்கு முன்னாடி எங்க ஆரம்பமாகுதுன்னு இன்னமும்

கண்டுபிடிக்கலை''

அனந்த் நின்றான். அவனது இடப்புறம் சில கல்தூண்கள் இடிந்த நிலையில், ஏதோ ஒரு கோயில் இடிந்து கிடப்பது போலக் கிடந்தன. ஏரிக்கரையில் அலையலையாய் வெள்ளை உப்புப் படுகையின் அருகே பழுப்பு நிறத்தில் இருந்த மற்றொரு உப்புப் படிகை, சூரியனின் செங்கதிர்களில், சிகப்பும் பச்சையுமாக விவரிக்க முடியாத ஒளியில் மின்ன, லேசான அலைகளுடன் தளும்பிய ஏரி, ஏதோ பல மர்மங்களைத் தன்னுள் அடக்கி வைத்திருப்பதாக அவனுக்குத் தோன்றியது.

''சே... ஏனிப்படி பயந்து சாகிறேன்?'' எனத் தன்னையே கடிந்து கொண்டவன், இடப்புறம் இடிந்து கிடந்த கல்தூண்களில் ஏதோ கண்டு குனிந்தான்.

''என்ன இது. ப்ரம்மி எழுத்து மாதிரி?''

''என்ன மொழின்னே தெரியலை. இவ்வெழுத்துகள் இன்னும் ஆவணப்படுத்தப்படலை'' சம்பத் விளக்கினான்.

''இது மாதிரி நிறைய கோயில் இடிபாடுகள் இனிமே போகப்போக வரும். பல கோயில்கள் யாரு கட்டினாங்கன்னே தெரியாது. சும்மா இதுல டைம் வேஸ்ட் பண்ணாதீங்க. பன்னிரெண்டு மணிக்குள்ள ஏரிய ஒரு சுத்து சுத்திட்டு வீட்டுக்குப் போயிடணும். அதுக்கு அப்புறம் மேல ஏற முடியாது''

''அதெப்படி யார் கட்டினாங்கன்னு தெரியாதுங்கற? லோனாரோட ஆட்சி வரலாறு தெளிவாக ஆவணப்படுத்தப் பட்டிருக்கே? இந்த கோயிலெல்லாம் கி.பி 6ம் நூற்றாண்டிலேர்ந்து 12ம் நூற்றாண்டு வரைலதான கட்டியிருக்கணும்?'' அனந்த் கல்தூண் அருகிலிருந்து மெல்ல எழுந்தான்.

''அதெல்லாம் இப்ப முழுசா எஞ்சி இருக்கிற ஒன்னு ரெண்டு கோயில்கள் மட்டும்தான். அதுக்கு முந்தி இருந்தவையெல்லாம் எந்த பீரியட் என்றே சொல்லறது கஷ்டம்''

''ஹொய்சாள மன்னார்களாத்தான் இருக்கணும்... இல்ல சாளுக்கியாஸ்?'' ஜானகி யூகித்தாள்.

சம்பத் அவளை வினோதமாகத் திரும்பிப் பார்த்தான்

சிறிது முன்னே நடந்தவன் ஒரு கோயில் இடிபாட்டின் அருகே நின்றான். புதர்களை விலக்கி, தாறுமாறாகக் கிடந்த தூண்களைத் தாண்டி உள்ளே சென்றான். நாலடி உயரமிருந்த ஒரு இடிந்த மண்டபம் அது. செடிகளின் வேர்களும், கொடிகளும் அதன் தூண்களை விழுங்கிக் கொண்டிருக்க, அதன் உள்ளே சிறிய கருவறை சூரிய ஒளியில் சிறிது ஒளிபட்டுத் தெரிந்தது. விக்கிரகங்கள் ஒன்றுமின்றி வெறுமையாக.

''இங்க'' அவன் குரலின் பின் மூவரும் அந்த மண்டபத்தில் நுழைந்தனர்.

''இது எந்தக் கோயில்னு தெரியுதா, ஜானகி?''

''ம்ம்.. தெரியலை'' உதட்டைப் பிதுக்கினாள்.

''சிவன்? இல்லை விஷ்ணு? லெட் மி கெஸ்..'' அனந்த் புராணத்தை நினைவுக்குக் கொண்டு வர சிரமித்தான்.

''ரெண்டும் இல்லை. இது முருகன் கோவில்''

''முருகன் கோவிலா? அதுவும் இந்த ஊர்ல?'' ஜானகியின் கண்கள் வியப்பில் விரிந்தன. நம்ப மறுத்தன.

''யெஸ். முருகன் கோவில். திராவிடர் நாகரிகம் இங்க பல நூற்றாண்டுகளுக்கு முன்னேயே இருந்திருக்கு'' சம்பத் தன் கைகளைத் தட்டி தூசி உதிர்த்தான்.

''எத வச்சு இது முருகன் கோவில்னு சொல்லறே? இங்க விக்கிரகமும் இல்ல, கோயில் அமைப்பும் பாழடைச்சு கிடக்கு'' ஜானகி கேட்டாள்.

''அதுக்கு சான்று...'' சம்பத் அம்மண்டபத்திலிருந்து இறங்கிக் குனிந்து சிதிலங்களின் குவியலில் தேடினான். ஒரு தூணைப் புரட்ட முனைந்தான். ''அனந்த் நீ ஒரு கை கொடு'' இருவரும் புரட்ட, தூண் மெல்ல அசைந்து கொடுத்தது. ஒரு முறை புரண்டது. இதப்பாரு சம்பத் காட்டிய இடத்தில் தூணில் சிற்பங்கள். சைவ சமயச் சின்னங்கள், வேல், மயிலுடன் முருகன் சிற்பங்கள்.

''இதோட இன்னும் இண்ட்ரஸ்டிங்க்..'' சம்பத் மண்டபத்தின் ஓரத்தில் சாய்ந்து விழுந்து கிடந்த கல்தூண் ஒன்றின் மேலிருந்த செடிகளை விலக்கினான். தூணில் மிக மெல்லிய படலமாக எழுத்துகள் தெரிந்தன.

''இது ப்ரம்மி எழுத்து வகை'' சம்பத் நிறுத்தினான்.

''மொழி - தமிழ்''

ஜானகி வாயடைத்துப் போய் நின்றாள். எங்கோ மஹாராஷ்ட்ராவில் காடுகளின் நடுவே இடிந்த கோவில், அதுல தமிழ்... அவளால் நம்பமுடியவில்லை.

''என்ன இதுக்கே இப்படி பிரமிச்சுப் போயிட்டீங்க. நான் சொன்ன விஷ்ணு கோயில்... அதுலயும் ஒரு தமிழ்க் கல்வெட்டு இருக்கு'' முதுகுப்பையில் கைவிட்டுத் தேடினான். ஒரு காகிதத்தை எடுத்து அனந்த்திடம் நீட்டினான்.

''ஒருவாரம் முந்திதான் எஸ்டாம்ப்பேஜ் பண்ணி எடுத்தது. தற்காலத் தமிழ்ல இதுல எழுதியிருக்கேன்''

''இத ஏன் எங்கிட்ட தர்றே?''

''கொடுக்கச் சொல்லியிருந்தாரு. கொடுத்துட்டேன்''

''யாரு?''

''சடகோபன்''

அனந்த் குழம்பினான். எனக்கும் தமிழ் செய்யுள்களுக்கெல்லாம் வெகுதூரம். எங்கிட்ட ஏன் கொடுக்கச் சொல்லணும்? எனக்கு என்ன புரியும்னு நினைக்கிறாரு?

சம்பத் மங்கையைப் அர்த்தத்துடன் பார்க்க, அவள் மெல்லப் புன்னகைத்து முன்னே நடந்தாள்.

சிந்தனையுடன் அக்காகிதத்தை வாங்கிய அனந்த்துக்கு ஏனோ அவள் அப்பேச்சிலிருந்து விலக முற்படுவதாகப் பட்டது. ஒரு வேளை அவளுக்கு நாம வந்தது பிடிக்கலையோ?

நால்வரும் நடந்தனர். சம்பத் ஒரு கோயில் இடிபாட்டின் அருகே நின்றான். அனந்த் வரும்வரை காத்திருந்தான்.

"இந்த இடத்துக்கு நாம ரெண்டுபேரும் திரும்பி வரணும். ஜஸ்ட் கீப் இட் வித் யூ" கிசுகிசுத்துவிட்டு முன்னே விரைந்தான். அனந்த் ஒன்றும் புரியாமல் அந்த இடிபாடுகளைப் பார்த்தான். இரு மண்டபங்கள். உள்ளிருக்கும் கருவறை போன்ற சிறிய அறை மட்டும் சிதிலமாகாமல் இருக்க, மற்ற தூண்கள் பெரும்பாலும் விழுந்து விட்டிருந்தன. இருக்கும் ஓரிரு தூண்களும் எப்ப வேண்டுமானாலும் விழலாம் என அச்சுறுத்திக் கொண்டிருந்தன.

"இவ்வளவு முக்கியமான இடம்னா, இப்பவே பாத்துட்டுப் போகலாமே? இவன் ஏன் இன்னும் இழுத்தடிக்கிறான்?" கேள்விகள் மேலெழும்ப, சிந்தனையோடு சம்பத்தைப் பின் தொடர்ந்தான்.

சம்பத் ஒரு பாறையின் அருகே நின்றான். தனது முதுகுப் பையிலிருந்து இரண்டு காந்த ஊசி டப்பாக்களை வெளியே எடுத்தான்.

"சாதாரணமா காந்த ஊசி வடக்குத் தெற்காகக் காட்டும் இல்லையா?" மற்றவர்களின் பதிலுக்குக் காத்திராமல், அந்த காந்த ஊசியைப் பாறையின் மேல் வைத்தான்.

காந்த ஊசி தாறுமாறாக சுழன்றது. கிழக்கு மேற்காகத் திரும்பி நின்றது.

ஜானகி மலைப்பில் 'ஆ' எனப் பார்த்திருக்க, சம்பத் அதே பாறையில் மற்றொரு இடத்தில் மற்றொரு காந்த ஊசியை வைத்தான்.

ஊசி, வடக்குத் தெற்காக திசை காட்டியது.

"ஒரே பாறையில், இரண்டு அங்குலம் இடைவெளியில் காந்தப்புலம் மாறுகிறது. ஏரியின் நடுவே போனால், ஊசி கன்னாபின்னாவெனச் சுற்றும். காந்தப்புலம் இங்கு, பூமியின் மற்ற இடங்களைப் போல இல்லை"

சம்பத் காந்த ஊசி டப்பாக்களைத் தன் பையில் வைத்துக்கொண்டு முன்னே நடந்தான்.

அனந்த் ஆச்சரியப்படவில்லை. சிறு கோபம் அவனுள் எழுந்தது. இந்தப் பெண் வேணுமானால் வெகுளியாக அவன் சொல்வதை நம்பலாம்... நான் அப்படியல்ல...

''அமேசிங்... இல்ல?'' என்றாள் ஜானகி, காதருகில் இருந்த முடிக்கற்றைகளை ஒதுக்கி விட்டபடி.

''அவன் சொல்றான்னு நீயும் ஆன்னு வாயப் பொளந்துக்கிட்டு கேக்கிறயே? இதுல என்ன மர்மம் இருக்கு?''

''காந்தத்தன்மை பாறைல அங்குலம் அங்குலத்துக்கு மாறிக்கிட்டிருக்கு. இது உனக்கு வினோதமாப் படலையா?''

''ஹோல்டான் ஜானகி. காந்தத்தை வலுவாக அடித்தாலோ, அல்லது ரொம்ப சூடு படுத்தினாலோ, என்ன ஆகும்?''

''ம்ம்.. காந்தத் தன்மை போகும்... இல்லன்னா குறையும்''

''விண்கல் இங்க வந்து விழுந்த வேகம் 50 கிமீ/செகண்ட். அத்தனை வேகத்துல 40 மீட்டர் அகலத்துல ஒரு கல் பூமில விழறப்போ என்ன ஆகும்?''

''என்ன ஆகும்? ஷாக் வேவ்ஸ்... அதிர்ச்சி அலைகள் கிளம்பும். டெம்பரேச்சர் எக்கச்சக்கமா எகிறும்''

''அதுதான் நடந்தது. விண்கல் விழுந்த 0.2 செகண்ட்ல ஒரு அதிர்ச்சி அலை கிளம்பி, பூமியத் துளைச்சுகிட்டு உள்ள போச்சு.. கிட்டத்தட்ட ஒரு கிமீ தூரத்துக்கு பூமியப் பிளந்த அதிர்ச்சி அலையால, தரைமட்டத்துலயே வெப்பம் பயங்கரமா ஏறி 500 செண்டிகிரேடுக்கும் மேலே போச்சு''

''வாவ்... இன்க்ரெடிபிள்...''

''அதிர்ச்சியலையில, பூமிக்குள்ள இருக்கிற உருகின பாறைக்குழம்பு, விண்கல்லோட உருகின பகுதிகள் எல்லாம் சேர்ந்து, தரையைப் பொளந்து, வெளியே புஸ்வாணம் மாதிரி 1.8 கிமீ விட்டத்துக்குப் பீச்சி அடிச்சிருக்கு... அவ்வளவு அதிர்ச்சி, அவ்வளவு வெப்பம் இருந்தா அந்த விண்கல் துண்டுகள்ல, பாறைக்குழம்புல காந்தப்புலம் மாறுமா மாறாதா?''

''மாறும்''

''இப்படி உருகிச் சேர்ந்த பாறைகள்தான் நாம பாக்கிறது. பாறைல ஒரு பக்கத்துல, துண்டுகளோட மாறிப்போன காந்தப்புலம்

அப்படியே இருக்கு. இன்னொருபக்கம், பாறையோட காந்தப்புலம், வெப்பம் குறையும்போது பூமியோட காந்தப் புலனோட ஒன்றிருச்சு. அதான் சாதாரண காந்த இயக்கமா இருக்கு. ஸோ, ஒரே கல்லு... ரெண்டு விதமான காந்த இயக்கம். எத்தனையோ ரிசர்ச் பேப்பர் வந்தாச்சு இதுல. இன்னமும் இதப்போயி மர்மம், விநோதம்னுகிட்டு...''

ஜானகி அவனை வியப்புடன் பார்த்தாள்.

''பரவாயில்லையே? எல்லாத்துக்கும் ஒரு ஆன்ஸர் வச்சுருக்க... உனக்கு மர்மங்கள்ல நம்பிக்கையே வராதா?''

''நம்பிக்கை உண்டு. மூட நம்பிக்கை கிடையாது''

''சரி. ரொம்பப் பீத்திக்காத. ஏதோ தெரிஞ்சிருக்கு சொல்லிட்டே. அதோட நிறுத்திக்க''

எதிரே நடந்து வந்து கொண்டிருந்தவரைப் பார்த்து சம்பத் ஆச்சரியமடைந்தான். ''தேவராஜ்? நீங்க இங்க வர்றதாச் சொல்லவேயில்ல? எப்ப வந்தீங்க?''

தேவராஜ் பதில் பேசவில்லை. அவர் முகத்தில் கவலை தெரிந்தது.

சம்பத்தை அழைத்துக்கொண்டு ஒரு ஓரத்துக்குச் சென்றார். இரு நிமிடங்கள் கழித்து இருவரும் அனந்த்தை அணுகினர்.

''அனந்த், நாம ரெண்டுபேரும் இப்பத் திரும்பிப் போகணும். ஒரு இடிஞ்ச கோவிலைக் காட்டினேனே, ஞாபகமிருக்கா?''

''இப்பவே போகணுமா? அதான் அப்புறம் போலாம்னு சொன்னியே?''

''போயாகணும் அனந்த். அவசரம். தேவராஜ், லேடீஸ் ரெண்டுபேரையும் கூட்டிக்கிட்டு மேல போயி நீங்க தயாராகுங்க. நாங்க ரெண்டு மணி நேரத்துல வந்துருவம்''

சம்பத் யாருக்காகவும் காத்திருக்காமல் திரும்பி விரைந்து நடக்கத் தொடங்கினான்.

''மெதுவாடா, டேய்'' அனந்த் கத்தக் கத்த சம்பத் முன்னே சென்று கொண்டேயிருந்தான்.

இடிபாடுகள் அருகே அனந்த் வந்தபோது, சம்பத் அந்த இடிபாடுகளைக் கடந்து புதர்களின் உள்ளே சென்று கொண்டிருந்தான். பின் தொடர்ந்து விரைந்த அனந்த் அவனை நெருங்குமுன்னே புதர்களூடே மறைந்திருந்த மேலும் மோசமாக சிதிலமான ஒரு மண்டபத்தின் அருகே சென்றுவிட்டிருந்தான்.

''டேய். நில்லுன்னா நிக்க மாட்டியா?'' அனந்த்துக்கு கோபத்திலும், வேகமாக நடந்ததிலும் மூச்சிரைத்தது.

''இங்க வந்து பாரு'' சம்பத் காட்டிய இடத்தில் மண்டபத்தின் ஒரு தூண் சாய்ந்து நின்றிருந்தது. மண்டபத்தின் மேற்கூரையும் சரிந்திருந்தது. பாசி படர்ந்து, கறும்பச்சையாக இருண்டிருந்த அந்த ஆறு அடி உயர மண்டபத்தின் பின்னே ஒரு கருவறையோ, வேறு கோயில் அமைப்புகளோ இல்லை.

''என்னடா இதுல?'' அனந்த் இடுப்பில் கைவைத்து அண்ணாந்து நோக்கினான்.

''இப்படி ஒரு மண்டபம் இருப்பது பலருக்கும் தெரியாது. வெளியே இருக்கிற முருகன் கோயிலையே இன்னமும் யாரும் சரியா ஆவணப்படுத்தல''

''இங்க ஏன் நான் பாக்கணும்னு சொல்லறே?''

''சடகோபனோட ஆர்டர். தேவராஜ் சொன்னாரு இப்பதான்''

அனந்த் கேட்டவாறே, சுற்றும் நோட்டமிட்டான். நான்கு தூண்களின் மேலே அமைந்திருந்த சிறு மண்டபம் அது. வளைந்திருந்த மேற்கூரையின் உட்புறத்தைச் சதுரமான குறுக்குக் கல்திண்டுகள் தூண்களின் மேல் தாங்கியிருந்தன. அண்ணாந்து , அக்கல்திண்டுகளைச் சற்று கவனமாகப் பார்த்தவன் முகம் சீரியசானது.

''அது என்ன எழுதியிருக்கு?''

''எது?'' சம்பத் நிமிராமலே, மற்றொரு தூணை இடிபாட்டுக் குவியலில் இருந்து புரட்ட எத்தனித்தான்.

''பாத்தாத்தானே தெரியும்?''

''நான் பாத்தாலும் தெரியாது''

''வாட்?''

சம்பத் அனந்தின் அருகே வந்தான்.

''லுக் அனந்த். நீ நம்பினாலும் நம்பாட்டாலும் ஒரு உண்மை இருக்கு. இங்க இருக்கிற சில எழுத்துகள் சாதாரண எழுத்துகளில்லை. புதிர்கள். யாருக்குத் தெரியணுமோ, புரியணுமோ அவங்களுக்குத் தான் தெரியும். உனக்கு அவற்றில் சில, தன்னை வெளிக்காட்டலாம். நீதான் அதைப் படிக்கணும்''

அனந்த் குழம்பினான்.

''எப்படிடா சாத்தியம்? நான் பாக்கிற அதே மண்டபத்தைத்தான் நீயும் பாக்கிற. உனக்குத் தெரியாம, எனக்கு மட்டும் எப்படித் தெரியும்?''

''பெர்செப்ஷன்''

''புரியலை''

''அப்புறம் சொல்லறேன். எங்க எழுத்துகளைப் பார்த்தே?''

''மேல குறுக்குத் தூண்ல... ''அனந்த் கையால் சுட்டிக்காட்டினான்.

''இப்ப நீ பாத்த எழுத்துகளை உன்னால வாசிக்க முடியுமா?''

''இல்ல. என்னமோ ல, ஸ மாதிரி வளைஞ்சு வளைஞ்சு இருக்கு. தமிழ்தானா?''

''ம்.. ப்ரம்மி, வட்டெழுத்து ரெண்டும் இருக்கும் இங்க. பல கால கட்டங்கள்ல செதுக்கின புதிர்கள். நீ அதை நகலெடுக்க முடியுமா?''

''பேப்பரை மேல வச்சு... எஸ்டாம்ப்பேஜ் ?''

''அதுதான் நாம இப்ப பண்ண முடியும். எங்கிட்ட சார்ட் பேப்பர் இருக்கு. கறுப்பு மை, ரோலர் இருக்கு''

''போதும். குடு''

தூண்கள் மிக உயரமில்லை. ஒரு கல்லை உருட்டி வந்து அதன் மேல் ஏறி, கவனமாக சார்ட் பேப்பரை அதன்மீது பரப்பி, சம்பத்

பேப்பர் விழாதவாறு பிடித்துக்கொள்ள, தண்ணீரை பாட்டிலில் இருந்து அதன்மீது தெளித்தான். பின் ரோலரின் கைப்பிடியால் கவனமாக பேப்பரில் மெல்லத் தட்டினான். எங்கெல்லாம் கல்லில் எழுத்து வெட்டப்பட்டிருக்கிறதோ, அங்கு காகிதம் உள்ளே மடங்கியது. ஐந்து நிமிடத்தின் பின், ரோலரில் கறுப்பு மையைப் பரப்பி, பேப்பரின்மீது மெதுவே உருட்டினான். சார்ட் பேப்பர் கருநிறமாக மாற, மை பரவாத பள்ளப் பகுதி, வெள்ளையாக எழுத்தின் வடிவத்தைக் காட்டியது. பேப்பர் உலரும்வரை காத்திருந்தனர். பின் மெல்லப் பேப்பரை எடுக்க, சில இடங்களில் கிழிந்து வந்தாலும், ஓரளவு எழுத்துகள் தெளிவாக வெள்ளையாக கறுநிறப் பின்னணியில் தெரிந்தன.

''இத நாம எதுக்கு எடுக்கணும்?''

''போகப்போக புரிஞ்சுப்பே. எனக்கும் முழுசாத் தெரியாது. பாக்குறதையெல்லாம் நகலெடுக்கணும்னு ஆர்டர்''

''யாரு?''

''சடகோபன்''

அனந்த் அமைதியானான். இறங்கி, சுற்றி நடந்து மண்டபத்தின் பின்புறத்தை அடைந்தான். மண்டபம் ஏனோ, அவனை ஈர்த்தது. குவிந்து கிடந்த உடைந்த கற்களும், சரிந்த தூண்களும், வெறுமையான மண்டபம்... அதனுள்ளே செல்ல எத்தனித்தான்.

அனந்தத்தின் காலில் ஏதோ இடறியது. குனிந்தான். ஒன்றுமே தென்படவில்லை. வெறும் தரை.

மேலும் நடக்க எத்தனிக்கையில் மீண்டும் கால் இடறியது.

''சம்பத். இங்க எதாச்சும் கிடக்குதா?''

''இல்லை'' எனத் தலையாட்டினான் சம்பத், கவனமாகத் தரையை ஆராய்ந்தபடி.

''என்னமோ தடுக்குது'' அனந்த் காலை முன்வைக்காமல் சுற்றுமுற்றும் பார்த்தான். ஒன்றுமே தென்படவில்லை.

நேரே மேலே பார்த்தான். மண்டபத்தின் மேல் உட்புறத்தில்

குறுக்காக அதனைத் தாங்கியிருந்த மேல் திண்டில் அவன் முன்னே பார்த்தது போலவே ஏதோ எழுத்துகள் ஓடியதைப்போல உணர்வு. அவன் பிடரி முடிகள் சிலிர்த்தன.

அவர்கள் இருவரும் பார்த்துக்கொண்டிருக்கும்போதே, அந்தக் கல்லைத் தாங்கி இருந்த வலது புறத் தூண் நழுவியது. படீரென சப்தத்துடன் கிழே விழுந்து உடைந்தது. மண்டபத்தின் மேல் கல் சரிந்து, ஒரு புறம் தரையைத் தொட்டது. மறுபுறம் மண்டபத்தின் மேற்கூரையில் இருக்க, உள்ளே போகத் தடை விதிப்பதுபோல குறுக்காக மேலும் கீழுமாகச் சாய்ந்து நின்றது.

அனந்த் ப்ரமிப்புடன் அந்தக் கல்லைப் பார்த்தான். எழுத்து வரிகள் இன்னும் பெரிதாகத் தெரிந்தன. மெதுவாக சார்ட் பேப்பரை வைத்து நடுங்கும் கைகளுடன் நகலெடுக்கத் தொடங்கினான். நீள வரிகளாக புதிர் ஓடியது.

முடித்துவிட்டு இருவரும் திரும்பி நடக்கத் தொடங்கினர். சில அடிதூரம் சென்றிருப்பார்கள்.

திடீரென அந்தக் கல் புரண்டது. மண்டபத்தின் மேல்புறத்திலிருந்து நழுவி முழுதும் கீழே விழுந்தது. அதிர்ச்சியில் உறைந்த இருவரும் சரேலெனப் பின்னே ஓடினர். எழுந்த தூசி அடங்கியபின் கல்லின் மறுபுறத்தைப் பார்க்க முனைந்தனர்.

''இன்னும் புதிர்'' அனந்தின் குரல் திகைப்பில் கம்மியது. கல்லின் மற்ற மூன்று புறமும் எழுத்துகள்...கல்லில் அவன் பார்க்காத பக்கங்கள்.

''சம்பத், இந்தப் பக்கம் வரிகள் ஒண்ணுமில்ல. என்னமோ டிசைன் மட்டும் இருக்கு... சக்கரம் மாதிரி... அதையும் எடுக்கணுமா?''

''எல்லாத்தையும் எடு''

மற்ற பக்கங்களில் வடிவங்கள் எதுவுமில்லாமல் வெறும் வரிகள் மட்டும்...

அனைத்தையும் நகலெடுத்து அவர்கள் காத்திருந்தனர். மேற்கொண்டு பத்து நிமிடம் எதுவும் நடக்கவில்லை.

"வா, போலாம்" சம்பத் சார்ட் பேப்பர்களைத் தன் முதுகுப்பையில் வைத்துக்கொண்டு, மெல்ல எழுந்தான். அனந்த் அவனை மவுனமாகப் பின் தொடர்ந்தான்.

மண்டபம் ஒரு சப்தமுமின்றி அசைவற்று நின்றது.

சம்பத் ஒரு இடிபாட்டுக் குவியலின் மேலே சார்ட் பேப்பரைப் பரப்பி, கையில் இருந்த நோட்டுப் புத்தகத்தில் அதைப் பார்த்து எழுதத் தொடங்கினான்.

"அட, உனக்கு இதப் படிக்கத் தெரியுமா?" அனந்த் வியந்தான்.

"ம்... கல்வெட்டுத் துறைல டிப்ளமோ படிச்சேன். ஏ.எஸ்.ஐ டெல்லி..."

"எக்ஸாக்ட்டா ஒவ்வொரு வார்த்தையையும் அப்படியே தற்காலத் தமிழ்ல எழுத முடியுமா?"

"இது ஷார்ட் ஹேண்ட் மாதிரி அனந்த். கொஞ்சம் கெஸ் வொர்க் இருக்கும். எல்லாரோட மொழிபெயர்ப்பும் ஒரே மாதிரியா இருக்கணும்னு அவசியமில்லை"

"இந்தா, இதுல எதாச்சும் புரியுதான்னு பாரு", நீட்டிய காகிதத்தைப் பலமுறை படித்தான் அனந்த்.

"சக்கரத்துள் பொதிந்திட்ட சூட்சுமத்தில்

சங்கேதப் பொருளுணர்வாய்"

"ஜஸ்ட் க்ரேஸி... தலையப் பிச்சுக்க வைக்குது. நான்கூட முருகன் மேல எழுதின செய்யுள் மாதிரி என்னமோ இருக்கும்னு நினைச்சேன். இது புதிரால்ல இருக்கு?" அனந்த் பேப்பரை மீண்டும் சம்பத்திடம் கொடுத்தான்.

"இந்த வடிவம்... என்னன்னு பாரு"

"சக்கரம்" அனந்த் சட்டென சீரியசானான்.

"இரு... 'சக்கரத்தில் பொதிந்திட்ட சூட்சுமத்தில்...' ஒருவேளை இதத்தான் அந்தப் புதிர் சொல்லுதோ?"

"இருக்கலாம். சக்கரத்தில என்ன இருக்குன்னு பாரு?"

‘‘ம்ம்... நாலு ஆரம் இருக்கு. ஒவ்வொரு ஆரத்துக்குள்ளேயும் என்னமோ பூ மாதிரி...’’

‘‘இன்னும் பாரு... அனந்த் கவனமா’’

‘‘ஓ.கே. ஒவ்வொரு ஆரத்துலயும் ஒரே எண்ணிக்கையில பூக்கள் இல்ல. மேல இடது பக்கத்து ஆரத்துல இருந்து எண்ணினோம்னா, ஒண்ணுல ஆறு, ஒண்ணுல ஒண்ணே ஒண்ணு, அப்புறம் ஏழு, கடைசில நாலு.’’

‘‘இரு இரு,’’ சம்பத் பென்சிலால் நோட்டில் எழுதிக் கொண்டான்.

ஆறு, ஒண்ணு, ஏழு, நாலு...

சம்பத் சட்டென மவுனமானான்.

அனந்த் தொடர்ந்து சக்கரத்தை விவரித்தான். ‘‘அப்புறம்... ஆரத்தோட நடு அச்சுல ஒரு சின்ன டிசைன். ரெண்டு பாம்பு தலைகீழா ஒண்ணை ஒண்ணு கவ்விக்கிட்டு... அதுக்கு நடுல ஒரு பாம்பு....’’

சம்பத் பேசவில்லை. காகிதத்தையே உற்றுப் பார்த்துக் கொண்டிருந்தான்.

‘‘அனந்த்... மத்த வரிகளையும் படி... இந்தப் பேப்பர்ல எழுதியிருக்கேன்’’

சம்பத் கொடுத்த இரு காகிதங்களில் எதை முதலில் படிப்பதென்று அனந்த் குழம்பினான். சிறியதாக இருந்த ஒன்றை வாசித்தான்.

‘‘நாலார வட்டத்துள் நாலே எண்ணாம்’’

அனந்த், சம்பத்தை ஏறிட்டான்.

‘ஓ.கே...கோ... அஹெட்’

‘‘இவ்வளவுதான் இருக்கு’’

‘‘இவ்வளவுதானா...? இந்த வட்டத்துல இருக்கிறது நாலு ஆரம். அதுல ஒவ்வொரு ஆரத்துலயும் இருக்கற பூக்களின் எண்ணிக்கை பாத்தா நாலு நம்பர் வருது... ஓ.கே. இப்ப அடுத்த பேப்பரைப் படி’’

‘‘சரி. கவனமாக் கேளு. என்னமோ பெரிசா இருக்கு...’’

"தலைவால் நேராகித் தன் வாலே தலையாகித்
தன்னிலே தான் கழிய தானேயாய் நின்றிடுமே...
நாலார வட்டத்துள் நாலே எண்ணாம்"

"சுத்தமாப் புரியலை. திரும்பவும் அதே நாலார வட்டத்துள்... சம்திங்" அனந்த் இயலாமையில் கைகளை விரிக்கக் காகிதங்கள் பறந்தன. ஓடிப்போய் அவற்றை எடுத்து வந்தவன் சம்பத்தின் முகத்தைப் பார்த்து வியந்தான்.

"என்னடா இப்படி சீரியசா இருக்க? ஆர் யூ ஓ.கே?"

"இது புதிர் இல்லடா... விடை"

"வாட்?"

"யெஸ். சக்கரத்துல இருந்த நம்பர் என்னன்னு பாரு"

"என்ன இருக்கு? நாலே நாலு நம்பரு..." அனந்த், சம்பத் காட்டிய காகிதத்தைப் பார்த்து எண்களை முணுமுணுத்தான்.

"6..1..7..4" "நல்லா திரும்பிப் படி. யோசி அனந்த்" சம்பத்தின் குரலில் ஒரு பதட்டம் தெரிந்தது.

"6...1...7...4... 6...1...7...4" அனந்த் முணுமுணுத்தான். சட்டென நிமிர்ந்தான்.

"மை காட்.... 6174"

"யெஸ்" அனந்த்தின் தோள்மீது வைத்த சம்பத்தின் கைகள் மெல்ல நடுங்கின.

"இது எப்படி இங்க? எப்படிடா சாத்தியம்?"

"ஜஸ்ட் அமேசிங். அந்த ரெண்டாவது புதிர். அந்த பேப்பரைக் கொடு"

சம்பத் மேற்கொண்டு பேசியது அனந்த்திற்குக் கேட்கவில்லை. நம்பமுடியாத திகைப்பில் ஆழ்ந்திருந்த அவனது நினைவுகள் பின்னோக்கி ஓடின...

அம்பாசமுத்திரம் : 1992

6174

சடகோபன் கரும்பலகையில் பெரிதாக சாக்பீஸால் எழுதினார். கைகளைத் தட்டி, சாக்பீஸ் துகள்களை உதிர்த்தார்.

"யாருக்காச்சும் இதன் முக்கியத்துவம் தெரியுமா?" அனைவரையும் ஒரு முறை புன்னகையுடன் பார்த்தார். வகுப்பில் முழு அமைதி.

சடகோபன் தொடர்ந்தார்

"கருந்துளை எண் என மதிப்புடன் அழைக்கப்படும் ஒரு சாதாரண எண். ஒரு குறிப்பிட்ட கணக்கீட்டு முறை-அல்கோரிதம் இதில் சிக்கினால் மீள முடியாது. இந்த எண் வந்துவிட்டால் அதன்பின் வேறு எண் விடையாக வராது. சுழற்றி சுழற்றி அங்கேயே படுக்க வைத்துவிடும்.

இதுபோன்ற எண்கள் கொள்ளிடப் புதைமணல் போல... இருப்பதே தெரியாது. மாட்டிக்கொண்டால் முழுக வேண்டியதுதான். உதாரணமாக ராக்கெட் ஏவுதல், விமானக் கட்டுப்பாடு, ஏன் அறுவை சிகிச்சை எந்திரங்கள் போன்ற கரணம் தப்பினால் மரணம் என்னும் சீரியசான கணக்கீடுகள் வருகின்ற மென்பொருட்கள் எழுதுபவர்கள், தங்கள் கணக்கீடுகளில் இதுபோன்ற எண்கள் விடைகளாக வந்துவிடக்கூடாது என்பதில் படு கவனமாக இருப்பார்கள். பல எண்களை பதிந்து, விடைகளை சோதிக்கும்போது இவை போன்ற எண்கள் வந்துவிட்டால் சுற்றிச்சுற்றி இவையே விடையாக வரும். மேற்கொண்டு மென்பொருள் வேலை செய்யாது.

உதாரணமாக ஒரு நாலு தசம எண்ணை எடுத்துக்கொள்வோம்" சடகோபன் நிறுத்தினார். ஒரு எண்ணைக் கரும்பலகையில் எழுதினார்.

1897

"இந்த எண்களைப் பெரிய எண்ணிலிருந்து சிறியஎண் என்னும் வரிசையில் மாற்றி ஏறடுக்கில் எழுதுவோம்"

"9871" என்றான் சுடலை. "தாங்க்ஸ்" என்றார் சடகோபன், எழுதியபடியே.

க. சுதாகர்

"இந்த எண்ணைப் பின்னிலிருந்து முன்னாக எழுதுவோம்"

"1789" கரும்பலகையிலிருந்து திரும்பி வகுப்பை நோக்கினார்.

"இப்ப, முதல் எண்ணிலிருந்து இரண்டாவது எண்ணைக் கழிப்போம்"

"9871-1789 = 8082" மொத்த வகுப்பும் உன்னிப்பாகக் கவனித்துக் கொண்டிருந்தது.

சடகோபன் தொடர்ந்தார். "மேலே செய்தது போலவே இதனையும் மாற்றி எழுதிக் கழிப்போம்.

8820-0288 = 8532

கிடைக்கும் எண்ணை மீண்டும் அது போலவே செய்து வந்தால்,

8532-2358 = 6174

இப்ப, ஆளுக்கு ஒரு நாலு தசம நம்பர் ஒண்ணு எடுத்து நான் செஞ்ச மாதிரி செஞ்சுப் பாருங்க"

பத்தே நிமிடத்தில் முழு வகுப்பும் ஆச்சரியத்தில் சலசலத்தது. பரபரத்தது.

"சார், ஒரு படில 6174 வந்திச்சு. அதுக்கப்புறம் ஒரு புது எண்ணும் வரலை"

"ஆமா, எனக்கும் அதேதான் வந்துச்சு" பல குரல்கள் எழுந்தன.

சடகோபன் எழுந்து கரும்பலகையை அணுகினார்.

"அதாவது எல்லாருக்கும் ஒரே விடை 6174 வந்தது. இல்லயா?"

"ஆமா" என்றனர் வகுப்பு ஒட்டுமொத்தமும்.

"சரி. அதனை மேலே செய்தது போலவே செய்தால்.

7641 (பெரிய எண்ணிலிருந்து சிறிய எண் வரிசையில் மாற்றி எழுதுதல்)

- 1467 (அந்த எண்ணை இடவலமாக மாற்றி மேலிருக்கும் எண்ணிலிருந்து கழித்தல்)

''7641-1467= 6174 '' நிறுத்தினார் சடகோபன். வகுப்பை மர்மச் சிரிப்போடு பார்த்தார்.

''இதுதான் சூட்சுமம். இந்த இடத்தில், நமது ப்ரோகிராம் நின்னு போயிடும். மேற்கொண்டு வேறு எண்கள் கிடைக்காது. ப்ளாக் ஹோல். உள்ளே போகலாம், வெளியேற முடியாது. படு துல்லியமான கணிதக் கருந்துளை. (எந்த நாலு தசம எண்ணை எடுத்தும் இதைச் செய்து பாருங்கள். சில விதிவிலக்குகள் உண்டு. உதாரணமாக 1111, 2222 என அதே எண்கள் திரும்பிவரக்கூடாது. ஆ-ர்)

இதனைக் கண்டுபிடித்தவர் ஒரு இந்தியர். மஹாராஷ்ட்ர மாநிலத்தைச் சேர்ந்த எளிய பள்ளி ஆசிரியர்.

கப்ரேகர்.

இந்த எண்ணை கப்ரேகர் மாறிலி (கப்ரேகர் கான்ஸ்டண்ட்) என்பார்கள். வெறும் விளையாட்டுக் கணிதம் மட்டுமல்ல, மென்பொருட்களால் இயங்கும் பலவற்றிற்கும் ஒரு எச்சரிக்கை மணி போல இந்த மாறிலி அமைந்தது. இதைத்தவிர வேறு கருந்துளை எண்கள் இருக்கின்றன.

உதாரணமாக 3 தசம கப்ரேகர் மாறிலி 495

இது மாதிரி வேறு கணக்கு வகையில் 15 என்னும் எண்ணும் கருந்துளை எண்தான்.

''சார். எனக்கு வரலை'' சம்பத் எழுந்தான். மேசையின் அருகில் போய் அவரிடம் தான் போட்ட கணக்கைக் காட்டினான்.

அவர் பார்க்கவேயில்லை. சிரிப்புடன் சம்பத்தைப் பார்த்துக் கேட்டார் ''எத்தனை படிகள் நீ போட்டிருக்கே?''

''ம்.. நிறைய.... குறைஞ்சது பதினஞ்சு தடவை புது நம்பர் வந்துச்சு''

''அப்போ, நீ எங்கயோ கூட்டல், கழித்தல்ல தப்பு விட்டுருக்கே , ஏன்னா''

நிறுத்தினார் சடகோபன்.

''கப்ரேகர் மாறிலி, 7 தடவை புது எண்கள் வருவதற்குள்

வந்துவிடும். எந்த எண்ணாய் இருந்தாலும், அதிகபட்சம் நீ ஏழு தடவைதான் போடவேண்டி வரும். அதுக்கு மேலே போச்சுன்னா நீ போட்ட கணக்கு தப்பு''

சம்பத், அவன் கையிலிருந்து பேப்பரை வாங்கியதுகூட நினைவின்றி, திகைப்பில் எங்கோ வெறித்தபடி நின்றிருந்த அனந்த்தை, சம்பத்தின் உலுக்கல் நனவுலகிற்குக் கொண்டுவந்தது.

''அந்த ரெண்டாவது பேப்பர்ல இருந்த வார்த்தைகள்கூட அந்த எண்ணைத்தான் காட்டுது, இங்கப் பாரு''

சம்பத் பதட்டத்துடன் தனது நோட்டுப் புத்தகத்தில் அடுத்த வெற்றுப் பக்கத்தை விரித்தான். நடுங்கிய விரல்களிலிருந்து பென்சில் நழுவியது. தடுமாறி சமாளித்தான்.

''தலைவால் நேராகி.......'' பென்சிலால் பதட்டத்துடன் கிறுக்கினான்.

''தலையிலிருந்து வாலுக்கு அதாவது பெரிய நம்பர்ல இருந்து சிறிய நம்பருக்கு இப்படி எழுதணும் 7641''

அப்புறம்... அடுத்த லைன்... ***''தன் வாலே தலையாகி''***... நம்பரை மாத்திப்போடு... 1467...

தன்னிலே தான் கழிய...

முதல் நம்பர்ல இருந்து ரெண்டாவதைக் கழி...

7641 - 1467 = 6174 அது...

''தானேயாய் நின்றிடுமே...''

6174 தானே திரும்பவும் வருது. அது எது?''

சம்பத் கடைசி வரியை அடிக்கோடிட்டான். சக்கரத்தின் ஆரத்திலிருந்த பூக்களை பென்சிலால் குத்திட்டுக் காட்டினான்.

''நாலார வட்டத்துள் நாலே எண்ணாம்''

''6174 - பெர்ஃபெக்ட் மேத்தமேட்டிகல் ப்ளாக்ஹோல். கணிதக் கருந்துளை... சரியா வருதா?''

''இன்க்ரடிபிள்... ஜஸ்ட் இன்க்ரடிபிள்'' அனந்த் தன்னையறியாமல் முணுமுணுத்தான்.

''சரி, இப்ப இடது மேல்பக்கத்துல இருந்து எண்ணினே. அதுனால 6174 வந்துச்சு. நான் இடது கீழ்பக்கத்துல இருந்து எண்ணினேன்னா? அப்ப 4617 வரும்?''

சம்பத் பென்சிலால் சக்கரத்தின் ஆரத்திலிருந்த டிசைனை மெல்லத் தட்டினான். '' எப்படி நீ இந்த நம்பர்கள எடுத்தாலும், இந்த விதிப்படி பாத்தா 6174தான் இறுதில வரும். அதுல இருந்து தப்பிக்க முடியாது''

அனந்த் அமைதியானான். சம்பத் சொல்லுவது உண்மை. கணிதக் கருந்துளை. அது வர்ர வரை விடாது. வந்துட்டா விடாது.

அனந்த் சட்டென நிமிர்ந்தான்.

''சம்பத்.. இது எந்த காலத்துல எழுதியிருக்கணும்?''

சம்பத் யோசித்தான்..'' சிலது ப்ரம்மி, சிலது வட்டெழுத்து. பல காலகட்டங்கள்ல எழுதியிருக்காங்க...

'' இருந்தாலும் ஒரு காலகட்ட ரேஞ்ச் இருக்கலாம்ல?''

''10ம் நூற்றாண்டுல இருந்து 14ம் நூற்றாண்டு வரை? ஜஸ்ட் கெஸ்ஸிங். ஏன் கேக்கிறே?''

''கப்ரேகர் வாழ்ந்தது வெகு சமீபத்தில. 1940 - 1955 ஆண்டுகள் நடுவுல கண்டுபிடிச்சார்னு நினைக்கிறேன். அப்படீன்னா 10ம் நூற்றாண்டுல 6174 பத்தி எப்படி எழுத முடியும்? இடிக்குதே?''

சம்பத் சிரித்தான். இடிந்து கிடந்த மண்டபம் நோக்கி நடந்தான். அவனைப் பின்தொடராமல், அனந்த் தயங்கினான்.

''நியூட்டன் கண்டுபிடிக்கறதுக்கு முன்னாடி புவியீர்ப்பு சக்தி இல்லாமலா போயிருச்சு?'' நின்ற சம்பத் திரும்பி அழைத்தான். ''வா, பேசிக்கிட்டே போகலாம்''

''கப்ரேகர் காலத்துக்கு முன்னாடி, ஏன், கணிதம் தோன்று முன்னாலேயே எண்களும், அதன் பண்புகளும் இருந்தன. காலப்போக்கில் நாம அதைக் கண்டுகொண்டோம் அவ்வளவுதான்''

''6174 ஒரு நம்பர் மட்டும்தான் கருந்துளைன்னு இல்லை அனந்த்.. இன்னும் எத்தனையே கருந்துளை எண்கள் இருக்கு. ஒவ்வொரு கணித முயற்சியும் ஒன்றைக் கண்டுபிடிக்கும்''

அனந்த் மவுனித்தான். மற்ற இடிபாடுகளிலேயும் பார்க்கலாமா? 6174 வச்சு நமக்கு என்ன லாபம்? கிறிஸ்டலுக்கும் அதுக்கும் ஒரு தொடர்பும் இல்ல. சடகோபன் தேடச் சொன்னது கிறிஸ்டலைத்தான். புதிர் இல்லை.

சம்பத் முன்னே நடந்தான்.

''சரி.வா. பேசிக்கிட்டே போவோம். இத முதல்ல சடகோபனுக்கு அனுப்பணும்... சீக்கிரமே மேல ஏறிட்டா நல்லது. வெயில் ஏற ஆரம்பிச்சிருச்சு பாரு''

சம்பத் முன்னே சொன்னது நினைவுக்கு வந்தது.''குளத்தின் முன்னே ஒரு விஷ்ணு கோவில் இருக்கு''

அங்கும் இது போல ஏதாவது இருக்குமோ? அந்தக் கல்வெட்டு கிறிஸ்டல் பத்தி ஏதாவது க்ளூ கொடுக்கலாம்... அங்கே போய் முதல்ல பாத்தா என்ன?

அனந்த் யோசித்தான். ''இவனிடம் கிறிஸ்டல் பத்திச் சொல்லலாமா? சாரங்கன் யார்கிட்டயும் சொல்லக்கூடாதுன்னு வேற சொல்லியிருக்காரு...''

அனந்த் உடனே அந்த எண்ணத்தைக் கைவிட்டான்.

''நீ போ சம்பத். நான் மேலே இருக்கிற கோவில்வரை போயிட்டு வர்றேன்''

''தனியாவா? அங்க என்ன வேல?''

''அந்தக் கல்வெட்டு எழுத்துகள்...'' அனந்த் இழுத்தான்.

'' அதான் நான் பேப்பர உங்கிட்ட கொடுத்தேன்ல?''

''யெஸ். இருந்தாலும் நான் போய்ப் பாக்கணும்னு தோணுது. ஜஸ்ட் ஒரு உள்ளுணர்வு''

சம்பத். அவனை ஒரு முறை கூர்ந்து கவனித்தான். '' சரி, போயிட்டு வா. சீக்கிரமே வந்துடணும். வழி தெரியலன்னா, பெட்னேக்கர் தெருன்னு கேளு. ஆரஞ்சு கலர் கேட் போட்ட வீடு''

அனந்த் தலையாட்டினான். அங்கே ஒண்ணும் இல்லன்னா நடுப்பகலுக்கு அப்புறமா கீழே இறங்கி மத்த இடிபாடுகளைப் பாக்கலாம். வெயில் தாழ்ந்ததும் மேலே ஏறிடலாம்.

அனந்த் மெல்ல ஏறி கோவிலை அடைந்தபோது அங்கு யாருமில்லை. ஒரேயொரு சுற்றுலா குடும்பம் தலையில் கர்ச்சீப்பைப் போட்டுக்கொண்டு, தரை சூடு தாங்காமல் உஸ்உஸ் என முனகியவாறே, குளத்தை நோக்கி விரைந்து கொண்டிருந்தனர்.

அனந்த் கோவிலின் உள்ளே நுழைந்தான். சிறிய கோவில் அது. விஷ்ணு ஆலயம். சுற்றி வலம் வந்தவன் கருவறையின் அருகே வெளி மண்டபத்தில் நின்றான். தூண்கள் சாதாரணமானவை. சிற்பங்களோ, வேலைப்பாடுகளோ இல்லாமல் மொளுக்கென இருந்தன. ஒன்றும் அதில் இருந்த அடையாளமே இல்லை. மெல்ல மண்டபத்தின் சுவர்களில் கவனமாக கை வைத்துத் தடவினான்... சன்னதியின் வலது புறச் சுவரில் ஏதோ எழுத்துகள் போலக் கையில் நெருட, அனந்த் நின்றான். தெளிவாக இல்லையெனினும் எழுத்துகள் வாசிக்கக் கூடிய நிலையில் தானிருந்தன. இவை, சம்பத் தந்த சொற்கள்தானோ?

அனந்த். சம்பத் கொடுத்த காகிதத்தைப் பிரித்தான். கோயிலினுள்ளே வெளிச்சம் இருந்ததால் அதிகம் சிரமப்படவில்லை. சம்பத்தின் கோணலான கையெழுத்தில் வார்த்தைகளை எழுத்துக் கூட்டிப் படிப்பது மட்டும் சற்று சிரமமாக இருந்தது அவனுக்கு.

''அறுமுகத்தோன் ஆதியாதிக்கும் ஆதி தானேயாகி

ஒன்றாக ஆலிலைமேல் கிடந்திட்ட சிசுவாகி

எழுபுரவி தான்செலுத்தும் ஆதவனின் தேவாகி

நான்முகன் தான் படைத்த, பூவுலகை நீ காத்தி,

அடிக்கீழ்படி கந்தனையே என்றுமிருத்தி...''

விஷ்ணுவின் புகழ் பாடும் மற்றொரு பாடல்.. . முதல் அடியிலும் கடைசியடியிலும் முருகன் பெயர்... அறுமுகத்தோன், கந்தன்... முருகன் கோயில் இங்க இருந்திருக்கு. அதுனால முருகன் பெயர் வந்திருக்கலாம்.கல்வெட்டைக் கூர்ந்து கவனித்தான்

வட்டெழுத்துக்கள் ஆயிரம் அல்லது ஆயிரத்தைந்நூறு ஆண்டுகளுக்கு முன்பு எழுதப்பட்டதாக இருக்கவேண்டும். அக்காலத்தில் இங்கு தமிழ்? யார் இருந்திருக்கக் கூடும்?

சட்டென அவன் முதுகெலும்பு சில்லிட்டது. ஒவ்வொரு அடியின் தொடக்கத்திலும் ஒரு எண்... அறுமுகத்தோன் - ஆறு, ஒன்றாக - ஒன்று, எழுபுரவி - ஏழு, நான்முகன் - நான்கு...

6174...

இந்த எண் இங்க என்ன செய்து கொண்டிருக்கிறது?

எதையோ இது குறிப்பால சொல்லுது. என்ன அது?

கடைசி அடி...அதில் எந்த எண்ணும் இல்லை. ஒரு புதிரும் இல்லை... இருக்கலாமோ? மீண்டும் வாசித்தான்.

''அடிக்கீழ்படி கந்தனையே என்றுமிருத்தி''

விஷ்ணுவின் காலடியில் முருகன் இருந்ததாக அல்லது வணங்கியதாகப் புராணம் உண்டா? அனந்த் தீவிரமாகச் சிந்தித்தான். இல்லை. நான் படிச்ச அளவுக்கு அப்படி ஒரு கதையும் இருந்ததா தெரியலை.

வேற ஏதோ இருக்கு. வித்தியாசமா யோசி... அனந்த்

முதல் சொல்லைப் பிரித்து மெல்ல முணுமுணுத்தான்... பட்டென ஒரு பனிமூட்டம் விலகியது போலிருந்தது அவனுக்கு.

''அடிக்கீழ்படி கந்தனையே என்றுமிருத்தி'' *என்பதல்ல, இது,*

''அடிக்கீழ் படிகந்தனையே என்றுமிருத்தி''

''படிகந்தனையே''... படிகம்... ஸ்படிகம். கிறிஸ்டல்.. லெமூரியன் ஸீட் கிறிஸ்டல்? பிரமிட்? நாலு அடிகளில் 6174, கடைசியில்... படிகம்...

6174க்கும் படிகத்துக்கும் என்ன தொடர்பு?

அனந்த்திற்கு உள்ளங்கைகள் வியர்த்தன. கால்கள் மிக லேசாகிப் போனதைப்போல உணர்ந்தான். கிறுகிறுத்து வர, தடுமாறி மெல்ல அங்கு சுவற்றில் சாய்ந்து அமர்ந்தான். *''படிகந்தனையே என்றும்*

அடிக்கீழ் இருத்தி''... விக்கிரகத்தின் அடியிலா? கர்ப்பக்கிரகத்தின் உள்ளே நுழைய முடியுமா?

அவன் யோசித்துக்கொண்டே மீண்டும் சுவற்றில் அக்கல்லைக் கவனித்தான். கல்லில் எழுத்துகளின் கீழே சிறு சிற்பங்கள் தெரிந்தன. வாமன அவதாரம் போல. கால் தூக்கிய நிலையில் விண்ணும், அதனருகே காலின் அடியில் உலகக் கோளம். மற்ற சிற்பத்தின் அடியே, ஒன்றும் காணவில்லை. ஏதோ உந்துதலில், வாமன சிற்பத்தின் நேர்கீழே கல்லினைத் தட்டிப் பார்த்தான். தரையில் அக்கல் சுவற்றுடன் சேருமிடத்தில் இடைவெளி சற்றுப் பெரியதாக இருந்தது. சிறு முயற்சிக்குப்பின் அது மெல்ல ஆட்டம் கண்டு , மேலே எழுந்தது.

பதைபதைப்புடன் அனந்த் , முழு முயற்சியுடன் கல்லை மெதுவே மேலே நகட்ட, அது பெயர்ந்து மேலெழுந்தது. சற்றே சிரமப்பட்டுத் தூக்கி, பக்கத்திலிருந்த கல்லின் மேலே நகர்த்தினான். கீழே எட்டிப் பார்த்தான்.

சுரங்கம்.

சம்பத்திடமிருந்து வாங்கியிருந்த டார்ச் லைட்டை ஆன் செய்து மெல்ல உள்ளே பார்த்தான். படிகள் தெரிந்தன. மெல்ல அதில் இறங்கி உள்ளே நுழைந்தான். கீழே சில்லென இருக்க, படிகள் வளைந்து வளைந்து கீழிறங்கின. கும்மிருட்டில் குடலைப் புரட்டும் நெடி... மேலே சென்று விடலாமா? சற்றே பின்வாங்கி மேலேறினான்.

அவன் நுழைந்த சுரங்க வாயில் மேலே கல்லால் மூடப்பட்டிருந்தது.

இதுபோன்ற நேரங்களில் பதட்டப்படுவது வீண் என ஓர் ''பேரிடர் காலத்து ஆளுமைப் பயிற்சியில்'' அவன் கற்றிருந்தான். 9/11க்குப் பின் பல பயிற்சிகளை அமெரிக்க வாசம் தந்திருந்தது. அதில் ஒன்று இப்போது கை வந்தது.

நிதானமாக, நாலாவது படியில் நின்று மேலிருக்கும் கல்லைத் தள்ள முயற்சித்தான். அவன் மேலிருந்து எடுக்கும்போது இருந்த கனத்தைவிட இப்போது மிக அதிகமாகக் கனத்தது. யாரோ மூடியிருக்கிறார்கள். பளு ஏற்றியிருக்கிறார்கள். ஆனால் யார்? எப்போது என்னைப் பின் தொடர்ந்து வந்தனர்?

மெல்லக் கீழிறங்கினான். டார்ச் லைட்டின் மந்தமான ஒளியில் சுவர்களை மெல்ல நோட்டமிட்டான். கருங்கற்களாலான சுவர். ஒளி தாழ்தளத்தில் பட்டது. கண்ட காட்சியில் அவன் மூச்சு நின்றுபோனது.

அழுகிய நிலையில் ஒரு உடல்...

அதனருகே ஏராளமான எலிகள்... குழல்விளக்கில் விட்டில் பூச்சிகள் அடையடையாக அப்பிக்கொண்டிருப்பதைப்போல. நாற்றம் குடலைப் பிடுங்கியது.

அனந்த் வாயிலெடுக்க முயன்றான். தொண்டையில் குடல் வந்து ஒட்டிக்கொண்டது போல ஒரு திணறல். மிகுந்த சிரமத்துடன் மூச்சை அடக்கி முன்னே ஒளியைப் பாய்ச்சினான். டார்ச் ஒளியில் எலிகளின் கண்கள் சிவப்பாக மின்னின. கீழ்த்தளத்தின் முடிவில் சிறிய துவாரம் போல ஒன்று தெரிந்தது.

எப்படிப் போவது, இத்தனை ராட்சத எலிகளினூடே? அதுவும் மிகச் சிறிய பாதையில்... அந்த உடலின்மீது படாமல் போகவும் முடியாது.

அனந்த் மெல்ல சட்டையைக் கழற்றினான். மூக்கைச் சுற்றிக் கட்டிக்கொண்டு மெதுவாகக் கீழிறங்கினான். எலிகள் புது வாடையை முகர்ந்தன. அவன் கால்மீது ஏறின, இறங்கின. மெல்ல ஒவ்வொரு அடியாக எடுத்து வைத்தான். ஒரு எலி அவன் முழங்கால் வரை ஏறிப் பின் ஏனோ கீழிறங்கியது. மிக மிக மெதுவாக அனந்த் முன்னேறினான்.

சடலத்தின் கால்கள் பரந்திருந்தன. இடது கை சுவற்றைத் தொட்டிருந்தது. இரு விரல்கள் காணாமல் போயிருந்தன. எலிகள் எலும்பைக் கடித்து ஒடித்திருக்க வேண்டும். முகம் சுவற்றிலிருந்து விலகி மறுபுறம் நோக்கியிருந்தது. அதன் மேல் சில எலிகள் மொய்த்திருந்தன.

அனந்த் சுவற்றில் டார்ச் ஒளியைப் பாய்ச்சினான். சடலத்தின் கை பட்டிருந்த இடத்தின் மேலே கற்சுவரில் சில எழுத்துகள் மங்கலாகத் தெரிந்தன. நான்கு ஐந்து அடிகளாவது இருந்திருக்கும். காலில் ஏறும் எலிகளோடும், காலின் அடியில் அழுகும் ஒரு சடலத்தோடும், அதன் நாற்றத்தோடும் அந்த எழுத்துகளைப் படிக்கும் பக்குவம்

அனந்த்திற்கு இல்லை.

ஒரு உந்துதலில் கீழே கிடந்த சடலத்தைப் பார்த்தான். முகமெல்லாம் குதறப்பட்ட நிலையில், கண்கள் இருந்த இடத்தில் இரு துவாரங்களே மிஞ்சியிருந்தன. கன்னங்கள் பிய்த்துத் தின்னப்பட்டதில் , பற்கள் தெரிய, அத்தனை சித்திரவதையிலும், அது இளிப்பதைப் போல இருந்தது.

அனந்த் இப்போது வாந்தியெடுத்தான்.

ஜானகி , சம்பத் மட்டும் தனியே வருவதைக் கவனித்தாள். அவள் கேட்குமுன்னே சம்பத் பதிலளித்தான். ''அவன் கோயிலுக்குப் போயிருக்கான். கொஞ்ச நேரத்துல வந்துருவேன்னு சொன்னான்''

''வழி தெரியுமா அவனுக்கு?''

''அவன் என்ன சின்னக் குழந்தையா? அதெல்லாம் வந்துருவான். நாம இன்னும் ஒரு மணி நேரத்துல ஒரு வீடியோ கான்ஃப்ரன்ஸுக்குத் தயாராகணும். மங்கை, கனெக்ஷனெல்லாம் செக் பண்ணிடேன் ப்ளீஸ்? எனக்குக் கொஞ்சம் வேலயிருக்கு''

''வீடியோ கான்ஃபரன்ஸ்? இந்த இடத்துல?'' ஜானகியால் வியப்பை அடக்க முடியவில்லை.

''யெஸ். டெடிகேட்டட் லீஸ்ட் லைன் வைச்சுருக்கோம். பி.எஸ்.என்.எல்.''

ஜானகி மங்கையை ஏறிட்டாள். லீஸ்ட் லைன்? ஒரு ஆளுக்கு? கட்டுப்படியாகுமா?

''என்னோட ப்ராஜெக்டுக்கு தினமும் ஒரு டெலி கான்ஃபரன்ஸ் வேண்டியிருக்கும். ஜானகி. அதுவும் விலங்குகளோட இமேஜெஸ்.... ஹெவி ஃபைல் சைஸ்... ஸோ...''

ஜானகிக்கு அது சரியான விளக்கமாகப் படவில்லை.

அவளுக்கு எல்லாவற்றிற்கும் மேலாக ஒன்று உறுத்தியது. அனந்த் எங்கே?

அனந்த் மெல்ல மெல்ல முன்னேறினான். இன்னும் பத்து அடிகள்தான். அந்தச் சிறிய பாதை தெரிகிறது என் கண் முன்னே..

வெளியே போயிடலாம்.

சட்டென அவனுக்கு உறைத்தது. பாதை குறுகிக் குறுகி நீண்ட குகைபோலப் கறுப்பாக முன்னே தெரிந்தது. டார்ச்லைட்டின் ஒளியை இருள் சுத்தமாக விழுங்கியிருந்தது.

அனந்த் புரிந்துகொண்டான். குகை. நீண்ட குறுகிய குகைபோல. அடுத்த எல்லை தெரியவில்லை. அடைத்திருக்கலாம். அல்லது இல்லாமலே இருக்கலாம். இந்த மனிதன் அதனால்தான் போக முடியாமல் எலிகளுக்கு விருந்தாக விழுந்தானோ? விழுந்தானா/ விழுந்தாளா?

அனந்த் சிந்தித்தான். ரிலாக்ஸ். அமைதியாக சிந்தித்துப் பார்... பின்னேறினால் வெளியேற முடியாது. வாயில் அடைத்திருக்கிறது. முன்னே? தெரியாது. எனவே முன்னே முனைந்து பார்க்கவேண்டியதுதான். அது ஒன்றுதான் எனக்கிருக்கும் ஒரேயொரு ஆப்ஷன்.

அனந்த் மெல்ல மெல்ல கீழே அமர்ந்தான். டார்ச்சை வாயில் கவ்வியபடி, தவழ்ந்தான். டார்ச்சின் மிதமான மஞ்சள் நிற ஒளியில், கறுத்த எலிப் புழுக்கைகளும், இளஞ்சிவப்பு நிற எலிக்குஞ்சுகளுமாக அந்தக் குகைப்பாதை அதீத வண்ணத்தில் ஒளிர, கையில் ஏறிய எலிகளைத் தட்டிவிட்டபடி, பேண்ட்டில் நுழைய முயன்ற சிறு எலிகளை உதறியபடி முன்னே நகர்ந்தான். குகை மேலும் குறுகியது. மெல்ல நெடுஞ்சாண்கிடையாக படுத்தபடி முன்னே நகர்ந்தான். முன்னே கற்கள் வழியை மறைத்தன. இனி செல்ல வழியில்லை.

அனந்த்திற்கு அழுகை வந்தது. வியட்நாம் போரில், போர்க்கைதிகள் உணர்வு இருக்கும்போதே எலிகளால் குதறப்படுவது என்ற சித்திரவதைக்காட்சி ஏதோவொரு ஹாலிவுட் படத்தில் பார்த்தது நினைவுக்கு வந்தது.

இனி ஒன்று மட்டுமே சாத்தியம். நல்ல நினைவுகளை மனதில் தேக்கி, அமைதியாக இறக்கவேண்டும். துருவப் பிரதேசங்களில் மாட்டிக்கொண்டு இறப்பவர்கள், கோகேயினை உறிஞ்சியபடி, போதையிலேயே மகிழ்வாக இறப்பதைப்போல...

கைகளைப் பரப்பியபடி கிடக்க முயன்றவன் கைகள் சுவற்றில் பட, திடீரென கைகளில் குளுமையை உணர்ந்தான். பிசுபிசுவென... ஈரப்பதம்... மெல்ல வலப்புறம் நகர்ந்து காதை சுவரில் வைத்தான். ஈரம் காதில் சில்லிட, அவன் திகைத்தான். நடப்பது கனவா இல்லை நிஜமா?

ஈரப்பதம் மட்டுமல்ல அவன் காதுகள் உணர்ந்தது... மெல்ல சலசலக்கும் சப்தம்.. நீர் ஓடும் ஒலி. நீரோடை.... சுவற்றின் மறுபுறம் நீர் ஓடுகிறது என்றால்... வெளிவர ஏதோ ஒரு துவாரம் இருக்கவேண்டும்.

அனந்த் முன்னே இருந்த கற்களைத் தள்ளினான். கால் முட்டினருகே பேண்ட்டினுள்ளில் நுழைந்த இரு எலிகளின் கூரான நகங்கள் அவன் முழங்கால் சதையைக் கீறின.

திகிலடையாமல் மேலும் முயன்றான். ஒரு கல் மெல்ல அசைய, மேலும் முயன்று இரு நிமிடத்தில் அந்தக் கல்லைப் பெயர்த்து எடுத்தான். கால்முட்டியை ஆட்டி, எலிகளை விரட்டினான்.

அந்தக் கல்லை வைத்து அடுத்திருந்த கல்லைத் தட்ட, அது மெல்லப் பெயர்ந்தது. நீரோட்டத்தின் ஒலி இப்போது தெளிவாகக் கேட்டது, எங்கோ கீழே பாய்வது போலப் பதட்டத்துடன், பதினைந்து நிமிடப் போராட்டத்தின்பின், முழங்கால்களில் எலிகளால் வந்த சிராய்ப்புகளுடன், வியர்வை பொங்கிய உடலுடன், அனந்த் அந்தக் கற்சுவரில் அவன் உடல் நுழையுமளவு பெயர்த்தெடுத்தான்.

டார்ச் லைட்டைக் கொண்டு, காலில் ஏற வந்த ஒரு எலியை ஓங்கி அடித்தபடி, அத்துவாரத்தின் வழியே நுழைந்து வெளியேறி, கீழே எத்தனை ஆழமென்று பார்க்கவும் தோன்றாமல் அனந்த் அந்த நீரோட்டத்தில் பாய்ந்தான்.

சில்லென்றிருந்த தண்ணீர் உடலைத் தழுவ, மெல்ல நீந்தியபடி மேலே வந்த அனந்த், நீர்ப்பரப்பின் அடியில் சிறிது மூழ்கி, நீரோட்டத்தின் இழுப்பில் சில தூரம் சென்றபின் மேலெழுந்தான். சூரிய ஒளி கண்ணைப் பறிக்க, கையால் நெற்றியை மறைத்தபடி சுற்றுமுற்றும் பார்த்தான்.

குளம்.

கோயிலின் முன்னிருந்த குளத்தின் வடமேற்கு மூலையில் அவன் மேலெழுந்திருந்தான். மெல்ல முன்னிருந்த படித்துறையை நோக்கி நீந்திய அவனை, குளத்தில் குளித்துக் கொண்டிருந்த சிலர் வியப்புடன் பார்த்தனர். யார் இவன்... பேண்ட் கூடக் கழற்றாமல்..? மெல்ல படித்துறையை அடைந்தவன் ஒரு நிமிடம் அங்கேயே அமர்ந்தான். காலில் கீறல்கள் எரிந்தன.

மெல்ல மேலெழுந்து, வெளிவந்தவன் கோயிலின் வாசலில் ஒரு டூரிஸ்ட் குழுவுக்குக் கதை சொல்லிக் கொண்டிருந்த கைடு போலிருந்தவனை அணுகினான். ''இங்கப் பக்கத்துல டாக்டர் யாராச்சும் இருக்காங்களா?''

ஜானகி பொறுமையிழக்கத் தொடங்கினாள்.கோபம் இப்போது திகிலாக மாறியது. அனந்த்திற்கு என்ன ஆச்சு? இவ்வளவு நேரம் கோயில்ல அவனுக்கு என்ன வேலை? சம்பத்தையும் காணவில்லை. என்னமோ வேலையிருக்கு என்றபடி வெளியே போனவன் இன்னும் திரும்பவில்லை. மங்கை என்னடாவென்றால் ஹலோ ஹலோவென லைன் டெஸ்ட் பண்ணிக் கொண்டிருக்கிறாள்... தேவராஜ்?

அவள் தேவராஜைத் தேடலாம் என வெளியே வந்தபோது, தெருவின் ஒரு கோடியில் அனந்த் வந்துகொண்டிருந்தான். மெல்ல விந்தியபடி...

'' என்ன ஆச்சு அனந்த்?''

''ஒண்ணுமில்ல. குளத்துல வழுக்கி விழுந்துட்டேன். அதான் டாக்டர்கிட்ட போயிட்டு வர்றேன்''

''இடியட். நீயெல்லாம் நீச்சல் தெரியாம ஏன் குளத்துக்குப் போற? கரையிலேயே நின்னு காலை நனைச்சுட்டு வரவேண்டியதுதான?''

''என்னிக்காவது எலியோட நீஞ்சியிருக்கியா?''

''வாட்?''

சம்பத் வந்ததும், நிதானமாக அனந்த் நடந்ததைச் சொன்னான். ஜானகி வியர்த்திருந்தாள். சம்பத் நீண்டநேரம் மவுனமாக இருந்தான்.

'' ஸோ, யாரோ நம்மளப் பின் தொடர்றாங்க. உன் நல்ல நேரம், பொழச்சே''

''எலி...மை காட்'' ஜானகி சிலிர்த்தாள். அதுவும் சிவப்பாக எலிக்குஞ்சு.. காலில் ஏறுகிறது.. உவ்வே... ஜானகிக்கு நினைப்பே குமட்டிக்கொண்டு வந்தது.

''ரிலாக்ஸ் ஜானகி. அவந்தான் தப்பிச்சுட்டானே?''

''இனிமே நாம தனியா எங்கயும் போகக் கூடாது. தேவராஜ்கிட்ட இன்னும் காவலுக்கு ஆள் கேப்போம்''

''நடக்கிற விஷயமா பேசு ஜானகி'' அனந்த் காலை நீட்டி அமர்ந்தான். முழங்கால் கீறல்களில் மருந்து தடவியிருந்தது. அவன் இடது தோளில் கையை வைத்துப் பரபரவெனத் தேய்த்தான்.. ஆண்டிபயாட்டிக் ஊசி இப்பவும் கொஞ்சம் வலித்தது.

''ஓகே. ஸோ, இங்க அந்த கிறிஸ்டல் இருந்திருக்கு என்பது தெரியுது. அனந்த் பாத்த வரைக்கும் சுரங்கத்துல படிகம் இல்ல. இங்க இருந்து அந்த கிறிஸ்டல் எங்கயோ போயிருக்கு. இது வர நாம என்ன கண்டுபிடிச்சிருக்கோம்னா... லோனார்ல அந்த பிரமிட் வந்திருக்கு. பாதுகாப்பா பல கோயில்கள்ல வைக்கப்பட்டு அப்புறம் எங்கயோ மறைஞ்சு போயிருக்கு''

''ஆனா எங்க?''

''பார்ப்போம். அதுக்கும் ஏதாவது தடயம் கிடைக்கும்''

''எலிகளுக்கு நடுவேன்னா, நான் வரலை'' அனந்த் புன்னகைத்தான்.

''டோண்ட் பி ஸில்லி. அனந்த் , கோயில்ல நீ பார்த்த வார்த்தைகள் ஞாபகத்துல இருக்கா?''

அனந்த் நினைவுபடுத்த முயன்றான். ''சரியா ஞாபகமில்ல. வெளியே இருந்த எல்லா வரியோட முதல் வார்த்தையிலயும் ஒரு நம்பர். எல்லாம் சேர்ந்து...''

''ஓகே. கோயில்ல போயி அத நாம பதிவு எடுத்திறலாம்'' சம்பத் சட்டென இடைமறித்தான். ஏன் 6174 பத்தி பேச விட மறுக்கிறான்?

அனந்த்துக்கு சிறு கோபம் மூண்டது.

சட்டென அனந்த்திற்கு சடலத்தின் அருகே பார்த்த எழுத்துகள் நினைவுக்கு வந்தன. சம்பத் பரபரப்பானான்.

''என்ன வார்த்தைகள்?''

''நான் பார்க்கலை. பாக்கற நிலைல அப்ப நான் இல்ல சம்பத்''

''ஓகே. ஒ.கே. அது என்னன்னு பாக்கறதுக்கு ஏற்பாடு பண்ணறேன். ஸ்டேட் ஆர்க்கியாலஜி டிபார்ட்மெண்ட்ல ரிப்போர்ட் பண்ணி...''

'' அது வேணுமா?'' அனந்த் சந்தேகித்தான்.

''கண்டிப்பா. சும்மா நாம பாட்டுக்குக் கோயிலுக்குள்ள போயி கல்லைப் பெயர்த்தெடுத்து வரிகளையெல்லாம் படிக்க முடியாது. போன தடவ நான் கோயில் சுவத்துல இருந்த எழுத்துகளைப் பதிவு எடுக்கறதுக்கு அனுமதி வாங்கிட்டுதான் வேலையத் தொடங்கினேன். ஆர்க்கியாலஜி டிப்பார்ட்மெண்ட்ல சொன்னா அவங்க நமக்கு உதவலாம்''

அனந்த் தோளைக் குலுக்கினான் ''என்னமோ செய்''

''டயர்டா இருப்ப. அனந்த், எதாச்சும் சாப்பிட்டுட்டு...'' சம்பத் முடிக்குமுன்னே, ஜானகி ஹார்லிக்ஸ் டம்ளரை அனந்திற்கு நீட்டினாள்.

''ஜஸ்ட் டேக் ரெஸ்ட்''. காலி டம்ளருடன் உள்ளே அவள் செல்வதைப் பார்த்த சம்பத் , மங்கையை அர்த்த புஷ்டியுடன் நோக்க, அவள் புன்னகைத்தாள். இதெல்லாம் அறியாமல், அனந்த் களைப்பில், கட்டிலில் சாய, சட்டென உறங்கிப் போனான்.

சில ரகசியங்கள் அம்பலமானவை என்றாலும், அவற்றை அறியாதது போல இருப்பதிலும் ஒரு சுகம் இருக்கத்தான் செய்கிறது.

கோயிலுக்கு வெளியே ஒரு போலீஸ் வேன் நிற்க, இரண்டு கான்ஸ்டபிள்கள், கோயிலின் வாசலில் நின்றிருந்தார்கள். கோயில் கதவு மூடியிருக்க, ஏமாற்றமுடன் சில டூரிஸ்டுகள் திரும்பி நடந்துகொண்டிருந்தனர். ''யாரோ டூரிஸ்டு கோயிலுக்குள்ள திடீர்னு

செத்துப் போயிட்டானாம். பாடிய எடுக்க போலீஸ் வந்திருக்கு''

''சே. நாம வரும்போதுதானா இவனுங்க சாகணும்?''

சம்பத் கோயிலின் வாசலில் தயங்கி மீண்டும் வீடு நோக்கி நடந்தான். தேவராஜ் வாசலில் நின்று கொண்டிருந்தார்.

''வாங்க''

இருவரும் வீட்டினுள் நுழைந்தனர்.

''இறந்தது யாருன்னு தெரிஞ்சுதா?''

''இல்ல. பாடி அழுகியிருச்சு. முகமெல்லாம் சுத்தமா தெரியல. எலி குதறியிருக்கு. போஸ்ட்மார்ட்டத்துக்கு அனுப்பியிருக்கோம். மெடிக்கோ லீகல் கேஸ். போரன்ஸிக் ஆளுங்க க்ரைம் ஸீன் இன்வெஸ்டிகேஷன் பண்ணறாங்க''

''கோயில்ல நிலவறைலப் போய்ப் பாக்கலாமா? அனந்த் சொன்ன அந்த எழுத்துகள்... அது என்னன்னு தெரிஞ்சா...''

''கொஞ்சம் இருங்க. போரென்ஸிக் ஆளுங்க கீழ இருக்காங்க. அவங்க போகட்டும். நமக்கு பெர்மிஷன் இருக்கு. கவலப் படாதீங்க.''

தேவராஜ், ஒரு மெல்லிய ப்ளாஸ்டிக் பையை அவனிடம் நீட்டினார்.

''அந்த ஆளோட பாண்ட் பாக்கெட்ல இருந்துச்சு''

சம்பத் அந்த ப்ளாஸ்டிக் பையினுள்ளே பார்த்தான். பழுப்பேறியிருந்த ஒரு காகிதம். ஒரு புத்தகத்திலிருந்து கிழிக்கப் பட்டிருந்த பக்கம். லாமினேட் செய்யப்பட்டிருந்தது.

''வெளிய எடுக்காதீங்க. போரன்ஸிக் எவிடன்ஸ். ரொம்பத் தயங்கித்தான் எங்கிட்டயே குடுத்தாங்க. இதுக்கே செயின் ஆஃப் கஸ்ட்டடில தகராறு வரும். அப்படியே படிக்க முடியுமான்னு பாருங்க''

சம்பத் சிரமித்தான். தமிழ்.. மிகப்பழைய பிரதி... 1900களில் அச்சடிக்கப்பட்டிருக்க வேண்டும். ஒரு பத்தியின் ஓரத்தில் நீல

மையினால் கோடிடப்பட்டிருந்தது. படிக்க வேண்டியது என்பதைக் காட்டுவதைப்போல..

''இப்பவும் உலோனாராம் திவ்ய க்ஷேத்திரத்திலே நின்றவாறு சென்றவாறு காட்டுமதனை ரக்ஷணம் பண்ணுகிறவன், அன்று மண்ணும் விண்ணும் அளந்தானேயன்றோ? அவனேயன்றிக்கே வேறோரு தெய்வத்தாலும் இது கூடுமோ? வென விசாரம் பண்ணுவதே மஹாபாபமாயிருக்க...''

''மணிப்பிரவாளம்'' என்றான் சம்பத்.

''என்னது?''

''தமிழ் நடை. பழைய வியாக்கியானங்கள் இந்நடையில் இருக்கும். எனக்கு முழுசும் புரியலை. சடகோபனிடம் அனுப்பிப் பாக்கலாம். ஸ்கேன் பண்ணமுடியுமா?''

''இப்பத் தரமாட்டாங்க. போரன்ஸிக் எக்ஸ்பர்ட்ஸ் அவங்க வேலை முடிஞ்சதும் கேட்டுப்பாக்கலாம். நாளாவும்''

''நமக்கு நேரமில்ல தேவராஜ்'' மெல்ல முணுமுணுத்தபடி, சிந்தனையுடன் சம்பத் நகம் கடித்தான்.

'' வேணா, நான் இத ஒரு பேப்பர்ல எழுதியெடுக்கலாமா? அதுக்கு அனுமதி கிடைக்குமா?''

'' அது செய்யலாம்''

இரு நிமிட தேடலுக்குப் பின் சம்பத் ஒரு பேப்பரில் அந்த வார்த்தைகளை எழுதியெடுத்துக் கொண்டான்.

இறந்தவனுக்கு இந்தத் தமிழ் புரிந்திருக்குமா? யார் இவன்? இந்த இடம், நிலவறை தெரிந்திருந்திருக்கிறது. இறங்கியவன் எதை நிலவறையில் தேடினான்? ப்ரமிட்? யார் இவனைப் பின் தொடர்ந்தது? எதையோ எடுக்க விடாமல் தடுத்திருக்கிறார்கள். ஆனால் எதற்கு? ஏன்?

அனந்த் மெல்ல எழுந்து வந்தான்.

''உனக்கு இதுல ஏதாச்சும் புரியுதான்னு பாரு''

அனந்த் ஒரு நிமிடம் ஊன்றிப் படித்தபின் இல்லையென தலையாட்டினான்.

ஜானகி ''கொஞ்சம் கொடுங்க'' என்றாள்.

''உலோனார்''-னா லோனார்னு தெரியுது. ''நின்றவாறு'' -ன்னா நின்று கொண்டிருக்கும் திருக்கோலம். சரி. அதுவரை புரியுது.''சென்றவாறு காட்டுமதனை ரக்ஷணம் பண்ணுகிறவன்'' அப்படீன்னா?''

''நின்றவாறு, சென்றவாறு காட்டுமதனை ரக்ஷணம்...'' சே குழப்புதே?''

''சென்றவாறு'' ன்னா 'சென்ற ஆறு'ன்னு பிரிக்கலாம், அனந்த்'' என்றாள் ஜானகி.

''ஓ.கே, அப்படியே எடுத்தாலும், கோயிலுக்குக் கீழ ஓடறத ஆறுன்னு சொல்லிடமுடியாது. மிஞ்சிப்போனா ஒரு நீரோடைன்னு சொல்லலாம். அதைக் காத்து நிக்கறது... அத்தனை முக்கியமா அந்த நீரோடை?''

''ஆறுன்னா தமிழ்ல வழின்னும் ஒரு அர்த்தம் இருக்கு''

அனந்த் வியப்புடன் ஜானகியை ஏறிட்டான்.

''எக்ஸலெண்ட். ஆறுன்னா வழி... போனவாறு - போன வழி. போனவாறு காட்டுமதனை - போன வழியைக் காட்டும் அதனை. ரக்ஷணம் பண்ணுகிறவன் - காத்து நிற்கின்றவன். அந்தக் கருவறைல இருக்கிற மூர்த்தியச் சொல்லுது... கரெக்ட்?''

சம்பத் பதில் சொல்லவில்லை. சிறிது மவுனத்தின் பின் பேசினான்.

''அனந்த், மண்ணும் விண்ணும் அளந்தவன் - வாமன வடிவம்... மூலக் கருவறையில இருக்கிறது வாமன அவதார மூர்த்தியில்ல''

''யெஸ். நீ சரியாத்தான் யூகிச்சிருக்க. இது மூல மூர்த்தியில்ல... நான் நிலவறைக்குப் பாதை பார்த்தது, ஒரு வாமன அவதாரச் சிலையின் கீழேதான்''

''ஸோ, இந்த வரிகள், மூல மூர்த்தியோட புகழ் பாடல. மாறா, நீ பார்த்த வாமன அவதாரச் சிற்பங்களோட புகழ் பேசுது. போன

வழியைக் காட்டும் ‘அது’, கீழேயிருக்கு. எது ‘அது’? யார் போன வழி?''

''அங்க போய்ப் பார்த்தாத்தான் தெரியும். அனந்த் கூட அங்க ஏதோ வரிகள் இருந்ததாச் சொன்னான்''

''கரெக்ட். சுவத்துல லேசா வரிகள் இருந்த மாதிரி தெரிஞ்சது'' அனந்த் நினைவு கூர முயற்சித்தான். லேசாக ஞாபகம் வந்தது. வளைவு வளைவுகளாக எழுத்துகள் மங்கலாக... அதில் ஒன்றினைத் தொட்டபடி , விரல்கள் இழந்த ஒரு கை... அனந்த்திற்கு உடல் சிலிர்த்தது.

''வாங்க. போகலாம்'' தேவராஜின் குரல் அவனை நனவுலகுக்கு மீட்டது. எழ முயன்ற அனந்த்தை தேவராஜ் தடுத்தார்

''நீங்க வேண்டாம். சம்பத் மட்டும் வந்தாப் போறும்''

''ஆமா. நீ போகவேண்டாம்'' ஜானகி அவசரமாக அவனைத் தடுத்தாள்.

சம்பத் உள்ளூரச் சிரித்துக்கொண்டே, சில சார்ட் பேப்பர்களையும், கறுப்பு மையையும், ப்ரஷ்களையும், ஸ்ப்ரே அமைப்பு சொருகப்பட்ட தண்ணீர்ப் பாட்டிலையும், எடுத்துக்கொண்டு தேவராஜைத் தொடர்ந்தான். இறுதியில் அவன் எடுத்து வைத்த பொருள் தேவராஜை அவனைக் கேள்விக்குறியோடு பார்க்க வைத்தது.

''ஹேர் ட்ரையர்'' என்றான் சம்பத் தோள் பையைச் சரிசெய்து கொண்டு , ''சீக்கிரம் பேப்பர் காயணும்னா இது வேணும். சார்ஜபிள் பேட்டரில இயங்குது''

''கீழ போய்ப் பார்க்கலாம்'' தேவராஜ் கோயிலில் நிலவறையின் துவாரத்தின் அருகே நின்றார். ஒரு கான்ஸ்டபிள் முதலில் இறங்க, தேவராஜைத் தொடர்ந்து சம்பத் இறங்கினான்.

உடல் கிடந்திருந்த இடத்தில் சாக்பீஸால் தடம் வரைந்திருக்க, உடல் எடுக்கப்பட்டிருந்தாலும், நாற்றம் குமட்டியது. கர்ச்சீப்பை முகத்தில் கட்டியபடி, சுவரில் டார்ச் அடித்துப் பார்த்தனர். மங்கலான ஒளியில் மிக மங்கலாக சில எழுத்துகள் தெரிந்தன. வட்டெழுத்துகள்...

மெல்ல சார்ட் பேப்பரை அதன்மீது விரித்தான். இந்த இடத்தில் எஸ்டாம்ப்பேஜ் அத்தனை எளிதல்ல. ஈரப்பதம் நிறைய இருக்கிறது. எளிதில் பேப்பர் காயாது. பிய்ந்து போய் வரும். மிகக் கவனமாக எடுக்கவேண்டும். ஹேர் ட்ரையர் சப்தமிடத் தொடங்கியது.

இருபது நிமிடத்தின் பின் அவர்கள் மேலேறியபோது வியர்வையில் குளித்திருந்தனர்.

கோயிலின் வெளியே அந்த உருவம் மெல்ல குளத்தைத் தாண்டி நடந்தது. முதன்முறையாக அவன் தோல்வியடைந்திருக்கிறான்... அங்கு சொல்லிவிடவேண்டும். விரைவில்...

தனது வெள்ளை நிற மாருதி எஸ்டீம் கார் நோக்கி தெருவில் விரைந்தான். நெடுஞ்சாலையில் மூன்று கி.மீ சென்றபின் ஏதாவது வயலோரத்தில் ஒதுக்கி நிறுத்திவிட்டு, ரேடியோவில் தொடர்பு கொள்ளலாம். காரின் ஆண்டெனா நீட்டிக் கொண்டிருந்தாலும், சாலையில் விரைவாகச் செல்லும் லாரிகளோ, பஸ்ஸோ, ஸைடில் நிறுத்தப்பட்டிருக்கும் காரை கூர்ந்து கவனிக்க மாட்டார்கள்.

நெடுஞ்சாலையில் நெரிசல் இருப்பதை ஒரு கிமீ சென்றவன் கவனித்தான். மஞ்சள் நிற அடைப்பை குறுக்கே வைத்திருக்க, வாகனங்கள் அவற்றின் நடுவே மெதுவாக நுழைந்து சென்று கொண்டிருந்தன. சட்டெனஅவனுள் கோபம் பொங்கியது. போலீஸ் செக்கிங்.. இந்த நேரத்துலயா வரணும்?

அடைப்புகளைத் தாண்டும்போது, அவன் காரை ஓரமாக நிறுத்தும்படி வயதான போலீஸ்கார் ஒருவர் கை காட்ட, மெதுவே ஓரம் கட்டினான். பாய்ந்து சென்றுவிடலாம். ஆபத்து.

''என்ன டிக்கியில?''

''பிஸ்லெரி பாட்டில் ஒரு டஜன். பெங்களூர் வர போவணும்''

''எங்கயிருந்து வர்றே? ஆர் ஸி புக்? லைசன்ஸ்? ''

''புனே'' கேட்டவை அனைத்தையும் மவுனமாக எடுத்துக் கொடுத்தான். பதட்டப்படக்கூடாது. ஒரு சின்ன சந்தேகம்கூட வரக்கூடாது. இரண்டு வருடப் பயிற்சி...

சரிபார்க்கப்பட்ட பேப்பர்களை ப்ளாஸ்டிக் பையில் வைத்தவாறு காருக்குத் திரும்பியவன், டிரைவர் ஸீட்டில் அமர்ந்து, கதவைச் சார்த்தும்போது, காரின் பின் கதவைத் திறந்து ஒரு ஒல்லியான கான்ஸ்டபிள் உள்ளே குனிந்தான்.

'' என்ன இதுக்குள்ள?''

டிரைவர் சீட்டிலிருந்து திரும்பிய அவன் கண்ட பொருள் இதுவரை பார்த்திராதது.. மஞ்சள் நிற ப்ளாஸ்டிக் பை. அவன் தடுமாறி பதில் சொல்லுமுன்னே, அதனுள்ளிருந்த மற்றொரு பாலிதீன் பையை முகர்ந்த போலீஸ்காரனின் முகம் மாறியது.

''சாஹேப், இக்கடே''

உரக்க அவன் கூவவும், சில போலீஸ்காரர்கள் கார் நோக்கி விரைந்ததும், அவனுக்குப் புரிந்து போயிற்று.

கஞ்சா.. அவனுக்கும் அதற்கும் தொடர்பேயில்லை.

யாரோ மாட்டி விட்டிருக்கிறார்கள்.

கார் முழுதும் சோதனையிடப்பட்டது. ரேடியோ கருவிகள் கண்டுபிடிக்கப்பட்டன.

போலீஸ் ஜீப்பில் இருபுறமும் காவலர்கள் அமர்ந்திருக்க, ஜால்னா காவல் நிலையத்திற்கு அவன் அழைத்துச் செல்லப்பட்டபோதும், அங்கு சிறையில் அடைக்கப்பட்டபோதும் அவன் மனதுள் ஓடிக்கொண்டிருந்தது ஒரேயொரு கேள்விதான்.

''யார் செய்தது?''

போலீஸ் விசாரணையில் என்ன சொல்லவேண்டுமென்பது அவனுக்குத் தெரியும். 'அவர்கள்' பயிற்சி கொடுத்திருக்கிறார்கள்.

சில மணி நேரங்கள் முன்,லோனாரில் கோவிலில் நடப்பதை அவன் கவனித்துக் கொண்டிருந்தபோது, அவன் காரின் பின் கதவை ஒருவன் மெல்லத் திறந்ததும், பின் சீட்டின் அடியில் அந்தப் பையை வைத்ததும் அவனுக்குத் தெரியாமல் போனது. அவன் கிளம்பிய சில நிமிடங்களில் ஹைவே போலீசுக்கு டெலிபோனில் ஒரு செய்தி போனதும் அவனுக்குத் தெரியாது.

அந்த முதியவரின் போன் சன்னமாகக் கிணுகிணுத்தது.

''ஒருத்தன் மட்டுந்தான் சந்தேகமாத் தெரிஞ்சான். போலீஸ் கஸ்ட்டில இப்ப ஜால்னால... அவன விசாரிக்கலாமா?''

''வேண்டாம். இன்னும் தீவிரமாக் கவனிங்க. அங்கயிருந்து எல்லாரும் கிளம்பிப்போகிற வர, லோனார் தாண்டற எல்லாக் கார், ஜீப், பைக், லாரி, பஸ் கவனிக்கப்படணும்.''

''யெஸ் ஸார்''

''ஜாக்கிரதை. நம்ம பேரு வரக்கூடாது''

''ஷ்யூர். போலீஸ் இன்ஃபார்மர்ஸ்தான் ஃப்ரெண்ட் லைன் ஆபரேஷன்ல இருக்காங்க. லோக்கல் போலீஸ்க்கு நாம தெரியமாட்டோம்''

தொடர்பு துண்டிக்கப்பட்டது. முதியவர் மீண்டும் தனது மேசையிலிருந்த செப்பேடுகளை ஆழ்ந்து கவனிக்கலானார்.

ஜால்னா சிறையில் இருப்பது வெறும் அம்பு. எய்தவன் எங்கே இருக்கிறான். அவன்கூட இப்ப முக்கியமில்லை. செப்பேடுகள்தான் முக்கியம்.

சட்டென அவருக்குள் ஏதோ நெருட, டெல்லியை அழைத்தார்.

''அந்த திருவனந்தபுரம் கான்வர்சேஷன் அனலைசிஸ்.. முடிஞ்சிருச்சா?''

''..................''

''ரெண்டு வாய்ஸ் ஸாம்பிள் அனுப்பி வைக்கிறேன். அதயும், அந்தப் பெண்ணோட குரலோட கம்ப்பேர் பண்ணி, உடனே சொல்லுங்க''

பேப்பர்...

அதன் கை துறுதுறுத்தது. பேப்பர்... ஏ4 சைஸ் தூய வெள்ளை காகிதம்... விளிம்புகள் மடங்காமல் நேரே விரைத்தபடி, முகர்ந்தால் செல்லுலோஸ், ஜெலாட்டின் கதம்ப வாடையுடன்..

பரபரவென, நீலநிற மைப்பேனா கொண்டு பேப்பரில் எழுதத் தொடங்கியது. நீலம்.. அல்லது கருநீலம்... வானத்தின் வண்ணம். எங்கிருந்து வந்தோமோ, அந்த இடத்தின் வண்ணம்...

தீர்ப்புகள் நிறைவேறின. என் பாதையில் குறுக்கிட்டு, மீறிய கொரியன் எலிகளால் குதறப்பட்டான். அவனைச் சுரங்கத்தில் மூடிய திருவனந்தபுரம் இப்போது சிறையில். எதிரிகளுக்கு அவனைக் குறித்து சிறிய டிப்ஸ் கொடுத்ததும் என் திட்டமே... தவறு... என் தீர்ப்பே... எதுவும் என் திட்டப்படி மட்டுமே இங்கு நிகழும். இப்போதும் எப்போதும்...

பேப்பர் கிழிக்கப்பட்டு, தீக்குச்சியில் கொளுத்தப்பட்டது.

சம்பத்தின் வீட்டில் ஐந்து பேர் கூட்டாக உட்கார வசதியில்லை. தேவராஜும் மங்கையும் நின்று கொண்டிருக்க, அனந்த், சம்பத்துடன் ஒரு கட்டிலின் விளிம்பில் அமர்ந்திருந்தான். ஜானகி ஒரு மர நாற்காலியில் மேசையின் அருகே உட்கார்ந்திருந்தாள். மேசையின் நடுவே ஓர் எல்.சி.டி திரை சன்னமாக ஒளிர்ந்து கொண்டிருந்தது. அதினுள்ளேயே இருபுறமும் ஒலிபெருக்கிகள் அமைந்திருந்தன. திரையின் மேல்புறத்தில் கோளவடிவில் ஒரு இணையதள கேமிரா பொருத்தப்பட்டிருந்தது.

ஒலிபெருக்கியில் சன்னமாகக் குரல்கள் கேட்கத் தொடங்கின. திரை உயிர்த்தது. இரு நொடிகளுக்குப் பின்னே திரையில் சடகோபன் தோன்றினார்.

''வெல்டன் பாய்ஸ். நீங்க கண்டுபிடிச்சது முக்கியமான தடயம்''

''இது என்னன்னே எனக்குப் புரியலை. இதுல 6174 எங்க இருந்து வந்தது? கிறிஸ்டலோட 6174க்கு தொடர்பு? எதுக்காக?''

''நாம நேத்திக்கு விலாவரியா எதப்பத்திப் பேசினோம்?''

''பிரமிட்... லெமூரியன் கிறிஸ்டல்...'' அனந்த் மேலும் யோசித்தான்.

''அது பத்தின புதிருக்கு விடைதான் நீ கண்டுபிடிச்ச புதிர்... 6174''

''புரியலை''

''இது எதிர்மாறா நடந்திருக்கு. முதல்ல விடை கிடைச்சிருக்கு. புதிர் இன்னும் உனக்குக் கிடைக்கலை. நீயே அதயும் கண்டுபிடிப்பே. அதுக்கு உதவியாத்தான் கோவில் உனக்கு ஒரு தடயம் கொடுத்திருக்கு. இது பத்தி எனக்குக் கிடைச்ச ஒரு புதிர் பத்தி சொல்லப் போறேன்.''

''திரும்பவும் புதிரா? அய்யோ...''

சடகோபன் சிரித்தார். ''சொல்லப்போனா இது புதிரில்லை... ஒரு ஆவணம். சம்பத்துக்குத் தெரிஞ்சிருக்கும். அஞ்சு வருஷம் முன்னால நான் லோனார்ல காந்தப் புலம் பத்தித் தடயங்கள் தேடிக்கிட்டிருக்கும்போது, ஒரு மண்மேட்டுல காந்தப்புலம் தாறுமாறா எகிறியது. தோண்டிப் பாத்தப்ப, ஒரு சிறு அறை மாதிரி தெரிஞ்சது... அதன் நடுவே கிடைச்ச ஒரு கல்வெட்டுல இருந்த வரிகள் இவை. தேவராஜ், அந்தப் பேப்பரை அனந்த்கிட்ட கொடுங்க''

தேவராஜ் தன் சட்டைப்பையில் இருந்த மடித்திருந்த காகிதத்தை அனந்த்திடம் கொடுத்தார்.

அனந்த் அதைப் பிரித்துப் படித்தான். ஜானகி முன்னே குனிந்து காகிதத்தை எட்டிப் படிக்க முயன்றாள்.

''ஜானகி, முதல்ல அவன் வாசிக்கட்டும்''

ஜானகி சிறிது கோபத்துடன் பின்னடைந்தாள். எப்பவும் அனந்த்திடமே பேசணும்னா நான் எதுக்கு வீணா இங்க?

''அனந்த், எல்லாருக்கும் கேக்கிற மாதிரி உரக்க வாசி''

அனந்த் செருமினான். சிறிது உயர்ந்த குரலில் வாசித்தான்.

''காட்டியவாறு காண் குறளடித் தாழிலே''

அனைவரும் புரியாமல் மவுனித்திருக்க, சடகோபன் தொடர்ந்தார்.

'' லோனார் ஏரிய நிரப்பற சிறு ஆறுகள் தொடங்கற இடம் பத்திச் சொல்லுதுன்னு முதல்ல நினைச்சோம். கோயில்ல கருவறைக்குக் கீழேயிருந்து அந்தச் சிற்றாறு தொடங்குதுன்னு சொல்லுதுன்னு

தீர்மானம் பண்ணிட்டோம். அப்புறம்தான் தமிழோட வார்த்தைஜாலம் பொறிதட்டியது''

''ஆறுன்னா வழின்னு பொருள் உண்டு. அப்போ இந்த சிறு புதிர் ஒரு வழியைச் சொல்லுதுன்னு புரிஞ்சது. என்ன வழி, எதுக்கான வழின்னு புரியலை. இப்ப நிலவறைல இருந்து பதிப்பிச்சு எடுத்த வரிகள்''

''அந்த வரிகள்'' சடகோபன் நிறுத்தினார். ஒரு காகிதத்தை எடுத்துத் தானே படிக்கத் தொடங்கினார்.

'' முடியது எழுந்தது குணதிசை நோக்கி

படையது அடியார் வழிதனில் காக்க

நெடுமலை கானகம் கலிங்கம் கடந்து

கடலதின் கரைதனில் அடி புகுந்திடவே''

சடகோபன் பேசினார், ''இது அந்தப் பிரமிட் எங்க போயிருக்குன்னு சொல்கிற ஆவணம். முடின்னா தலை. இங்க ப்ரமிட்டோட தலைன்னு வைங்க. குணதிசைன்னா கிழக்கு, கலிங்கம்னா தற்காலத்து ஒரிசா. லோனார்ல ஆபத்து ஏற்படவும், அதப் பத்திரமா கிழக்குத்திசைல அனுப்பி, ஒரிசா கடற்கரைல மறைச்சு வச்சிருக்காங்கன்னு இந்த வரிகள் சொல்லுது''

மறுபுறம் கனத்த மவுனம் நிலவியது. பிரமிட் என ஒன்று இருந்திருக்கிறது. அது இப்போது நிச்சயம். ஆனா எங்கே? லோனார்... ஒரிசான்னு பூச்சி காட்டுதே?

அனந்த் பேசினான். ''இறந்து போன அந்த ஆள்... யாரு? எதுக்கு அவன் இந்தப் ப்ரமிடைத் தேடணும்? ''

'' நான் சொன்ன மற்றொரு கும்பலைச் சேர்ந்தவனா இருக்கலாம். அவன் கையில இருந்த பேப்பர்... 1920ல மைசூர்ல பதிப்பிக்கப்பட்ட ஒரு வைணவ அடியாரின் தீர்த்தயாத்திரைக் குறிப்புகளின் தொகுப்பிலிருந்து எடுக்கப்பட்டது. மொத்தம் பத்து பிரதிகள்தான் இப்ப இருக்கு. அதுல ஒண்ணுல இருந்து எடுத்திருக்காங்க''

''அப்பவே பிரமிட் பத்தி தடயம் கிடைச்சிருக்குன்னா, இத்தன

பேருக்கு அது தெரிஞ்சிருக்குன்னா, ஏன் யாரும் அது பின்னால போகல?''

''எல்லாருக்கும் பிரமிட் முக்கியமில்ல ஜானகி. தவிர, பிரமிட் பின்னால அலையறதுங்கறது பல நூற்றாண்டுகளா நடந்துகிட்டிருக்கு. நாம முத ஆள் இல்ல''

சடகோபன் தொடர்ந்தார். ''முதல்ல ஒரிசாக் கடற்கரையில் எங்க பிரமிட் புதைஞ்சிருக்குன்னு கண்டுபிடிக்கணும்''

'' இப்பவும் அங்கதான் இருக்கும்னு என்ன நிச்சயம்? நீங்க என்ன நினைக்கிறீங்க தேவராஜ்?'' அனந்த் தேவராஜைத் திரும்பிப் பார்த்துக் கேட்டான்.

''எனக்கு என்னமோ இது சில்க்கா ஏரி, பூரி பக்கம் கடற்கரைல போயிருக்கணும்னு தோணுது''

''கிட்டத்தட்ட 300 கிமீ ரேஞ்ச் சொல்லறீங்க. எங்கன்னு தொடங்கறது? எதுவரைன்னு தேடறது?''

''நீங்க சொல்லறது புரியுது அனந்த். ஆனா இதுக்கும் குறுகலா நாம நெருங்கணும்னா, மேலும் தடயங்கள் வேணும்''

அனந்த் திரையை நோக்கி மீண்டும் திரும்பினான். வெப் கேமிராவை நோக்கிப் பேசினான்.

''சார், நான் சொல்லறது தப்பாப் படலாம். பிரமிட் அதோட அடிப்பகுதியை நோக்கிப் போகும்னு சொன்னீங்க இல்லயா?''

''யெஸ்''

''அந்த மாதிரி ஒரிசாக் கரையில எதாச்சும் ஸ்ட்ரக்சர்ஸ் இருப்பதா செய்தி இருக்கா?''

''ம்... இல்ல. அடிப்பகுதி கன்னியாகுமரிகிட்ட கடல்ல இருக்குன்னுதான் கேள்வி. இது பாதுகாப்புக்காக மட்டுமே கலிங்கம் போயிருக்கணும்.. கலிங்கக் கடற்கரைன்னா பூரி, கொனார்க்... சில்க்கா ஏரி மட்டும்னு நினைக்காதீங்க. அது உத்கல் ரீஜன் மட்டும்தான். கலிங்கம் அந்தக் காலத்துல பெங்கால் வரையும் இருந்துச்சு''

''உங்களுக்கு எது உத்தேசமா சரியான இடமாப்படுது?''

''கஷ்டம் அனந்த். எந்தப் பெயரும் இல்லாம, அந்தக் காலத்துல எவருக்கும் தெரியக்கூடாதுன்னு படு திறமையா எழுதியிருக்காங்க... கொனார்க்ல தேடலாம்னு எனக்கு உள்ளுணர்வு சொல்லுது''

''ஒரிசாவோட வரலாறு 1300க்கு அப்புறம் இருந்து போர் நிறைஞ்ச ஒன்னு... அந்த பீரியட்ல அதுவும் கொனார்க்ல இது பத்திரமா இருக்கறது சாத்தியமா?....'' ஜானகி இழுத்தாள்.

''கரெக்ட். 1240க்கு அப்புறம் கொனார்க்ல கோயில் கட்டினாங்க. 250 வருஷம்தான் அது பொலிவா இருந்துச்சு. 1508ல காலாபாட்னு ஒரு மதவெறியனால தகர்க்கப்பட்டது. அதுக்கப்புறம் கொஞ்சம் கொஞ்சமா கொனார்க் காடு சூழ்ந்து, யாருமே போகாத இடமாயிருச்சு''

''அப்படி யாருமே போகலைன்னா, அது பத்திரமான இடம்னு சொல்லலாமா?''

''அப்படியில்ல. அந்தக் காலத்துல மதவெறித் தாக்குதலில் இருந்து பாதுகாப்புக்காக இந்து, புத்த, ஜைன மதச் சிலைகள், முக்கிய சின்னங்களையெல்லாம், மலைக் குகையில மூடி வைச்சு, மணல்ல புதைச்சு வைச்ச வரலாறெல்லாம் இருக்கு. அந்த மாதிரி இதையும் மறைச்சுருக்கலாம்''

''கொனார்க் சூரிய கோவில்ல இருந்து கடற்கரை மூணு கி.மீ தள்ளியிருக்கு. இது கடற்கரைன்னு சொன்னதால கொனார்க்கா இருக்க முடியாது'' தேவராஜ் பேசினார்.

''தேவராஜ், கொனார்க் கோயில்கள் கடற்கரைலதான் கட்டினாங்க. கடல் அப்புறமா தள்ளிப் போயிருச்சு''

''அங்க முதல்ல தேடலாம்ங்கறீங்க?''

''நாம எதுக்குத் தேடணும்? ஆர்க்கியாலஜி டிபார்ட்மெண்ட்ல கேட்டாக்க அவங்க தேடிட்டுப் போறாங்க. இல்லன்னாலும், இது வரை அவங்க பண்ணியிருக்கிற ப்ராஜெக்ட் டேட்டாலயே கிடைச்சுரும்'' ஜானகி இடைப்புகுந்தாள்.

''ஜானகி, இது ஆர்க்கியாலஜியோட வேலை இல்லை. நாமதான் செய்யணும்''

''இப்ப டைம் இல்ல சார். எது கிடைக்குதோ அத வச்சு...''

''ஓ.கே... பூரி வட்ட மியூசியம் க்யூரேட்டர் உதவுவாரான்னு பாப்போம். பி.கே.ரத் தான் இன்னமும் இருக்கார்னு நினைக்கிறேன்'' சடகோபன் நினைவுகொள்ள முயன்றார்.

''அனந்த், இப்பவே நீ, சம்பத், ஜானகி மூணுபேரும் தேவராஜோட பூரி கிளம்புங்க. மத்ததை அப்புறம் பேசலாம், மங்கை, நீ தனியா கொஞ்ச நாள் இருக்கமுடியுமா? சம்பத் கண்டிப்பா இவங்ககூடப் போயேயாகணும்...''

''எனக்கு ஒரு ப்ராப்ளமும் இல்ல டாக்டர்''

''கணினியில் தொடர்பு துண்டித்ததும் சம்பத் எழுந்தான். ஹெலிகாப்டர் அவுரங்கபாத்திலிருந்து வருவதற்கு அரைமணி நேரமாகும். அதுக்குள்ள துணியெல்லாம் எடுத்து வச்சி ரெடியாகுங்க''

''எனக்கு ட்ரெஸ் எல்லாம் வாங்கத்தான் வேணும்'' ஜானகி தயங்கினாள். இந்த மாதிரி நீண்ட பயணத்திற்காக அவள் ஆயத்தமாக வரவில்லை. என்னமோ திருவனந்தபுரத்தில சடகோபனப் பாத்தோமா, திரும்பினோமா என்று இருக்குமென நினைத்திருந்தாள்.

''என் ட்ரெஸ் பொருந்துமா பாரு?'' மங்கை பீரோவைத் திறந்தாள்.

''உள்ளாடைகள் இங்க வாங்க முடியுமா, மங்கை?''

''பக்கத்துல சின்ன ஸ்டோர் ஒண்ணு இருக்கு''

''க்வாலிட்டியா இருக்குமா?'' ஜானகி பேசிக்கொண்டிருக்கையில், அனந்த் உள்ளே புகுந்தான்.

''இங்க என்ன நாயுடு ஹால்-ஆ இருக்கும் ? இருக்கறத வாங்கிட்டு வருவியா.. அத வுட்டுட்டு...''

அவளது சூடான பார்வையைத் தவிர்த்து அசடு வழிந்து மெல்ல வெளியேறினான்.

இரண்டரை மணி நேரம் கழித்து, ஹெலிகாப்டர் பூரி போலீஸ் மைதானத்தில் அருகே இறங்கியபோது, சேரிப் பையன்கள் வேடிக்கை பார்க்க கம்பி வேலித் தடுப்புவரை ஓடி வந்தனர். அவர்களிடமிருந்து சற்றே விலகி காற்றில் முடி பறக்க ஹெலிகாப்டரை வேடிக்கை பார்க்க வந்திருந்த பெண்களின் கூட்டத்தில் ஒரு ஓரமாய் நின்றிருந்த அவள் தன்னிச்சையாக இடுப்பில் கை வைத்து சிறிய கருவி ஒன்றின் பொத்தானை அழுத்தினாள். அதன்பின், குழந்தைகளை விரட்டியபடி மற்ற பெண்களோடு விரைந்தாள்.

வானில் சுழன்று கொண்டிருக்கும் நூற்றுக்கணக்கான சாட்டிலைட்களில் ஒரு ரஷ்ய சாட்டிலைட் அவள் அழுத்திய பொத்தானின்சிக்னலைப் பிடித்தது. வட கொரிய எல்லையில், ராஜின் என்னுமிடத்தில் ஒரு அரசு கட்டிடத்தின் மூன்றாவது மாடியில் அமர்ந்திருந்த அவன், முன்னால் ஒளிர்ந்து கொண்டிருந்த திரையில் , சிக்னல் உருவான இடத்தை கவனித்தான். சாட்டிலைட்டின் காமிராக்கள் அந்த இடத்தை நோக்கிக் குவிந்தன. சிறு நேர இடைவெளிக்குப் பின் , அப்பெண்ணின் தலைமுடி மிகப் பெரிதாகத் தெரிந்தது. சில நுட்பமான சரிபார்ப்புகளுக்குப் பின், அவளது முகம் தெளிவாகத் தெரிந்தது. முக்கியமாக, அவள் முகத்திற்குச் சற்றும் பொருந்தாவண்ணம் நீண்டிருந்த அவள் காதுகள்... காமிராக்கள், ஹெலிகாப்டரிலிருந்து வந்தவர்களை நோக்கித் திரும்பின.

ராஜின் நகரில் இருந்தவன் விரல்கள், கணினியில் படபடவெனப் பொத்தான்களை அழுத்தின. ''பூரி, ஒரிசா, இந்தியா''

பெரிய கண்ணாடியும், அதைவிடப் பெரிய புன்னகையுமாய் வரவேற்ற குள்ள மனிதரைப் பார்த்து அனந்த் மனத்துக்குள் வியந்தான்.

''இவரா பி.கே.ரத்? சடகோபன் புகழ்ந்த மனிதர் மிகப்பெரிய மனிதராயிருப்பார்னு பாத்தா, இவ்வளவு சிம்பிளா இருக்காரு?'' அவன் நினைத்ததை ஜானகி வாய் திறந்தே அவனிடம் கேட்டுவிட்டாள்.

ரத் வந்திருந்த மாநில ம்யூசியம் டிபார்ட்மெண்ட்டின் ஜீப்பில் ஏறியவர்கள் அவரது பூரி நகர அலுவலகத்தை அடைந்தபோது மணி

மூன்று.

''கொனார்க் வெறும் கோயிலுக்கு மட்டும் புகழ்வாய்ந்தது இல்லை. மிக முக்கியமான இரு துறைமுகங்கள் கொனார்க் அருகே இருந்தன. மாணிக்கப் பட்டணா, கல்கட்டாப் பட்டணான்னு'' டீயை உறிஞ்சியபடி ரத் சொல்லிக் கொண்டிருந்தார். சிறிய, படு சுத்தமான அறை. வழக்கமான அரசாங்க அதிகாரிகளின் அலுவலகம் போலில்லாமல்... மேசை சுத்தமாக ஒரு காகிதமும் இன்றி... அவருக்குப் பின்புறம் பெரிய கோத்ரெஜ் அலமாரியில் பல புத்தகங்கள் வரிசையாக அடுக்கப்பட்டிருந்தன.

''கல்கட்டாப் பட்டினம்னா இப்போதைய கல்கத்தாவா?''

''இல்ல. அது காளிகட்டம்... கொல்கொத்தாவாச்சு. இது கல்கட்டாப்பட்டணான்னு சொல்லணும்'' ரத் விளக்கினார்.

''அந்தக் காலத்தில் படு பிசியான துறைமுகங்கள் இவை. பன்னாட்டுக் கப்பல்கள் இங்க வந்து போய்க்கொண்டிருந்த காலம் 1400 வரை... இதுக்கும் கீழே சில்க்கா ஏரியின் தெற்குப்பகுதியில பாலூர்ப் பெருந்துறை. மெகா போர்ட். அதுபத்தி டாலமி ''பாலூரா''ன்னு எழுதியிருக்காரு''

ரத் தொடர்ந்தார் ''எதுக்கு சொல்லறேன்னா, நீங்க தேடிவந்தது இங்க புதைஞ்சு இருக்கலாம். இல்ல, துறைமுகம் வழியே வெளிநாட்டுக்கும் போயிருக்கலாம்''

அனந்த் சட்டென ஏமாற்றமடைந்தான்.

''மிஸ்டர் ரத். உங்களுக்குத் தெரிஞ்சு சரியா வரலாறு கண்டுபிடிக்கப் படாத ஸ்ட்ரக்ச்சர்ஸ் ஏதாவது...?''

''அப்படி இங்க நிறைய இருக்கு. காலாபாட் அழிச்சது, முஸ்லிம் மன்னர்கள் தாக்கியது, அப்புறம் காலத்தால இடிஞ்சதுன்னு பல அழிவுநிலைக் கட்டிடங்கள் ஒரிசால குறிப்பா பூரி வட்டத்துல நிறையவே இருக்கு. எதைன்னு நீங்க குறிப்பாச் சொல்றீங்க?''

''1200- 1400 வரை கட்டப்பட்டவை''

''ஓ டியர்''... ரத் சிரித்தார் ''இங்க 95% கட்டிடங்கள் அந்தப் பீரியட்ல உள்ளவைதான்''

‘‘எதாவது வித்தியாசமான கண்டெடுப்புகள்?’’

‘‘உதாரணமா?’’

‘‘உதாரணமா... ‘‘அனந்த் யோசித்தான்’’ கண்டுபிடிக்க முடியாத எழுத்து வடிவங்கள்... அக்காலத் தமிழ்... வட்டெழுத்து... ப்ரம்மி... இந்த மாதிரி?’’

ரத் யோசித்தார். ‘‘ம்... நான் பாத்து அப்படியெதுவும் இல்ல. ஹோல்டான்’’ சட்டெனப் பிரகாசமானார்.

‘‘ப்ளீஸ் கம் வித் மீ’’ எழுந்து வெளியேறினார். மூவரும் அவரைப்பின் தொடர்ந்தனர்.

‘‘ஒரிசா மாநில ஆர்க்கியாலஜி டிபார்ட்மெண்ட் அகழ்ந்து எடுக்கிற பொருட்களை அடையாளம் காணும்வரை எங்க கஸ்டடில வைச்சிருப்பம். அதுக்கு அப்புறம் அத டாக்குமெண்ட் பண்ணி ரிஜிஸ்ட்டர் போட்டு, எக்ஸிபிட் ஆக வைச்சுருவம். இப்படி அடையாளம் காண முடியாத சில ஸ்பெஸிமென்ஸ் ரெண்டு வருஷம் முந்தி மாணிக்கப்பட்டணா துறைமுகப் பக்கம் கிடைச்சது. அது, கொஞ்சம் வித்தியாசமானது... உங்களுக்கு உதவலாம்’’ பேசிக்கொண்டே நீளமான காரிடாரைக் கடந்து வலதுபுறம் திரும்பி பெயரிடப்படாத அறை ஒன்றின் பூட்டைத் திறந்தார்.

மரப்பெஞ்சுகளில் கைகள் உடைந்த சிலைகள், புத்தரின் தலைகள், உடைந்த பீங்கான் சட்டிகள் எனப் பலவிதமான பொருட்கள் வரிசையாக வைக்கப்பட்டிருந்தன. ஒன்றிற்கும் பெயரிடப்படவில்லை. பெஞ்சின்மீது எண்கள் மஞ்சள் சோப்புக்கட்டியால் குறிக்கப்பட்டிருந்தன.

ரத் அவற்றைக் கடந்து உள்ளே சென்று, கனமான மர அலமாரி ஒன்றைத் திறந்து ஒரு பொருளை கவனமாக எடுத்து வந்தார். மேசை மேல் அதைவிடக் கவனமாக வைத்தார். ஒரு அடி நீளத்தில் கருநிற வெல்வெட் துணி பொதிந்து வைத்திருந்ததை மெல்லப் பிரித்தார். ‘‘கவனமாப் பாருங்க’’

அனைவரும் உற்று நோக்கினர்.

பழுப்பு நிற பீங்கான் ஜாடி. ஒல்லியாக ஒரு அடி உயரத்திற்கு, மிகச் சிறிய அடிப்பகுதி கொண்ட அப்பீங்கான் ஜாடி அப்படியொன்றும் கவர்ச்சியாக இல்லை.

"இது மராட்டுவான் வகைன்னு பேரு. பர்மால மராட்டுவான் -ங்கிற ஊர்ல செய்யற பீங்கான். இது இங்க காலக்கட்டாப்பட்டணால கிடைச்சது ஆச்சரியமில்ல. அந்தக் காலத்துல இங்க இருந்து பர்மாவுக்கு நிறைய கப்பல் போயிருக்கு. ஆனா இதுக்குள்ள இருந்த பொருட்கள்தான்...."

ரத், வெல்வெட் துணியை மேலும் விரித்தார். வெற்றிடமாக்கி சீல் செய்யப்பட்ட ப்ளாஸ்டிக் பைகளில் ஓலைச் சுவடிகள்...

"ஒரிசால ஓலைச்சுவடிகள் உண்டா?".

"இல்ல.செப்பேடுகள்தான். ஓலையெல்லாம் உங்க ஊர் சமாச்சாரம். கண்டிப்பா திராவிடியன் தொடர்புடையதாத்தான் இருக்கணும்"

"எப்படி ஓலையெல்லாம் இங்க வந்திருக்கும்?"

"ஏன் வந்திருக்காது? சோழன் இங்கப் போர் செஞ்சது பத்திப் பாடினது ஒன்று இருக்கே?" சம்பத் அதன் பெயரை நினைவில் தேடினான்.

"கலிங்கத்துப் பரணி"

குரல் வந்த திசையில் சட்டெனத் திரும்பிப் பார்த்தவர்கள் வியந்தனர். பேசிய தேவராஜ் அடக்கமாக நின்று கொண்டிருந்தார். பல வருடங்கள் முன்பு ஐ.பி.எஸ் தேர்வுக்கு ஆயத்தம் செய்ததின் நினைவுகள்...

"கரெக்ட். தாங்க்ஸ் தேவராஜ். அந்த பீரியட்ல இங்க தமிழ்க்காரங்க குடியேறியிருக்கலாம். அவங்க எழுதியிருக்கலாம்ல?"

"தமிழர்கள் அந்தக் காலத்துல போர்ல ஜெயிச்சா, குடியேற்றம் பண்ணினாங்கன்னு உறுதியாச் சொல்லமுடியாது. வியாபாரம் நடந்திருக்கலாம். தோத்துப்போன மன்னன் கப்பம் கட்டியிருக்கலாம். தூதர்கள் வந்திருக்கலாம். அவ்வளவுதான்"

க. சுதாகர்

''ஓ. அப்படீன்னா... ஸ்ரீலங்கா? பாலி?''

''ஒரு உதாரணத்துக்குச் சொன்னேன். அதுக்காக அப்படியே எடுத்துக்கக் கூடாது. யார் வருவாங்க? வியாபாரம் பண்ணறவங்கதான் முக்கியமா வருவாங்க. அப்புறம் புலவர்கள்... கோயில் கட்டறவங்க... புலம் பெயர்ந்து வர்றவங்க கொறச்சல் அனந்த்''

''விடுங்க. நாம வந்த வேலையப் பார்ப்போம். மிஸ்டர். ரத், நாங்க அந்த ஓலைகளைப் பாக்க முடியுமா?''

ரத்தைத் திரும்பிப் பார்த்து கேள்வி கேட்க எத்தனித்த தேவராஜ் ஆச்சரியமானார்.

''மிஸ்டர் ரத்?''

அவர் அங்கு இல்லை.

அறையின் மறுபுறத்தில் அலமாரியின் அருகே தீவிரமாகத் தேடிக்கொண்டிருந்த ரத்தின் முகத்தில் கவலையின் ரேகைகள் ஓடியிருந்தன.

''என்ன சார்? எனி ப்ராப்ளம்?''

''ம்.. இன்னொரு ஸ்பெஸிமன் இருந்துச்சு. அதக் காணோம்.''

''மிஸ்டர் பாத்ரா?'' ரத், அசிஸ்டெண்ட்டை அழைத்தார்.

அவசரமாக ஓடிவந்த பாத்ரா விசயம் கேட்டு சீரியசானார்.

''இங்கதான் இருந்துச்சு?'' முணுமுணுத்தவாறே, ஷெல்ஃபின் உட்புறம் கையை நீட்டித் தடவித் தேடினார்.

''எப்பக் கடைசியாப் பாத்தீங்க. பாத்ரா?'' தேவராஜின் போலீஸ் மூளை கேள்விகளைத் தொடங்கியது. இது என் டிபார்ட்மெண்ட் சமாச்சாரம்.

ஜானகி சம்பத்தின் காதில் கிசுகிசுத்தாள். ''அந்த ஆள சும்மா இருக்கச் சொல்லு''

''வுடு ஜானகி'' சம்பத் அடக்கினான். ''அவரும் போலீஸ்தான்.

எல்லை மீறரோமா இல்லயான்னு, அவருக்குத் தெரிஞ்சிருக்கும்... லோக்கல் போலீஸ் வந்தா நம்மகிட்டயும் கேப்பாங்க''

பாத்ரா யோசித்தவாறே முணுமுணுத்தார்.

''பதினஞ்சு நாள் முன்னாடி இருக்கும்...''

''யாரெல்லாம் இந்த ரூம்ல நுழைய அனுமதி இருக்கு?''

''ம்.. நானு, ரத் சார், அப்புறம் ஹெட் க்ளெர்க்''

''ஹெட் க்ளெர்க்?''

''ஆமா, அவருதான் எங்க ஸ்டோர்ஸ், பர்ச்சேஸையும் பாக்கிறாரு. இன்னும் அதுக்கெல்லாம் ஆட்கள் எடுக்கல. ரெக்ரூட்மெண்ட் நிறுத்திவைச்சி...''

''சரி. அவருக்கு என்ன வேலை இந்த ரூம்ல?''

''இடம் பத்தல. வேற பீரோ வேணும்னு கேட்டோம். அளவு எடுக்கணும்னு ஒரு மாசம் முன்னால ஆட்களக் கூட்டிட்டு வந்து அளவு எடுத்தாரு. அவங்க வேலை செய்யணும்னு ஒரு சாவி அவர்கிட்ட கொடுத்து வைச்சிருந்தோம்''

''பீரோ ரெடிமேட்டா வாங்க முடியாதா? எதுக்கு அளவு எடுத்துச் செய்யணும்?''

''எங்களுக்கு வேணும்கிற மாதிரி மரபீரோ ரெடிமேடா கிடைக்காது. அதுக்கு ஸ்பெஷல் கோட்டிங் கொடுக்கணும். சாதாரண வார்னீஷ் அடிச்சா ஸ்பெஸிமன்ஸ் கெட்டுடும்''

''அவர் இருக்காரா?''

''ம்... கூப்பிடவா?''

''செய்யுங்க''

பத்து நிமிடங்களில் ஒரு சொட்டைத்தலை மனிதர் உள்ளே நுழைந்தார். நாலரை அடிக்கும் கீழே இருந்த அவர் அணிந்திருந்த கண்ணாடி முகத்தைவிடப் பெரியதாக இருந்தது. கனத்த சோடாபுட்டிக் கண்ணாடியினூடே அவரது கண்கள் பெரிதாகத் தெரிந்தன. வலது மணிக்கட்டில் ரட்சையாகக் கட்டப்பட்டிருந்த

அழுக்கேறிய சிகப்புக் கயிறு பிய்ந்துபோய் நூலாகத் தொங்கிக் கொண்டிருந்தது.

''ஹலோ, ஐ யாம் பிஸ்வாஸ் பாணிக்ரஹி''

''இந்தப் பீரோவை யார் திறந்தாங்க?''

''எங்கிட்ட ரூம் சாவி மட்டும்தான் உண்டு. பீரோ சாவி ரத்கிட்டயும், பாத்ராகிட்டயும் மட்டும்தான் இருக்கும்''

''மிஸ்டர் ரத். உங்க சாவியக் கொடுங்க''

மிகவும் கவனமாக அதன் நுனியை ஆராய்ந்தார்.

''பீரோவின் சாவிய நகலெடுத்திருக்காங்க. சாவியோட பற்கள்ல அரம் வைச்சுத் தேய்ச்சதோட தடம் தெரியுது''

சாவிக்கொத்தை ரத்திடம் கொடுத்தபடியே தேவராஜ் கேட்டார்.

''சாவிக்கொத்து எப்பவும் உங்ககிட்டதான் இருக்குமா, மிஸ்டர் ரத்?''

''ஆமா... ஆங்... டூப்ளிகேட் ரூம் சாவி பண்ணறதுக்காக, கொஞ்ச நாள் முந்தி ஹவுஸ் கீப்பிங்கிட்ட கொடுத்திருந்தேன்''

''அவங்ககிட்ட சாவி கிடையாதா?''

''கிடையாது. அதான் ஒரு செட் டூப்ளிகேட் பண்ணறதுக்கு...''

''எப்ப?''

''15 நாள் முன்னாடி''

''ஹவுஸ்கீப்பிங் இன் சார்ஜ் யாரு?''

''பாணிக்ரஹி''

பாணிக்ரஹி வெலவெலத்துப் போயிருந்தார். வறண்ட உதடுகளை நாக்கால் ஈரப்படுத்திப் பேசினார்.

''இங்க அதிகம் தூசி வர்றதில்ல. அதான் வாரத்துல ஒரு நாள் மட்டும் பெருக்க....''

''கேள்விக்கு மட்டும் பதில் சொல்லுங்க. யார் டூப்ளிகேட் சாவி பண்ணினது?''

"ப்யூனை விட்டு பண்ணிக்கொண்டு வரச்சொன்னேன்"

"ரூம் சாவி மட்டும் கொடுத்தீங்களா? இல்ல மொத்தமா சாவிக்கொத்தைக் கொடுத்தீங்களா?"

"மொத்தமா"

ப்யூன் வரவழைக்கப்பட்டான். சிறிது நேரத்தில் சாவிகள் அனைத்தையும் டூப்ளிகேட் செய்ததை ஒப்புக் கொண்டான்.

"யார் செய்யச் சொன்னது?"

மிடறு விழுங்கினான்.

"பேரு தெரியாது. ரெண்டாயிரம் ரூவா கொடுக்கிறதாச் சொன்னான். தப்புப் பண்ணிட்டேன் சாஹேப். இந்த ஒரு தடவ வுட்றுங்க"

"எங்க இருக்கான்?"

"தெரியாது"

"எப்ப வந்தான்?"

"பீரோவுக்கு அளவு எடுக்க வந்த ஆட்களோடேயே வந்தான். அவங்க போனப்புறம் கொஞ்ச நேரம் கழிச்சுப் போயிட்டான்"

"எங்கப் போனான்?"

"தெரியாது சாகேப். என்ன மன்னிச்சு..."

"ஆளு அடையாளம் தெரியுமா?"

"உசரமா இருந்தான். பீஹாரி மாதிரி இந்தி..."

தேவராஜ் சிந்தனையில் ஆழ்ந்தார்.

"லோக்கல் போலீஸ்ல சொல்லிறலாமா?" ரத் கேள்வியோடு ஏறிட, "சரி" என்பது போலத் தலையசைத்தார்.

ப்யூன் பயந்திருந்தான். மெல்ல தேவராஜை ஏறிட்டான்.

"சாஹேப், ஒண்ணு சொல்லலாமா?"

"ம்"

க. சுதாகர்

''அவன் காதுகள் ரொம்ப நீண்டிருந்துச்சு. எப்பவும் ஒரு குல்லா போட்டு மறைச்சிருப்பான்''

தேவராஜ் எழுந்தார். ''சம்பத், நீங்க , இருக்கிற சுவடியில என்ன எழுதியிருக்குன்னு பாருங்க. நான் இப்ப வர்றேன்'' பேசியவாறே ரத்தின் அறைக்குச் சென்றார்.

ரத் ஒரு நிமிடம் தயங்கினார்.

''பாத்ரா, நீங்க பாணிக்ரஹியோட போயி போலீஸ்ல கம்ப்ளெயிண்ட் பண்ணுங்க'' என்றவர், ஜானகியையும், சம்பத்தையும், அனந்த்தையும் ஏறிட்டார். ஒரு நிமிட சுதாரிப்பின் பின், அவர்களைப் பார்த்துப் பேசத் தொடங்கினார்.

''மொத்தம் ரெண்டு ஜாடி கிடைச்சது. ஒண்ணுல ஒரேயொரு சுவடி. மத்ததுல மூணு. அந்த ஜாடிதான் மிஸ்ஸிங். இங்க யாருக்கும் இத டெசிஃபர் பண்ணத் தெரியலை. ஏ.எஸ்.ஐயோட பெங்களூர் எப்பிகிராஃபி டிபார்ட்மெண்ட்டுக்கு எழுதியிருக்கோம். இன்னும் எக்ஸ்பர்ட் வந்து பாக்கலை. அதுனால இப்ப எங்க பொறுப்புல இருக்கு'' ரத் சிறிது பின்னேறினார். அனைவரையும் அருகே வர சைகை காட்டினார்.

''சம்பத், உங்களுக்கு ட்ராவிடியன் எபிகிராபி தெரியும்னு சடகோபன் சொன்னாரு. இதுல எதாவது உங்களுக்கு உதவுமான்னு பாருங்க''

சம்பத் முன்னேறி குனிந்து ப்ளாஸ்டிக் உறையில் இருந்ததை எடுக்காமலே உன்னிப்பாகக் கவனித்தான்.

''இருங்க. நீங்க பாக்கறதுக்கு வசதியா...'' ரத் பேசி முடிக்காமலே அங்கிருந்து வெளியேறினார்.

இரு நிமிடங்களுக்குப்பிறகு ஒரு கண்ணாடிப்பெட்டியுடன் வந்தார். ஒரு ட்வீஸர் கொண்டு ஓலைச்சுவடியிருக்கும் பையை எடுத்துப் பெட்டியில் இட்டார். ''வாங்க''

அடுத்த அறையில் வரிசையாக கண்ணாடி சாய்வு மேசைகள் இடப்பட்டிருந்தன. அவற்றின்மேல் குழல் விளக்குகள் பொருத்தப்பட்டுப் பிரகாசித்தன. மேசையின் கண்ணாடி

தடிமனாயிருந்தது. குழல் விளக்கின் ஒளியில் இருக்கும் புற ஊதாக் கதிர்களையும் உறிஞ்சும் தன்மையுடையது.

ஒரு மேசையின் சாய்வுமானத்தில் இரு க்ளிப்புகளுக்கு இடையே ப்ளாஸ்டிக் பையை மெதுவாகச் சொருகினார்.

''இங்க வந்து நின்னு பாருங்க. படிக்க முடியுதா?''

சம்பத் மேசைமீது குனிந்தான். மேசைமேல் வைக்கப்பட்டிருந்த ஒளிபெருக்குக் கண்ணாடியின் ஊடே ஓலைச்சுவடியைப் படிக்க முயன்றான்.

''ம்...வட்டெழுத்துக்கள். தமிழ்தான்.''

''என்ன எழுதி இருக்கு?'' அனந்த் பரபரத்தான்.

''பொறு. ரொம்ப மங்கலா இருக்கு. ஒரு பேப்பர் கொடு''

சுவடியில் இருந்து கண் எடுக்காமலேயே, அனந்த் கொடுத்த பேப்பரை வாங்கி எழுதத் தொடங்கினான்.

சம்பத் எழுதிய பேப்பரை அனந்த் வாங்குமுன்னே, மற்றொரு கரம் அதனைப் பறித்தது. தேவராஜ் பின்னே நின்றிருந்தார்.

''கொஞ்சம் பொறுங்க. இன்னும் நாம சில விசயங்களப் பேச வேண்டியிருக்கு''

சம்பத் திகைத்து அவரை ஏறிட்டான். அவன் கையை அவர் கரம் பற்றியிருந்தது.

''நீங்க கொஞ்சம் வெளிய போறீங்களா சம்பத்?''

அவன் திகைத்தபடியே வெளியேற, தேவராஜ் அனந்த்தை நோக்கினார்

''உங்களுக்கு யார் மேலயாவது சந்தேகம் இருக்கா?''

''எனக்கா? இல்ல... ஏன்?''

''லோனார்ல உங்களக் கொல்ல ஒரு முயற்சி... இங்க தடயம் காணாமப் போயிருக்கு. யாராச்சும் உங்க ப்ராஜெக்ட்ல விரோதிங்க?''

''விரோதிகள்? அதுவும் என் கிறிஸ்டல் ப்ராஜெக்ட்ல?'' அனந்துக்கு சிரிப்பு வந்தது.

''சார். நான் எதாச்சும் கண்டுபிடிச்சாலும் அது மிஞ்சி மிஞ்சிப் போனா ஒரு சயன்ட்டிஃபிக் பேப்பரா வரும். அவ்வளவுதான்... இதுக்கெல்லாம் போயி...''

''சடகோபன் சொன்னமாதிரி கிறிஸ்டல் ஆற்றல் மிகுந்ததாயிருந்தா?''

''சான்ஸே இல்ல. அவரு சொன்னாருன்னு இறங்கினேனே தவிர, அப்படியெல்லாம் ஒரு கிறிஸ்டல் இருக்கும்னு நம்பறதே கஷ்டம். ஏதோ விடுகதை, 6174, கிறிஸ்டல்னு வந்தாலும், அதெல்லாம் ஒரு யூகம்னுதான் இன்னமும் எனக்குத் தோணுது''

''அப்புறம் ஏன் வந்தீங்க?''

சட்டென அக்கேள்வியில் தடுமாறினான் அனந்த்.

''ஒரு சின்ன நப்பாசை. ஒருவேள கிறிஸ்டல் கிடைச்சா...'' அனந்த் யோசித்தான். ஜானகி என்னுடன் இருக்கிறாள் என்ற மற்றொரு காரணத்தையும் சொல்லிவிடலாமா...

''கிடைச்சா?''

'' அது ஒண்ணும் பெரிய பிரமிடால்லாம் இருக்காது. சின்னக் கல்லு சைஸ்ல இருக்கலாம். அவ்வளவுதான். என் ஆராய்ச்சி எனக்கு முக்கியம். சிம்ப்பிளா சொன்னா என் சுயநலம்''

தேவராஜ் ஒன்றும் பேசாமல், சம்பத் எழுதியெடுத்திருந்த காகித்ததைப் படித்தார். அவர் முகம் மலர்ந்தது. சிரமப்பட்டு அடக்கினார்.

''சம்பத் உள்ள வாங்க''

''அதுல இருக்கிறதப் படிச்சீங்களா?'' என்று கேட்டவாறே சம்பத் உள்ளே நுழைந்தான்.

''இன்னும் இல்ல'' என்றான் அனந்த்

''நான் படிச்சுட்டேன்''

''நீங்களா?'' வியந்தான் சம்பத். தேவராஜ் இதில் தீவிரமாக ஈடுபடுவதைப் பார்ப்பது இதுவே அவனுக்கு முதல்முறை.

அனந்த் பார்த்துக்கொண்டிருக்கும்போதே சம்பத்திடம் அதனைக் கொடுத்தார்.

சம்பத் அதனை நிதானமாகப் படித்துவிட்டு நிமிர்ந்தான். மவுனமாக அக்காகிதத்தை அவரிடம் நீட்டினான்.

''வாங்க. வேல முடிஞ்சாச்சு. ரத்கிட்ட சொல்லிட்டு நாம கிளம்புவோம்''

''எதாச்சும் கிடைச்சுதா?'' ரத்தின் குரல் சிறிது தளர்ந்திருந்தது. அவர் டிப்பார்ட்மெண்ட்டில் திருட்டு நடந்திருக்கிறது என்பதை அவரால் ஜீரணிக்க முடியவில்லை. பாத்ராவும், பாணிக்ரஹியும், ப்யூனும் அவர் முன் அமர்ந்திருந்தனர்.

''யெஸ். மிக முக்கியமான க்ளூ. ரொம்ப நன்றி'' தேவராஜ் உற்சாகமாகப் பேசினார்.

''வெரிகுட். ஐ யாம் ஹேப்பி. உங்களுக்காச்சும் இன்னிக்கு ஒரு நல்ல செய்தி கிடைச்சுதே'' ரத் உணர்ச்சியற்ற குரலில் பேசினார்.

''ஒரு சின்ன ரெக்வெஸ்ட். நாங்க நாளைக்குக் காலை மீண்டும் வரலாமா? இன்னும் அந்தப் பீங்கான் ஜாடிய ஆராயணும்''

''ஷ்யூர். காலைல பத்து மணிக்கப்புறம் எப்ப வேணாலும் வாங்க. நான் இல்லன்னாலும் பாத்ரா இருப்பாரு''

நன்றி சொல்லி அவர்கள் வெளியேறியபோது தேவராஜ் மீண்டும் திரும்பி வந்தார். ''அந்த பீங்கான் ஜாடிய பீரோக்குள்ளயே வச்சிருங்க. கவனம்''

''கண்டிப்பா''

நீல நிற மை, வெள்ளைக் காகிதத்தில் எழுத்துகளாகப் பரவியது. ''எதிரிகள் மோப்பம் பிடித்துவிட்டனர். பேசுதல் ஆபத்து. இனி என் திறமைக்கும், வேகத்திற்கும் வேலை. நேரான மோதல் தொடங்கும் நேரம் நெருங்கிவிட்டது''

காகிதம் தீப்பற்றியது.

''எங்க தங்கப் போறோம்?'' அனந்திற்கு தேவராஜிடம் பேசப் பிடிக்கவில்லை. முதல்ல, அந்தக் காகிதத்தில் என்ன எழுதியிருக்கிறதுன்னு சொல்லலை. ரெண்டாவது, அவ்வளவு பேர் முன்னாலே, ரத் கிட்ட ரொம்ப குஷியா ''கிடைச்சிருச்சு'' எனச் சொல்லவேண்டிய அவசியமேயில்ல இந்த ஆளுக்கு...

''பூரி போலீஸ் கெஸ்ட் ஹவுஸ்ல''

சடகோபன் காத்திருந்தார். குரல் ஆராய்வு என்பது அவ்வளவு எளிதல்ல. குரலின் ஒலி அதிர்வுகளைப் பல பகுதிகளாகப் பிரித்து, ஒவ்வொன்றாக ஸாம்பிளுடன் ஒப்பிடவேண்டும். பின் ஒன்று சேர்க்கவேண்டும். நேரமாகும்.

டெலிபோன் இணைப்பு உயிர்த்தது.

''சொல்லுங்க''

''சாம்பிள் பி- 90% கான்ஃபிடன்ஸ் . ஸாம்பிள் ஏ - நெகடிவ்'' சடகோபன் நினைவில் பதிக்க, மீண்டும் சொன்னார். ஹெட்போனைக் கழற்றியவரின் முகம் வியர்த்திருந்தது. மாட்டிக் கொண்டு விட்டார்கள்.

சாம்பிள் ''ஏ'' எது ''பி'' எது என அவர் சரி பார்க்கவே வேண்டாம். அவர் குறித்த பெயர்கள்தான் அவை. லோனாரில் டெலி கான்ஃபரன்ஸில் பேசியபோது பதிந்த குரல்கள் அவை.

சாம்பிள் ஏ - ஜானகியின் குரல்.

சாம்பிள் பி - மங்கையின் குரல்.

மங்கை... கிழக்கு?

பூரியின் இரவு அன்று மிகவும் கனத்திருந்தது.

மிகப் புழுக்கமான வியர்வை பிசுபிசுத்த இரவில், அந்த போலீஸ் ஜீப்பில் மூன்று பேர் அமர்ந்திருந்தனர்.

தேவராஜின் கைக்கடிகாரத்தின் ரேடியம் டயல் இரவு 12 எனக் காட்டியது. அருகில் அமர்ந்திருந்தவன் தலையில் கறுப்பு கர்ச்சீப்பை இறுகக் கட்டியிருந்தான். அவனது மடியில் ஒரு எஸ்.எல்.ஆர் துப்பாக்கி சரிந்திருக்க, அவன் கண்கள் முன்னே கூர்மையாகக் கவனித்துக் கொண்டிருந்தன.

ஜீப்பின் இரண்டாம் வரிசை இருக்கையில் அமர்ந்திருந்த சம்பத் பயத்தில் நெளிந்தான். உறங்கிக் கொண்டிருந்தவனை எழுப்பி, ஜீப்பில் ஏற்றி ஆர்க்கியாலஜி டிபார்ட்மெண்ட் அமைந்திருக்கும் ரோட்டின் ஓரத்தில் கடந்த அரைமணி நேரமாக ஒன்றும் பேசாமல் ரோட்டையே பார்த்துக்கொண்டிருக்கும் தேவராஜ்மீது அவனுக்கு எரிச்சல் பற்றிக்கொண்டு வந்தது. பக்கத்தில் இருக்கும் இவன் யார்? தேவராஜ் அறிமுகம்கூடச் செய்து வைக்கலை?

''தேவராஜ். இன்னும் எத்தனை மணி...''

''ஷ்...'' மெல்லிய குரலில் தேவராஜ் அவனை அடக்கினார்.

''தாஸ். ஸம் மூவ்மெண்ட்'' தேவராஜின் குரலில் லேசாகப் படபடப்பு ஏறியிருந்த்து.

இவன் பெயர் தாஸா? எங்க இருந்து வந்தான்? எதுக்கு? சம்பத் குழப்பத்தின் உச்சியிலிருந்தான்.

தாஸ் தன் பைனாகுலரை சரிசெய்தான்.

'' ரெண்டு பேர்''

''லெட்ஸ் கோ''

விளக்கு இடாமல் மெல்ல ஜீப் நகர்ந்தது. ஆர்க்கியாலஜி டிபார்ட்மெண்ட் கேட்டிலிருந்து ஐம்பது அடி தொலைவில் ஜீப்பை நிறுத்தி அணைத்தார் தேவராஜ்.

தாஸ் இறங்கி நடந்தான். கையில் இருந்த துப்பாக்கி அவன் தோளில் ஏறியது. கேட்டின் அருகில் இருந்த இருவரும் தெருவில் இணைந்து நடந்து, தெருவின் மூலையில் நின்றனர். ஒருவன் பிரிந்து, வலப்புறம் நடக்க, மற்றவன் நேராக நடந்தான். மங்கிய தெருவிளக்கின் ஒளியில் நேராக நடந்தவனின் தோளில் இருந்த பை கறுப்பாக லேசாகத் தெரிந்தது. சில நிமிடங்கள் பின் தாஸ் அவனைப் பின் தொடர்ந்தான்.

தேவராஜ் இறங்கினார். சம்பத்தை இறங்க சைகை காட்டினார். இருவரும் மவுனமாக ஆர்க்கியாலஜி டிப்பார்ட்மெண்ட்டின் கேட்டை அடைந்தனர்.

''சம்பத், நாம காலேல போன ஸ்பெஸிமன் ரூமுக்குப் போங்க.''

''விளையாடறீங்களா? இந்த ராத்திரில எப்படி உள்ள போறது?''

''கதவு திறந்திருக்கும். உள்ள ரத் இருப்பாரு. நீங்க வருவீங்கன்னு அவருக்குத் தெரியும்''

மேற்கொண்டு பேசாமல், தேவராஜ் திரும்பி ஜீப்பை நோக்கி நடந்தார். சம்பத், திகைப்பில் என்ன செய்வதென்று தெரியாமல் நின்றிருந்தான்.

அந்தக் குறுகிய சந்தில் மிகக் குறுகலாகக் கட்டப்பட்டிருந்த 'ராம் பரோஸா' லாட்ஜின் காவலாளி மாடிப்படியின் கீழே போர்வையில் சுருண்டிருக்க, லாட்ஜின் மானேஜர் இரு டேபிள்களைச் சேர்த்துப்போட்டு கட்டிலாக வைத்து, அதன்மீது குறட்டை விட்டிருந்தான். மாடியில் மெதுவாக ஏறிய அவன், தங்கியிருந்த அறையின் கதவைத் தன்னிடமிருந்த சாவியால் திறந்தான். கீழே மானேஜரிடம் இருக்கும் சாவி அவனுக்குத் தேவையில்லை.

கதவைத் திறக்கும்போது மீண்டும் ஒருமுறை கவனமாகச் சுற்றுமுற்றும் கவனித்தான். ஒரு அசைவும் இல்லை. மெல்ல அறைக்குள் நுழைந்தவன், கதவை யாரும் கேட்காவிதத்தில் மூடி உள்ளே தாழிட்டான். டார்ச் லைட் வெளிச்சத்தில் கட்டிலுக்குக் கீழே இருந்த பெட்டியை மெதுவே தூக்கி வெளியே எடுத்தான். அதனுள் இருந்த ஜாடியை கவனமாகப் பரிசோதித்தபின், முதுகுப்பையைக் கழற்றி அதனுளிருந்த பொருளைப் பெட்டிக்குள் வைத்து நிமிர்ந்தான்.

இரு ஜாடிகள்.

ஜாடிகளின் உள்ளே என்னவிருக்கும் என்பதைப் பற்றி அவன் அறியவில்லை. அவனுக்குக் கவலையுமில்லை. நாளை ''பூரப்'' (கிழக்கு) போன் செய்யும்போது இரண்டும் தன்னிடம் பத்திரமாக இருக்கிறது என்பதைச் சொல்லவேண்டும்... வாட்சின் முட்கள் இரவு 1.40 என்றன. இனி உறங்கலாம்.

தலையணையின் அருகே ஒரு ஸ்மித் - வெஸ்ஸென் ரிவால்வர் நீட்டியிருந்தது. மிகக் குறுகிய தொலைவுக்கு, சடாரெனச் சுடுவதென்றால், திடீர்தாக்குதலில் இருந்து, தற்காப்புக்கு ஒரு நல்ல

ஆயுதம் வேண்டுமென்றால், அவனது தேர்வு ஸ்மித் - வெஸ்ஸென் மட்டுமே. அவன் அறியாத ரிவால்வரோ, ஆட்டோமாடிக்கோ, ஸ்னைப்பர்களோ இல்லை. அவனது தேர்வு என்றும் தவறியதில்லை.

முதுகுப்பையை கட்டிலில் மற்றொரு தலையணையாக வைத்துவிட்டு, சட்டையைக் கழற்றி, மின்விசிறியைப் போடும் வேளையில் படபடவெனக் கதவு தட்டப்பட்டது. . அவன் கை மின்னலாக ரிவால்வரைப் பற்றியது. கதவை நோக்கிச் சுடத் திரும்பியவனால், அவன் பின்னேயிருந்த பாத்ரூமிலிருந்து வெளிவந்த உருவத்தைக் காண முடியாமற்போனது. படபடவெனக் கேட்ட ஒலியில், எந்தத் துப்பாக்கி அவனைச் சுட்டது என்பது தெரியுமுன்னே, கட்டிலில் மடங்கி விழுந்தான்.

அவன் வலது கை துப்பாக்கியைப் பற்றியிருந்தது. ரிவால்வரிலும் ரவைகள் நிறைந்திருந்தன. ஒரேயொரு குறை, உடலில் மட்டும் உயிர் இல்லாதிருந்தது.

கதவை யாரோ தட்டுவது போலிருந்தது அனந்திற்கு.

''அனந்த்''

தேவராஜின் குரல். சிரமப்பட்டு கண்விழித்தவன் கடிகாரத்தைப் பார்த்தான்.. ரெண்டு முப்பத்தி ஐந்து. இந்த அதிகாலைல என்ன வேலை இவருக்கு?

அவன் எழுந்து வருவதற்குள் இரு முறை கதவு தட்டப்பட்டது.

''என்ன சார்?'' கதவின் வெளியே தேவராஜ் நின்றிருந்தார். அவரருகே ஜானகி, தூக்கத்தில் சிவந்த விழிகளுடன்.. இந்த நேரத்துல?

''கிளம்புங்க''

''எங்க?''

''ஆர்க்கியாலஜி டிபார்ட்மெண்ட்''

''வாட்?'' துல்லியமாக அதிர்ந்தான் அனந்த். இந்த வேளையில ஆர்க்கியாலஜி டிப்பார்ட்மெண்ட்.?

''அதெல்லாம் அங்க வந்து சொல்லறேன். முதல்ல கிளம்புங்க. இப்படியே வாங்க. பரவாயில்ல''

''சார். நான்...''.

''ட்ராயர் போட்டிருக்கீங்கல்ல? அது போதும். வாங்க''

வாசலில் ஜீப் ஒன்று ஸ்டார்ட் ஆவதின் ஒலி சன்னமாகக் கேட்டது.

''அந்த ஜாடிய எடுங்க'' தேவராஜ் பேசிக்கொண்டிருக்க, ரத், மெதுவே ஒரு பொருளை எடுத்து கவனமாக மேசைமேல் வைத்தார். வெல்வெட்டுத் துணியைப் பிரிக்க, அதிலிருந்து பீங்கான் ஜாடி வெளிப்பட, அதன் உடைந்த வயிற்றில், ப்ளாஸ்டிக் பைகளில் பொதிந்து வைக்கப்பட்டிருந்தன அவை.

''எல்லா ஸ்பெசிமெனும் இருக்கு.'' ரத்தின் குரலில் ஒரு நிம்மதி தெரிந்தது.

''ரெண்டு ஜாடிலயும்?''

''யெஸ். ஷ்யூர்''

ஆர்க்கியலாஜி டிபார்ட்மெண்ட் முழுதும் இருளில் மூழ்கியிருக்க, அந்த அறையில் மட்டும் இரு மேசை விளக்குகள் எரிந்து கொண்டிருந்தன. அறையின் சன்னல்களில் புதிதாக கனத்த பச்சைப் படுதா போட்டு மூடப்பட்டிருந்தது. வெளியிலிருந்து பார்த்தால் ஆர்க்கியாலஜி டிப்பார்ட்மெண்ட் உறங்கிக் கொண்டிருக்கும். பிற கட்டிடங்கள் போலவே...

''இது ரெண்டாவது ஜாடி. நாம காலேல தொலைஞ்சு போச்சுன்னு தேடிக்கிட்டிருந்தோமே அது...''

''எப்படிக் கிடைச்சது?'' ஜானகி வியப்பின் உச்சியிலிருந்தாள்.

''கொண்டுபோனவனோட லாட்ஜ்ல இருந்துச்சு...''

''யாரு?எப்படி பிடிச்சீங்க?'' ஜானகியின் குரலில் திகைப்பு மேலோங்கியிருந்தது.

''அவனுக்கு நான் சொன்னது கேட்டிருச்சு. அந்த ஜாடியக் கொண்டு போக வந்தவன தொடர்ந்து போனோம். ரூம்ல மடக்கினோம். சின்ன என்கவுண்ட்டர்''

''ஓ மை காட்'' சம்பத் வெலவெலத்தான்.

''ஸ்பெஷல் டாஸ்க் ஃபோர்ஸ் - கல்கத்தாவுலேர்ந்து வந்த தாஸ் முன்னால அவனால நிக்க முடியல''

''எங்க? உங்களுக்கு எப்படித் தெரிஞ்சது?''

''விடுங்க. நமக்கு வேண்டியது ஜாடிகள்.. ரெண்டும் கிடைச்சிருச்சு. உள்ள இருக்கிறது நமக்கு உதவுமான்னு பாருங்க''

''எனக்கு இந்த விளையாட்டு சுத்தமாப் புரியல'' அனந்த் தலையைப் பிடித்துக்கொண்டான்.

''சம்பத், நீங்க ஸ்பெஸிமன்களைச் சோதிச்சுப் பாருங்க. அதுவர நாங்க பேசிக்கிட்டிருக்கோம்'' தேவராஜ் பேசியபடியே அனந்த்தின் தோள்மீது தட்டினார். இருவரும் மெதுவே அறையின் ஒரு மூலைக்குச் சென்றனர்.

''நேத்திக்கு உங்ககிட்ட கொஞ்சம் ரஃபா நடந்துகிட்டேன். ஸாரி. எல்லாம் ஒரு நாடகம்தான். நம்ம எதிரி ரொம்ப புத்திசாலி மட்டுமில்ல, நிறையத் தொடர்புகள் அவனுக்கு இருக்கு. அந்தப் ப்யூன் ஒரு அம்பு. இன்னொரு அம்பு ஒண்ணும் இங்க இருக்கு. அதுக்குக் கேக்கணும்கிறதுக்காகவே கிடைச்ச தகவல் ரொம்ப முக்கியமானதுன்னு ரத்தோட ரூம்ல பகிரங்கமாச் சொன்னேன். அதுவும் 'நாளைக்குத் திரும்பவும் வருவோம்'னு வேற சொன்னேன்''

''ஸோ?''

''அது போயி அவங்கிட்ட சொல்லிருச்சு. எடுத்தவனும் ஒரு அம்புதான். அவனுக்கு சந்தேகம் வந்துருச்சு. நாம அந்த ஜாடிய எடுத்துகிட்டுப் போயிட்டா என்ன செய்யறதுன்னு பதட்டத்துல, அவசரமா ராத்திரியே எடுக்க வந்துட்டான். அதான் அவன் அவசரத்துல பண்ணின ஒரேயொரு சின்ன தவறு''

''அது இன்னமும் ரிஸ்க் இல்ல?''

''கரெக்ட். ஒண்ணு நீங்க புரிஞ்சுக்கணும். இங்க நம்மள மாதிரி தேடற குழுக்கள் ஒண்ணு மட்டுமில்ல. பல இருக்கு. அவங்களுக்குள்ள இருக்கிற போராட்டத்துலதான் லோனார்ல ஒருத்தன் சுரங்கத்துல அழுகிக் கிடந்தான். உங்கள அடைச்சு வச்சது இன்னொரு குழு. குழுக்கள்ல எதாச்சும் முந்திடுச்சுன்னா ஆபத்து. அவசரப்பட்டுட்டான்..''

''ஓகே. எப்படி அவன் இப்ப வந்து ஜாடிய எடுப்பான்னு

ஊகிச்சீங்க? நாளைக்கு வந்திருந்தா?''

''பூரி போலீஸ்லேர்ந்து ஒரு ஆள் மஃப்டியில டிபார்ட்மெண்டுக்குள்ள சாயங்காலத்துலேர்ந்தே இருந்தான். ரத் கிட்ட எப்ப கூப்பிட்டாலும் வரணும்னு சொல்லி வைச்சிருந்தேன். ஸ்பெக்ட், இங்க நுழைஞ்சு ஸ்பெஸிமன எடுத்துட்டுப் போனப்புறம் நாங்க தொடர்ந்தோம். தாஸ் தயார்நிலைல பூரிக்கு சாயங்காலமே வந்துட்டாரு''

''அதுக்கு ஏன் இப்படி இருட்டுல நாம வரணும்? காலேல வந்தாப் போதுமே? எப்படியும் அவன் வைச்சுட்டுப் போயிட்டான்''

''காலேல, மத்த ஆளுங்க வந்துருவாங்க அனந்த். மற்றக் குழுவோட அம்பும் வந்துரும். அதுக்குள்ள நாம இதப் பாத்துட்டுப் போயிருவோம். என்ன நடந்ததுன்னே அதுக்குத் தெரியாது''

அனந்த்துக்குப் புரியத் தொடங்கியது.

''எடுத்த ஆள் யாரு?'' சம்பத் கேட்க, ஜானகி இடைமறித்தாள்.

''யார் அந்த அம்பு?''

தேவராஜ் பதில் சொல்லவில்லை. அது பூரி போலீஸின் வேலை. இறந்தவன் போஸ்ட்மார்ட்டம் ரிப்போர்ட் அமுக்கமாக வைக்கப்படும். சடலம் யாரும் அறியாமல் எரிக்கப்படும். ராம் பரோசா லாட்ஜின் 204ம் அறையில் இருந்தவன் சுவடே இல்லாமல் மறைந்து போவான்.

அம்பு?? பூரி போலீஸ் சின்ன மீனைத் தப்பவிட்டு பெரியமீனைப் பிடிப்பார்களோ, மாட்டார்களோ... அது அவர்கள் பாடு...

சம்பத் மேசைமேல் வைக்கப்பட்டிருந்த ஒளிபெருக்குக் கண்ணாடியின் ஊடே ஓலைச்சுவடியைப் படிக்க முயன்றான். மொத்தம் மூன்று ப்ளாஸ்டிக் பைகள் இருந்தன. பிரிக்காமலே, ஒரு பையைக் கவனமாக ரத் ஒளிபெருக்குக் கண்ணாடியின் அடியே சொருகியிருந்தார்.

தேவராஜ் உள்ளே நுழையவும், அவர் செல்போன் அதிர்ந்தது. அதனை எடுத்தவாறு சற்றே வெளியேறி காரிடாரில் நின்றவர், முகம் ஒரு நிமிடத்தில் மாறியது.

''ஓ.கே. ஐ வில் பி தேர் இன் தர்ட்டி மினிட்ஸ்''

''என்ன?'' என்றவாறு பார்த்தான் அனந்த்.

''ஒரு சீரியஸ் டர்ன். நேத்திக்கு நாங்க விட்டிருந்த இன்னொரு ஆளை பூரி போலீஸ் பிடிச்சுட்டாங்க. அவங்கிட்ட என்கொயரி பண்ணறதுக்கு நான் போணும். ரெண்டு மணி நேரத்துல வந்துடுவேன்.

தேவராஜ் வெளியேறினார். இது எதையும் கவனிக்காமல் சம்பத் ஒளிபெருக்குக் கண்ணாடியில் குனிந்திருந்தான்.

''ம்...வட்டெழுத்துக்கள். தமிழ்தான். ஒரு பேப்பர் கொடுங்க''

சுவடியில் இருந்து கண் எடுக்காமலேயே, ரத் கொடுத்த பேப்பரை வாங்கி எழுதத் தொடங்கினான். அதன்பின் இரண்டாவது சுவடியை, ப்ளாஸ்டிக் பையோடு சொருகியவன் திகைத்தான்.

''என்ன இது?'' சம்பத்தின் நெற்றி சுருங்கியது.

பத்து நிமிடம் கழிந்தும் இரண்டாவது சுவடியை நோக்கியபடியே நின்றிருந்தான்.

''எனி ப்ராப்ளம்?''

''இதுல எழுத்து ஒண்ணுமே இல்லை. மூணு விதமா கோடுகள் கீறியிருக்கு. அவ்வளவுதான் ...''

'' ஓ.கே அத அப்படியே வரைஞ்சு எடு. மூணாவது?''

''படிக்கிறேன்'' சம்பத் மீண்டும் அமைதியானான். சுவடியையும் பேப்பரையும் பார்த்துப் பார்த்து எழுதியவன், சில அடித்தல் திருத்தல்களுக்குப்பின் வரிகளைச் சீராக எழுதினான்.

''திரும்பவும் புதிர்..'' சலித்துக்கொண்டு சம்பத் கொடுத்த பேப்பரை வாங்கிய அனந்த் மெதுவே ஒவ்வொரு வரியாக முணுமுணுத்தான்.

''வெட்டிய நான்முகன் எட்டாகி இரண்டாகி

ஒற்றன் படையொருங்கி இரண்டின் வேறாகி

பற்றாலே ஒளியுமிழ்ந்து கல்பங்கள் தானோடி

குற்றாத பாகம்நாடும் செவ்விய கருஞ்சுழிச் சூத்திரம் கொண்டு''

''ஹோப்லெஸ்'' என்றாள் ஜானகி எரிச்சலுடன். ''யாராச்சும் புரியற மாதிரி பேசுங்கப்பா''

சம்பத் சிரித்தான். அனந்த் அவர்களைக் கவனிக்காமல் புதிரில் மூழ்கினான்.

காலை மணி ஏழு என சுவர்க்கடிகாரம் காட்ட, பூரி ஆர்க்கியாலஜி டிப்பார்ட்மெண்ட்டின் கான்ஃபரன்ஸ் அறையில் அவர்கள் டீ அருந்தியபடி, ஒரு வட்ட மேசையைச் சுற்றி அமர்ந்திருந்தனர். கிழக்கே கடற்கரை தகதகவென பொன்னிறமாக மின்ன, கடலின் வெளிர் நீல நிறம் கொஞ்சம் கொஞ்சமாக தூரத்தில் கருஞ்சிவப்பாக சூரியச் செம்மையில் ஒளிர்ந்தது.

அவர்கள் நாலு மணியளவில் பரிசோதனை அறையிலிருந்து திரும்பியிருந்தனர். அனந்த்தின் முகத்தில் தூக்கமின்மையின் களைப்பு தெரிந்தது.மேசையின்மீது பல காகிதங்கள் இறைந்து கிடந்தன.

''கருஞ்சுழின்னா என்ன?'' சம்பத் எழுதியிருந்த பேப்பரிலிருந்து கண்ணை எடுக்காமலே கேட்ட அனந்த், மற்றொரு காகிதத்தில் ஏதோ எண்களின் வரிசையைக் கிறுக்கினான்.

''கருஞ்சுழின்னா, பெரும் சுழல்னு வச்சுக்கலாம். ஆற்றிலே எல்லாம் இருக்குமே. அதுல மாட்டினா வெளிய வரமுடியாது...'' சம்பத் பேசப்பேச, ஜானகிக்கு ஏதோ இடறியது. '' இது 6174-ஐக் குறிக்குதோ? சடகோபன்கூட 6174-ஐ கணிதக் கருந்துளைன்னு சொன்னதாக லேசா ஞாபகம் வருது''

அனந்த் மற்றொரு வெள்ளைக் காகிதத்தை எடுத்து ஒரு பிரமிடின் இரு துண்டங்களை வரைந்தான்.

''சம்பத், நாம தேடற பிரமிட்ல நாலு முகங்கள் இருக்குமா, அதுக்கு மேலேயா?''

''நாலுதான் இருக்கணும். அப்படித்தான் பழைய ஆவணங்கள்ல இருக்குன்னு சடகோபன் சொன்னார்''

''தாங்க்ஸ்'' என்ற அனந்த் தனது வரைவுகளை விளக்கினான். ''இப்ப முதல் பதிவுகளைப் பார்ப்போம்''

''இந்தப் புதிர் பிரமிட்டோட சரித்திரத்தைக் குறிக்குது. சடகோபன் என்ன சொன்னாரு? பிரமிட்டை ரெண்டா குறுக்கே வெட்டினாங்கன்னுதான? இங்க பாரு''

ஜானகிக்கு ஒன்றும் புரியவில்லை என்பது அவள் முகத்திலேயே தெரிந்தது. சம்பத் உன்னிப்பாகக் கவனித்துக் கொண்டிருந்தான்.

அனந்த் தான் வரைந்த காகிதத்தை உயர்த்திப் பிடித்தான். ''நம்ம கிட்ட இப்ப இரண்டு துண்டு ப்ரமிட் இருக்கு. ஒன்று பிரமிடின் மேல் பகுதி. மற்றொன்று. அப்பிரமிடின் அடிப்பகுதி. இந்த மேல்பகுதிங்கறது அடிப்பகுதியிலிருந்து வெட்டப்பட்டது. இது வரை நான் சொல்லறது சரிதானா?'' அனந்த் நிறுத்தினான்.

சம்பத் 'ஆமாம்' எனத் தலையசைத்தான்.

இப்பப் புதிருக்கு வருவோம். 'வெட்டிய நான்முகன் எட்டாக' ன்னா, நாலு முகங்கொண்ட கிரிஸ்டல். ரெண்டு துண்டமா வெட்டப்பட்டு, எட்டு முகம் கொண்டதாக மாறிச்சுஎன்று அர்த்தம்.

''ஒற்றன் படையொருங்கி இரண்டின் வேறாக'ன்னு சொன்னா, ஒவ்வொரு துண்டத்தின் ஒவ்வொரு முகத்துக்கும் ஒரு எண் குடுத்திருக்காங்க. மேல்பகுதி பிரமிடுக்கு 1357 என்ற ஒற்றைப்படை எண்களும், அடிப்பகுதி 2 4 6 8 என்ற இரட்டைப்படை எண்களுமா அமைஞ்சு, ரெண்டும் வேறுவேறாகப் போயிருச்சு''

''எதுக்கு இப்படி ஒரு நம்பரிங் சிஸ்டம்?''

''இது, எப்படி ஆற்றல் ஒரு முகத்தில் இருந்து இன்னொரு முகத்துக்குப் போறதுன்னு காட்டறதுக்கு... உதாரணமா, 1ம் முகத்திலிருந்து 2ம் முகத்துக்கு ஆற்றல் போகாது. ஏன்னா, ரெண்டும் ஒரே முகத்திலிருந்து வெட்டப்பட்டவை. ஆற்றல் அடுத்த முகத்துக்குத்தான் போகணும்''

''ஏன் போகணும்?'' என்றாள் ஜானகி

''அது ஒவ்வொரு முகமாப் போய்ப்போய்தான் பன்மடங்காகப் பெருகுதுன்னு நினைக்கிறேன்..... ஒவ்வொரு முகத்துலயும் படும்போது ஒளியின் பாதையில ஒளிர்வு, அப்புறம் எலக்ட்ரான் பாப்புலேஷன் இன்வெர்ஷன் - லேசர் மாதிரி... ஜஸ்ட் என்னோட யூகம்தான்''

ஜானகி ஒரு நிமிடம் அமைதியாக இருந்தாள். ''லேசரா இருக்க முடியாது. லேசர்னா, ஒரே அலைவரிசைதான் திரும்ப வரணும். இதுல அலைவரிசை கூடிக்கிட்டே போகும்... ஆற்றல் அதிகரிச்சுகிட்டே போகும்னு சடகோபன் சொன்னாரே?''

''கரெக்ட்'' என்றான் அனந்த். ''ஒவ்வொரு முகத்துலயும் ஒளி உள்ள நுழையறப்போ, ஸீட் கிறிஸ்டல் படுகையில ஒளிர்தலாலே ஒளியோட அலைவரிசை மாறுது. அதைக் கடந்து உள்ளே போனதும், நுண்புழைகள்ல, லேசர் மாதிரி, அந்த அலைவரிசை பன்மடங்காப் பெருகி, வெளியே வருது. திரும்பவும் அந்த ஒளி, இன்னொரு முகத்துல பட்டு உள்ள வரும்போது, அலைவரிசை மாறும் ஆற்றல் பெருகும். இப்படி ஒவ்வொரு தடவை ஒளிக்கதிர் படப்பட, இந்தச் சக்தி அதிகரிச்சுகிட்டே போகும்... ஜஸ்ட் கெஸ்ஸிங்'' அனந்த் தன் பதட்டத்தை மறைக்க மிகவும் சிரமப்பட்டான். இதுக்குத்தானே நான் இங்க வந்திருக்கேன். முட்டாள் பெண்ணே... இவ்வளவு சுலபமா இது உனக்கு விளங்கிடுமா?

அனந்த் சற்றே நாற்காலியின் பின் சாய்ந்தான். அனைவரும் அமைதியாக இருக்க, மின்விசிறியின் கிச் கிச் என்ற ஒலி மட்டும் கேட்டுக் கொண்டிருந்தது.

அனந்த் கண்களை மூடினான். எக்ஸ்ரே ரிசல்ட்டுகள்... படிகங்கள். சில மாதங்களுக்கு முன் நடந்த நிகழ்வுகள் அவன் நினைவுகளில் மேலெழுந்தன. பிலடெல்பியா யூனிவர்சிடியில் அன்று இரவின் பின் நிகழ்ந்தவை. யாரிடமும் அவன் இதுவரை சொல்லவில்லை. ஜானகி உட்பட...

படிகங்களில் ஒளிர்தல் (Fluoroscence) என்பது சாதாரண விசயம். ஒரு அலைவரிசையைக் கொண்டு படிகத்தைத் தாக்கினால், அது உமிழ்வது வேறு அலைவரிசையாக இருக்கும். படும்

அலைவரிசையையும், உமிழ்ந்த அலைவரிசையையும் தொடர்பு படுத்தி, ''இந்தப் படிகத்தில் இந்தத் தாது, இவ்வளவு இருக்கிறது'' எனச் சொல்லிவிடமுடியும். தனிமங்களின், தாதுக்களின், படும் அலைவரிசை, உமிழும் அலைவரிசைகள் வெகுகாலமுன்பே பட்டியலிடப்பட்டுவிட்டன.

அன்று அனந்த் கண்டது சற்றே வினோதமானது.

நீலக்கல் உமிழ்ந்த அலைவரிசைகள், படும் அலைவரிசை -களிலிருந்து மிக வேறுபட்டு இருந்தன. அது ஆச்சரியமில்லை. வேறு தாதுக்கள் இருக்கலாம்.

ஆனால் உமிழப்பட்ட ஒளியின் அடர்த்தி, ஆற்றல் மிக மிக அதிகமாக இருந்தது. படும் ஒளியின் ஆற்றலைவிட, உமிழ்ந்த ஒளியின் ஆற்றல் அதிகம்.

வேலை செய்யக் கொடுக்கப்பட்ட ஆற்றலைவிட, வேலை செய்து கிடைத்த ஆற்றல் அதிகம்.

இயற்பியலில் இது சாத்தியமில்லை.

அதீதமான ஆற்றல் கொண்ட அலைக்கதிர்கள் கிறிஸ்டலில் இருந்து கிடைக்கவும் குழம்பிப் போயிருந்த அனந்த், எக்ஸ்-ரே ரிசல்ட்டுகளை சி.எஸ்.வி ஃபார்மாட்டில் சேமித்து, எக்ஸலில் ஏற்றினான். சில கணக்கீடுகளைச் செய்து பார்த்தவன் மேலும் குழம்பியிருந்தான். சாத்தியமே இல்லை.

எக்ஸல் கணக்கீடுகளை மீண்டும் சரிபார்த்தான். கணினி பொய் சொல்லவில்லை.

ஸ்லெம்மருக்கு அவன் போன் செய்தபோது காலை மணி ஐந்து பதினைந்து. அவர் விழித்திருப்பார் என்றாலும், இந்த நேரத்தில் அவன், அவரை ஒருமுறைகூட அழைத்ததில்லை. ஸ்லெம்மர் அவனது பதட்டமான குரலுக்கு அமைதியாகப் பதிலளித்தார். ''உனது சோதனை முடிவுகளை ஸ்கேன் செய்து மின்னஞ்சலில் அனுப்பு. முடிந்தால் இன்றே நியூ ஆர்லியன்ஸ் கிளம்பி வா. மரியாட் ஓட்டலில் ஒரு கான்பரென்ஸில் இன்று மதியம் பேசுகிறேன். 555, கேனல் ஸ்ட்ரீட்''

அனந்த் சற்று தயங்கினான். இன்றேவா? மீண்டும் தனது கணக்கீடுகளைச் சரிபார்த்தான். உறுதியுடன் அவற்றை ஸ்கேன் செய்து மின்னஞ்சலில் அவருக்கு அனுப்பிவிட்டு, இணையதளத்தில் ந்யூ ஆர்லியன்ஸ்ஸுக்கு விமான சேவையைத் தேடத் தொடங்கினான். 9 மணிக்குக் கிளம்பும் யுனைட்டடின் சிறு விமான சேவையில் சீட் கிடைத்தது.

''லெமூரியன் ஸீட் கிறிஸ்டல் (Lemurian Seed Crystal)'' என்றார் எண்பது வயதான ஸ்லெம்மர்.வழுக்கை முழுதுமாகத் தலையை நிறைத்திருக்க, கறுநிறத் திட்டுகள் தலையில் அங்கங்கு தோன்றியிருந்தன. அவரது மெல்லிய உருவம், அவர் அணிந்திருந்த அடர் நீலநிறக் கோட்டில் சற்றே பெரியதாகத் தெரிந்தாலும், உடலில் தோல் மட்டுமே எலும்பின் மேலே இருப்பதைக் கழுத்தில் தொங்கிய தோல் சுருக்கங்கள் காட்டின. கண்களில் மின்னிய அதீதமான ஒளி, அறுபது வருடங்களுக்கும் மேலான அவரது கடின ஆராய்ச்சியின் களைப்பையும் மீறி, ஆழமான அறிவை அறிவித்தது

அனந்த் ஜன்னலின் வழியே வெளியே நோக்கினான். நியூ ஆர்லியன்ஸ் மரியாட் ஓட்டலின் பதினாறாம் மாடியிலிருந்த அவரது அறையிலிருந்து மிஸ்ஸிஸிப்பி நதி கடல் போலத் தெரிந்தது. இரு பெரும் சரக்குப் படகுகள் நதியின் ஓட்டத்திற்கு எதிராக, மெல்ல மிதந்து சென்றுகொண்டிருந்தன.

''லெமூரியன் ஸீட் கிறிஸ்டல்ஸ் கிடைப்பது அபூர்வம். உனக்கு நான் அனுப்பியவற்றில் இரண்டு மூன்று மட்டுமே இது போல வினோதமாக ஒளிர்ந்திருக்கும். சரியா?''

மவுனமாகத் தலையாட்டினான் அனந்த். அவன் திகைப்பு இன்னும் அடங்கவில்லை. எப்படி இது சாத்தியம்? அறிவியலுக்குப் புறம்பானது. அதைப்பற்றி கொஞ்சமும் அலட்டிக்கொள்ளாமல் நிதானமாக ஸ்லெம்மர் பேசுகிறார்?

''நீ நினைப்பது போல் இது அறிவியலுக்குப் புறம்பானது இல்லை'' என்றார் ஸ்லெம்மர், சுருட்டை உறிஞ்சியபடி. சுருட்டின் கங்கு அவர் உறிஞ்சிய வேகத்தில் சிறிது அதிகமாக சிவந்து ஒளிர்ந்து, மங்கியது.

அனந்த் வியப்புடன் அவரை ஏறிட்டான். ஸ்லெம்மர் அவனைப் பார்க்காமலே மேலும் தொடர்ந்தார். ''நீ இதைத்தான் நினைப்பாய் என நான் எதிர்பார்ப்பதற்குப் பெரிய அறிவு தேவையில்லை''

''ஸ்லெம்மர் நம்ம மனசுக்குள்ளயும் இருந்து யோசிக்கிறார். அதான் இந்த அசுர பலம்'' பி.ஹெச்.டியின்போது, சீனியர் சொன்னது, அனந்த்துக்கு நினைவுக்கு வந்தது.

ஸ்லெம்மர் மெதுவாக எழுந்தார். மெல்லிய ப்ளாஸ்டிக் ஃபோல்டர் ஒன்றை அவன் முன் நகர்த்தினார்.

அனந்த் அதனைப் புரட்டினான். எக்ஸ் ரே டிஃப்ராக்டோமீட்டரின் (XRD & X Ray Diffractometer) ரிசல்ட்கள் மற்றும் மைக்ரோஸ்கோப் பிம்பங்கள்... மைக்ரோஸ்கோப் பிம்பங்களில் ஏதோ புதிதாக அவன் கவனத்தை ஈர்த்தது.

''குறுக்குவாட்டில் வெட்டப்பட்ட கிறிஸ்டலின் மைக்ரோஸ்கோப் இமேஜஸ்...'' ஸ்லெம்மர் தொடர்ந்தார். ''கிறிஸ்டலின் உள்ளே சிறு நுண்புழாய்கள் இருப்பதைக் கவனி''

சரியாக அதைத்தான் அனந்த் கவனித்துக் கொண்டிருந்தான். இதுவரை அவன் இந்நுண்புழாய்களை எந்த கிறிஸ்டலிலும் கண்டதில்லை. ஸ்லெம்மர் தொடர்ந்தார்.

'' லெமூரியன் ஸீட் கிறிஸ்டலில் ப்ளோரஸன்ஸ் மட்டுமல்ல, லேசர் இயக்கமும் சேர்ந்து இருக்கிறது. ஒரு குறிப்பிட்ட அலைவரிசை படும்போது, ஒளிர்ந்து வெளிவரும் மற்ற அலைவரிசையை அப்படியே இந்த கிறிஸ்டல் வெளிவிடுவதில்லை. மாறாக, அதை உள்படுகைகளில் லேசர் போலப் பன்மடங்காக்கி, மறுபுறம் வெளியிடும். சில கிறிஸ்டல்கள் எக்ஸ்ரேக்கு ஒளிரும். சில கிறிஸ்டல்கள் மின்காந்த அலைக்கற்றையின் பல பகுதிகளுக்கு ஒளிரும்''

''எப்படி லேசர்... இதுக்குள்ள?'' அனந்த் பிரமித்தான். மைக்ரோவேவ் அலைவரிசைகளை லேசராக்கலாம். அதற்கு மேலே, ஆற்றல் கொண்ட, காணும் ஒளியின் அலைவரிசைகளை லேசராக்கலாம். காணும் ஒளியைவிட அதிகமான ஆற்றல் கொண்ட எக்ஸ்ரே , லேசர் போல? இதுவரை அவன் கேட்டதில்லை.

"கிரிஸ்டலுக்குள்ள நீ பார்த்த நுண்புழாய்கள் லேசர் கருவி போலச் செயல்படும். ஆற்றல் குறைவான ஒளிர்ந்த அலையை லேசர் போலப் பன்மடங்காக்கிக் கொடுப்பது இதன் வேலை. ஒவ்வொன்றும் ஒவ்வொரு அலைவரிசைக்கு..."

அனந்த். கைகளைக் கூப்பி மூக்கை அழுத்திக் கொண்டிருந்தான். தீவிர சிந்தனையில் இருக்கிறான் என்பதை ஸ்லெம்மர் உணர்ந்தார். அவன் தோளில் லேசாகத் தட்டினார்.

"அகச்சிவப்பு அலை கிறிஸ்டலில் படும்போது, மெல்லமெல்ல காணும் ஒளியின் சிவப்பு அலைவரிசை வரும். சிவப்பு படும்போது அதிலும் சக்தி வாய்ந்த அலைகள் கிளம்பி ஊதாவரை வரிசையாக வெளிவரும். அவை படும்போது அவற்றுக்கு மேலே புற ஊதாக்கதிர்கள். அப்புறம்..."

அனந்திற்கு ஒன்று இடறியது.

"ஒரு லேசர் இயங்குவதற்கு மின்சார ஆற்றல் வேணும். பாப்புலேஷன் இன்வர்ஷன் நடக்கணும். எலக்ட்ரானிக் கண்ட்ரோல் அமைப்புகள் வேணும். எங்கிருந்து இதுக்கு ஆற்றல் வருது?"

"தெரியாது"

அனந்த் மவுனித்தான். "நான் மேற்கொண்டு எப்படி என் பேப்பரைக் கொண்டுப் போகணும்?"

ஸ்லெம்மர் அவனை நேராக உற்று நோக்கினார்.

"இன்னும் புரியாத தளத்தில் பேப்பர் எழுதுவதென்பது அர்த்தமற்றது. முதலில் இதன் அறிவியலைப் புரிந்துகொள். மேற்கொண்டு ஆராய்ச்சி செய்யப்படவேண்டும். செய்கிறாயா?"

அனந்த் அவரையே பார்த்துக் கொண்டிருந்தான்.. என் நிலைமை இவருக்கு நன்றாகவே தெரியும்.. தெரிந்துமா?

"சும்மா இருந்தால் பலதும் நினைக்கத் தோன்றும் அனந்த். சுயவிரக்கம் என்பது ஆளை விழுங்கிவிடும். ஏதாவது வேலையில் மும்முரமாக ஈடுபடுத்திக்கொள். அதற்கு என்னால் உதவ முடியும்"

"என்ன வேலை?"

''மிகப்பெரிய லெமூரியன் ஸீட் கிறிஸ்டல் ஒரு இடத்தில் மறைத்து வைக்கப்பட்டிருக்கிறது. அதைக் கண்டுபிடித்தால் அதிலிருந்து உன் கேள்விகளுக்கு பதில் கிடைக்கும். எனக்குத் தெரிந்து ஒரு குழு அதில் மும்முரமாக ஈடுபட்டிருக்கிறது. அவர்கள் ப்ராஜெக்டில் என்னால் உன்னைச் சேர்க்க முடியும்.''

''எத்தனை மாதங்கள் இந்த ப்ராஜெக்ட்?''

''தெரியாது. இந்த ஆராய்ச்சியின் தொடர்வு உலகின் வேறு மூலைகளில் செய்யப்படவேண்டும். நீ , சரியென்று சொன்னால் நான் மற்றவர்களோடு பேசுகிறேன்.''

''எங்கு தொடங்கணும்?''

''உனது நாட்டில்... நீ சென்னை போய் எத்தனை வருடங்கள் ஆயிருக்கும்?''

அனந்த் வியந்தான். பழம் நழுவிப் பாலில்...

''நிச்சயமாக... என்று கிளம்பவேண்டும்? யாரைத் தொடர்பு கொள்ளவேண்டும்?''

ஸ்லெம்மர் மெல்லச் சிரித்தார். ''டிக்கட் இருந்தால் நாளைக்கேகூட நீ கிளம்பலாம். சென்னை சென்றதும் அவர்களே உன்னைத் தொடர்பு கொள்வார்கள். உனக்கு கண்டிஜன்ஸி கிராண்ட் முதல் தவணையாக, இருபதாயிரம் டாலர் வங்கிக் கணக்கில் ஐந்து நாட்களில் சேர்ந்துவிடும். லெட்ஸ் ஸ்டாப் ஹியர்'' ஸ்லெம்மர் எழுந்து மெல்ல நடந்தார்.

அனந்த் புரிந்துகொண்டு, போல்டரை எடுத்துக்கொண்டு வெளியே வர, அவர் கதவை மூடி, திரும்பிப் பார்க்காமல் மறுபுறமாக லிப்ட் நோக்கி நடந்தார். அது ஸ்லெம்மரின் ஸ்டைல். பணி முடிந்து விட்டால், நீ யாரோ, நான் யாரோ... அடுத்த வேலை முக்கியம்...

ஸ்லெம்மர் வெளியேறியதுவரை கவனித்த அனந்த் அதன்பின் நிகழ்ந்தவற்றை அறியவில்லை.

ஸ்லெம்மர், கான்ஃபெரன்ஸ் அரங்கில், இரண்டாம் வரிசையில் முதலில் நுழைந்தார். பின் தயங்கி வெளிவந்து முன்வரிசையில் சென்று அமர்ந்தார். மிகச் சாதாரணமான அந்தச் செயலை எவரும்

பொருட்படுத்தாமலிருக்க, ஏழாவது வரிசையிலிருந்து ஒருவன் மெதுவே எழுந்து, அருகிலிருந்தவர்களிடம் மிக மரியாதையாக சிரமத்துக்கு மன்னிப்பு கேட்டவாறே, வெளியேறினான்.

ஸ்லெம்மரின் அந்தச் செயல் அவனுக்குக் கிடைத்த முக்கியச் செய்தி. வராண்டாவில் யாருமில்லை என்பதை உறுதிப் படுத்தியவாறே தனது ப்ளாக்பெர்ரியில் தட்டினான். ''ஒப்புக் கொண்டுவிட்டான்''

''ப்ளாக்பெர்ரி ஒரு நிமிடத்தில் சன்னமாக செய்தி வருகையில் அதிர்ந்தது. ''வரட்டும். ஸ்லெம்மரிடம் என் நன்றியைத் தெரிவிக்கவும்''

சம்பத்தின் குரல் அமைதியைக் கலைத்தது. ''சரி, அதுக்கப்புறம் என்ன?''

''இந்தப் புதிர், ரெண்டு துண்டங்களும், ஆற்றல் கற்றையை வச்சு ஒன்றையொன்று தேடும்னு சொல்லுது''

''எப்படி?''

''இந்தக் கடைசி ரெண்டு வரிகளக் கவனமாப் பாரு.''

''பற்றாலே ஒளியுமிழ்ந்து கல்பங்கள் தானோடி
குற்றாத பாகம்நாடும் செவ்விய கருஞ்சுழிச்
சூத்திரம் கொண்டு''

''சுத்தமாப் புரியலை. குழப்பாதே'' ஜானகி அருகிலிருந்த நாற்காலியில் அமர்ந்தாள்.

''சொல்றேன். கருஞ்சுழிச் சூத்திரம்கறது, நீ சொன்னமாதிரி 6174-ஐத்தான் குறிக்குது. அதோட ஸ்டெப்ஸ் ஞாபகமிருக்கா?''

''இருக்கு''

''அந்த ஸ்டெப்ஸ் தான் இந்தக் கருஞ்சுழிச் சூத்திரம். இந்தச் சூத்திரம் இருக்கிறது எங்கன்னா...'' பேசிக்கொண்டே அனந்த், சம்பத் எழுதியிருந்த மற்றொரு காகிதத்தை எடுத்தான்.

''இதுல இருக்கறது ஒரு வகையில கருஞ்சுழிச் சூத்திரம்தான். பாரு.

*"தலையற்ற உடலமிங்கு தலைகீழாய் தான்நின்று
தன்னினின்று தான் கழிய - தானென்றுமுள்ளோனே!
தோன்றக்காண் தலையங்கே தடையற்ற ஒளிததும்பி"*

"ஜானகி, இதையும், சம்பத் வரைஞ்சானே, அந்த மூணு கோடு கிறுக்கல்... அதையும் சேர்த்துப் பாக்கணும்."

எல்லாச் சித்திரத்திலும் இடது பக்கம், பிரமிடோட தலைப்பகுதியின் முகங்கள் ஒரு நேர்வரிசையில, வலதுபக்கம் பிரமிடோட அடிப்பகுதியின் முகங்கள் ஒரு நேர் வரிசைல இருக்கு. நாம, நம்ம வசதிக்கு, தலைப்பகுதி முகங்களைக் கீழேயும், உடல்பகுதி முகங்களை மேலேயுமா வரைஞ்சுக்குவோம். இப்ப முதல் சித்திரத்தை எடுப்போம்"

அனந்த் முதல் சித்திரத்தினை வெற்றுக் காகிதத்தில் வரைந்தான்.

" இது புதிரோட முதல் வரி, **தலையற்ற உடலமிங்கு**"

"7641 என்கிற பாதையில் ஆற்றல் கற்றை போகிறதைக் காட்டுது. வெட்டப்பட்ட பிரமிட் ஒண்ணு வச்ச மாதிரி இருக்குல்ல? அதுதான் தலையற்ற உடலம் ..." அனந்த் நிறுத்தினான். அனைவரும் அவன் வரைந்த கோடுகளை உன்னிப்பாகக் கவனித்தனர்.

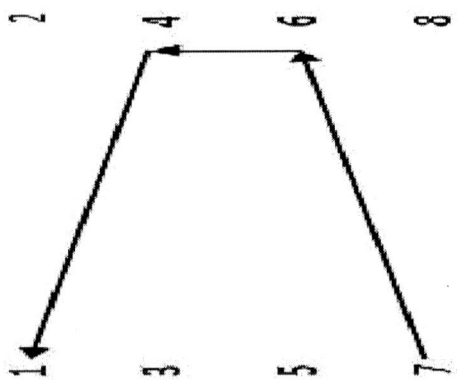

க. சுதாகர்

''இப்ப, முதல் சித்திரத்தைப் பின்னோக்கி வரையறேன். அதுதான் **தலைகீழாய் தான் நின்று** என்கிற சொல். தலையையும், உடலையும் மாத்திருவோம்'' அனந்த் வரைந்தான். ''இது ஆற்றல் தலையில இருந்து திரும்பிப் போகிற பாதையக் காட்டுது ''

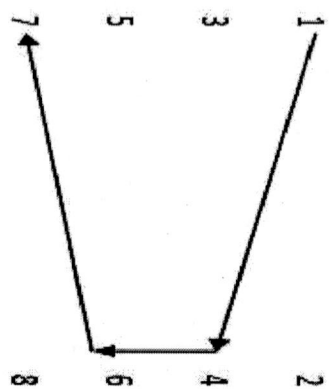

''எதுக்கு இப்படி ஆற்றல் ஒரு பாதைல போயித் திரும்பி வரணும்?'' ஜானகி நாற்காலியிலிருந்து எழுந்தாள். கொஞ்சம் கொஞ்சமாக அவளுக்கு சுவாரஸ்யம் வரத் தொடங்கியிருந்தது. எண்கள், வடிவங்கள்... கோலம் மாதிரி... இது அவளுடைய டொமைன்.

''இந்த ரெண்டு படியும், பிரமிட் தன்னோட மற்ற பகுதிதான் தன்னோட தொடர்புகொள்ளுதா?ன்னு உறுதிப்படுத்தறதுக்குன்னு நினைக்கிறேன். தலைப்பகுதி, தான் அனுப்பின ஒளி தனக்கே திரும்பி வருதான்னு சரி பாக்குது'' அனந்த் சிறிது யோசித்துப் பதில் சொன்னான். மேலும் தொடர்ந்தான்.

''அடுத்ததா, தன்னினின்று தான் கழிய இது முக்கியமான ஸ்டெப்''

இப்ப நம்ம 6174 - ஓட அல்காரிதத்தைப் பயன்படுத்தினோம்னா, 7641-1467 = 6174. இத வரைஞ்சோம்னா இப்படி வரும்'' அனந்த் மூன்றாவது சித்திரத்தை வரைந்தான். பதற்றத்தில் அவன் கைகள் பரபரத்தன.

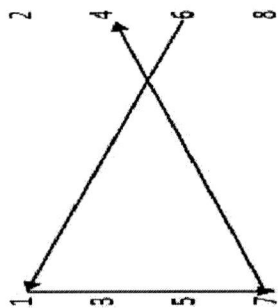

‘‘இதக் கடைசி வரி காட்டுது’’

‘‘தோன்றக்காண் தலையங்கே, தடையற்ற ஒளிததும்பி’’

‘‘ஆற்றலின் பாதை பிரமிட் தலை வடிவில வந்திருக்கு பாரு’’ அனந்த்தின் குரல் உணர்ச்சி மிகுதியில் லேசாக நடுங்கியது.

ஜானகி வாயடைத்துப் போனாள்.

சம்பத் முதலில் சுதாரித்தான். ‘‘இது முக்கோணமாத்தானே வந்திருக்கு? ப்ரமிட் மாதிரி இல்லயே?’’

‘‘முக்கோணம், ப்ரமிட்டின் இருபரிமாணத் தோற்றம்’’ ஜானகி, சித்திரஙகளை வைத்த கண் வாங்காமல் பார்த்தவாறே பேசினாள்.

‘‘ஸோ, இந்தத் தடயம் நாம தேடி வந்ததுக்குத் தொடர்பு உடையதுன்னு சொல்லறே?’’

‘‘நிச்சயமா’’

சம்பத் அவனை ஏறிட்டான். ‘‘எல்லாத்தையும் விளக்கிட்டே. ஒன்றைத் தவிர...’’

‘‘எதை?’’ அனந்த்தின் புருவங்கள் சுருங்கின.

‘‘கடைசி புதிர்ல மூணாவது வரில **தானென்றும் உள்ளோனே!ன்னு** வருதே? அதுக்கு என்ன அர்த்தம்?’’

''ஓ. இதெல்லாம் முக்கியமில்ல. இந்த மாதிரி செய்யுள்ல எல்லாம் எதாச்சும் ஆண், பெண் முன்னே இருக்கற மாதிரி நினைச்சு எழுதறது அந்தக்கால வழக்கம். ஆடூஉ முன்னிலை, மகடூஉ முன்னிலை...''

''உன் முழுப்பெயர் என்ன அனந்த்?'' சம்பத் கேட்டவாறே கவனமாகப் பேப்பர்களை ஒரு கோப்பில் வைத்து மூடினான்.

''அனந்த். ஜஸ்ட் அனந்த்'' இவனுக்கு என்ன ஆச்சு?

'' அனந்த்ன்னா என்ன அர்த்தம்?''

''இப்ப என் பேரோட அர்த்தமா முக்கியம்? ஓ.கே. அனந்த்ன்னா முடிவற்றது... எட்டெர்னல்''

''அப்படீன்னா?'' சம்பத் கைகளை நெஞ்சின் குறுக்கே கட்டி அனந்த்தைக் குறுஞ்சிரிப்போடு நோக்கினான்.

''எப்பவும் இருக்கிறவன்...'' எரிச்சலோடு சொன்ன அனந்த் சட்டெனெ வியர்த்தான்.

''மை காட்!''

''தானென்றுமுள்ளோனே!'' அது நான்... நானா...?

''அதான், இந்தப் புதிர் உனக்கு மட்டும்தான் தன்னை வெளிக்காட்டியிருக்கு. நாங்க எல்லாரும்தான் இதப் படிச்சோம். ஆனா எதையுமே நம்பாத நீ மட்டும்தான் இந்தப் புதிருக்கு விடை கண்டுபிடிக்க முடிஞ்சது. நான் ஏன் லோனார்ல ''நாம தேர்ந்தெடுக்கப் படுகிறோம்''-ன்னு சொன்னேன்னு, இப்ப புரியுதா?'' சம்பத் நிதானமாக ஜானகியைப் பார்த்தான். ''வெளியப் போவோமா?'' என்றான் ஒன்றும் நடக்காதது போல. ஜானகிக்கு நடப்பதெல்லாம் நம்ப முடியவில்லை. இரண்டு நாளில் வாழ்க்கை எவ்வளவு தூரம் மாறிப்போயிடுச்சு?

கதவு தட்டப்படும் சப்தம் கேட்டு திரும்பிப் பார்த்தனர். ரத் நின்றிருந்தார்.

'' வாஸ் இட் ஆஃப் எனி ஹெல்ப்?'' என்றார்.

"ரொம்பவே. தாங்க்ஸ் மிஸ்டர் ரத். நாங்க தேடிவந்தது இங்க வரை வந்திருக்குன்னு உறுதியாயிருச்சு. ஆனா எங்க இருக்குன்னு இன்னும் தெரியலை"

"சாரி. என்னால இவ்வளவுதான் உதவ முடியும்" ரத் நிஜமாகவே இயலாமையில் வருத்தப்படுவது அவர்களால் உணர முடிந்தது.

தேவராஜ் காரிடாரின் ஒரு மூலையில் நடந்து வருவது நிழலாகத் தெரிந்தது.

"ஸாரி. கொஞ்சம் நேரமாயிருச்சு"

"என்கொயரி என்ன ஆச்சு, தேவராஜ்?"

"பேச மாட்டேங்கறான். ஹி இஸ் லைக் எ ராக். விடுங்க உங்களுக்கு எதாச்சும் கிடைச்சுதா?"

சம்பத் வாயைத் திறக்குமுன் அனந்த் இடைமறித்தான் "ஜஸ்ட் கெஸ்ஸிங். உருப்படியா கிடைச்சிருக்குன்னு சொல்ல முடியாது. 40% வெற்றின்னு சொல்லலாம்"

"வாங்க, என் ரூமுக்குப் போலாம்" என்றார் ரத். "எல்லாருக்கும் இன்னொரு டீ சொல்லவா?"

ரத்தின் அறையில் அனைவரும் டீ அருந்திக் கொண்டிருந்தனர். சங்கடமான அமைதி அங்கு நிலவியது. ஜானகிக்கு மனம் ஏமாற்றத்தில் கனத்திருந்தது. எல்லாம் தெரிவது போல வந்து இறுதியில் புஸ் எனப் போய்விடுகிறதே?

"இந்த பர்மீஸ் செராமிக்.. எங்க கிடைச்சதுன்னு சொன்னீங்க?" சம்பத் கேட்டான்.

"மாணிக்கப்பட்டணா. இப்ப அங்க துறைமுகம் கிடையாது. நதிக்கரைப்பக்கம் ஒரு சின்ன மீன்பிடி கிராமமா இருக்கு..."

"அங்க போனா ஏதாச்சும் துப்பு கிடைக்குமான்னு பாக்கலாம்னு தோணுது. நீங்க என்ன சொல்றீங்க, ரத்?"

"ம்...கிடைக்கலாம். அங்க இருக்கிற மீனவர்கள்கிட்ட

பேசிப்பாருங்க. இப்ப கிளம்பறீங்களா? ஜீப் அனுப்பறேன்''

''ரொம்ப நன்றி''

''ஒரு விஷயம் யோசிச்சீங்களான்னு தெரியலை. சொல்லலாமா?'' ரத்தின் மிக மரியாதையான அணுகுமுறை அனந்த்தை மிகவும் கவர்ந்தது.

''சொல்லுங்க.''

''நீங்க பாத்தது திராவிடியன் ஸ்க்ரிப்ட்ஸ்''

''யெஸ்?''

''அது கிடைச்சது என்னமோ மராட்டுவான் பீங்கான் ஜாடிக்குள்ள. சாதாரணமா அன்றைக்குப் புழக்கத்திலிருந்த கலிங்கப் பெட்டிகள்ல இல்ல. விந்தையா இல்ல?''

சம்பத் வியந்தான். இத எப்படி கவனிக்காம போனோம்?

''அட. ஆமா''

''நீங்களும் மாணிக்கப்பட்டணா வர்றீங்களா? நீங்க வந்தா ரொம்ப உதவியா இருக்கும். எங்களுக்கு ஒரியா தெரியாது''

''நான் வரமுடியாது..மன்னிக்கணும்.என் அஸிஸ்டெண்ட் பாத்ரா வருவாரு. எட்டரைக்கு ரெடியா இருங்க. ரோடு மோசம். ரெண்டரை மணிநேரப் பயணம். தயாரா இருங்க''

''ரொம்ப நன்றி. போலீஸ் கெஸ்ட் ஹவுஸ்க்கு வண்டிய வரச் சொல்லறீங்களா? அனாவசியமா இவ்வளவு தூரம் திரும்பி வரவேண்டாம்னு பாக்கறேன்'' தேவராஜ் எழுந்தார் ''பேசிக்கிட்டிருங்க. இப்ப வந்தர்றேன். பாத்ரூம் எங்க இருக்கு?''

''காரிடார்ல கடைசிலே, வலதுபக்கம்'' ரத் சொல்லிக் கொண்டிருக்க, தேவராஜ் வெளியேறினார்.

ரத்தின் தொலைபேசி கிணுகிணுத்தது.

''ஹலோ.யெஸ் ரத் ஸ்பீக்கிங்...''

தொலைபேசியின் வாயைக் கையால் பொத்திய ரத், சம்பத்தை ஏறிட்டார்.

''உங்களுக்கு போன்... உங்க மனைவி''

அனந்த்தும் ஜானகியும் வியப்புடன் பார்க்க, சம்பத் குழம்பியபடியே ரிசீவரை வாங்கினான்.

''ஹலோ, மங்கை, ஹாங். நல்லா இருக்கேன். நீ எப்படி இருக்க?''

''.....................''

''குட். எப்படி இந்த நம்பர் கிடைச்சது?''

''.....................''

''ஓ.கே. பத்திரமா போயிட்டு வா. டிக்கெட் கன்ஃபர்மா கிடைச்சா மட்டும் போ. ஏஜெண்ட் யாராச்சும்...''

அவன் ரிசீவரை வைத்தான். '' லைன் கட் ஆயிருச்சு. ஸாரி மிஸ்டர் ரத். அவசரமா என் மனைவி ஹைதராபாத் போறா. என் செல் வேற இல்ல. அதான், சடகோபன்கிட்ட உங்க நம்பர் வாங்கியிருக்கா... தொந்தரவு பண்ணிட்டோம்''

''இட்ஸ் ஆல் ரைட்'' என்றார் ரத், தோளைக் குலுக்கிச் சிரித்தவாறே.

அவர்கள் வெளியே வரவும், தேவராஜ் வரவும் சரியாக இருந்தது. அனைவரும் ரத்திடம் விடைபெற்று , காரிடாரில் நடந்தனர். அவர்கள் நடப்பது , வெறிச்சோடியிருந்த காரிடாரில் எதிரொலித்து, பெரிதாகக் கேட்டது.

''சம்திங் ஸ்ட்ரேன்ஜ்.'' என்றான் சம்பத், ஏதோ யோசித்தவாறு.

''என்ன'' என்றவாறே ஏறிட்ட ஜானகியைப் பார்க்காமல், கீழே குனிந்து சிந்தித்தவாறே சம்பத் பேசினான்.

''இல்ல. மங்கை என்னமோ வறண்ட குரல்ல பேசினா. வாஸ் ஷி ஓ.கே? தெரியல. ரொம்ப ஃபார்மலா பேசினமாதிரி''

'' டயர்டா இருந்திருப்பா'' என்றாள் ஜானகி.

''பாஸிபிள். ஆனா, லோனார் வந்த மூணு வருஷத்துல ஒரு தடவ கூட ஹைதராபாத்ல இருக்கிற அவ கஸின் வீட்டுக்குப் போணும்னு சொன்னதில்ல. ஏன் போன்ல கூடப் பேசினதில்ல. இப்ப அவன் வீட்டுக்கு இவ, விழுந்தடிச்சு...?''

''நீ எங்க கூடக் கிளம்பிட்ட. அவளுக்குத் தனியா இருக்கப் போரடிச்சிருக்கும், சம்பத்'' அனந்த் ஆதரவாக அவன் தோளில் கை போட்டான்.

''இருக்கலாம். இருக்கலாம்'' சம்பத் முணுமுணுத்தான். அவன் நம்பியதாக அவன் குரல் காட்டவில்லை. அதுவும் காலை ஏழு மணிக்கு எந்த அரசாங்க அலுவலகம் திறந்திருக்கும்னு மங்கை போன் பண்ணினா? அவன் குழப்பங்கள் அதிகரித்தனவென்றாலும், அடக்கிக்கொண்டான்.

அவர்கள் வெளியே வந்தபோது வெயில் மேலே ஏறத் தொடங்கியிருந்தது.

தற்கால ஒரிசாவில் 'மாணிக்கப்பட்டணா எங்கேயிருக்கு?' என்று கேட்பது, முசிறி, தொண்டி என அந்தக்கால துறைமுகங்களைத் தமிழ்நாட்டில் இப்போது கேட்பது போலக் கேணத்தனமானது.. ரத்தின் அசிஸ்டெண்ட் , பாதையைச் சரியாகக் காட்டிக்கொண்டு வர, ஜீப் நெடுஞ்சாலையிலிருந்து செம்மண் பூமியில் முந்திரிக்காடுகளில் நுழைந்து, தடுமாறி நதியோரம், ஒரு மீனவர் குடியிருப்பை அடைந்தது. காலை ஒன்பது மணிக்கு, மீன் விற்பனை முடிந்து அமைதியாகக் காணப்பட வேண்டிய சந்தை, மிகப் பதட்டமாயிருந்த்து.

'ஜீப்பிலேயே இருங்க' எனச் சொல்லிவிட்டு பாத்ரா, டிரைவரோடு இறங்கினார். பத்தடி தூரம் சென்றிருப்பார்.

நான்கு ஐந்துபேர் கொண்ட கும்பல் அவரை மறித்தது.

ஒரியாவில் கடகடவென ஏதோ அவர் பேசி, ஆர்க்கியாலஜி டிபார்ட்மெண்ட்டின் அடையாள அட்டையைக் காட்டவும், அவர்கள்

நின்றனர். ஐந்து நிமிடம் பேசியபின் அவருடன் இருவர் ஜீப் நோக்கி வந்தனர்.

''காலைலேயிருந்து இங்க அடிதடி. இப்ப வீடு வீடாப்போய் அடிக்கிறாங்க. ரெண்டு குரூப் இங்க'' பாத்ரா ஆங்கிலத்தில் பேசியவாறு ஜீப்பின் முன்புறம் ஏறிக்கொண்டார். அவருடன் வந்த இருவரை பின்புறம் ஏறிக்கொள்ள சைகை காட்டினார்.

''இவங்க யாரு?''

''நம்ம காவலுக்கு. அவங்க ஆளுங்க இருந்தா வண்டிய அடிக்கமாட்டாங்க. நேரா நம்ம மீனவர் குடியிருப்புக்குப் போனா, ஜீப்பையே எரிச்சிருவாங்க. அவ்வளவு பதட்டம் இப்ப. நேர் ரோட்ல போகாம, இவங்க கூட்டிகிட்டுப் போற ரூட்ல போனா பொழைப்போம். போணுமா இல்ல திரும்பிரலாமா?''

''திரும்பிரலாம்'' என்றாள் ஜானகி.

''போணும்'' என்றான் அனந்த். ஜானகி அவனை எரித்துவிடுவதைப் போலப் பார்த்தாள்.

''இவ்வளவு தூரம் வந்தாச்சு.. போய்த்தான் பாப்பமே? கேட்டுப் பாப்போம். இல்லன்னா அப்படியே திரும்பிடுவோம். ஓ.கே?'' சம்பத் அவளைச் சமாதானப்படுத்த முயன்றான்.

மீனவர்கள் குடியிருப்பிலிருந்து அரை கிமீ தொலைவில் ஜீப்பை நிறுத்திவிட்டு மணலில், கூட வந்த இரு மீனவர்கள் முன்னே செல்ல , குடிசைகளை நோக்கி நடந்தனர். ஜீப்பில் டிரைவர் இருந்து கொண்டான்.

''இங்க சில மீனவர்கள்தான் நதியோட முகத்துவாரம், அன்றைய துறைமுகப் பகுதியிலெல்லாம் முங்கி ஸ்பெஸிமன்கள் எடுத்துத் தருவாங்க. எல்லாராலும் அதச் செய்ய முடியாது. விடவும் மாட்டாங்க. குரூப்பிஸம். கேங் வார்...''

''அப்போ, இந்தப்பக்கம் அரும்பொருட்கள் கிடைச்சா, அது

குறிப்பிட்ட ஆட்கள்கிட்ட மட்டும்தான் இருக்கும், இல்லயா?''

''யெஸ். அவங்க வீடுகளுக்கு மட்டும்தான் நாம போறோம்''

ஒரு வீட்டின் வாசலில் கூட்டம் நின்றிருந்தது. பெண்கள் வாசலில் அடித்துக்கொண்டு கூச்சலிட, உள்ளே சில ஆண்கள் கோபமாகக் கத்திக் கொண்டிருந்தனர்..

''இவன் வீட்டுலதான் முதல்ல கேக்கணும்னு நினைச்சோம். நம்ம துரதிருஷ்டம்'' பாத்ரா பெருமூச்செறிந்தார்.

''எதுக்கும் கொஞ்சம் நின்னு வெய்ட் பண்ணிப் பாப்போம்'' அனந்த் கைகட்டியபடி அங்கு நின்றான். பாத்ரா அவனைப் பின்னே இழுத்தார்.

''அவங்க குடும்ப சண்டை... நாம வேடிக்கை பாக்கறோம்னு அவங்களுக்குத் தோணிச்சின்னா, நாம காலி... பின்னால போங்க''

அவருடன் வந்திருந்த இருவரும் முன்னே சென்று வீட்டின் வாசலில் குத்திட்டு அமர்ந்திருந்த கிழவன் ஒருவனிடம் ஏதோ பேசினர். அவன் எழுந்து வந்தான். பாத்ரா அவரிடம் ஒரியாவில் கேட்க அவன் கைகளை ஆட்டியபடி பதட்டமாக ஏதோ பேசினான்.

அவர் திரும்பினார்.

''இருந்துச்சாம். பீங்கான் குடுவை, கண்ணாடிச் சில்லு, பித்தளை, வெள்ளி காசுன்னு நிறைய வைச்சிருந்திருக்கான். இன்னிக்கு காலைல ரெண்டு குரூப்போட சண்டைல... 'அவங்க' வீட்டுக்குள்ள புகுந்து எல்லாத்தையும் உடைச்சு நாசம் பண்ணிட்டாங்க''

''மை காட்'' என்றாள் ஜானகி. அதிர்ச்சியில் விரிந்த வாயை உள்ளங்கையால் பொத்தியபடி. அனந்த் ஏமாற்றத்தை மறைக்க மிகச் சிரமப்பட்டான்.

பாத்ரா ''இன்னொரு குரூப் இருக்கு. அவங்க தலைவன் வீடு இவங்களுக்குத் தெரியும்கறாங்க. அங்க போயிப் பாக்கலாமா?'' என்றார், அவன் முகத்தைப் பார்த்தபடியே.

''போலாம்''

தெருவின் கோடியிலேயே அவர்களுக்குத் தெரிந்து போனது.

தீயணைப்புப்படை வண்டிகள் வீட்டைச் சுற்றி. வீட்டிலிருந்து புகை எழுந்துகொண்டிருந்தது.

கோஷ்டி மோதலின் நஷ்டம் இருபுறமும்.

''இனிமே எங்க போறது?''

''பூரிதான்'' என்றான் அனந்த். சம்பத் ஆச்சரியமாக அவனை ஏறிட்டான்.

''இல்லடா. நாம டைம் வேஸ்ட் பண்ணிக்கிட்டிருக்கம். முதல்ல தடயம் இருந்திருக்கணும். அதுவும், இவங்க எடுத்திருக்கணும். அதுவும் இவங்களோட வீட்டுல பாதுகாப்பா இருக்கணும். சான்ஸே இல்ல. விட்டுறலாம்''

அனைவரும் மெதுவாக ஜீப் நோக்கி நடக்கத் தொடங்கினர்.

பாத்ராவிடம் இருநூறு ரூபாய் வாங்கிக்கொண்டு கிராமம் நோக்கி நடந்த மீனவர்களில் ஒருவன் திரும்பினான். அவர்களை அழைத்தான்.

''காலகட்டாப்பட்டணா போறீங்களா? என் சொந்தக்காரன் ஒருத்தன்...''

ஜீப்பில் , பாத்ரா காலகட்டாப்பட்டணா குறித்துச் சொன்னது தவறு.

அது குக்கிராமமுமில்லை. மொத்தம் இருபது மீன்பிடி குடும்பங்கள் மட்டுமே இருந்த இடத்தில் முந்திரிக்காடுகள் அடர்ந்திருந்தன. பெயிண்ட் போன மூன்று மீன் படகுகள் கரையில் சாய்ந்து நின்றிருக்க, நதிக்கரை மணலில் அம்மணமாய் சில குழந்தைகள் விளையாடிக் கொண்டிருந்தன. கருவாடு காய்ந்து கொண்டிருந்த நாற்றத்தில் ஜானகி சுடிதாரின் பல்லூவால் மூக்கைப் பொத்திக்கொண்டாள். தேவராஜ் செல்போனை எடுத்துக்கொண்டு ஜீப்பின் அருகில் நின்றுகொண்டார். ''நீங்க எல்லாம் போயிட்டு

வாங்க. எனக்குக் கொஞ்சம் வேலை இருக்கு''

ரத்தின் அசிஸ்டெண்ட் பாத்ரா வேடிக்கை பார்க்க வந்த ஒரு பெண்ணிடம் படபடவென ஒரியாவில் பேச, அவள் குடிசைகளை நோக்கிப் போனாள்.

'' இங்க அகழ்வாய்வு நடந்த மாதிரியே தெரியலையே? '' ஜானகி சந்தேகித்தாள்.

''இங்க தோண்டி எடுத்த அகழ்வாய்வு கிடையாது. நதிப்படுகையில, அப்புறம் கடற்படுகையில முங்கித்தான் இதுவரை எக்ஸிபிட்ஸ் எடுத்திருக்கோம். கடல் இங்க இருந்து ரெண்டு கிலோ மீட்டர்தான்'' பாத்ரா விளக்கினார்.

''உங்க டீம்ல டீப் ஸீ டைவர்ஸ் எலலாம் இருக்காங்களா?''

''இல்ல, மீனவங்கதான் உதவினாங்க. அவங்களுக்கும் கூடுதல் வருவாய் கிடைச்ச மாதிரி ஆச்சு''

பத்து நிமிடம் கழிந்து நாலு ஆண்கள் அவர்களை அணுகினர். ஒரியாவில் படபடவென பாத்ரா அவர்களுடன் பேசினார். பையில் வைத்திருந்த ஒரு போட்டோவை அவர்களிடம் காட்டினார்.

''என்னது அது?'' ஜானகி அதனை எட்டிப் பார்த்தாள்.

''நேத்திக்கு நீங்க பாத்த பர்மீஸ் ஜாடியோட போட்டோ. இந்த மாதிரி எதாச்சும் அவங்க பாத்திருக்காங்களான்னு பாப்பம்''

அவர்கள் தங்களுக்குள் பேசியபின், பாத்ராவை அழைத்து தனியே சென்றனர். அவர்கள் ஏதோ விவாதம் செய்வது போலிருந்தது, தூரத்திலிருந்து கவனித்த ஜானகிக்கு.

அவர் திரும்பி வந்தார்.

''இந்த மாதிரி ஜாடியை அவங்க பார்த்ததில்ல. ஆனா, உடைஞ்சுபோன ஒரு ஜாடியின் துண்டு - இத மாதிரி இருக்குன்னு சொல்லறாங்க. சரியாத் தெரியலை''

''நாங்க பாக்கலாமா?''

''கொஞ்சம் பைசா செலவாகும். பரவாயில்லயா?'' பாத்ரா தயங்கினார்.

வறுமை, பேராசை, அரும்பொருள் திருட்டு தரும் பணம் அனைத்தின் கலவை ஒரிசா மீனவர்களையும் விட்டுவைக்கவில்லை.

''எவ்வளவு?''

''ஆயிரம் போதும்''

சம்பத் பர்ஸை எடுத்தான். ஜானகிக்கு அது பிடிக்கவில்லை என்பது அவள் முகத்தில் தெரிந்தது.

''சரி. நாங்க அத வாங்கலாமா?''

''அதெல்லாம் அவங்ககிட்ட பேசிக்குங்க. இந்தப் பணத்துல அவங்ககிட்ட இருக்கிற பொருட்களை நீங்க பாக்க மட்டும்தான் முடியும்'' பாத்ரா நழுவினார்.

அடிக்க வரும் ஒளிர் சிகப்புக் கலரில் லுங்கி போல ஒன்றைக் கட்டியிருந்த ஒருவன் அழைத்துப்போக ஒரு குடிசையின் உள்ளே அவர்கள் அனைவரும் சென்றனர். கருவாட்டு நாற்றம் மூக்கைத் துளைத்தது.

அவன் காட்டிய பெட்டியின் உள்ளே பல பொருட்கள் கிடந்தன. புத்தர் தலைகள், உடைந்த பானைகள், உடைந்த வளையல்கள், பகுதி உடைந்திருந்த பீங்கான் குடுவைகள்...

அவன் ஒரு பீஙகான் துண்டை வெளியே எடுத்தான். பழுப்பு நிறத்தில் முந்திய நாள் பார்த்த குடுவை போலவே இருந்ததை அனந்த் கவனித்தான்.

''இது எவ்வளவுக்குக் கிடைக்கும்?''

பாத்ரா மொழிபெயர்க்க, சிகப்பு லுங்கி சிறிது யோசித்தான்.

''பத்தாயிரம்''

''ஆயிரம்'' என்றான் சம்பத்.

பேரம்பேசி மூவாயிரத்துக்கு சம்மதித்தான்.

''இத எதுக்கு வாங்கற?'' ஜானகி கடிந்து கொள்வதைக் கண்டுகொள்ளாமல், அனந்த் ரூபாய் நோட்டுகளைச் சிகப்பு லுங்கியிடம் நீட்டினான்.

அவர்கள் வெளியேறும்போது , லுங்கி , பாத்ராவிடம் ஏதோ சொல்லிக் கொண்டிருந்தான்.

''ஒரு நிமிஷம்''

''போன மாசம் இப்படி ஒரு பீங்கான் ஜாடிய ஒருத்தர் நாலாயிரம் ரூவாய் கொடுத்து வாங்கிட்டுப் போனார்னு சொல்லறான். நாம கொடுத்த பைசா குறைச்சல்னு சொல்றான்''

''இவ்வளவுதான் உடைஞ்ச ஜாடிக்கெல்லாம் கொடுக்க முடியும்னு சொல்லுங்க. ரொம்ப அழுதான்னா, திருப்பிக் கொடுத்துரலாம். ஜாடியும் வேண்டாம். ஒண்ணும் வேண்டாம்''

''ஒரு நிமிஷம் அனந்த்'' சம்பத் தடுத்தான்.

''யாரு அந்த ஆளு? நாலாயிரம் கொடுத்தது?''

பாத்ரா ஒரியாவில் கேட்க , சிகப்பு லுங்கி சிறிது யோசித்தான்.

''பூரில இருந்து வந்ததாச் சொன்னான்''

''எதாச்சும் அடையாளம்?''

லுங்கி ஒரு நிமிடம் யோசித்து சிறிது தர்மசங்கடமாகச் சிரித்தான்.

''சொன்னா கேணத்தனமா நினைக்கக்கூடாது. வந்தவனுக்கு காதுகள் மிக நீளமா இருந்தன''

சம்பத் திரும்பினான். அனந்த் சிறிது யோசித்து தலையாட்டினான். பாத்ரா கிசுகிசுத்தார்.

''இன்னும் ஆயிரம் ரூபாய் கொடுத்தால், இதோடு கிடைத்த ஒரு

பொருளையும் தருவதாகச் சொல்கிறான். அது அடுத்த கிராமத்துல அவன் மச்சினன்கிட்ட இருக்காம். உங்களுக்கு விருப்பம்னா, பாக்கலாம்''

''சரி'' அனந்த்துடன் சம்பத் உள்ளே மீண்டும் நுழைய, ஜானகி கோபத்தோடு ஜீப் நோக்கி நடந்தாள்.

சிகப்பு லுங்கி, அவர்களுடன் வெளியேறி ஜீப்பில் ஏறினான். அவனுடன் இருவர் பின்புறம் இருந்த இருக்கைகளில் அமர்ந்துகொண்டனர். ஓ.சியாக ட்ரிப்...

''கொஞ்சம் தள்ளி உக்காரு ஜானகி'' அனந்த் சொல்லவும் அவள் முறைத்தாள்.

இருவது நிமிடங்கள் முந்திரிக்காடுகளினூடே பயணத்திற்குப் பின் மற்றொரு குக்கிராமத்தை அடைந்தனர்.

இறங்கியவர்கள் வரிசையாக இருந்த வீடுகளை நோக்கி நடக்க, அனந்த் திரும்பிப் பார்த்தான்.

''ஜானகி, வரலையா?''

'' இல்ல. நீங்க பண்ணறது எதுவும் எனக்குப் பிடிக்கல. லஞ்சம், இல்லீகல் ஆர்ட் கலெக்‌ஷன்... சே... நான் இங்க ஜீப்ல இருந்துக்கிறேன்''

''தனியாவா?'' அனந்த் தயங்கினான்.

''நான் இருக்கேன். போயிட்டு வாங்க'' தேவராஜ் ஜீப்பில் முன்சீட்டில் அமர்ந்தார்.

அனந்த் விரைவாக நடந்து, சம்பத்,சிகப்பு லுங்கியுடன் சேர்ந்து கொண்டான். ஒரு வீட்டில் நுழைந்த சிகப்பு லுங்கி, அங்கிருந்த வயதான பெண்மணியுடன் ஏதோ பேசினான். மாமியார் போலும், ஒரு பெட்டியைக் குடைந்து, பெட்டியின் உள்ளேயிருந்து சிறு ஸ்கேல் போலிருந்த ஒன்றை நீட்டினான்.

பச்சையாக, உப்புப் படிந்திருந்த அந்த ஸ்கேல், அரையடி நீளத்தில்

ஒரு இஞ்ச் அகலத்திலிருந்தது. இடையிடையே நெளிந்திருந்தது.

''இந்த ஜாடித்துண்டின் அடியில் கிடந்தது என்கிறான். இவன் மச்சினன் எடுத்ததால அவங்கிட்டேயே இருந்திருக்கு. இவனுக்கு இன்னும் பைசா கிடைச்சா, கடலையே விப்பான். வாங்கறதும் வாங்காததும் உங்க இஷ்டம்'' பாத்ரா சுத்த ஆங்கிலத்தில் பேசினார். சம்பத் அதை கவனமாகப் பார்த்தான். ''செப்பேடு''

''வாங்கிறலாமா?''

''ம்''

ஆயிரம் ரூபாய் கைமாறியபின் அவர்கள் மெதுவே ஜீப் நோக்கி நடந்தனர்.

''இன்னும் வேற எதாச்சும் பாக்கணுமா? இன்னொரு கிராமம் இங்க இருந்து ரெண்டு கிலோமீட்டர்ல ...''

''வேண்டாம். இதுல என்ன எழுதியிருக்குன்னு உங்களால பாத்துச் சொல்லமுடியுமா?''

''ம்...க்ளீன் பண்ணணும்... கெமிக்கல் ட்ரீட்மெண்ட்... அரசாங்கத் தோட பொருளா இருந்தா எங்க லாப்ல செய்யலாம். இது உங்களோட ப்ரைவேட் கலெக்ஷன்...''

''வேற யாரு உதவமுடியும்?''

''உத்கல் யூனிவர்சிடி லேப்ல கேட்டுப் பாக்கலாம்''

அவர்கள் உரையாடலைக் கேட்டுக்கொண்டிருந்த தேவராஜ் செல்போனில் யாரோடோ தொடர்பு கொண்டார்.

ஜீப்பின் பின்புறமிருந்து எழுந்த செம்புழுதி அடங்கும்போது அவன் வெளிவந்தான். புள்ளியாகத் தெரிந்த ஜீப்பில் இருப்பவர்கள் கண்ணாடியில் கவனித்தாலும் தெரியாத தொலைவு. உறுதிப்படுத்திக்கொண்டபின் அவன் குக்கிராமத்தை நோக்கி நடந்தான்.

ஏறிட்டுப் பார்த்த சிகப்பு லுங்கி காவிப்பற்களைக் காட்டி இளித்தான்.

"அதக் கொடுத்துட்டியா?"

"இல்ல"

"எங்க இருக்கு?"

சிகப்பு லுங்கி இடுப்பிலிருந்து ஒரு நெளிந்த ஸ்கேலை எடுத்தான். வாங்கிப் பார்த்தவன் முகத்தில் ஒரு திருப்திப் புன்னகை பரவியது.

"எவ்வளவு?"

"ஐந்தாயிரம்."

"ரொம்ப ஜாஸ்தி"

"இது ஒரிஜினல்"

"அவங்க வாங்கினதும் ஒரிஜினல்தான்"

"இது, முழுகிப் போயிருந்த உடைஞ்ச கோபுரத்துக்கு அடில கிடைச்சது. ரொம்பப் பத்திரமா மறைவாப் புதைச்சு வச்சிருந்திருக்காங்க. பீங்கான் ஜாடியெல்லாம் இல்லாம, ஒரு பித்தளைப்பெட்டில. இப்ப சொல்லு. எது ஒரிஜினல்?"

அவன் ஒரு நிமிடம் மவுனித்தான்.

"ஆயிரம்"

"தாங்காது. மூவாயிரம்"

இரண்டாயிரத்துக்குக் கைமாறிய ஸ்கேலை பனியனின் உட்புறம் மறைத்தபடி அவன் நடந்தான். லுங்கி சிரித்தபடி வீடு நோக்கித் திரும்பினான்.

இடம் : கொனார்க் கரை

காலம் : சுமார் 700 வருடங்களுக்கு முன்

கொனார்க் கடற்கரையில் கடல் அலையும், மக்கள் அலையும்

க. சுதாகர்

போட்டி போட்டுக்கொண்டு மோதின. கட்டுக்கடங்காத மக்கள் கூட்டம் சூரியக் கோவிலின் உள்ளே போய் வந்த வண்ணமாக இருந்தது.

கரையின் ஒரு ஓரத்தில் நின்றிருந்த அவன் அமைதியாக கூட்டத்தைக் கவனித்தான். மற்ற மனிதர்கள் போல அவன், ப்ரமாண்டமான, ஒவ்வொரு கல்லிலும் கலை செழிக்கும் கொனார்க் கோவிலை வியந்து பார்த்துக் கொண்டிருக்கவில்லை. அவனது உடைகள் கலிங்கர்களைப் போலிருந்தாலும், அவன் உயரமும் நிறமும் வேறு நிலத்தைச் சார்ந்தவன் எனக் காட்டின.

மெதுவாக அவன் திரும்பினான். ஈரத்தில் வழுக்கும் பாதக்குறடுகளை விரல்களால் இறுக்கியபடி கடற்கரையில் சிந்தனையுடன் அவன் நடந்தான். மிகுந்த அழகும், புகழும் செல்வமும் ஆபத்து - மனிதர்களுக்கு மட்டுமல்ல, கொனார்க் சூரியக் கோவிலின் புகழ் உலகெங்கும் பரவுவது கடற்கரையில் இருக்கும் மற்றக் கோவில்களுக்கும் அத்தனை நல்லதல்ல. அதில் ஒன்றின் அடியில்.....

ஓலை நறுக்கு ஒன்றைப் பட்டோலையில் முடிந்து , முத்திரை பதித்து அன்றே இரவோடு இரவாக குதிரை வீரனொருவனிடம் கொடுத்தனுப்பினான். மிகச் சிறிய புதிராக ஓலை நறுக்கப்பட்டிருந்தது.

''கலிங்கம் காப்பற்றது. ஆசை அறுத்தோரை நாடுதல் நன்று''

காலாப்பாட் கொனார்க்கைத் தாக்குவதற்கு ஒரு வருடம் முன்பு, மாணிக்கப்பட்டணத்திலிருந்து கிளம்பிய கப்பலில் ஐவரின் பாதுகாப்பில் அது , பயணித்தது. இரு மாதங்களில் காடுகள் அடர்ந்த ஒரு முகத்துவாரத்தை அடைந்தபின், அங்கிருந்து அது குறித்த இடத்திற்குப் போய்ச் சேர முன்னூறு வருடங்களானது.

பூரி திரும்பிச் செல்லும் வழியில் , அசிஸ்டெண்ட்டின் செல்போன் கிணுகிணுத்தது. எடுத்து 'ஹலோ' என்றவர் சட்டென விறைத்தார்.

"யெஸ் சார்"

"..........."

"யெஸ் சார்"

டிரைவரைத் தோளில் தட்டினார்.

"நேரா நம்ம ஆபீஸ் போப்பா"

பகல் ஒரு மணிக்கு லாப் ரிப்போர்ட்டுடன், இரு பொருட்களும் சுத்தம் செய்யப்பட்டு ப்ளாஸ்டிக் பையில் சீல் செய்யப்பட்டு ரத்தின் அறைக்கு வந்தன. ஒவ்வொரு ப்ளாஸ்டிக் பையுடனும், சீல் வைக்கப்பட்ட ஒரு காகித உறை ஸ்டேப்லர் செய்யப்பட்டிருந்தது. பொருட்களையும், உறைகளையும் வாங்கியதின் அடையாளமாக, ரெஜிஸ்டரில் கையெழுத்துப் போட்டுவிட்டு, ரத், உறைகளைப் பிரித்து, உள்ளிருந்த காகிதங்களை எடுத்தார்.

"அனலிஸிஸ் ரிப்போர்ட். இன்னும் கெமிக்கல் அனலிசிஸ் முடியலைன்னு போன்ல சொன்னாங்க" ரத், ஒவ்வொரு ரிப்போர்ட்டையும் கவனமாக, மெதுவாக, ஆனால் அறையில் அனைவருக்கும் கேட்கும் வகையில் வாசித்தார்.

"எக்ஸிபிட் 1 - செப்பேடு. சமீப காலத்தியது. 1700களின் இறுதியாண்டுகளில் அல்லது 1800களின் துவக்கத்தில் செதுக்கப்பட்டது. கலிங்கா ஸ்டைல் தாமிரக்கலவை. இரு பத்திகளில் வார்த்தைத் தொடர்கள். எழுத்துகள் ஒரே வடிவினில் இல்லை. இரு பத்திகளும் வேறு காலங்களில் எழுதப்பட்டவை... ட்ராவிடியன் ஸ்க்ரிப்ட்டா இருக்கலாம்.

உலோகக் கலவையின் தனிமங்களின் இருப்பு மற்றும் அளவு ஐ.சி.பி ஸ்பெக்ட்ரோமெட்ரி முறையின் மூலம் கண்டறியப்படும். அதன் முடிவுகள் மூன்று நாட்களில் கிடைக்கலாம்"

"எக்ஸிபிட் 2-செராமிக் வேர். மராட்டுவான் ஸ்டைல். முழுமையாக இருந்திருந்தால் 1 அடி உயரமும், 3 இஞ்ச் அகலமும், 0.5 இஞ்ச் தடிமமும் கொண்டதாயிருந்திருக்கலாம். பீங்கானின்

வளைவுகள் கொண்டு டிசைன் சிமுலேஷன் செய்ததன் வடிவமைப்பு இத்துடன் இணைக்கப்பட்டிருக்கிறது. சுமாரான க்ளேஸிங்க். அமைப்பு, பயன்படுத்திய பொருட்களின் தரம், உருவாக்கிய தரம் கொண்டு நோக்கியதில், சாதாரணப் பயன்பாட்டிற்கு உருவாக்கப்பட்டது என மதிப்பிடலாம்''

சம்பத் செப்பேடு இருந்த ப்ளாஸ்டிக் பையை வெளிச்சத்தில் உற்று நோக்கினான்.

''ரொம்ப மங்கலான எழுத்துகள். வட்டெழுத்து. தமிழ்தான். அழுத்தமாப் பதியல. படிக்கறது சுலபமில்லை''

''மாக்னிஃபையர்ல வைச்சுப் பாருங்க'' ரத் அவனை மற்றொரு அறைக்கு அழைத்துப் போனார்.

கறுப்பான ஒரு சிறு மேடையில் ஏட்டை வைத்து, ரத் கருவியை இயக்கினார். வெள்ளையொளி அதன்மீது பாய, மேடையருகே இருந்த மைக்ரோஸ்கோப் போலிருந்த ஒன்றில் கண்களைப் பொருத்தி சம்பத் பார்த்தான். ஒரு பொத்தானை இருமுறை அழுத்தினார்.

''50 மடங்கு மாக்னிஃபை பண்ணியிருக்கேன்.போதுமா?''

''போதும். ஒரு பேப்பர் , பென்சில் கிடைக்குமா?''

பத்து நிமிடங்கள் கழித்து ரத்தின் அறையில் அனைவரும் அமர்ந்திருந்தனர்.

அனந்த், சம்பத் கொடுத்த காகிதத்தில் மூழ்கியிருந்தான்.

''எனி ந்யூஸ்?'' என்றார் ரத்.

அனந்த் 'இல்லை' யெனத் தலையசைத்தான்.

''இதுவும் ஒரு வகை புதிர்தான், ரெண்டு புதிர்கள் ஒரே ஏட்டுல''

''ஓ.கே , இதுக்கு மேலேயும் உங்க தேடல்களைத் தொடரணும்னா சொல்லுங்க. எனக்கென்னமோ இது டெட் எண்ட்னு தோணுது'' ரத் எழுந்தார்.

''வரட்டுமா? எனக்கு ஒரு மீட்டிங் இருக்கு. டீ ஆர்டர் பண்ணியிருக்கேன். இருந்து குடிச்சுட்டுப் போகலாம். எதாச்சும் ஹெல்ப் வேணும்னா என் நம்பர்ல கூப்பிடுங்க'' அவர் விடைபெற்றதும், டீ வரும்வரை அவர்கள் காத்திருந்தனர். ஏமாற்றம் அவர்கள் முகத்தில் கவிந்து கிடந்தது.

''லெட்ஸ் திங்க். அனந்த், அந்தப் புதிரைப் படி. ஒவ்வொருத்தருக்கும் என்ன தோணுதுன்னு பாப்போம்'' தேவராஜ் சொல்ல, பெருமூச்சுடன் அனந்த் அந்தப் பேப்பரை கையிலெடுத்தான்.

காலகட்டாப்பட்டணா குப்பம் பதட்டமடைந்தது. கடலில் மூழ்கிப் பொருட்கள் எடுக்குமளவு திறமை பெற்றவன் எப்படி ஆறு அடி ஆழத்தில் மூழ்கி இறக்கமுடியும்?

அவன் உடலை போலீஸ் மீட்டபோது, அவன் வாயில் பந்து போல அடைக்கப்பட்டிருந்த சிகப்பு லுங்கித் துண்டு, வெளியே எடுக்கப்பட்டது. அவன் கண்களில் கடைசி நொடிகளின் வியப்பு, உறைந்திருந்தது. ஏதோ பரியச்சமான ஒன்றை அல்லது ஒருவனைக் கண்டதுபோல.

லோனாரில், சம்பத்தின் வீட்டின் அருகே இரண்டுபேர் மோட்டார் சைக்கிளில் வந்து நின்றனர். ஐந்து நிமிடம் கழித்து அவர்கள் வீட்டின் கதவைத் தட்டினர். ஐந்து நிமிடத்தில் வீட்டின் பின்புறம் அவர்களின் குழுவின் எஞ்சிய இருவர் அடைந்திருப்பார்கள் என்ற நம்பிக்கை.

பலமுறை தட்டியும் பயனில்லாது போகவே, கதவை உடைத்து உள்ளேறிய அவர்கள் வீட்டின் பின்புறமிருந்து வந்தவர்களுடன் சேர்ந்து அறையறையாகத் தேடினர். அவர்கள் கையிலிருந்த ரிவால்வர்களில் குண்டுகள் நிறைந்திருந்தன.

மங்கை அங்கு இல்லை.

ஆர்க்கியாலஜி டிபார்ட்மெண்ட், ஒரு பங்களாவிலிருந்து செயல்பட்டுக் கொண்டிருந்தது. பங்களாவின் பின்புறத்தில்

தோட்டத்திற்கான சிறிய பரப்பு முதலில் இருந்தது. அதில், ஸ்டோர்ஸ் டிபார்ட்மெண்ட்டின் தட்டுமுட்டுச் சாமான்கள் , துருப்பிடித்த கார் சக்கரம், டயர்,தூக்கிப் போட்ட குப்பை, தோட்டம் முழுதும் சிதறிக் கிடந்தது. ஒரு கம்பிவலைத் தடுப்பு, பங்களாவையும், அடுத்த வீட்டின் பின்புறத் தோட்டத்தையும் பிரித்திருந்தது.

டிப்பார்ட்மெண்ட்டின் துருப்பிடித்த ஜீப்பின் பாகங்கள் குவிந்து கிடந்த ஒரு மூலையை அணுகிய அவன், கையிலிருந்த ஒரு பொட்டலத்தைக் கம்பிவலையின் மேல்வழியே அடுத்த வீட்டின் தோட்டத்தில் வீசியெறிந்தான். இது வாடிக்கையான குப்பையாக்குதல். அடுத்த வீட்டுக்காரர்கள் எத்தனையோ முறை ஆர்க்கியாலஜி டிப்பார்ட்மெண்டோடு வாக்குவாதம் செய்தும் நிற்காத பழக்கம்.

அன்று, அடுத்த வீட்டுக்காரன் கத்திக்கொண்டு சண்டைக்கு வரவில்லை. பொட்டலத்தை எடுத்து, கசங்கிக் கிடந்த காகிதத்தைப் பிரித்து நீவினான். கவனமாக மடித்துப் பையினுள் வைத்துத் திரும்பி வீட்டினுள் மறைந்தான். அவன் அந்த வீட்டுச் சொந்தக்காரன் இல்லை. யாரும் அவனைக் கவனிக்கவும் இல்லை.

ஐந்து நிமிடங்கள் கழிந்து, அவன் மாடியிலிருந்த அறையில், ஸ்கேனர் ஒன்றில் காகிதத்தை வைத்து ஸ்கேன் செய்து, கணினிமூலம் எங்கோ ஒரு சர்வரில் அப்லோட் செய்தான்.

இரு நிமிடங்களில், பூரியின் கிழக்கே ஆயிரம் மைல்களுக்கும் அப்பால், ஒரு கணினியில் ஸ்கேன் பிம்பம் ஒளிர, அதனை ஒவ்வொரு வார்த்தையாகக் கவனமாகப் படித்தவன், ஒரு காகிதத்தில் அவற்றை எழுதியெடுத்தான். காகிதத்தில் வரிகள் மெல்ல உருப்பெற்றன.

‘‘முடியது எழுந்தது தென்திசை நோக்கி
படையது அடியார் வழிதனில் காக்க
நக்காவரமதன் கானகக் கரைதனைக்
காக்கும் தேவியின் காப்பினில் புகவே’’

அவன் மெல்ல முணுமுணுத்தான்.

''நக்காவரம்- கடற்கரைக் கோயில்''

ஒரு மணி நேரம் கழித்து, கல்கத்தாவிலிருந்து போர்ட்ப்ளேர் செல்லும் விமானத்தில் இருவர் கடைசி அழைப்பின் பின் அவசரமாக ஓடிவந்து ஏறினர். போர்ட்ப்ளேரில் இறங்கிய பின் அவர்கள் ஒரு விசைப்படகில் விரைந்தனர். போகுமிடம் - ஆடையணியாத குடியினரின், நக்கர்களின் புரம்...தமிழில் நக்கபுரம்... நக்காவரம்... நிக்கோபார் தீவுகள்.

''முதல் புதிர் , சடகோபன் நம்மகிட்ட லோனார்ல சொன்னாரே, அது மாதிரியே இருக்கு. கடைசி வரி தவிர''

அனந்த் மெதுவான குரலில் காகிதத்திலிருந்ததைப் படித்தான்.

''முடியது எழுந்தது குணதிசை நோக்கி

படையது அடியார் வழிதனில் காக்க

நெடுமலை கானகம் கலிங்கம் கடந்து

பாடியது இந்திரன் அடி புகுந்திடவே''

''பாடியது இந்திரன்'' அனந்த் சிந்தித்தான். இந்திரன் புகழ்பாடி, இந்திரனின் கோயிலில் புகுந்திருக்கிறதோ?

''இங்க இந்திரன் கோயில் எதாச்சும் இருந்திருக்குமோ?''

''இந்திரனுக்குக் கோயில் அரிது. அதுவும் ஒரிசாவுக்கு மேலேன்னா, பெங்கால், நார்த் ஈஸ்ட்...முதல்ல சாக்தம் கல்ட், சக்தி வழிபாடு, வடகிழக்குல, பிற்பாடு வைணவம்... குறிப்பா மணிப்பூர் பகுதியில... ஸாரி, இந்திரனுக்குக் கோயில் ஒரிசாவுக்கு மேல சாத்தியம் குறைவு'' சம்பத் உதட்டைப் பிதுக்கினான்.

''சரி கிளம்புவோம். ரெஸ்ட் எடுத்துட்டுத் தெளிவா யோசிச்சுப் பாப்போம்'' தேவராஜ் எழுந்தார்.

''பாடியது இந்திரன்...பாடியது இந்திரன்...'' சம்பத் மீண்டும்மீண்டும் முணுமுணுத்துச் சிந்தித்தான். கிட்டவில்லை.

‘‘சம்பத். கொஞ்சம் விடுங்க. நாளைக்கு மறுபடி ஒருதடவை நமக்கு கிடைச்சதெல்லாம் வைச்சு லாஜிக்கலா யோசிச்சுப் பாப்போம். எதாச்சும் புதுசாத் தோணலாம். திஸ் இஸ் மிஸ்லீடிங்’’ தேவராஜ் முன்னே நடந்தார்.

அவர் வாசல்வரை நடந்திருப்பார்.

‘‘ஒரு நிமிஷம்’’ என்றாள் ஜானகி.

‘‘சம்பத், நீ எழுதின வார்த்தையெல்லாம் சரியாத்தானே இருக்கு?’’

‘‘வாட் டூ யூ மீன்?’’ சம்பத்தின் நெற்றி சுருங்கியது. எனது வட்டெழுத்து, ப்ரம்மி அறிவுமீது இவளுக்கு சந்தேகம்?

‘‘அந்த எழுத்துகள் ரொம்பவே சிதிலமா இருந்துச்சுன்னு சொன்னே. வளைவுகள், கோடுகள் கொஞ்சம் அழிந்திருக்கலாம் இல்லயா?’’

சம்பத் யோசித்தான். ‘‘சாத்தியம்’’

‘‘ஒருதடவை மீண்டும் அந்தச் செப்பேட்டைப் பாக்கலாமா? எதாச்சும் நாம விட்டிருந்தா?’’

சம்பத் எழுந்தான். ‘‘ரத் மீட்டிங் போயிருக்காரு. மாக்னிஃபையர் இருக்கிற அறைல நாம சும்மா போய்விட முடியாது. அனுமதி வேணும்’’

‘‘நான் பேசறேன்’’ என்றார் தேவராஜ்.

மீண்டும் அனைவரும் மாக்னிஃபையர் இருக்கும் அறைக்குச் சென்றனர். தேவராஜ் அதற்குள் ரத்தின் அசிஸ்டெண்ட்டிடம் பேசி அறையைத் திறந்து வைத்திருந்தார்.

‘‘50 போதுமா?’’

‘‘75 டைம்ஸ் வைங்க’’ சம்பத் ஏட்டை மாக்னிஃபையரில் கவனமாக வைத்தான்.

கடைசி அடியை மிக மிகக் கவனமாகப் படித்தான். எழுத்துகள் சாய்மானமாக , வரிகள் மிகக் கோணலாக அமைந்திருந்தன.

‘‘100 டைம்ஸ் மாக்னிஃபிகேஷன் கொடுங்க’’ ரத்தின்

அசிஸ்டெண்ட்டிடம் கூறிவிட்டு மிகவும் கவனமாகக் கடைசிவரியை அலசினான்.

ப1 டி ய து --- முதல் சொல் ‘ப’ வின் அருகே ‘1’ தெரிந்தது. இது ‘பா’ வாக இருக்க வாய்ப்பில்லை. ப 1?... ப - வுக்கு சற்றுமேலே மிக மிகச் சன்னமாக ஒரு வளைவு. ஒரு வேளை ப1 என்பது பி-யாக இருக்குமோ?

‘பிடியது இந்திரன் காப்பினில் புகவே’

சம்பத் மாக்னிஃபையரிலிருந்து கண்களை எடுத்தான். மிகவும் களைத்திருந்தான்.

‘‘இன்னும் குழப்புது. ‘‘பிடியது இந்திரன் காப்பினில் புகவே’’ இது ‘பாடியது’ - வா இருந்தா என்ன ‘பிடியது’-வா இருந்தா என்ன? எதுவும் உருப்படியா ஒண்ணையும் சொல்லலை. விடுங்க. ரத் சொன்னமாதிரி இது ஒரு டெட் எண்ட்’’ சம்பத்தின் இயலாமை கோபமாக வெளிப்பட்டது.

அவர்கள் ரத்தின் அறை நோக்கி மீண்டும் நடந்தனர். பெருமூச்சுடன் அனந்த் ஒரு நாற்காலியில் சாய, ஜானகி மற்றொரு நாற்காலியில் மிக அமைதியாக அமர்ந்தாள். தேவராஜ் நின்றுகொண்டிருக்க, சம்பத் மற்றொரு நாற்காலியில் சாய்ந்து, கால்களை நீட்டி, கழுத்தைப் பின்னே சாய்த்துக் கண்களை ஆயாசமாக மூடினான்.

டெட் எண்ட்.

வீணாக அலைய விட்டிருக்கிறார்கள். ஒருவேளை, இக்குறிப்பு, போலி?

இடம் : *நக்காவரம், கரையோர சதுப்புநிலக் காடு.*

அவர்கள் கடற்கரையில் மெல்ல நடந்தனர். குறிப்பு கொடுத்திருந்த பகுதியில் இரண்டு மணிநேரமாகத் தேடியும் ஒரு கோவிலும் தென்படவில்லை. நக்காவரத் தீவினில் மிகப்பழமையான கடற்கரைக்கோவில் ஒன்றும் கிடையாது. ஆயிரமாண்டுகளுக்கு

முன்பு தமிழர்களின், கீழ்த்திசைக் கடல்வழியில் அது முக்கியப் பங்கு வகித்திருந்தாலும், மணிமேகலையில் நக்காவரம் குறித்தான வரிகள் இருப்பினும் தமிழர்களின் குடியேற்றம், கோயில்கள் குறித்தான தடயங்கள் நக்காவரத்தில் கிடைக்கவில்லை.

ஒருவன் கையிலிருந்த நீளமான போனை எடுத்து உயிர்ப்பித்தான். சேட்டலைட் போன் , இருபது நொடிகளுக்குப் பின் கரகரவென்றது.

''நெகடிவ். ஒரு கோயிலும் இல்ல''

''நல்லா தேடினீங்களா?''

''எஸ்...''

''ஓகே. ஹை ரெசல்யூஷன்ல தேடறேன்.. திரும்பிக் கூப்பிடு. ரெண்டு நிமிஷம்''

மூன்று நிமிடங்களுக்குப் பின் அவன் சேட்டிலைட் போனை மீண்டும் உயிர்ப்பித்தான்.

''எங்க?''

'' முங்கியிருக்கு. கரைக்குப் பக்கத்திலதான். நான் இப்ப ஒரு மேப் அனுப்பறேன். ஜிபிஎஸ் இருக்குல்ல?''

''இருக்கு''

இரு நிமிடங்களில் வரைபடம் ஒன்று அவனது செல்போனில் தரவிறக்கமானது. அதனை கவனமாகப் பார்த்த அவர்கள் வடகிழக்காக நடந்தனர். பத்து நிமிடங்கள் நடந்தபின் அடர்ந்த மரங்கள் தெரிய, அவர்கள் அக்காட்டினுள் மறைந்தனர். கடல் அங்கு சதுப்பு நிலமாக நீண்டு, கரையில் அடர்ந்த காட்டுடன் இணைந்திருந்தது. அங்கங்கே மங்குரோவ் புதர்கள் வளர்ந்திருக்க, அதனோடு பெருமரங்கள் போட்டிபோட்டு வளர்ந்திருந்தன. ஓதநீர் ஏறிக்கொண்டிருந்ததில், அந்த இடமே, புதிதாக வெள்ளம் ஏறிய காடுபோல இருந்தது.

சதுப்பான அந்நிலத்தில் மெல்ல மெல்ல அவர்கள் முன்னேறினர். உவர்ப்பு நீர் கணுக்காலளவு இருந்து மேலேறியது. இடுப்பளவு நீரில்

அவர்கள் இருக்கையில், ஒருவன் கையை உயர்த்திப் பிடித்து, செல்போனைப் பார்த்தான். சிகப்பான வட்டம், அதன் வரைபடத்தில் மின்னி மின்னிப் பளிச்சிட, அவன் புன்னகைத்தான்.

''இந்த இடம்தான். கவனமாத் தேடுவோம்''

அடுத்திருந்தவன் காலில் ஏதோ தட்டுப்பட, பதட்டமானான். ''இங்க...இங்க... இங்க... ஏதோ இருக்கு''

குனிந்து கையை உள்ளே விட்டு அலசினான்.

செல்போன் வைத்திருந்தவன் தன்னிச்சையாக வலப்புறம் திரும்பியவன் ஒரு கணம் திகைத்தான். பின் பீதியில் வெளிறினான்.

கரையோரம் குப்பை, உடைந்த மரக்கிளைகள் குவிக்கப்பட்டு.. ஒரு கூடுபோல. அவர்கள் நீரை அளைந்ததில் கிளம்பின சிறு அலைகளில், குச்சிகள் அலைந்து விலக.. அதனுள் சற்றே பெரிய முட்டைகள்.

முதலை முட்டைகள்.

''கெட் பேக்..கெட் பேக்'' அவன் அலறியடித்துத் திரும்பும்போது, காலை ஏதோ இழுக்க, வழுக்கி நீரில் விழுந்தான்..

பெரும் சலனத்துடன் மிகக் குரூரமான அந்த உப்பு நீர் முதலையின் வாய்ப்பகுதி நீர்ப்பரப்பின் மேலே சரேலென நீண்டது. அவன் தோள்பட்டையைக் கவ்விய அது விரைவாக அவனை நீரினுள்ளே வீசியெறிந்தது. விழுந்தவன் தடுமாறி எழுமுன்னே, அவன் நெஞ்சைக் கவ்வியபடி முதலை, ஆழத்தில் அமிழ்ந்தது. அவன் கைகள் பரபரத்து நீரில் அடிக்க, கால்கள் விறைக்க, விரைவில் பலம் குன்றினான். முழுதும் முழுகுமுன் ஒரு முறை மரணம் பிதுங்கிய கண்களோடு அவனுடன் இருந்தவனைத் தேடினான்.

மற்றவன் குனிந்து நின்றிருந்த இடத்தில் கரு நிறச் சகதி கலங்கி, லேசாக சிகப்பாகி, பெயர் சொல்ல முடியாத வண்ணக் குழம்பாக மாறியிருந்தது. பின் ஒரு நிமிடத்தில் அனைத்தும் அடங்கியது.

கரையில் கிடந்த சாட்டெலைட் போன் இருமுறை உயிர்த்து நீண்ட நேரம் கிணுகிணுத்து அடங்கியது.

சம்பத்துக்கு சட்டென ஏதோ பொறிதட்டியது.

''பிடின்னா யானை. பெண்யானை. 'பிடியது இந்திரன்' – இந்திரனோட பெண்யானை'' சம்பத் சிந்தனையோடு கண்களை மூடியபடியே முணுமுணுத்தான்..

''ஐராவதி'' என்றாள் ஜானகி.

சம்பத்தும் சட்டெனப் பிரகாசமானான். துள்ளி எழுந்து, உணர்ச்சியில் தன் வலது கை முஷ்டியை மேசையில் குத்த, அதில் வைத்திருந்த டம்ளர்கள் அதிர்ந்து, தண்ணீர் சிறிது சிந்தியது.

''யெஸ்! தாங்க்ஸ் ஜானகி''

தேவராஜ் அவனை வியப்புடன் பார்த்தார். அவன் இவ்வளவு உணர்ச்சிவசப்பட்டு அவர் பார்த்ததில்லை.

''பர்மா! ஐராவதி நதி ஒரே நாட்டுக்குள்ளே மட்டும்தான் ஓடுது.. பர்மா. இங்கிருந்து பர்மாவுக்கு, அதுலயும் ஐராவதி நதிய ஒட்டித்தான் அது போயிருக்கணும்''

''அதான், இந்தச் சுவடிகள், செப்பேடு எல்லாம் பர்மா பீங்கான்ல வைச்சு புதைச்சிருக்காங்க. ப்ரில்லியண்ட்'' அனந்த் வியந்தான். தேநீர் தட்டு ஏந்தி ஒருவன் உள்ளே நுழைய, ''ஓ.கே. அமைதி'' என்றார் தேவராஜ்.

டீ பரிமாறப்படும்வரை மவுனமாக அனைவரும் இருந்தனர். டீ பரிமாறியவன் வெளியேறும் வரை காத்திருந்து, தேவராஜ் பேசினார்.

''ஓ.கே பர்மால எங்கன்னு தேடுவீங்க?''

அவர்கள் உற்சாகம் புஸ் என இறங்கியது.

அனந்திற்கு முதலாவது ஜாடியிலிருந்த ஏடு நினைவுக்கு வந்தது. அதையும்தான் இந்த சம்பத் எழுதியெடுத்தானே? பேப்பரை தேவராஜ் வாங்கி வைத்திருந்தார்..

''ஹோல்டான். இன்னொன்னும் இருக்கு''

தேவராஜின் பையிலிருந்து எடுத்த அந்தக் காகிதத்தில் ஒரேயொரு வரி மட்டும்...

'' முடியாத காப்பினடி ஆதியுரு காக்கும்''

எத்தனை யோசித்தும் எவருக்கும் அது புரிபடவில்லை.

''சரி.. வாங்க முதல்ல பூரி மெயின் போலீஸ் ஸ்டேஷன் போயி இத சடகோபனுக்கு அனுப்பிச்சுருவோம். அப்புறம் அவர்கிட்ட ஆலோசனை கேக்கலாம்'' தேவராஜ் எழ, அனைவரும் அவரைப் பின் தொடர்ந்தனர்.

பூரி போலீஸ் அலுவலகத்தில் அவர்கள் கான்ஃபெரன்ஸ் அறையில் அமர்ந்திருந்தனர். சிறிய அறை. அதனை அடைத்தபடி பெரிய மேஜை. அதில் பச்சைப் படுதா விரிக்கப்பட்டு நடுவே பெரிய கணினித்திரை வைக்கப்பட்டிருந்தது. ஒரு சாதாரண ஸ்பீக்கர் போன் அதனருகே இருந்தது.

இரு நிமிட ''ஹலோ ஹலோ, கேக்குதா?''க்களுக்குப் பின் அவர்களது தொடர்பு சீரானது.

ஒளிர்ந்த திரையில் சடகோபனும் அவரருகே சாரங்கனும் தெரிந்தனர்.

''இது இன்னமும் முக்கியமான தடயம். வெரிகுட்'' சடகோபன் பாராட்ட, பின்னே இருந்த சாரங்கன் ஆமாம் என்பதுபோல் தலையாட்டினார்.

''பர்மாவுல எங்கன்னு தேடறது?'' என்றான் அனந்த்.

''ஒரு திருத்தம்... பர்மா இல்ல, மயன்மார். அதைவிட, மயன்மார்ல எப்படிப் போய்த் தேடறது? ''

''யூ ஆர் ரைட் ஜானகி, மயன்மாருக்கும் நமக்கும் ரொம்ப சுமுகமான உறவில்லை. அந்த ராணுவ அரசு எளிதில் விசா கொடுக்காது. அதுவும் மறைவாத் தேடணும்னா, அனுமதி கிடைக்க

சான்ஸே இல்லை'' தேவராஜ் பேசிக் கொண்டிருக்கும்போதே சடகோபன் இடைவெட்டினார்.

''மயன்மார், நீங்க போயித்தான் ஆகணும்''

ஜானகி வியந்தாள். இதென்ன...? வலுக்கட்டாயமா?

''எப்படி, எங்கப் போறதுங்கறதைப்பத்தி நீங்க கவலைப் படாதீங்க. அது என்னோட வேலை. உங்க வேலை ஒண்ணே ஒண்ணுதான்.. தேடிப்பிடிச்சு அதை அழிக்கணும்'' சடகோபன் குரல் உறுதியாக ஒலித்தது.

ஒரு நிமிட அமைதிக்குப்பின் ஜானகி முன்னே மைக் நோக்கி குனிந்தாள்.

''நான் போக முடியாது. என் பெண்ணை விட்டுட்டு ரெண்டு நாளாச்சு. அவளைப் பாத்துக்க...'' அவள் முடிக்குமுன்னே சாரங்கன் இடைவெட்டினார்.

''உன் வீட்டுல இப்ப ஒரு நர்ஸ் குழந்தைய கவனிச்சுக்க இருக்காங்க. வேலைக்குச் சேர்ந்து ரெண்டு நாளாச்சு.''

ஜானகியின் முகம் சட்டென இறுகியது.

''இல்ல. உங்களுக்குத் தெரியாது. என் பொண்ணைக் கொஞ்சம் ஸ்பெஷலாப் பாத்துக்கணும்''

''அதான் ஒரு நர்ஸ் சேர்ந்திருக்கான்னு சொன்னேனே? இந்த கான்ஃபரன்ஸ் முடிஞ்சதும் உங்க வீட்டுக்குப் போன் பண்ணிப் பேசு. புரிஞ்சுப்பே''

''எனி மோர் கொயரிஸ்?''

''பாஸ்போர்ட் சித்தப்பா வீட்டுல இருக்கு'' என்றான் அனந்த்.

''லாஜிஸ்டிக்ஸ் பத்தி நீங்க கவலப்படாதீங்க. சாதாரணமா ஒரு நாட்டுக்குப் போற மாதிரி இல்ல இப்ப நீங்க போறது. பாஸ்போர்ட், விசா பத்தி யோசிக்காதீங்க. அகெய்ன், எனி மோர் கொயரிஸ்?''

''எந்த இடத்துல இந்த பிரமிட் இருக்கலாம்னு நீங்க யூகிக்கிறீங்க

டாக்டர் சடகோபன்?'' தேவராஜ் மைக்கின் அருகே குனிந்தார்.

''முதல் ஜாடியிலிருந்த புதிர் என்னன்னு சொன்னீங்க?'' சடகோபன் முகத்தில் ஒரு மர்மப் புன்னகை அரும்பியது.

''ம்... முடியாத காப்பினடி ஆதியுரு காக்கும்''

சாரங்கன் கேமிராவின் முன்னே வர, அவர் முகம் பத்து வினாடிகள் கழித்து சரியாகத் தெரிந்தது. அவர் பேசுவது முதலில் கேட்டுவிட்டு, பின் அவர் உதடு அசைவது தெரிந்தது.

''இந்தத் தலைப்பகுதி இருக்கே, அது எப்பவும் ஒரு கட்டிடத்தின் காப்பை நம்பியே இருந்திருக்கு. லோனார்ல கோவில், கொனார்க்லயும் கோவில்.. பிரமிட்டோட தலை இருந்த எல்லா கட்டிடமும் இடிஞ்சு போயிருச்சு. இல்ல மொட்டைமொட்டையா அரைகுறையா இருக்கு. இதே மாதிரி, மயன்மார்ல அது இருக்கணும்னா, ஏதாவது பெரிய கோவில், ஒரு கட்டிடம் முழுசா இல்லாம, உடைஞ்சு கிடக்கணும். இல்ல பாதி கட்டி நின்னு போயிருக்கணும். அதுவும் ஐராவதி நதிக்கரையில இருக்கணும். அப்படி ஒண்ணு மயன்மார்ல இருக்கா?''

''மயன்மார் வரலாறெல்லாம் எவனுக்குத் தெரியும்? ஸ்கூல்ல கூடப் படிச்சது கிடையாது '' தேவராஜ் முணுமுணுத்தார்.

உண்மைதான். இந்தியாவின் அண்டைநாடுகள் என்றால் நினைவுக்கு வருவது பாகிஸ்தான், பங்களாதேஷ், ஸ்ரீலங்கா, சைனா. நிறையப் பேருக்கு வடகிழக்கு மாநிலங்களுக்கு எல்லையில் மயன்மார் இருப்பது தெரியாது. வடகிழக்கு மாநிலங்கள் எத்தனை இருக்கின்றன என்பதே தெரியாது. மயன்மாரோடான இந்திய எல்லை பெரியது என்பதும், மயன்மாரோடு இந்திய வணிகம் ஒருகாலத்தில் செழித்திருந்தது என்பதும், இன்றும் மயன்மார் நமது அயல்நாட்டுக் கொள்கையில் முக்கிய இடம் வகிக்கிறது என்பதும் பெரும்பான்மையான இந்தியர்களுக்குத் தெரியாது. அதைக் குறித்து கவலையும் இல்லை.

க. சுதாகர்

இந்தியத் தொலைக்காட்சிகளும் வடகிழக்கு மாநிலங்கள், மயன்மாருக்கு முக்கியத்துவம் தருவதில்லை. பாகிஸ்தானில் குண்டு வெடித்தால் முக்கியச் செய்தியாகப் பரப்பும் அளவுக்கு, மயன்மாரில் லட்சம் மக்கள் மடிவதை இந்திய ஊடகங்கள் கண்டுகொள்வதில்லை. பாடப்புத்தகங்கள் பர்மாவில் அரிசி விளையும், தேக்கு கிடைக்கும் என்கிற அளவுக்கு மட்டுமே படிப்பிக்கின்றன.

ராணுவ ஆட்சியின் இரும்புப்பிடியில் மயன்மார் உலக நாடுகளோடு சுமுகமான தொடர்பில் இல்லை. இன்னும் பல இடங்களில் சாலைகள், மின்சாரம் கிடையாது. யாங்கூன், மண்டலை போன்ற முக்கிய நகரங்கள் தவிர வளர்ச்சி என்பதே கண்ணுக்குத் தெரியாது. எழுத்து, பேச்சு சுதந்திரம் என்பதெல்லாம் சுத்தமாகக் கிடையாது. எப்போது வேண்டுமானாலும், ராணுவம் எவரையும் கைது செய்யலாம். சுட்டுத் தள்ளலாம். கேட்க நாதியில்லை.

அப்படியிருக்கும் மயன்மாருக்குப் போகச் சொன்னால் எவன் போவான்? அதுவும், சரியான ஆவணங்கள் இல்லாமல், பாஸ்போர்ட் கூட இல்லாமல்...

''சொல்லுங்க. யாருக்காச்சும் தெரியுமா?'' சாரங்கனின் குரல் அவர்கள் மவுனத்தைக் கலைத்தது.

திரையில் அவர் முகத்திற்குப் பதில் ஒரு போட்டோ ஒளிர்ந்தது. பெரிய அகலமான நதி... அதன் ஒரு கரையில் வெள்ளை நிறத்தில் புத்த விகாரம் மாதிரி ஒன்று... பல ஊசிவடிவ கோபுரங்கள்... அனைத்தும் வெள்ளையாய் பளீரென...

போட்டோ மாறியது. வெள்ளை கோபுரங்களுக்கு அருகே ஒரு மிகப்பெரிய இடிபாடு, செங்கல் குவியலாய்.

மற்றொரு போட்டோ ஒளிர்ந்தது. இடிபாடு மிக அருகே தெரிந்தது. சதுரமாக ஏதோ அமைப்பு, பாதியில் நின்றிருந்தது. அதன் மூலைகள் இடிந்திருந்தன. வாயில் பகுதிக்கு மேலே இடதுபுறம், பெரிய பாளமாகக் கீறல் விழுந்திருந்தது.

"மிங்குன் பகோடா பத்திக் கேள்விப்பட்டிருக்கீங்களா?"

அமைதி.

"இல்ல" என்றான் சம்பத்.

சடகோபன் மீண்டும் திரையில் தோன்றினார் " நீங்க நாளைக்கு காலைல அஞ்சு மணிக்கு ரெடியாயிருங்க. எங்க போகணும்கிறத இன்னிக்கு ராத்திரி தேவராஜ்கிட்ட சொல்லறேன். ரெண்டு நாள் தங்கறதுக்கு வேணும்கிற துணியெல்லாம் இன்னிக்கே பூரில வாங்கிருங்க"

"ம்ம்..." என்றாள் ஜானகி சுரத்தில்லாமல்.

"சீயர் அப்! இது வர ரொம்ப நல்லா முன்னேறியிருக்கீங்க. இத்தனை செப்பேடுகள், அதுல இருக்கிற புதிர்கள்னு எல்லாத்தையும் கண்டுபிடிச்சிருக்கீங்க. சாதாரண விசயமில்ல இது"

அனந்த் முகம் மலர்ந்தான். "யெஸ்!" என்றான் கை முஷ்டியை உயர்த்தியபடி.

" ஜானகி, அனந்த், எல்லாரும் காமிரா முன்னால வாங்க. கமான். பி மெர்ரி! ஷவுட் யுர் ஹார்ட் அவுட்" என்றார் சடகோபன் உற்சாகமாய்

அவரது உற்சாகம் அவர்களையும் தொத்திக்கொள்ள அனைவரும் காமிரா முன்பு மகிழ்ச்சியாகக் கூவினர். காமிரா சிறிதாகையால் ஒருத்தர் பின் ஒருவராக அதன் முன் "ஊ,ஊ, யே" என்று கூவியபடி அவர்கள் கை உயர்த்தியது கண்டு சடகோபன் மறுமுனையில் சிரித்தார்.

"ஆல் ரைட். டயம் கிடைக்கிறப்போ, மிங்குன் பகோடா பத்தி தெரிஞ்சுக்க முயற்சி பண்ணுங்க. பை"

தொடர்பு துண்டிக்கப்பட்டது. திரை ஒளிர்வு நின்றுபோனது.

பூரி போலீஸ் நிலைய கான்ஃபரன்ஸ் அறையில் அமைதி நிலவியது.

"எனக்கு என்னமோ பயமாயிருக்கு" என்றாள் ஜானகி.

"மயன்மார்ல சாதாரணமாவே போறது கஷ்டம். இதுல ஸ்பெஷல்

ஆபரேஷன்... அதுவும் பாஸ்போர்ட், விசா ஒண்ணுமில்லாம... பிடிச்சான்னா, ஜென்மத்துக்கும் வெளிய வர முடியாது. சுத்தமா தொடர்பே இல்லாத நாடு'' அனந்த் கவலைப்பட்டான்.

ஜானகியின் முகத்தில் பீதியைக் கண்டு தேவராஜ் பேச்சை மாற்றினார். ''அதெல்லாம் ஒண்ணும் பயப்பட வேணாம். நமக்குத் தெரியாத டிப்ளமாட்டிக் தொடர்பு எதாச்சும் இருக்கும். இல்லன்னா சடகோபன் இத்தன தைரியமாப் பேசுவாரா?''

''அது என்னடா மிங்குன்... குன்மின்னு என்னமோ?'' அனந்த் சம்பத்தைப் பார்த்தான்.

''தெரியலை. தேவராஜ் சார். இங்க இன்டெர்னெட் கனெக்ஷன் கிடைக்குமா? கூகிள்ல தேடிப்பாப்பம்''

''விக்கிப்பீடியா?''

''எல்லாத்துலயும்தான். ஜானகி, நீயும் அனந்த்தும் நெட்ல எவ்வளவு விஷயம் தேறுதுன்னு பாருங்க. நான் இப்ப வர்றேன்'' சம்பத் வாசலில் தேவராஜுடன் விரைந்தான். விரைத்து எழுந்து தேவராஜுக்கு சல்யூட் அடித்த காவலாளியிடம் இந்தியில் கேட்டான் ''உத்கல் யூனிவர்சிடி எந்தப் பக்கம்?''

மாலை ஐந்து மணிக்கு வானம் வழக்கம்போல மஞ்சளாக மாறியிருந்தது. வெளியே ட்ராஃபிக் வலுத்திருக்க, ஒரு அரவமும் இல்லாமல் பூரி மெயின் காவல் நிலையத்தினுள் அந்த கான்ஃபரன்ஸ் அறை அமைதியாக இருந்தது.

கூடியிருந்த மூவரும் தங்கள் கையில் இருந்த ஆவணங்களுடன் காத்திருந்தனர். சம்பத் உள்ளே நுழைந்தான்.

''சாரி, ட்ராபிக்ல மாட்டிக்கிட்டேன்... சே... இருபது நிமிஷம் ஒரே இடத்துல... கடைசில வெறுத்துப்போயி இறங்கி நடந்துதான் வர்றேன்'' முகத்தில் அரும்பிய வியர்வையைக் கர்சீப்பால் துடைத்துக் கொண்டான்.

''இன்டெர்நெட்ல மிங்குன் பத்தி எனிதிங் இன்ட்ரஸ்டிங்க்?'' கேட்டுக்கொண்டே தேவராஜின் அருகே அமர்ந்தான்.

''ம்...கொஞ்சம் விக்கிப்பீடியா, கூகிள், அப்புறம் புலம்பெயர்ந்த பர்மாக்காரங்களோட ப்ளாக்ஸ், எல்லாத்துலயும் அலசினோம். கொஞ்சம்தான் தேறிச்சு''

''நிறைய வலைத்தளங்கள்ல, அப்படியே இன்னொரு வலைத்தளத்துல இருந்து காப்பியடிச்சிருக்காங்க'' என்றாள் ஜானகி.

''ஜானகி. முதல்ல நீ பாத்ததைச் சொல்லு..அப்புறம் நான் சொல்லறேன்'' என்றான் சம்பத். அவன் கையில் சில ஜெராக்ஸ் நகல்கள் இருந்தன. சுருட்டி வைத்திருந்தான்.

ஜானகி தொடங்கினாள்.

''ஓ.கே. முதல்ல நாம பாத்தது வெள்ளைப் பகோடா. புத்த ஆலயம். இது ஐராவதி நதிக்கரைல மிங்குன்-ல இருக்கு. மிங்குன், ஒருகாலத்துல மயன்மாரோட தலைநகராக இருந்த மண்டலை நகரத்துக்குப் பக்கத்துல இருக்கு... மண்டலைல இருந்து போட்ல போயிரலாம்.''

''இடிஞ்சதா ஒரு கட்டிடம் காட்டினாங்களே? அது என்னது?''

''அது ரொம்ப இன்ட்ரஸ்டிங் பீஸ்... மந்தர க்யி, அல்லது ஃபாத்தோத்வா க்யி. பகோடான்னு அதுக்குப் பேரு. கட்டி முடிக்கப் பட்டிருந்தா உலக வரலாற்றிலேயே ஒரு முக்கியமான கட்டிடமா இருந்திருக்கும். சின்னதா ஒரு கதை இருக்கு சொல்லட்டுமா?'' என்றாள் ஆவலாக.

''ரெண்டே நிமிஷம். அதுக்கு மேல உளறக்கூடாது'' அனந்த் எச்சரித்தான்.

அவனை முறைத்துவிட்டுத் தொடர்ந்தாள்.

''1780 ல அப்ப பர்மாவுல அரசனாயிருந்த போதவ்பாயாவுக்கு சீனால இருந்து ஒரு புத்த சின்னம் கிடைச்சது. புத்தரோட திருப்பல். ராஜா குஷியாயிட்டான். அந்தச் சின்னத்துக்குப் பொருத்தமா, உலகிலேயே பெரிய பகோடாவைக் கட்டறதுக்கு ப்ளான்

பண்ணினான். மிங்குன்ல ஐராவதிக்கரையில கட்ட ஆரம்பிச்ச அந்தப் பகோடா மட்டும் கட்டி முடிச்சிருந்தான்னா, ஐநூறு அடி உயரத்துக்கு நின்றிருக்கும்''

''ஐநூறு அடி? வியந்தான் அனந்த். ''ஸ்ரீரங்கம் ராஜகோபுரம் இருநூற்று நாப்பத்து மூணு அடி... அத மாதிரி ரெண்டு மடங்கு உயரம்...''

''யப்பா'' கண்மூடி அதன் முடிக்கப்பட்ட வடிவத்தின் ப்ரமாண்டத்தை நினைத்துப் பார்த்தான் அனந்த். இப்படி ஒண்ணு இருக்கு... நமக்குத் தெரியவேயில்ல... எகிப்திலோ, கிரீஸிலோ இருந்திருந்தா இன்னேரம் நாலாம் வகுப்பு க்விஸ்லகூட கேட்டிருப்பாங்க... அதோட கெட்ட காலம்... மயன்மார்ல இருக்கு...

ஜானகி தொடர்ந்தாள்.

''அவனால பகோடாவைக் கட்டி முடிக்க முடியலை. பணம் இல்ல... ஆங்கிலோ - பர்மா போர் வேற அப்ப வந்துருச்சு. அவன்கிட்ட இருந்த தங்கம், வெள்ளி, அரும்பொருட்கள் எல்லாம் அந்தப் பகோடாவுக்குக் கீழே புதைச்சு வைச்சான்னு ஒரு கதை இருக்கு. எவ்வளவு உண்மைன்னு தெரியலை. அதோட இன்னொரு வதந்தி. யாரோ ஜோசியக்காரங்க அவன்கிட்ட ''இந்தப் பகோடா கட்டி முடிச்சா பர்மா சிதறிடும்' னு எச்சரிச்சிருக்காங்க. அதுனால அவன் கட்டி முடிக்காம விட்டுட்டான்னு ஒரு கதை''

''சரி, அதுக்கப்புறம் யாரும் அதக் கட்டலையா?''

''இல்ல. அந்த அரசனுக்கு அப்புறம் வந்தவங்க யாருக்கும் அவன் மாதிரி ஒரு வெறி இல்லாம போச்சு.. போதாக்குறைக்கு 1838ல ஒரு பூகம்பம்... அதுல ரொம்பவே கீறல் விழுந்து சேதமாயிருச்சு. அடுத்தாப்பல 1952 ல இன்னொரு பூகம்பம்...இப்ப வெறும் செங்கல் குவியல்தான் கிடக்கு''

''அப்புறம் அந்த வெள்ளைப் பகோடா?''

''ஓ, அந்தக் குட்டி பகோடா? அது அந்த மந்தர க்யியோட ப்ரோட்டோ டைப். இன்ணொண்ணு பெரிசா வெள்ளையா அழகா இருக்கு பாரு ? அது போதாவ்பாயாவோட பேரன் கட்டினது''

''சம்பத், உனக்கு என்ன கிடைச்சது?'' என்றார் தேவராஜ் அவன் பக்கம் திரும்பி.

''கிட்டத்தட்ட ஜானகி சொன்னதுதான். அந்த ராஜாவோட புதையலுக்கு ஆதாரம் இல்லன்னு சில ஆராய்ச்சியாளர்கள் சொல்றாங்க. பகோடாவோட உயரம் பத்தின செய்திகளும் கொஞ்சம் விவாதிக்கக்கூடியவைதான். ஆனந்த குமாரசாமியோட புத்தகத்துல 450 அடி வந்திருக்கலாம்னு சொல்றாரு. சிலர் கிட்டத்தட்ட 500 அடி வரை சொல்றாங்க. நிறைய கட்டுக்கதைகள் இருக்கு''

''அப்போ புதையல் எல்லாம் புருடா?''

''அப்படித்தான் தோணுது. ஆனா, புத்த சின்னம் பகோடாவுக்கு அடியில இருக்குன்னா, அதுக்குப் பக்கத்துல ஒரு சுரங்க அறை இருக்கலாம்ன்னு சில பேர் சொல்றாங்க. அந்த சுரங்க அறையில தங்கம், வெள்ளின்னு வச்சிருக்கலாம். யாருக்கும் தெரியாதமாதிரி சுரங்க வாயில அடைச்சிருக்கலாம். எல்லாம் யூகம்தான்''

''அப்படி இருந்திருந்தா, அங்கப் போறதுக்கும், காவலுக்கும், சுரங்கப் பாதைன்னு ஒண்ணு இருந்திருக்கணுமே?'' அனந்த் சந்தேகித்தான்.

''காலப்போக்குல அடைபட்டுப் போயிருக்கும். எனக்கு இதெல்லாம் சுத்த அபத்தமாப் படுது. இது மயன்மார். ராணுவத்தை எதிர்த்து யாரும் ஒண்ணும் செஞ்சிட முடியாது. கிலோக்கணக்காத் தங்கம் கீழே இருக்குன்னா, அவங்க சும்மா இருப்பாங்கன்னு நினைக்கிறியா? பகோடா இன்னேரம் பக்கோடாவா ஆயிருக்கும்''

''சரி. இப்ப நம்ம கதைக்கு வருவோம். நம்ம பிரமிட் எங்கப் போயிருக்கும்?''

''ஒண்ணு, சின்னம் பக்கத்துல புதைச்சு வச்சிருக்கணும்...'' அனந்த்தை இடைவெட்டினான் சம்பத்.

''முட்டாள்தனமா பேசாதே. புத்த புனிதச் சின்னம் பக்கத்துல பிரமிடா? ராஜா கொன்னுடுவான்''

''ரிலாக்ஸ். அந்தப் புதைபெருள் பக்கத்துல வச்சிருக்கலாம்.. எல்லாக் கோணத்தில இருந்தும் யோசிச்சுப் பார்ப்போமே? அதுல என்ன தப்பு இருக்கு?'' ஜானகி சமாதானப் படுத்த முயன்றாள்.

சம்பத்துக்கு சட்டென ஏதோ நினைவுக்கு வந்தது. ''ஆங். அந்த ராஜாவுக்கு முக்கிய அறிவுரை சொன்னவங்கள்ல ரெண்டுபேர் தமிழ்க்காரங்க. அமைச்சர் பதவி ரேஞ்சுக்கு அந்தக் காலத்துலயே போயிருக்காங்க''

''ஒருவேள அந்த ஜோசியக்காரங்க இந்த பிரமிட்டோட க்ரூப்பா இருக்கலாமோ? கட்டி முடிக்காம மொட்டையா இடிஞ்சு இருந்த இடத்துலதான இந்த பிரமிட் இருந்திருக்கு?''

''ஜானகி, ரொம்பக் கோணலா யோசிக்கற. கொஞ்சம் விட்டா பிரமிட்டோட சக்தியினாலதான் இது கட்டி முடிக்காம இருந்துச்சு... பூகம்பத்துல நாசமாச்சுன்னு சொல்லுவ போலருக்கு?''

''இருக்கலாம்'' என்றாள் தோளைக்குலுக்கி.

அனந்த்தின் உள்ளே சிறு கோபம் மூண்டது. இந்தப் பெண் எதையும் சட்டென நம்பிவிடுகிறாள். அதோட கேணத்தனமான சிந்தனை.. கோலம் ஆராய்ச்சியை விட்டுவிட்டுக் கதை எழுதலாம் இவள்...

''சரி. ரொம்பவே இதப்பத்தி பேசிக்கிட்டிருக்கோம். மூளை கொதிச்சுப்போச்சு'' தேவராஜ் எழுந்தார். '' வெளியே சும்மா சுத்திட்டு வருவோம். வாங்க. ஏதாச்சும் வாங்கணும்னா வாங்கிரலாம்''

''இங்க மல்லிகைப்பூ கிடைக்குமா?''

தேவராஜுக்கு, இரவு எட்டரை மணியளவில் சடகோபனின் போன் வந்தது.

தேவராஜ் அனைவரையும் தனது அறைக்கு அழைத்தார்.

''காலையில் நாலுமணிக்கு ரெடியாயிருங்க. இங்க இருந்து கல்கத்தா ஏர்போர்ட் போறோம். அஞ்சுமணிக்கு லேண்டிங். அங்க இருந்து இன்னொரு விமானத்துல இம்ஃபால். அங்கேருந்து மண்டலை போறோம்''

அடைவு

காலையில் நாலுமணிக்கு பூரி பனிமூடியிருந்தது. போலீஸ் வளாகத்திலிருந்து கிளம்பிய ஹெலிகாப்டர் மேற்கே சென்று, காடுகளுக்குமேல் இடப்புறம் அரைவட்டமடித்து, கடலுக்கு மேலே வடக்குநோக்கித் திரும்பியது. மெல்ல மெல்ல சிகப்பாக சூரியன் கிழக்கில் விழிக்கவும், அவர்கள் கல்கத்தா நேதாஜி சுபாஷ் சந்திரபோஸ் விமான நிலையத்தின் ஒரு மூலையில் தளமிறங்கவும் சரியாக இருந்தது. சில வழக்கமான சோதனைகளுக்குப்பின், ராணுவ ஜீப் ஒன்று அவர்களை விமான நிலையத்தின் மறு மூலைக்குக் கொண்டு போனது.

கல்கத்தா விமான நிலையத்தின் வடகிழக்கு மூலையில் படுதாத்துணி போட்டு மூடிவைக்கப்பட்டிருந்த பல தனியார் விமானங்கள் குழந்தைகள் வைத்து விளையாடிய பொம்மைகள் போலத் தாறுமாறாக நின்றுகொண்டிருந்தன. அவற்றைக் கடந்து இன்னும் ஜீப் செல்லச் செல்ல, இந்திய விமானப் படையின் சிமெண்ட் நிற விமானங்கள் தெரிந்தன. அனைத்தும் சார்ட்டிகள், ஓரிரண்டு விமானங்கள், வாலின் மேல் ஒரேயொரு பெரிய என்ஜின் பொருத்தப்பட்டவையாய், போயிங், ஏர்பஸ் என வழக்கமாகத் தெரியும் பயணிகள் விமானங்களில் இருந்து வித்தியாசமாகத் தெரிந்தன.

''மெக்டோனால்ட் டக்ளஸ்?'' அனந்த் ஒரு விமானத்தைச் சுட்டிக்காட்டினான்

"இல்ல. இது ரஷ்யன் மாடல். பேர் தெரியலை. இலையூஷின்? டுப்போலோவ்?"

"நாம விமானப் படையோட விமானத்துலயா போகப் போறோம்?"

ஜீப்பில் இருந்தவன் பேசவில்லை. சிறிது தொலைவில் நின்றிருந்த பெயரிடப்படாத வெள்ளையும் ஆரஞ்சுமாய் மினுமினுத்த விமானத்தை நோக்கி ஜீப் திரும்பி மெல்ல வேகம் குறைந்தது. உயிர்த்திருந்த விமானத்தின் அருகே நின்றது. விமானம் ஒல்லியாக நீளமாக இருந்தது. அனந்த் அதுபோல விமானத்தைப் பார்த்திருக்கிறான் என்றாலும் அதனை அடையாளம் காண முடியவில்லை என சந்தேகித்தான். அனந்த்திற்கு விமானங்களைக் குறித்து அறிவது பிடிக்கும். விமானப் பயணங்களில், இருக்கையின் முன் வைத்திருக்கும் விமானப் பத்திரிகையில், அதன் மாடல் எண், தயாரிக்கும் கம்பெனி, இன்ஜின்களின் ஸ்பெஸிஃபிகேஷன்ஸ், பயணிகள் கொள்ளளவு, நிற்காமல் பறக்கும் தூரம் போன்றவற்றை எல்லாம் படிக்கும் வெகு சிலரில் அவனும் ஒருவன்.

ஜீப்பிலிருந்து இறங்கியவன் கவனித்து நோக்கினான். விமானத்தின் வால் பகுதியின் இரு புறமும் என்ஜின்கள் பொருத்தப்பட்டிருந்தன. உயிர்த்திருந்த விமான என்ஜின்களின் மெல்லிய ரீங்காரம் கேட்டுக்கொண்டிருந்தது. எம்ப்ரேயர் ரீஜனல் ஜெட் 145 ஆக இருக்குமோ?

விமானத்தின் படியை நோக்கி அவர்கள் நடந்தனர். கல்கத்தாவின் காலைக்குளிர் கொஞ்சம் அதிகமாகவே அன்று தாக்கியது.

"ஸ்பெஷல் ஆபரேஷன்ஸ் கிழக்குப் பிரிவோட விமானம்" தேவராஜ், அவர்கள் படியில் ஏறும்போது கிசுகிசுத்தார்.

"என்ன ஸ்பெஷல் ஆபரேஷன்ஸ்?" கேட்க நினைத்த அனந்த் வாயை மூடிக்கொண்டான். சில இடங்களில் மூக்கை நுழைக்காமல் இருப்பது நல்லது.

உள்ளே நின்றபடி அவர்களை வரவேற்ற மனிதருக்கு ஐம்பது வயதிருக்கும். வடகிழக்கு மாநிலச் சாடை.

"வெல்கம்" கை குலுக்கினார். இருக்கைகளைக் காட்டியபின் காக்பிட்டினுள் சென்று மறைந்தார். மணி சரியாகக் காலை 5.15

விமானம் மெல்லத் திரும்பி, வேகமெடுத்தது. கல்கத்தாவின் மேல் அரைவட்டமடித்து, கிழக்கே திரும்பி, மடமடவென உயர்ந்து, பங்களாதேஷ்மீது பத்தே நிமிடத்தில் பறந்தது.

இம்ஃபால், மணிப்பூரின் தலைநகரம் எனத் தெரிந்தவர்கள் காலரைத் தூக்கி விட்டுக்கொள்ளலாம். முப்பது சதவீதம் இந்தியர்களுக்கு மட்டுமே பதில் தெரிந்த பொது அறிவுக்கேள்வி. நாகலாந்திற்குக் கீழே மயன்மாரோடு எல்லைப்பகுதியைக் கொண்டிருக்கும் மணிப்பூர் இன்னும் சுற்றுலா என்னும் பேரில் ப்ளாஸ்டிக் பைகளாலும், டீசல் புகையாலும் கற்பழிக்கப்படாத அழகான பகுதி. எல்லைப் பகுதி என்பதால் இம்ஃபாலில் விமானப் படைத்தளம் 1962 போருக்குப் பின் சீரமைக்கப்பட்டது.

மீண்டும் வழக்கமான சோதனைகளுக்குப் பின் அவர்கள், டர்போ என்ஜின்கள் பொருத்தப்பட்ட சிறு விமானத்திற்கு மாற்றப்பட்டனர். ஏடிஆர் ரக விமானம் சிறு தொலைவுகளுக்குப் போதுமானது. எளிதில் கையாளக் கூடியது.

இம்ஃபாலில் மணி 6.15 எனக் காட்டியது. காலை வெயில் பிரகாசமாக ஒளிர்ந்தது. ''என்ன வெளிச்சம் ஆறு மணிக்கு?'' வியந்தாள் ஜானகி.

''இந்திய நேரம் ஆறு பதினைஞ்சு ஜானகி. நம்மளோட முட்டாள்தனமான ஒரே நேர அளவு. மும்பைலேயும் மணிப்பூர்லயும் ஒரே நேரம்...கேணத்தனம். பர்மாவுல இப்ப ஏழரை ஆயிருக்கும்...''

தெற்கு நோக்கி ஓடுபாதையில் வேகமெடுத்து ஓடிய ஏடிஆர், மெல்ல உயர்ந்து வலது புறம் வட்டமடித்து, கிழக்கே திரும்பி நேராகப் பயணித்தது. அடர்ந்த காடுகள் நிறைந்த மலைப்பகுதியில் 50 நிமிடப் பயணத்தின் பின் மயன்மாரில் உள்ளே, தெற்கே திரும்பி காடுகள் அடர்ந்த மலைப்பகுதியில் உயரம் குறைத்து, மெல்ல மிதந்தது. சில நிமிடங்களின் பின், திடீரெனக் காடுகள் மறைந்து, சிறிய ஓடுபாதை தெரிய, அதன் மேலே இருமுறை வட்டமடித்து இறங்கியது.

மண்டலை மயன்மாரின் முக்கிய, புராதன நகரம். ஒரு காலத்தில் பர்மாவின் தலைநகராக இருந்தது மண்டலை. பின் அதனருகே அமராபுரி தலைநகரானது. பின் யங்கூன். பழைய அரண்மனைகள்,

புத்த மடங்கள், பகோடாக்கள் இன்றும் மண்டலையில், டூரிஸ்டுகளை ஈர்த்துக் கொண்டிருக்கிறது.

மயன்மார் நேரத்திற்கு 8.25 காலையில் தரை இறங்கிய விமானம், ஓடுதளத்தின் ஒரு மூலையில் சென்று மெல்லத் திரும்பி நின்றது.

பத்து நிமிடம் கழித்து, காக்பிட்டிலிருந்து வந்த விமானி, அமர்ந்திருக்குமாறு சைகை காட்டினார். மீண்டும் உள்ளே போய் யாரிடமோ பேசினார். மேலும் பத்து நிமிடங்கள் கழிந்து விமானத்தின் முன் கதவைத் திறந்தார். ராணுவ ஜீப்புகள் இரண்டு கீழே நின்று கொண்டிருந்தன. ஏடிஆர் மிகச் சிறிய விமானமாதலால் அவை மிக அருகில் தெரிந்தன. ஒன்றின்மீது, நடு நாயகமாகப் பெரிய மெஷின் கன் ஒன்று பொருத்தப்பட்டிருந்தது.

சிறிய படிக்கட்டில் ஏறி வந்த இரு ராணுவ வீரர்களில் முதலில் வந்தவனிடம் விமானி சில காகிதங்களைக் கொடுத்தார். பின்னே இருந்தவன் உடலின் குறுக்காக ஏ.கே.47 வைத்திருந்தான். கவனமாகக் காகிதங்களைப் பார்த்தவன், ஒவ்வொருவரையும் அருகில் வந்து உற்றுப் பார்த்தான்.

அவன் ஏதோ சைகை காட்ட, விமானி, அவர்களை இறங்குமாறு கை காட்டினார். மெட்டல் டிடெக்டர் கொண்டு சோதனைக்குப்பின், நால்வரும் மற்றொரு ஜீப்பில் ஏறிக்கொள்ள, இரு ஜீப்புகளும், ஓடுகளத்தை குறுக்கே கடந்து விமான தளத்தின் மற்றொரு பகுதிக்குச் சென்றன. சிறு கதவு ஒன்று திறந்துகொள்ள வெளியே விரைந்தன.

தலையில் கனமாக எதையோ வைத்திருப்பது போலிருந்தது மங்கைக்கு. எழ முயன்றாள். முடியாமல் ஆயாசமாக மீண்டும் சரிந்தாள். எங்கே இருக்கிறேன்? லோனார் வீட்டில், யாரோ வாசல் கதவைத் தட்டியதாக திறக்க வந்த ஞாபகம்...

கண்களைச் சுழற்றி சுற்றி நோக்கினாள். ஆஸ்பிடல்? கையில் சலைன் ஏறிக்கொண்டிருக்க, கைகளும் கால்களும் பட்டைகளால் கட்டப்பட்டிருந்ததைப்போல உணர்வு. கையை, காலைத் தூக்க முடியவில்லை.

கதவு மெல்லத் திறக்க, கீற்றாக காரிடாரில் இருந்து ட்யூப்லைட்

ஒளி உள்ளே கசிந்தது.. சிரமப்பட்டு மங்கை உள்ளே வந்த உருவத்தைப் பார்க்க முயல, அது, கதவை அடைத்து, உள்ளே லைட்டைப் போட்டது. ஒரு நிமிடம் கண் கூசுதலுக்குப் பின், தன் அருகே வந்த உருவத்தைப் பார்த்து மங்கை திகைத்தாள்.

''ரிலாக்ஸ்.ட்ரான்ஸ்குலைசர்ஸ் கொஞ்சம் ஜாஸ்தியாப் போயிருச்சு. சாரி'' மெல்லிய குரலில் வருத்தப்பட்டபடி , கட்டிலின் அருகே முக்காலியில் அமர்ந்தார் சடகோபன்.

மண்டலையில், ரெட் கேனல் அருகே இருந்த அந்த ஹோட்டல் பெரிதாக, ஆடம்பரமாக இல்லையென்றாலும், மயன்மாரின் பிற ஹோட்டல்கள் தரத்துக்கு, மிகச் சுத்தமாக இருந்தது.

''இப்ப செக் இன் பண்ணறோமா?''

''தெரியலை. கேப்போம்'' அனந்த் ஒரு ராணுவ வீரனிடம் ஆங்கிலத்தில் பேச, அவன் ஒன்றும் பேசாமல் நின்றான்.

''என்ன செய்யப்போறோம் தேவராஜ்? உள்ள போணுமா வேணாமா?''

''இருங்க'' தேவராஜ் வாசலையே பார்த்துக் கொண்டிருந்தார்.

இரு நிமிடங்களில் வாசலில் இருந்த ராணுவ வீரர்களிடம் ஒரு பரபரப்பு தெரிந்தது. அவர்களது விறைப்பான சல்யூட்களுக்குப்பின், ராணுவச் சீருடையில் ஒருவர் உள்ளே நுழைந்தார். சிறிது பருமனாக இருந்தாலும், வலிமையாக உறுதியாக இருந்தார் கறுப்புக் கண்ணாடியைப் பையில் வைத்தபடி, நேரே தேவராஜிடம் வந்தார்.

''தேவ்ராஜ்?''

''யெஸ்''

''ஐ ஆம் மேஜர் ரெ நெகின். வெல்கம் டூ மயன்மா''

''மயன்மார் இல்லயோ? ர-வை முழுங்கிட்டாரே?''அனந்த் நினைத்தான்.

அனைவரையும் தேவராஜ் அறிமுகப்படுத்த, ஜானகியிடம் கைகுலுக்காமல் , கைகளை நெஞ்சளவில் வைத்துக் கரம் குவித்தார்...

‘‘இந்த ஹோட்டல் நீங்கள் தங்குவதற்குத் தகுதியாயிருக்கும் என நினைக்கிறேன். அரைமணி நேரத்தில் ரெடியாகுங்கள். இங்கிருந்து படகுத்துறைக்கு அரைமணி நேரம். பின் மிங்குன் போக ஒன்றரை மணி நேரமாகும். மாலை நாலுமணிக்கு அங்கிருந்து திரும்பிவிடவேண்டும்’’ உடைந்த ஆங்கிலத்தில் மெதுவாக நிறுத்தி நிறுத்தி ரெ நெகின் பேசினார்.

மிக அடர்த்தியாக பிங்க் லிப்ஸ்டிக் போட்டிருந்த ரிசப்ஷனிஸ்ட் வாயெல்லாம் பல்லாக, கரம் குவித்தாள். கையை நீட்டி,

‘‘பாஸ்போர்ட் ப்ளீஸ்’’ என்றாள்.

அனந்த் விழிக்க, ரெ நெகின் சற்று தொலைவிலிருந்தே ‘‘வேண்டாம்’’ என்பதுபோல் அவளுக்குக் கைகாட்டினார், மறு பேச்சில்லாமல் அனைவருக்கும் அறைச்சாவிகளைக் கொடுத்தாள். ரெஜிஸ்டரில்கூட எவரது பெயரும் எழுதப்படவில்லை. ராணுவ ஆட்சி.

மண்டலையின் படகுத்துறையில் டூரிஸ்டுகள் சளசளவென பேசியபடியே படகுகளில் ஏறிக்கொண்டிருக்க, சற்றுத் தொலைவில் நின்றிருந்த ‘‘பேட்ரோல்’’ எனப் பலகை கொண்ட படகில் நால்வரும் ஏறினர். ரெ நெகின் இறுதியில் ஏற, படகு மெல்ல ஐராவதியின் நடுப்பகுதிக்கு விரைந்தது. படகோட்டி, முழுமையான த்ராட்ட்டிலில், யமஹா அவுட் போர்ட் என்ஜினை இயக்க , படகு, நீரிலிருந்து முன்புறத்தைச் சிறிது தூக்கியபடியே மிங்குன் நோக்கி வடக்கே விரைந்தது.

ஐராவதி மிகப் பெரியது. பர்மாவின் வடக்கு எல்லையில் தொடங்கி, முழுதும் பர்மாவிலேயே பாய்ந்து, இறுதியில் அந்தமான் கடலில் சேருகிறது. ஐராவதி டால்ஃபின்கள் எனப்படும் ஒருவகையான டால்பின்கள் ஐராவதியில் முதலில் காணப்பட்டதால் அப்பெயர் பெற்றன. இன்றும் பெரும் பூனைமீன்கள் (Giant Cat Fish) ஐராவதியில் சில இடங்களில் காணப்படுவதாகத் தகவல்கள் வந்தாலும், ராணுவ ஆட்சியின் கெடுபிடியால் மெக்காங் நதியில் நடக்கும் ஆராய்ச்சிகளைப்போல் ஐராவதியில் மேற்கொள்ளப் படவில்லை. உலகிற்கு வெளிவராத பல அதிசயங்களைத் தன் வயிற்றிலே அடக்கிக்கொண்டு அமைதியாக ஓடுகிறது ஐராவதி.

ஆழமும், அகலமும், வேகமும் கொண்ட ஐராவதி, மண்டலை நகரம் அருகே மிகப் பெரியதாகப் பரந்து ஓடுவதால், ஒரு கரையிலிருந்து பார்த்தால் மறுகரை தெரியாது. நதியின் நடுவே சென்று பார்த்தாலும் அதே நிலைதான்.

''இங்க எவ்வளவு ஆழம் இருக்கும்?'' என்றாள் ஜானகி. அவள் அருகே அனந்த் அமர்ந்திருந்தான். மற்றொருபுறம் தேவராஜ் அமர்ந்திருக்க, அவருக்கு எதிரே சம்பத் கால் நீட்டி அமர்ந்திருந்தான்.

காற்றில் பறந்த முடிக்கற்றைகளை ஒதுக்கிக்கொண்டே மீண்டும் கேட்டாள். காற்று பலமாக அடித்ததால் சற்று உரக்கவே பேச வேண்டியிருந்தது.

''ம்ம்.. 40 அடி?''

''அடேயப்பா.. இவ்வளவு ஆழம் அகலம்... ரொம்பப் பெரிசு இல்ல?''

''கண்டிப்பா. இதுல டால்ஃபின் இருக்கு... தெரியுமா?''

''நிஜமாவா?'' ஜானகியின் கண்கள் விரிந்தன.

''யெஸ். அவை கொஞ்சம் வித்தியாசமா இருக்கும்'' அதுக்கு மேல் சொல்லத் தெரியாமல் தடுமாறினான்.

ரெ நெகின் எழுந்து வந்தார். '' இந்தப்பகுதில டால்ஃபின் இருக்கு. மிங்குன் பக்கத்துல சில சமயம் அதிர்ஷ்டம் இருந்தாப் பாக்கலாம். பெரிசு பெரிசா இருக்கும். ஜெயண்ட் கேட் ஃபிஷ் கூட மழைக்காலங்கள்ல வடக்கே இருந்து வெள்ளத்துல அடிச்சு வரும்'' மயன்மாரின் பெருமையைச் சொல்வதில் அவருக்கு ஒரு பெருமை.

''நாம பாக்க முடியுமா?''

''கேட் ஃபிஷ் இப்பப் பாக்க முடியாது. டால்ஃபின் உங்களுக்கு அதிர்ஷ்டம் இருந்தா... அதோ அங்க பாருங்க'' ரெ நெகின் படகின் போக்கில் வலப்புறமாகக் காட்டினார்.

''எங்க? எங்க?'' ஜானகி பரபரத்தாள்.

''என் கை காட்டற திசையிலேயே பாருங்க... தெரியுதா?''

ஜானகி கண்களை இடுக்கிக்கொண்டு நீர்ப்பரப்பில் தேடினாள்.

''ஒரு நிமிஷம்'' ரெ நெகின் படகோட்டியிடம் போய் ஏதோ சொன்னார். படகு வேகம் குறைந்தது. மெல்ல வலப்புறம் திரும்பியது.

இரு நிமிடங்களில் அனைவரும் அதைப் பார்த்தனர். பெரும் பாம்பு ஒன்று தண்ணீர் மேல் வருவது போல கரும் சிமெண்ட் நிறத்தில் காலை வெயிலில் பளபளத்த முதுகுப்புறம் தண்ணீரின் மேல் எழுந்தது. பின் உள்ளடங்கி, சில நொடிகளில் நீரின் மேற்பரப்பில் பெரும் சலசலப்புடன் காற்றில் பாய்ந்து, இரண்டு அடி உயரம் துள்ளி, நீரில் பெரும் சப்தத்துடன் அது வீழ்ந்தது.

''வாவ்'' என்றாள் ஜானகி, வாயைக் கைகளால் பொத்தியபடி. அனந்த் டால்ஃபினைப் பார்ப்பதை விட்டுவிட்டு அவளைப் பார்த்துக் கொண்டிருந்தான். இவளுக்கு ஒரு குழந்தை இருக்கிறதா? இவளே ஒரு குழந்தை மாதிரித்தான் இருக்கிறாள்...

''ஜெயண்ட் கேட் ஃபிஷ் இதுமாதிரி வெளியே வருமா?'' ரெ நெகினிடம் கேட்டுக் கொண்டிருந்தாள்.

''வராது. அவை ஆழத்தில் அசையாமல் இருக்கும். டால்ஃபின் மாதிரி அதால துள்ள முடியாது. அபூர்வமா வலைல மாட்டிக்கும். ரொம்ப எலூசிவ் டைப்''

''அதை சாப்பிடுவாங்களா?''

''இங்கு சிலர்தான் அவற்றைச் சாப்பிடுவாங்க. லாவோஸ்ல கொல்லமாட்டாங்க. அவங்க கல்ச்சர்ல அது புனிதமானது. சீனா, தாய்லாந்துல சாப்பிடுவாங்க. அவை கிடைக்கறது அரிது. அதான் சொன்னேனே? மிக மர்மமான மீன் அது''

மிங்குன் வருமுன்னரே வெள்ளைப்பகோடா மிக அழகாக அலையலையாய் வேலைப்பாடுகளுடன் சிறியதாக தூரத்தில் தெரிந்தது. அதற்கு அருகே சற்றே உயரமான இடத்தில் மொட்டையாக ஒரு கட்டிடம் தெரிய... அனந்த் பிரமிப்பில் உறைந்தே போனான். இவ்வளவு தொலைவிலும், உடைந்த பகோடா இவ்வளவு பெரியதாகத் தெரிகிறது.. கட்டி முடிக்கப்பட்டிருந்தால்...?

மிங்குன் படகுத்துறையில் போய்ச்சேர்ந்தபோது சிறுவர் சிறுமிகள் அவர்களை மொய்த்துக்கொண்டார்கள். ''நான் கைடு'' என பத்து வயது சிறுமி சொன்னபோது ஜானகி அசந்து போனாள்.

"கண்டுக்காம என் பின்னால வாங்க" ரெ நெகின் முன்னே நடக்க அவர்கள் தொடர்ந்தனர். சிறிது தூரம்வரை தொடர்ந்த அச்சிறுமிகள் ரெ நெகின் அதட்டிய பின்னரே திரும்பிப் போனார்கள்.

உடைந்த பகோடாவின் அருகே அவர்கள் வந்தபோது வெயில் உச்சியில் இருந்தது. பிரமாண்டமான அந்தச் செங்கல் கட்டிடம் மேலும் கொதித்தது.

"இந்த பகோடா பத்தி உங்களுக்குத் தெரிஞ்சிருக்கும்னு நினைக்கிறேன். கதை சொல்லப் போறதில்ல. உள்ள போயிப் பாக்கணும்னா பாருங்க" ரெ நெகின் வாசலில் நின்று கொண்டார்.

அவர்கள் உள்ளே நுழைந்தனர். அனந்த் பிரமித்துப்போனான். 50 அடி உயரத்துக்கு நாலுபுறமும் செங்கல் சுவர். மிகமிகப் பெரிய அளவில், பரந்த நிலப்பரப்பில் இடிபாடுகளில் செங்கற்கள் சரிந்து குன்றுகள் போலக் காட்சியளித்தது.

"இதுல எங்க பிரமிடைத் தேட?" அருகில் வந்த சம்பத்திடம் காதில் முணுமுணுத்தான்.

சம்பத்தின் கண்கள் எதையோ தேடிக்கொண்டிருந்தன. நடுவே ஒரு சிறு புத்த விகாரம் போலத் தெரிந்தது. அதனருகே சென்றவன் முழங்காலிட்டு கீழே கைகளால் தடவினான்.

"என்ன தேடற?" அனந்த் அவனருகில் குனிந்தான்.

"ஷ். மெதுவாப் பேசு. டூரிஸ்ட்கள் இருக்காங்க. அவங்க கவனத்தை ஈர்த்துடக் கூடாது"

"ஓகே. நான் என்ன செய்யணும்னு சொல்லு"

"வித்தியாசமா தரைல ஏதாவது தென்படுதான்னு பாரு" சம்பத் எழுந்து செங்கல் குவியலாகக் கிடந்த ஒரு புறம் சென்றான்.

அனந்த் தடுமாறினான். எங்க இருந்து தொடங்கறது? வலப்புறம் திரும்பிப் பார்த்தான். ஜானகி வாசலில் ரெ நெகினோடு என்னமோ கதை அடித்துக் கொண்டிருந்தாள்.

அனந்த் இடப்புறம் திரும்பி சுவரை நோக்கிச் சென்றான். ஐம்பது அடி உச்சியில் போய்ப் பார்க்கலாமா? வெளியே படிக்கட்டுகள் இருக்குமா?

க. சுதாகர்

வெளிவந்தான். சற்றுத் தொலைவில் ரெ நெகினோடு இன்னமும் ஜானகி பேசிக் கொண்டிருந்தாள். கேட் ஃபிஷ் என்ன சாப்பிடும்னு கேட்கிறாளாயிருக்கும்..

வெளிப்புறச் சுவரைச் சுற்றி நடந்தான். எங்கும் இடிபாடுகள். முக்கிய வாயில் மேலே வலப்புறம் பெரிய பிளவு. பூகம்பத்தில் வந்ததாயிருக்கும். அதற்குக் கீழே கொஞ்சம் போல வெள்ளையடித்து இருந்தார்கள்.

வலப்புறமாக மெல்ல நடந்தான். புதர்கள், சரியாக அமைக்கப் படாத நடைபாதையெனச் சிறிது தடுமாறினான். இந்தப் பாழடைந்த பகோடாவுக்குள்ளயா புத்தரோட பல் இருக்கும்?

புதுசா பளீரென இருக்கிற வெள்ளை பகோடா மிக நன்றாக பராமரிக்கப்பட்டிருப்பது தூரத்திலேயே தெரிந்தது. அதுக்குக் கீழே வேணும்னா வச்சிருக்கலாம். இதுல இப்ப என்ன இருக்கு?

சுவரின் முடிவில் மீண்டும் வலப்புறம் திரும்பினான். வலம் வருவது போல நடந்தான். பகோடாவின் வலப்புறமும் இடிபாடுகள். செங்கற்கள் சரிந்து, பொடிப்பொடியாகி மண்ணும் கற்களுமாக குவிந்திருந்தன.

இந்தமாதிரி ஒன்றுமே இருக்க முடியாத இடத்துல யாரு ப்ரமிட் மாதிரி மிக முக்கியமானதை வைக்கப் போறாங்க? லாஜிக்கே இல்ல.

சட்டென அவனுக்குப் பொறிதட்டியது. கவனமாக நிலத்தின் மேல்பரப்பில் பார்வையைச் செலுத்தினான். டூரிஸ்டுகள் நடந்து போகும் பாதையிலிருந்து விலகி இடதுபுறம் சுவரின் அருகே குனிந்து எதையோ ஒரு இந்தியன் பார்த்து வருவதைப் பின்னால் வந்த இரு முதிய வெள்ளைக்காரத் தம்பதிகள் ஆச்சரியமாகப் பார்த்தனர்.

சுவற்றில் ஓரிடம் அவன் கவனத்தை ஈர்த்தது. அங்கே இரு நிமிடம் நின்று கவனித்தவன், காட்டுச் செடிகளின் சில கிளைகளை ஒடித்து அவ்விடத்தின் அருகே அடையாளமாகப் போட்டுவிட்டு மேலே நடந்தான்.

சுற்றி வாயிலுக்கு வந்து சேர்ந்தபோது, சம்பத், ஜானகியோடு ரெ நெகின் காத்திருந்தார்.

''எங்கப் போயிட்டீங்க? யாருக்குமே நீங்க எங்கப் போனீங்கன்னு தெரியாத அளவுக்கு... அப்படி என்ன ரகசியம் இங்க?'' ரெ நெகின் சிரித்துக்கொண்டே கேட்டாலும், அவர் குரலில் சிறு கோபம் இழையோடியதை அவன் கவனிக்கத் தவறவில்லை.

''சாரி. வெளிப்புறம் சுத்தி வந்தேன். மேலப் போறதுக்கு எதாச்சும் படிக்கட்டு இருக்கான்னு பாக்கப் போனப்போ லேட் ஆயிருச்சு. ரொம்ப காக்க வைச்சுட்டேனோ?''

''இல்ல. இட்ஸ் ஓகே. நீங்க தேடினதுக்கு எதாச்சும் பலன் கிடைச்சதா?''

சம்பத் ''இன்னும் இல்லை'' என்றான்.

அனந்த் தயங்கினான்.

''தைரியமாச் சொல்லுங்க. உங்க ப்ராஜெக்ட் பத்தி எனக்கு நல்லாத் தெரியும். இல்லன்னா நீங்க இங்க வந்திருக்கவே முடியாது'' ரெ நெகின் சிரித்தார்.

அனந்த் சிறிது தைரியமடைந்தான். ''பகோடாவுக்கு வெளிச்சுவர் பக்கத்துல ஏதோ வித்தியாசமாப் புதைஞ்சிருக்கு. அதை அகழ்ந்து பார்க்க முடியுமா?''

''காட்டுங்க'' ரெ நெகின் முன்னே நடக்க அவர்கள் நால்வரும் அவர் பின்னே நடந்தனர்.

கொப்புகள் அடையாளமாகக் கிடந்த இடத்தில் ரெ நெகின் நின்றார். ''என்ன பாத்தீங்க?''

''இதப் பாருங்க'' அனந்த் காட்டின இடத்தில் மண்ணிலிருந்து அரை இஞ்ச் அளவு உயரத்தில் சிறு தூண் போல ஒன்று தெரிந்தது. அரைவட்டம் மட்டுமே தெரிந்த அதன் மற்றொரு பகுதியில் செங்கல் சரிந்திருந்தது. ரெ நெகின் கைகளால் செங்கலை விலக்க முயன்று தோற்றார். அவர் நெற்றியில் சுருக்கங்கள் தெரிந்தன.

''இதுக்குக் கீழே என்ன இருக்கும்னு நினைக்கிறீங்க?''

''தெரியலை. ஏதாவது ரெலிக்? சின்னம்?''

''எப்படிச் சொல்றீங்க?'' ரெ நெகின் குனிந்து புதைந்திருந்த தூணைப் பார்த்தபடியே கேட்டார்.

க. சுதாகர்

''முந்தி படிச்சது நினைவுக்கு வந்தது. கதைமாதிரி இருக்கும்.''

''பரவாயில்ல, சொல்லுங்க''

''அசோக மன்னன் புத்த மதத்தைப் பரப்புவதற்காக, 80000 சின்னங்கள் செய்ய திட்டமிட்டான். அதுக்காக, அஜாத சத்ரு காலத்துல புராதன புத்த சின்னங்களைப் புதைத்து வைத்திருந்த ஸ்தூபங்களைக்கூட உடைச்சான். அப்படி உடைக்கும்போது, ஒரு குறிப்பிட்ட ஸ்தூபத்துல ஒரு சின்னமும் கிடைக்கல. ஆனா அசோகனுக்கு என்னமோ உறுத்திச்சு. அங்க இருந்த முதிய புத்த பிக்ஷுக்கள்கிட்ட 'ஏதாவது வித்தியாசமா உங்க காலத்துல இருந்துச்சா'ன்னு அசோகன் கேட்டபோது, ஒரு பிக்ஷு, தான் சிறுவனா இருக்கும்போது, யாரும் கண்டுகொள்ளாத, லேசா மண்ணுக்கு மேலே தெரிஞ்ச ஒரு சாதாரணத் தூணை தினமும் தன்னோட குரு வணங்கியதாகச் சொன்னாரு. அசோகன், அந்தத் தூணைக் கண்டுபிடிச்சு, பெயர்த்து எடுத்தப்போ, அதுக்குக் கீழே புத்தரோட பல் இருந்துச்சு. அஜாத சத்ரு, சின்னங்கள் கொள்ளை போகாமல் காப்பதற்கே அப்படி பெரிய ஸ்தூபங்களைச் செய்து மத்தவங்க கவனத்தைத் திருப்பினான் என அப்போ அசோகன் கண்டுபிடிச்சான். அதே மாதிரி இங்கயும் சாதாரணமா ஏதாவது ஒண்ணு, சின்னங்களை மறைச்சிருக்குமோன்னு நினைச்சுப் பார்த்தேன். இது சரியா இருக்கணும்னு அவசியமில்ல'' சொல்லி முடித்த அனந்த்தை , ரெ நெகின் வியப்புடன் பார்த்தார்.

''எக்ஸலண்ட் லாஜிக். தோண்டிப் பாக்கலாம். ஆனா இப்ப செய்யமுடியாது. அதுக்கு எங்க ஆர்க்கியாலஜி எக்ஸ்பர்ட் வேணும். பெர்மிஷன் வாங்கணும்.. இன்னும் ரெண்டு நாள்ல நடக்கிற விஷயமில்ல இது''

''கரெக்ட். எனக்கென்னமோ இதுக்குக் கீழே ஏதாவது இருக்கும்னு தோணுது''

''சுரங்கம்?''

''மே பி.. இல்லே ரெலிக்?''

ரெ நெகின் சிந்தனையுடன் எழுந்தார். பகோடாவின் வாசலில் டூரிஸ்டுகளை மொய்த்திருந்த சிறுவர்களிடம் ஏதோ பேசினார்.

அங்கிருந்தே சைகை காட்டி அனைவரையும் அங்கு வருமாறு அழைத்தார்.

"இவ கூடப்போவோம். வாங்க"

சிறுமி ஒருத்தி முன்னே ஓட, அவர்கள் பின்னே தொடர்ந்தனர்.

ஐம்பது அடி புதர்களுக்குள் சென்றபின், சட்டென சிறுமி மறைந்து போனாள். ரெநெகின் விரைந்தார். மணல்மேடு கீழிறங்கியிருந்தது. அதன் முடிவில் ஒரு பாறையின் இடுக்கில் அருகே சிறுமி நின்றுகொண்டிருந்தாள். "இதுதான்" என்பது போல அதைச் சுட்டிக் காட்டினாள்.

ரெ நெகின் பாறையைக் கவனமாக ஆராய்ந்தார். பின் அதனைப் புரட்ட எத்தனித்தார். தேவராஜ் அவருடன் சேர்ந்து தள்ளினார். பாறை மெதுவே அசைந்தது.

"ஒரு கை கொடுங்க"

அனந்த்தும் சம்பத்தும் அவருடன் சேர்ந்து தள்ளினர். ஜானகிக்கு அந்த இடம் பிடிக்கவில்லை. மூக்கைப் பொத்திக்கொண்டு சற்று அகன்று நின்றாள்.

கொஞ்சம் கொஞ்சமாகப் பாறை அசைந்தது. பத்து நிமிட வியர்வைக்குப் பின், பாறை உருண்டது.

'குப்' என துர்நாற்றம் வீச, அனைவரும் மூக்கைப் பொத்திக்கொண்டு விலகினர்.

மனிதக்கழிவுகளும், இறந்த எலிகளுமாக நிறைந்திருந்த குகையின் வாயில் திறந்திருந்தாலும் எவனும் அதனுள் போகமாட்டான்.

"இது வெகு அண்மை வரையிலும் புழக்கத்தில் இருந்திருக்கவேண்டும். அக்கம்பக்கத்தில் டாய்லெட் கிடையாது. லோக்கல்ஸ் இதை உபயோகப்படுத்தியிருக்காங்க. அந்தப் பொண்ணு ஏமாத்திருச்சோ?" சம்பத் சந்தேகித்தான்.

ரெ நெகின், கர்ச்சீப்பால் மூக்கைக் கட்டிக்கொண்டு உள்ளே நுழைந்தார். தேவராஜ் தயங்கினார். பின் மெதுவாகப் பின்

க. சுதாகர்

தொடர்ந்தார். அனந்தும் சம்பத்தும் ஒருவரையொருவர் பார்த்துக்கொண்டனர். ஜானகி ''நான் வரலை'' என்பதுபோல கைகளை வேகமாக ஆட்டி, பல்லூவால் மூக்கைப் பொத்திக்கொண்டு பின்னோக்கி நடந்தாள்.

சம்பத் அவளுடன் நின்றுகொள்ள, அனந்த் தயக்கத்துடன் அடி மேல் அடிவைத்து உள்ளே நுழைந்தான். பத்து அடி வரைதான் கழிவுகளின் தொல்லை இருந்தது. அதன்பின் மணல் சறுக்க, குகை வெப்பமாக , புழுக்கமாக இருந்தது. வியர்த்துக்கொட்டியது. முன்னே போனவர்கள் எவரும் தென்படவில்லை.

அனந்த் குகையின் சுவரில் கைவைத்துப் பார்த்தான். சீரான கற்கள். செங்கல்...

செயற்கையாகச் செய்யப்பட்டிருக்கிறது. இயற்கையான குகை இல்லை.

சுரங்கம்.

மெதுவாக முன்னேறினான். சே.ஒரு டார்ச்கூடக் கொண்டுவரலை...

முன்னே செல்லச்செல்ல வழி குறுகியது. லேசாகத் திரும்பினாலே மறுபுறம் உரசியது. பாதை வளைந்து 90 டிகிரியில் திரும்பியது.

மணல். அதன் அடியில் படிக்கட்டுகள்...

அனந்த் பாதையின் போக்கில் திரும்பினான். மேலே இறங்கி நடக்க நடக்க வியந்தான்.

பாதை சட்டென முடிந்துபோனது போல உணர்ந்தான்.. கும்மிருட்டில் இருபுறமும் கைகளை நீட்டி சுவரைத்தொட முயன்றான். சுவர்கள் இல்லை. பெரும் வெளியில், வெளிவந்தது போல. அனந்த் எச்சரிக்கையானான். பின் திரும்பிப் போகவேண்டுமானால், வந்த பாதை தெரியவேண்டும். இந்த இருட்டில் அது முடியாது.

கைகளை விரித்தபடியே , உத்தேசமாக தான் அடியெடுத்து வைத்த கோணத்தில் பின்னோக்கி அடியெடுத்து வைத்தான். சுவரில் கை இடிக்குமானால், பாதையைக் கண்டுபிடிக்கலாம்.

அதென்ன முன்னே சிறு ஒளி? மங்கலாக?

அனந்த் கண்களைக் குறுக்கி சிரமித்தான். ''ஹலோ'' ரெ நெகினின் குரல் கேட்டது.

சுடர் அனந்தை நோக்கி வந்தது. இரு நிமிடங்களில் ரெ நெகினும் தேவராஜும் அனந்தை அணுகினர்.

''சிகரெட் லைட்டர். அல்மோஸ்ட் கேஸ் தீர்ந்து போச்சு. வாங்க, சீக்கிரமா மேல போயிறலாம்'' ரெ நெகின் அனந்த்தைத் தாண்டி, பாதையை அணுகினார். மினுமினுத்த லைட்டர் ஒளியில் லேசாகத் தெரிந்த சுவரைப் பார்த்தவன் கண்கள் விரிந்தன.

பெரும்சிலைகள், தூண்கள் சுவர் முழுதும் சாய்த்து வைக்கப்பட்டிருந்தன. என்னவெனப் பார்க்குமுன் லைட்டர் அணைய, முழுதும் இருள் சூழ்ந்தது.

தடுமாறி, தேவராஜின் பின்னே தொடர்ந்த அனந்த் , குகையின் வெளியே வர பத்து நிமிடம் பிடித்தது.

''இன்க்ரெடிபிள்... இதுவரை இப்படியொரு சுரங்கம் இருக்கிறதென்பது யாருக்கும் தெரியலை. ஸ்ட்ரேன்ஜ். வெரி ஸ்ட்ரேன்ஜ்'' ரெ நெகினின் முகத்தில் வியப்பு தெளிவாகத் தெரிந்தது.

'' இத்தனை மக்கள் இத டாய்லெட்டா உபயோகிச்சிருக்காங்க.. எப்படி விடுபட்டிருக்கும்?'' சம்பத் சந்தேகித்தான்.

''உண்மை. லோக்கல்ஸ் உள்ள ஏன் போகலைன்னு தெரியல. சில டூரிஸ்ட்ஸ் ஒரு த்ரில்லுக்காகவே எல்லா இடத்துலயும் போகப் பாப்பாங்க. அவங்க கண்ணுலயும் படாம....எப்படி..?'' ரெ நெகின் நம்ப முடியாமல் தலையை ஆட்டினார்.

''அந்தப் பொண்ணுகிட்ட என்ன கேட்டீங்க?'' அனைவரும் பகோடா நோக்கி மண்மேட்டில் ஏறிக்கொண்டிருக்கையில் அனந்த் கேட்டான்.

''இங்க யாரும் பாக்காத மாதிரி மறைவிடமா ஏதாவது இருக்கான்னு கேட்டேன்'' ரெ நெகின் குனிந்து முன்னே நடந்துகொண்டே பேசினார்.

அனந்த் நின்றான். கடகடவென சிரிப்பொலி பின்னே கேட்க ரெ நெகின் திரும்பினார். அனந்த் இடுப்பில் கை வைத்து சிரித்துக்கொண்டிருந்தான்.

''அந்தப்பெண் நீங்க கழிப்பறையைத் தேடுறீங்கன்னு நினைச்சுருச்சு''

ரெ நெகின் அரை நிமிடத்தின் பின் சிரிக்கத் தொடங்கினார்.

''சரியாத்தான் கூட்டிகிட்டுப் போயிருக்கா. ஆனா ஒண்ணு புரியல. ஏன் அதப் பாறை வைச்சு அடைச்சிருக்காங்க?''

''டூரிஸ்ட் டிபார்ட்மெண்ட் அடைச்சிருக்கும். அவசரத்துக்கு ஒதுங்குற டூரிஸ்ட்ஸ் உள்ள போகறதுக்கு கண்டிப்பா நினைக்க மாட்டாங்க. அவ்வளவு அசிங்கம் கிடந்தா?''

'' எப்படியும் சில கேணப்பயல்கள் உள்ள என்னதான் இருக்குன்னு போகாமலா இருப்பான்? அதப்பத்தி ஒரு தகவலும் இல்ல... இணையதளத்துலயும் இல்ல...''

''ம்.. இடிக்குது. எனி வே, லோக்கல் அட்மினிஸ்ட்ரேஷன்ல கேட்டுப் பாக்கறேன். இன்னும் ஒரு மணி நேரத்துல லோக்கல் ஆட்களோட உதவியோட, டார்ச் வைச்சுகிட்டு உள்ள போயிப் பாக்கலாம்''

''அந்த வாசல் வழியாவா?'' சம்பத் முகத்தைச் சுருக்கினான்.

''சுத்தம் பண்ணச் சொல்லலாம். நேரமாகும். பரவாயில்லயா?''

''பரவாயில்ல. எவ்வளவு நேரமானாலும் சரி'' ஜானகி முந்தினாள்.

ரெ நெகின் சிரித்தார். ''நல்ல வேளை..நீ உள்ள வரலை. பத்து அடி வரை ... சே. இப்ப கூடக் குமட்டுது''

அனந்த், திரும்பிப் பார்த்தான். பத்து அடி கீழே தேவராஜ் மெல்ல ஏறிக் கொண்டிருந்தார். அவர் என்னமோ தீவிரமாகச் சிந்திப்பதாகத் தோன்றியது.

அரைமணி நேரத்திலேயே நாலு பேர், குகையின் வாயிலைச் சுத்தம் செய்யத் தொடங்கியிருந்தனர். வெள்ளைப் பவுடர்

தூவப்பட்டிருந்தது. எட்டிப் பார்க்க வந்த டூரிஸ்டுகள், சிறுவர்களை லோக்கல் போலீஸ் விரட்டிக்கொண்டிருந்த்து.

''டாய்லெட் சுத்தம் பண்ணறாங்க''

''இல்ல, புதுசா கட்டறாங்க'' பலப்பல அனுமானங்களுடன் கூட்டம் கலைய, பாறை முழுதுமாக விலக்கப்பட்டு சிறிது தொலைவில் வைக்கப்பட்டிருந்தது.

''ஸ்ட்ரேன்ஜ். லோக்கல் முனிசிபாலிடி இந்த குகைய இதுக்கு முன்னாடி மூடலை. டூரிஸ்ட் டிபார்ட்மெண்ட்டும் மூடல. எங்க இருந்து இந்தப் பாறை வந்ததுன்னு யாருக்கும் தெரியலை. யாரு மூடியிருப்பாங்க?'' ரெ நெகின் இடுப்பில் கைவைத்துச் சொல்லிக் கொண்டிருக்க, நால்வரும் அவரைச் சுற்றி அரைவட்டமாக நின்றிருந்தனர். வெயில் ஏறிக்கொண்டிருந்தது.

ஜீப் ஒன்று மணலை வாரி இறைத்து அவர்களருகே நின்றது. அதிலிருந்து இறங்கிய ஹெல்மெட் அணிந்த ராணுவத்தினர் இருவர் ரே நெகினை அணுகி விறைப்பாக சல்யூட் அடித்தனர். ஜீப்பின் பின்னிலிருந்து, பச்சை நிறத்தில் ஐந்து ஹெல்மெட், டார்ச் லைட்டுகள், சுருட்டி வைத்த தடிமனான கயிறு... ராணுவ முகாமிலிருந்து வந்திருக்கிறது. ரெ நெகின் எப்போது இவர்களோடு தொடர்பு கொண்டார்? சம்பத் உள்ளூர வியந்தான். யார் இந்த ரெ நெகின்? என்ன தொடர்பு இவருக்கும் , சடகோபனுக்கும்?

ரெ நெகின், ஹெல்மெட்டை எடுத்து அணிந்துகொண்டார். ''எடுத்துக்குங்க'' பதிலுக்குக் காத்திராமல், குகையின் வாயிலை நோக்கி நடந்தார்.

ஜானகியின் தலையில் ஹெல்மெட் சரியாகப் பொருந்தவில்லை. தொளதொளவென ஆடியது. வார்ப்பட்டையை இழுத்துக்கட்டியும் நிற்கவில்லை.

''எலி இருக்குமோ?'' அனந்தின் பின்னே பயத்தில் கிசுகிசுத்த குரலில்... ஜானகி.

''இல்ல ஜானகி.நான் பாத்தவரை இல்ல''

"வாசல்ல நிறய செத்து கிடந்ததே? பாத்தேனே"

"அதெல்லாம் செத்துப்போச்சு ஜானகி. புளுபுளுங்காம வா"

டார்ச் ஒளிக்கற்றைகளின் வெள்ளத்தில் சுரங்கத்தின் உட்புறம் மங்கிய மஞ்சள் நிறத்தில் ஒளிர்ந்தது. செவ்வக வடிவில் இருந்த மண்டபம் தரையிலிருந்து பத்து மீட்டர் உயரமிருந்தது. சுமார் இருபது மீட்டர் நீளமும், பத்து மீட்டர் அகலமுமாய் இருந்த மண்டபத்தின் தரையில் கற்கள் பதிக்கப்படாமல், மணலாக இருந்தது.

ஜானகி சுவற்றில் டார்ச் ஒளியைப் பாய்ச்சினாள். சுவர்களில் பெரும் சிலைகள். தியானத்தில் புத்தர், அருகே சீடர்கள், யானைகள், குதிரைகள் என ஆளுயரச் சிலைகள் சுவற்றில் சாய்த்து வைக்கப்பட்டிருந்தன. சில சிலைகள் முழுமை பெறாமல்...

சம்பத்துக்குப் புரிந்தது. சிலைகள் வடிக்கும் இடம்.

"பகோடாவுக்குச் செய்ததாக இருக்கும்"

"இவ்வளவு சின்னப் பாதையில இவ்வளவு பெரிய கற்களை எப்படிக் கொண்டு வந்திருப்பாங்க?" அனந்த் வியந்தான்.

"இன்னொரு வாயில் இருக்கணும். பெரியதா..."

"லுக் ஹியர்" ரெ நெகின் குரல் கேட்டது. மண்டபத்தின் மத்தியிலிருந்து வந்தது போலிருக்க, அனைவரும் குரல் வந்த திசையில் விரைந்தனர்.

மண்டபத்தின் மத்தியப் பகுதியில் ரெ நெகின் நின்றிருந்தார். அவர் கையிலிருந்த டார்ச் நேரே மேலே ஒளிகாட்டியது. அனைவரும் அண்ணாந்து பார்க்க, டார்ச் ஒளி சுழன்றது. மேல் கூரையில் லேசான கீறல் போலே நாலு புறமும், செவ்வக வடிவில்... கீறலுக்கு உட்புறமிருந்த கற்கள் வேறு வகையானவை.

"மேலே போறதுக்கு இது ஒரு வழியாக இருந்திருக்கணும். கற்கள் இது வழியா உள்ளே இறக்கப்பட்டு சிலைகள் இது மூலமாக மேலே ஏற்றப்பட்டிருக்கணும். அவசரமா, பிற்காலத்துல சீல் பண்ணியிருக்காங்க. கற்கள் வேறு வகையா இருக்குது பாருங்க" ரெ நெகின் விளக்கினார்.

"அப்போ, பொக்கிஷங்களும் இங்கதான் இருக்கா?" அனந்த் படபடத்தான்.

ரெ நெகின் நிதானமாக அவனிடம் சிந்தனையோடு "ரிலாக்ஸ். அவை இங்க இல்லை" என்றார்.

"எப்படி இவ்வளவு உறுதியாச் சொல்றீங்க?"

"அவை இருக்குமிடம் எனக்குத் தெரியும்"

நால்வரும் திகைத்தனர். ரெ நெகின் ஒன்றுமே நடக்காதது போல் தொடர்ந்தார்.

"வெறும் மணல்ல புனிதமான எதையும் நேரா வைக்கமாட்டாங்க. ஒரு பீடமும் இங்க நாம பாக்கலை. ஸோ, இது தொழிற்கூடம். இல்லன்னா சிலைகளை வைக்கிற கிடங்கு. மட்டுமாத்தான் இருந்திருக்கணும். போவோமா?"

அனந்த் மேலும் முன்னே நடந்தான். நடுப்பகுதியிலிருந்து வலப்புறம் நகர்ந்து மண்டபத்தின் மறுபக்கச் சுவற்றை நெருங்கினான். ஏதோ அலையோசை போலக் கேட்டது அவனுக்கு. பிரமையாக இருக்குமோ? மேலும் முன்னே சென்றவன் சட்டென நின்றான்.

சில்லென காற்று அவனை வருடியது. மண்டபத்தின் ஒரு புறம் வெப்பத்தில் புழுங்க, மறுபுறம் சில்லென... சுவற்றைத் தொட்டான். வழுவழுவென ஈரப்பதத்துடன்...

"அனந்த், லெட்ஸ் கோ" ரெ நெகினின் உரத்த குரல் அவனை பின்னிழுத்தது. திரும்பி விரைந்தான்.

கடைசியாக அனந்த் படியேறியதும், மண்டபத்தின் வடகிழக்கு மூலையிலிருந்து அந்த உருவம் மெல்ல தூணின் பின்புறமிருந்து வெளிவந்தது. நான்கு மூலைகளிலும் நான்கு தூண்கள் சுவற்றிலிருந்து ஒரு ஆள் நடக்கும் அளவிற்கு இடைவெளியில் அமைந்திருந்ததை, அங்கு உள்ளே நுழைந்த எவரும் கவனிக்கவில்லை. நடுப்பகுதியின் மேல்புறத்தைக் கவனிப்பதில் மும்முரமாக இருந்தவர்கள் மூலைகளை ஆராயாமல் விட்டிருந்தனர்.

தூணிலிருந்து விலகி சுவற்றை ஒட்டி இரு நிமிடம் அசையாமல் நின்ற அவ்வுருவம், மீண்டும் எவரும் உள்ளே வரவில்லை என்பதை உறுதி செய்து கொண்டபின், தூணின் மேலே தொங்கிக் கொண்டிருந்த கயிற்று ஏணியில் மெல்ல ஏறி , தூணின் மேற்புறம் கால்களால் தூணை கிடுக்கிப்பிடி பிடித்தபடி, மண்டபத்தின் கூரையோடு இணைந்திருந்த இடத்தில் வலது உள்ளங்கையை வைத்து அழுத்தி எதையோ திருப்ப முயன்றது.

தூணின் மேல்கல்லில் நான்கு புறமும் சிலைகள் அமைக்கப் பட்டிருந்த ஒரு வட்டப்பகுதி, அவ்வுருவம், சிலையைக் கையால் தள்ளத்தள்ள மெல்லத் தூணின் அச்சில் திரும்பியது. இரு முழுச்சுற்று திரும்பியபின், மேலே மெல்ல கல் நகரும் ஓசை கேட்டது. மேல்கூரையில் தூணுக்கும் சுவற்றிற்கும் உள்ள இடைவெளியில் அந்த அளவுக்கு கல் ஒன்று மேலே சறுக்கி, வெளிப்புறம் நகர, மெல்ல சூரியஒளி உள்ளே கோடு போல வரத்தொடங்கியது. இரு நிமிடத்தின் பின், ஒரு நபர் நுழையும் அளவிற்கு மேற்கூரையில் துவாரம் பெரிதாக, வெளிப்புறம், புதரொன்றில் யாரும் காணாத வகையில் விரிந்திருந்தது. உடலை வளைத்து எம்பி வெளிவந்த அவ்வுருவம், யாரும் இல்லையென சரிபார்த்துக் கொண்டபின், புதரில் படுத்துக் கிடந்தபடியே, கல்லை மீண்டும் துவாரத்தில் தள்ளி மூடியது. இரு நிமிடத்தின்பின், அது நதிக்கரையில் கைகால்களைக் கழுவிக் கொண்டு, டூரிஸ்ட்களோடு கலந்தது.

பத்து நிமிடங்களுக்குப் பின் ஒடிசியின் தொடர்பு அறையில் அமர்ந்திருந்தவர்கள் சிந்தனை வயப்பட்டிருந்தனர். மிங்குனில் நடப்பது எதுவும் சரியாக இல்லை. அவன் தனியாக இருப்பது ஆபத்து...

''சுரங்கத்தைக் கண்டுபிடிச்சது சரி... நமக்கு வேண்டியது கிடைக்கலையே?'' அனந்த்வெள்ளைப்பகோடாவுக்குப்போகும்வழியில் ரெ நெகினிடம் சொல்லிக்கொண்டிருந்தான். ஐராவதி நதிக்கரையிலிருந்து ஜிலுஜிலுவெனக் காற்று வீசியது. மந்தர க்யி பகோடாவின் முழுமையான மாதிரி உரு ஐந்து அடி உயரத்தில் நதிக்கரையில் அவர்கள் நடந்து செல்லும் பாதையின் இடப்புறம் இருந்தது. 'மந்தர க்யி கட்டி முடிக்கப்பட்டிருந்தால் இது போலவே

இருந்திருக்கும்.சே, என்ன துரதிருஷ்டம்...' சம்பத் வருத்தப்பட்டுக் கொண்டான்.

''இத்தனை வருஷம் பத்திரமாக இருந்திருக்க முடியும்னு நினைக்கிறீங்களா?'' மேலும் தொடர்ந்தான்.

ரெ நெகின் பதில் சொல்லவில்லை. மவுனமாக மேலே நடந்தார்.

''ஸோ, உங்களுக்கு இன்னமும் அது இங்க இருக்குன்னு நம்பிக்கை வரலை இல்லயா?''

''நிச்சயமா இல்ல. ஏன், அது இருக்குன்னே என்னால நம்ப முடியலை. ஜஸ்ட் மித்... கட்டுக்கதை''

''இத்தனை புதிர்களை விடுவிச்சப்புறமும், உங்க பேர்லயே ஆயிரம் வருஷத்துக்கு முன்னால் எழுதப்பட்ட புதிரைப் பாத்தப் புறமும்கூட நம்பிக்கை இல்லன்னா சொல்றீங்க?'' ரெ நெகின் கேள்வியில் வியப்பும் நக்கலும் கலந்திருந்தது.

''பெயர் வர்றது எல்லாம் செப்படி வித்தை. யார் வேணாலும் எப்படி வேணாலும் பொருளைக் கற்பனை பண்ணிக்கலாம். இந்த பிடியது இந்திரன்-ன்னு சொல்லறதேகூட ஒரு வகையான இண்டர்ப்ரெட்டேஷன்தான்''

''எதப்பாத்தா நீங்க நம்புவீங்க?''

''ப்ரமிட்டைப் பாத்தா மட்டும்தான்...''

நெகின் பேச்சை மாற்றினார். ''இந்தப் பளிங்குச் சிலை இருக்கே, இதுதான் பழைய பகோடாவின் வாசல்ல நிற்கவிருந்த சிங்கச் சிலை. சிதைஞ்சு போச்சு''

சம்பத் கவலையில் ஆழ்ந்திருந்தான். சிலைகளைப் பார்க்கும் மனநிலையில் அவன் இல்லை. ரெ நெகினை அணுகினான்.

''இன்னும் ஒன்றரை நாள்ல என்னமோ நடக்கப் போகுது. இதுவரை நமக்கு அந்த பிரமிட் கிடைக்கல. எல்லா முயற்சியும் வீணாப் போயிருமோ? ''

''இந்த விசயத்துல முக்கியமா எது வேணுமோ அது உங்க டீம்ல இல்ல. அது வர்ற வரை... கஷ்டம்தான்''

''என்னது இல்ல?''

'நம்பிக்கை. பிரமிட் இங்க இருக்குன்னு நீங்க நம்பறீங்களா சம்பத்?''

''யெஸ்''

''அந்தப்பெண்? தேவராஜ்?''

''தேவராஜ் நம்பறாரு. அவளைப்பத்தி என்னால் உறுதியாச் சொல்ல முடியாது''

''அவளோட நம்பிக்கை ரொம்ப முக்கியம். அதுக்கு மேல, அனந்த்... அவன் நம்பறானா?''

''இல்ல'' என்றான் சம்பத் தயக்கத்துடன்.

''முதல்ல அவன் நம்பணும். அவ நம்பணும். ரெண்டு பேரும் முழு மனசோட இறங்கினாத்தான் முடியும். இது மன அலைகள் ஒருமிப்பு சமாச்சாரம்''

''எப்படி அவன நம்ப வைக்கிறது?''

''பார்ப்போம்'' ரெ நெகின் எதையோ சிந்தித்தார். பின் வேகமாக அவர்கள் பாதையிலிருந்து விலகி, மரங்கள் அடர்ந்திருந்த ஒரு பகுதியில் யாரையோ அழைத்தபடி விரைந்தார்.

''எங்கப் போறாரு?''

''யாருக்குத் தெரியும்? முதல்ல அவர் யாருன்னே தெரியல'' சம்பத் ஒரு மரத்தடியில் நின்றான்.

''இங்க நிப்போம். அவர் வரட்டும்''

ஐந்து நிமிடங்களில் ரெ நெகின் அவர்களை நோக்கி வந்தார்.

''இப்ப மணி ரெண்டரை. நாலுமணிக்கு நாம இங்கிருந்து போட்ல திரும்பணும். நீங்க இன்னிக்கும் நாளைக்கும் தீவிரமாத் தேடணும்னா, நாம திரும்பி மண்டலைப் போயிட்டு நாளைக்கு வர்றது வேஸ்ட்''

''அதுனால?''

''அதுனால, நாம இங்க ராணுவ விருந்தினர் விடுதியில இன்னிக்கு ராத்திரி தங்கிடலாம். என்ன சொல்றீங்க?''

அவர்களுக்கும் சரியெனவே பட்டது. இங்கேயே தங்குவதென்றால் மாலைவரைத் தேடலாம். மறுநாள் விடியற்காலையிலேயே தேடத் தொடங்கலாம்.

''ஆனா, எங்களோட உடைகள்... பொருட்கள்...?''

''இப்பவே மண்டலைல ஓட்டலுக்கு கூப்பிட்டுச் சொல்லிடறேன். இன்னும் அரைமணில அங்கிருந்து கிளம்பற டூரிஸ்ட் படகுல, அஞ்சுமணிக்கு வந்துடும்.''

சம்பத் பேச்சை மாற்றினான்.

''ரெ நெகின். இங்க ஒரு ஆர்க்கியாலஜி டீம் இருக்குன்னீங்களே? அவங்ககிட்ட ஏதாச்சும் பழம்பொருள் பத்தி துப்புக் கிடைக்குமான்னு விசாரிக்கலாமா?''

ரெ நெகின் தலையசைத்து மறுதலித்தார். ''அவங்ககிட்ட ரொம்ப எதிர்பார்த்துப் போகாதீங்க. என்னமோ தோண்டித் தடவிக் கிட்டிருக்காங்க. அரசாங்கப் பணம்... விரயமாக்க ஒரு வழி''

''பத்தே நிமிசம் போதும். ஏதாச்சும் விசயம் இருக்கா இல்லையான்னு புரிஞ்சிரும்''

''சரி, போலாம்'' , ரெ நெகின் எழுந்தார். ஈர மண்ணை உதறிவிட்டு மணல் மேட்டுக்கு நடந்தார். ஒருவர் ஒருவராக அவரைப் பின் தொடர்ந்தனர். அனந்த்திற்கு யாரோ தங்களைத் தொடர்வது போல உணர்ந்தான். திருவனந்தபுர விமான நிலையத்தில் தோன்றிய அதே குறுகுறுப்பு. அதே போல யாரும் பின்னே தென்படவில்லை.

பல மின்கம்பிகள் சாலையின் மறுபுறத்திலிருந்து தாறுமாறாக இழுக்கப்பட்டு கறுப்பாக அழுக்கு படிந்து, ஏதோ பலான தொழிற்பேட்டையில் இருக்கும் லேத் மிஷின் ஷாப் போல இருக்கும் இரண்டு மாடிக்கட்டிடம் ஒன்றின் வாசலில் ஜீப் நின்றது. முதல் மாடிக்குச் செல்லும் படிக்கட்டில் தெருநாய்கள் உறங்கிக் கொண்டிருந்தன. மிதித்து விடாமல் ஜாக்கிரதையாகத் தாண்டித் தாண்டிப் படியேறினர்.

''மிங்குன் பகோடா சுத்தி 2 கிமீ ரேடியஸ்ல நிறையவே அகழ்ந்தெடுத்துப் பாத்துட்டோம். நீங்க கேக்கிறமாதிரி ஒன்றும் புதிதா, வினோதமா இது வரை கிடைக்கலை'' . கனமான தேக்குமர மேஜைக்குப் பின்னே அமர்ந்திருந்த சிறு மனிதர், நாற்காலியை இடவலமாகச் சுற்றியபடியே பேசினார். டெபுடி.சூப்பரின்டென்ட் , மண்டலை டிவிஷன், டிபார்ட்மெண்ட் ஆஃப் ஆர்க்கியாலஜி என வாசலில் போர்டு தொங்கியது.

'இன்னிக்கு நாங்க பாத்த சுரங்கத்தப்பத்தி உங்களுக்கு எதாச்சும் தெரியுமா?' எனக் கேள்வி நாக்குவரை வந்ததை அனந்த் அடக்கிக்கொண்டான். ஆர்க்கியாலஜி இங்கே அரசாங்க வேலை அவ்வளவுதான்.

''இந்த பகோடா தொடர்பாத்தான் இருக்கணும் என்பதில்ல. ஏதாவது வழக்கத்துக்கு மாறா, வித்தியாசமா...''

''ம்... இங்க இல்ல. மண்டலைல கொஞ்ச வருஷம் முன்னால ஒரு ஏடு கிடைச்சது. பர்மீஸ் மொழியில்ல. தமிழா இருக்கலாம்னு சந்தேகம். போட்டோ வைச்சிருக்கோம். வேணாப் பாருங்க.'' எழுந்தார். நாற்காலிக்குப் பின்புறமிருந்த இரும்பு பீரோவைத் திறந்தார். இரு நிமிடங்களுக்குப்பின் மேசைமீது வைக்கப்பட்ட போட்டோவைப் பார்த்து அனந்த் திகைத்தான்.

ஏடு. கறுப்பாக, அங்கிங்கே அடிபட்டு நெளிந்து கிடந்தது. உலோக ஏடாக இருக்கவேண்டும். செப்பேடு?

''ஒரிஜினல் மண்டலைல இருக்கு. இதோட என்ஸ்டாம்ப்பேஜ் பிரதி நாளைக்குத்தான் கிடைக்கும். எப்பிகிராஃபி எக்ஸ்பர்ட் இன்னிக்கு சீக்கிரமே போயிட்டாரு. பையனுக்குப் பிறந்தநாள்னு...''

''நம்பர் சொல்லுங்க'' ரெ நெகின் செல்போனை எடுத்தார்.

''டிஸ்டர்ப் பண்ணாதீங்க. நாளைக்கு வாங்க. பத்து பத்தரைக்கு மேல''

''நம்பர் என்ன?'' ரெ நெகின் செல்போனை உயிர்ப்பித்தார். கோபத்தோடு அவரைப் பார்த்த ஆர்க்கியாலஜி எக்ஸ்பர்ட், நெகின் நீட்டிய பர்ஸில் இருந்த அடையாள அட்டையைப் பார்த்து

திகைப்பில் வாயைப் பிளந்தார். அந்தச் சிறிய விழிகளில் பயமும் மிரட்சியும் கலந்த அதீத உணர்வுக்கலவையை அனந்தால் கவனிக்க முடிந்தது.

மறுபேச்சு பேசாமல், தனது போனில் எண்களை ஒற்றினார். இரு நிமிட பதட்ட உரையாடலின் பின், ஆர்க்கியாலஜிஸ்ட் எழுந்தார்.

''வாங்க. அவர் கேபினுக்குப் போலாம். டூப்ளிகேட் சாவி இருக்கு'' சாவிக்கொத்தைத் தன் மேசை டிராயரிலிருந்து நீக்கி எடுத்தபடி, ஓட்டமும் நடையுமாக விரைந்த அவர் பின்னே விரைந்தவர்கள் மனதில் அக்கேள்வி மீண்டும் எழுந்தது.

யார் இந்த ரெ நெகின்?

எபிகிராபிஸ்ட்டின் அறையில் அனைத்துப் பொருட்களும் தாறுமாறாகக் கிடந்தன. மேசையில் கழுவாமல் வைத்திருந்த காபி கோப்பையின் நாற்றம் மூக்கைத் துளைத்தது. நாற்காலியின் பின்புறம் இட்டிருந்த பச்சை நிறத் துண்டு அழுக்கேறிக் கிடந்தது. அது தண்ணீரையும் சோப்பையும் பார்த்து, பல வருஷங்கள் ஆயிருக்கும்.

மேசையைத் திறந்து சில நிமிடங்கள் தேடியபின் , நீளமான பேப்பர் சுருளை எடுத்து விரித்தார்.

''இதுதான் பிரதி. புரியுதான்னு பாருங்க'' பிம்பம் பெருக்கும் கண்ணாடியை மேசையின் ஓரத்தில் இருந்து எடுத்து அதனூடே பிரதியைப் பார்த்த சம்பத், சட்டெனெ அறிந்துகொண்டான்.

''இது பழைய தமிழ் லிபி''

சம்பத் தன் கையில் வைத்திருந்த நோட்டுப்புத்தகத்தில் எழுதத் தொடங்கினான்.

''பதினெட்டு, பத்தொன்பதாம் நூற்றாண்டு தனித்தமிழ். கிட்டத்தட்ட இப்ப இருக்கிற லிபி மாதிரியே இருக்கும்''

அதனை ஒரே நிமிடத்தில் தமிழ்ப்படுத்தினான். இரண்டே வரிகள் மட்டும்...

இதுக்குக்கீழே என்னமோ வரிகள் இருந்த மாதிரித் தடயம் தெரியுதே?'' சம்பத் சந்தேகித்தான்.

''யெஸ். ஏட்டுல இன்னும் ரெண்டு வரிகள் இருந்திருக்கணும். அத ரெண்டையும் ஆணி வச்சு அடிச்சு சிதைச்சிருக்காங்க. முதல் ரெண்டு வரிதான் இருக்கு''

அனந்த், சம்பத் எழுதியதை எட்டிப் பார்த்தான். எளிதில் புரியறமாதிரி... சற்றுத் தள்ளி நின்ற ஜானகி மற்றும் தேவராஜுக்குக் கேட்கும்வகையில் சற்றே உரக்கப் படித்தான்.

''**ஆமைக்கு முன் தோன்றி அனைத்துயிரின் விதையாகி பூமிதன்னைக் காத்துநின்ற முதல் உருவம் தானொன்று**''

''அவ்வளவுதான். அதுக்கப்புறம் இருந்த ரெண்டு வரியையும் அழிச்சிருக்காங்க''

சம்பத் அழிக்கப்பட்டிருந்த எழுத்துகள் எத்தனை, எவ்வளவு நீளமான சொற்கள் என்பதைக் கணக்கிடுவதில் மும்முரமாக இருந்தான்.

''இதென்னமோ விஷ்ணுவோட மச்ச அவதாரம் பத்திச் சொல்லுதுன்னு நினைக்கிறேன்'' என்றாள் ஜானகி.

''கடைசி ரெண்டு வரிகள் கிடைக்காம நாம எதயும் சொல்லமுடியாது'' என்றார் தேவராஜ்.

''மீன்? இந்த ஏடு நமக்குச் சம்பந்தமில்லாத ஒண்ணு'' அனந்த் ஆங்கிலத்தில் பேச, ரெ நெகின் அவனை ஏறிட்டார்.

''என்ன எழுதியிருக்குன்னு எனக்கு இங்க்லீஷ்ல விளக்க முடியுமா?''

''ஷ்யூர்'' அனந்த் அந்த இரு வரிகளை ஆங்கிலத்தில் சொன்னான்.

''இது மீன் பத்திப் பேசுது. இல்லையா?'' என்றார் ரெ நெகின் ஆழ்ந்து சிந்தித்தபடி.

''ஏதோ ஒரு மீன் இல்ல. மச்ச அவதாரம் என்பது விஷ்ணு வழிபாட்டில் இருக்கும் ஒரு புராணக் கதை. அங்க்கோர்வாட்டில் விஷ்ணு கோயில்கள் கட்டின தாக்கம் பர்மாவிலேயுமிருந்திருக்க வேண்டும். அதோட ஒரு செய்யுள். விட்டுறுங்க. நமக்கு யூஸ் இல்ல''

''ஏன் கடைசி ரெண்டு வரிகளை அழிச்சிருக்காங்க?'' சம்பத் கேள்வியெழுப்பினான்.

''தவறாக எழுதியிருக்கலாம். இதென்ன மென்பொருளா ? நாம வேணும்னா எழுதி அழிக்கறதுக்கு...?'' என்றாள் ஜானகி.

''வா சம்பத். நேரமாகுது. கொஞ்ச நேரம் படுத்துத் தூங்கணும். காலேல மூணு மணிக்குப் பூரில எந்திருச்சது...'' அனந்த் வாசலுக்குத் திரும்பினான்.

''இது எங்க கிடைச்சது?'' சம்பத் ஆர்க்கியாலஜிஸ்டைக் கேட்டான்.

''மண்டலைல சில இந்துக் கோயில்கள் இருக்கு. அதுல ஒண்ணை... விஷ்ணு கோயில்னு நினைக்கறேன்... பத்து வருஷம் முன்னால புதுப்பிச்சாங்க. கோயில் நந்தவனத்துலத் தோண்டும் போது, இது கிடைச்சது. ஒரிஜினல் மண்டலைலதான் இருக்கு'' ரெநெகினைப் பார்த்துக்கொண்டே, தன் வார்த்தைகளை மிக அளந்து பேசினார்.

'' வேற எதாச்சும்?''

''இல்லன்னுதான் எனக்குத் தோணுது. இருந்தா நாளைக்குக் கேட்டுச் சொல்லறேன். கொஞ்ச நாள் இங்க இருப்பீங்கள்ல?''

ராணுவ அதிகாரிகளின் விடுதி ஹோட்டலைவிட நவீனமாக இருந்தது. பலத்த பாதுகாப்போடு, இரண்டு தடுப்புச் சுவர். அரணுக்கு உட்புறம் அமைந்திருந்த பழைய மாளிகை வீடு ஒன்று அதிகாரிகள் விடுதியாக மாறியிருந்தது. புரட்சிக்கு முன் ஏதாவது மன்னர் பரம்பரை அல்லது ஜமீன்தார் வீடாக இருந்திருக்க வேண்டும். ஐராவதி நதிக்கரையிலேயே அது அமைந்திருந்தது.

ஏழு மணியளவில் அவர்கள் அனைவரும் மேல் மாடித்தளத்தில் வட்டமாக அமர்ந்திருந்தனர். ஐராவதியிலிருந்து ஈரப்பதக்காற்று மண்டலை மலையிலிருந்து வரும் குளிர்க்காற்றோடு இணைந்து, மிகவும் குளிரோடு தரை, சுவரெங்கும் ஈரப்பதமாக ஆக்கியிருந்தது. சூடான டீ கெட்டிலில் இருந்து ஆவி பறக்க, ராணுவ உடையில் இருந்த ஒருவன் பறிமாற, அக்குளிருக்கு, சர்க்கரை இடாத அத்தேனீரின் சூடு, படு இதமாக இருந்தது.

‘‘பெர்ஃபெக்ட். அடுத்த கட்டமா நாம என்ன செய்யறது?’’ தேவராஜ் தரையில் கர்ச்சீப்பை விரித்து அமர்ந்து கொண்டார்.

அனவரும் அவரை அடுத்து அரைவட்டமாக அமர்ந்து கொண்டனர். அனந்த் தேவராஜை அடுத்து அமர, அவனுக்கு அடுத்தபடியாக ரெ நெகின் அமர்ந்தார். தேவராஜின் மறுபுறம் ஜானகி உட்கார, அவளுக்கு அருகே கால் முட்டியை கைகளால் கட்டியபடி சம்பத் அமர்ந்தான். ஜெர்மன் டூரிஸ்ட்டுகள் சிலரின் சிரிப்பு சப்தம் சிறிது தள்ளிக் கேட்டுப் பின் மெல்லத் தேய, ஐராவதியின் அலைகள் ‘‘சலப் சலப்’’ என கரையில் மோதுவது மட்டும் தொடர்ந்து கேட்டுக்கொண்டிருந்தது.

‘‘உங்கள்ல யாருக்காவது, பிரமிட் இங்க இல்லைன்னு தோணுதா?’’ ரெ நெகின் கேட்டுவிட்டு அனைவரையும் சுற்றி நோக்கினார்.

ஒரேயொரு கைமட்டும் உயர்ந்தது. அனந்த்.

‘‘ஜானகி, நீ, நம்பறியா?’’ அனந்த் வியந்தான். இந்தப்பெண் லெமூரியா பத்தி பைத்தியமா அன்னிக்குக் கேட்டபோதே சந்தேகிச்சிருக்கணும்...

அவள் பதில் சொல்லவில்லை.

‘‘ஒரு பொருள் இல்லைன்னு தோணிணா அப்புறம் எப்படி அதைத் தேட முடியும்?’’ ரெநெகின் டீயை உறிஞ்சியபடி பொதுவாகக் கேட்டார்.

‘‘ஏன்? நான் நம்பறதும் நம்பாததுமா ஒரு பொருளோட இருத்தலையும் இல்லாதிருத்தலையும் நிர்ணயிக்குது?’’ அனந்த் கேட்டதில் கேலி தொக்கி நின்றது.

‘‘நமது மனம் எந்தப் பொருளையும் முதல்ல ஒரு பிம்பத்தின் மூலம் பதிப்பிச்சுக்குது. அதுக்கு அப்புறம் மற்ற பொருளோடு தொடர்புபடுத்திப் பாக்குது. இதனால் சில பொருட்கள் உங்களுக்குத் தெளிவாத் தெரிவது, புரிவது, மற்றவருக்குப் தெரியாம, புரியாம போகலாம்’’ ரெ நெகின் பேசினார்.

‘‘கற்பனைங்கறது நம்மோட பெரிய சொத்துன்னு உங்களுக்குப் படலையா, மிஸ்டர் ரெ நெகின்?’’

''நிச்சயமா. ஆனா நம்ம கற்பனைக்கும் ஒரு எல்லை உண்டு. உதாரணமா வெளிக்கிரக உயிரினங்களை நீங்க வரையணும்னா எப்படி வரைவீங்க?''

''ம்ம்.'' அனந்த் யோசித்தான். கைவிரலால் மணலில் ஈ.டி போல ஒன்றை வரைந்தான்.

''அனந்த். வெளிகிரக உயிரினங்களுக்கு நம்மளை மாதிரி ஏன் ரெண்டு கண், முகத்துக்கு முன்னால இருக்கணும்? ஏன் முகம்னு ஒண்ணு இருக்கணும்?''

அனந்த் மீண்டும் சிந்தித்தான். ''கரெக்ட். மத்த உயிரினம் மாதிரி, ஏன் பின்னோக்கிப் பாக்கிற கண் இருக்கக்கூடாது? தவளை... மீன் மாதிரி, புட்டான் பூச்சி மாதிரி...நீங்க சொல்ற நியாயம் புரியுது''

'' அதுகூட பாருங்க. நீங்க பாத்த உயிரினம் கொண்டுதான் சொல்ல முடியுது. தவளை, மீன், புட்டான் பூச்சி... இதத்தான் கற்பனைகூட நம்ம அறிவோட எல்லைக்குள்ளதான்னு சொல்லறேன். சரி, நீங்க சொல்ற எதையுமே பாக்காதவங்க எப்படி வரைவாங்க?''

அனந்த் உதட்டைப் பிதுக்கினான். ''தெரியல''

'' படு வித்தியாசமா இருக்கும். அவங்களுக்குத் தெரிஞ்சத வச்சு கற்பனை பண்ணுவாங்க. ஸோ, அறிவுங்கிறது ரெம்ப சப்ஜெக்டிவ்''

''சரி. அதுக்கும் இந்த பிரமிட் தேடலுக்கும் ஏதாச்சும் தொடர்பு இருக்கா?'' அனந்தின் குரலில் கிண்டல் தெரிந்தது... ஆளாளுக்கு அட்வைஸ் பண்ண வந்துருவான்க.

''பிரமிட் பத்தி உங்கள் கருத்து, நம்பிக்கை, உங்க மனசுல ஒரு பிம்பத்தை உருவாக்கும். ஒரு பொருள் இருக்கும்னு நினைச்சா அதைத் தேடுறதுல ஒரு வேகம் இருக்கும். லாஜிக் இருக்கும்''

''அந்தப் பொருள் அங்க இல்லன்னா? உதாரணமா, இங்க கழுதை இல்ல... நான் இருக்குன்னு நினைச்சுத் தேடினா கிடைக்கவா போகுது?''

''கிடைக்காது. ஆனா கழுதைன்னு ஒண்ணு இருக்கு, அது இப்படி இருக்கும்னு உங்களுக்கு முதல்ல அதோட இருத்தல் தெரியணும்.. அப்புறம் தேடும்போது அட, அது இங்க இல்லைன்னு பட்டுன்னு

புரிஞ்சுபோயிடும். கழுதைன்னு என்னென்னே தெரியாதவன் என்ன நினைப்பான்? எதன்னு தேடுவான்?இந்த மரம், மணல், சிலை எல்லாத்துலயும் கழுதையைத் தேடுவான்... நேரத்தை வீணடிப்பான். பாத்தியா, கழுதைன்னு ஒண்ணு இல்லவே இல்லன்னு சொன்னேன். கேட்டீங்களான்னு தான் சொன்னதை உறுதிப்படுத்துவான்''

அனந்த் அமைதியானான். இந்த ராணுவ அதிகாரி உண்மையிலேயே ராணுவத்தில இருந்தவர்தானா?

''சரி விடுங்க. மாயா, இருத்தல் இல்லாமை பத்திப் பேசினா, போய்க்கிட்டே இருக்கும்'' சம்பத் இடைவெட்டினான். அவரை. 'ஒன்றும் பேசவேண்டாம்' எனச் சைகை காட்டினான்.

''இன்னிக்குக் கிடைச்ச தகவல்கள் பத்தி என்ன நினைக்கிறீங்க?'' தேவராஜ் அனைவரையும் பொதுவாகக் கேட்டார்.

அனந்த் தொண்டையைச் செருமினான். ''இரண்டு கண்டுபிடிப்புகளும் ஒரு பயனும் இல்லாதவை. நாம தேடிவந்தது பிரமிட்டை. சுரங்கம், சிலை, செப்பேடுன்னு டூரிஸ்ட், கலெக்டர்ஸ் அட்ராக்ஷன்ஸ் தேடி வரலை. ஒரு நாள் வேஸ்ட்''

''இல்ல. எனக்கு என்னமோ சுரங்கம் பயனுள்ளதா இருக்கும்னு தோணுது. நாளைக்கு அங்க இன்னம் கவனமாப் பார்த்தா எதாச்சும் கிடைக்கலாம்'' ஜானகி பேசினாள்.

''அந்த செப்பேடு தமிழ் வரிகள்?'' சம்பத் கேட்டான்.

''அது வேஸ்ட்டுன்னு படுது. ஏதோ கோயில், பக்திப் பாமாலைன்னு இருந்திருக்கும். இல்ல, தமிழ்நாட்டுல இருந்த ஒன்றை இங்கக் கொண்டு வந்திருக்கலாம்''

''அந்தச் சுரங்கத்துக்கும் தமிழ் வரிகளுக்கும் தொடர்பு இருக்கும்னு நினைக்கிறியா?''என்றார் ரெ நெகின்.

''நிச்சயமா இல்ல'' உறுதியாகத் தலையசைத்து மறுதலித்தாள் ஜானகி.

ரெ நெகின் ஆழமாக மூச்சை இழுத்து அடக்கி, மெல்ல வெளியிட்டார். ஒரு நிமிட மவுனத்தின் பின், கதவருகே காவலுக்கு நின்றிருந்தவனை அழைத்தார்.

''அந்தப் பார்சலை எடுத்து வா''

''எது'' என்றெல்லாம் கேட்காமல் அவன் சல்யூட் அடித்து விரைந்தான். ஐந்து நிமிடங்களில் ரெநெகினின் முன் டீப்பாயின் மேல் விரிந்த பச்சைப் படுதாத்துணியில் இருந்த பொருளைப் பார்த்து சம்பத் எழுந்துவிட்டான்.

''இது...''

''யெஸ். உக்காருங்க. மத்தியானம் பாத்த செப்பேட்டோட ஒரிஜினல். மண்டலைலேருந்து உங்க பெட்டிகளோடு படகுல வந்துச்சு'' ரெ நெகின் ஒன்றுமே நடக்காதது போல சர்வ சாதாரணமாகச் சொன்னார். அவர் கையசைக்க, மாடியில் வெள்ளை ஒளி விளக்குகள் இரண்டு மஞ்சளாய் ஒளிர்ந்தன.

கண்கள் கூச, அவர்களுக்கு முன்னே இருந்த பொருளை முழுமையாகப் பார்க்க இரு நிமிடங்கள் பிடித்தது.

''கையில எடுத்துப் பாருங்க. மெட்டல்தான். ஒண்ணும் ஆகாது'' ரெ நெகின் உந்த, சம்பத் அதனைக் கையில் எடுத்து முகத்திற்கு மிக அருகே வைத்துப் பார்த்தான். களிம்பு ஏறி, பச்சையாக படிந்திருக்க, அச்செப்பேடு கிட்டத்தட்ட ஒரு அடி ஸ்கேல் போல இருந்தது.

''கடைசி இரண்டு அடிகள வேணும்னேதான் அழிச்சிருக்காங்க. எழுத்துகள் பக்கத்துல கீறல்கள் இருக்கு பாருங்க. ரெண்டு வார்த்தைகளுக்கு நடுவே ஒரு அழித்தலும் இல்ல. சொற்கள் மட்டும் அழிக்கப்பட்டிருக்கு''

ஒவ்வொருவராகப் பார்த்தபின் சம்பத்தின் கையில் மீண்டும் வந்தது. ரெ நெகின் எதையோ நடக்கப்போவதை எதிர்பார்ப்பது போலிருந்தது.

ஜானகி சம்பத்தின் கையிலிருந்து மீண்டும் செப்பேட்டை வாங்கினாள்.

அதன் இருபுறமும் புரட்டிப் பார்த்தாள். பின்னர் ஏட்டின் பின்புறம் கூர்ந்து கவனித்தாள்.

''சம்பத், இது என்ன?''

அவள் காட்டிய பகுதியில், ஏட்டின் பின்புறத்தில் மங்கலாக எழுத்துகளின் வடிவுகள் தெரிந்தன.

சம்பத் வியந்தான். ''மை காட். உனக்கு எப்படித் தெரிஞ்சது ஜானகி?''

''மிஸ்டர் நெகின். ஏ 4 சைஸ் பேப்பரும், பென்சிலும் கிடைக்குமா?''

''ஷ்யூர்'' அவர் மீண்டும் காவலாளியை அழைக்க, இரு நிமிடங்களில் இரு வெள்ளைக் காகிதங்களும், சீவிய பென்சிலும் வந்தன.

டீப்பாயின் மேல் ஏட்டை வைத்து, அதன்மீது காகிதத்தைப் பரப்பினான். பின் பென்சிலை அதன்மேல் மென்மையாக எழுத்துகளின் பள்ளத்தில் பதித்துத் தேய்க்க, மெதுவே கறுநிற அச்சு, பேப்பரில் வரத் தொடங்கியது. பதினைந்து நிமிடங்களுக்குப் பின் இரு அடிகள் தெரிந்தன.

''சாமமிங்கு தேவமாகும் சந்திநேரம் ராமதேவி

காமங்கொன்ற தேவன்கோவில் ஆழந்தன்னில் தோன்றுமே...''

''துள்ளல் நடை'' என்றான் சம்பத். ''இது முன்பக்கம் அழிச்சிருந்த அடிகளோட நகலா இருக்குமோ?''

''எப்படிச் சொல்லறே?'' என்றான் அனந்த்.

''முதல் ரெண்டு வரி மீனைப்பத்திச் சொல்லுது. இந்த ரெண்டுவரி அது எங்கத் தோன்றும்னு சொல்லுது. ரெண்டும் ஒரே நடை...''

''நம்மள திசை திருப்பறதுக்கு எழுதியிருக்காங்க'' என்றான் அனந்த். சம்பத் அவனைக் கேள்விக்குறியுடன் பார்த்தான்.

''லாஜிக். ஒரு செப்பேட்டுல ஒரு பக்கம் ரெண்டு வரி அழிக்கப்பட்டிருக்கு. அதே வரிய அடுத்த பக்கம் மீண்டும் எழுதியிருக்காங்கன்னா, ஒண்ணு அந்த ஏடு எழுதின ஆளுக்குத் திரும்பிக் கிடைச்சிருக்கணும். இல்ல, படிக்கிறவங்கள திசைதிருப்ப எழுதியிருக்கணும்''

''இருக்கலாம். அப்புறமா அது பத்தி யோசிப்போம். சம்பத்.

உன்னால இந்த வரிகளை விரிவா விளக்கமுடியுமா?'' ரெ நெகின் பேச்சை மாற்றினார்.

"சாமம்-ங்கிறது இரவு நேரத்தின் ஒரு அளவு. சாமம் முடிஞ்சு விடியலுக்கு முன்னுள்ள நேரம் ப்ரம்ம முகூர்த்தம். அதைத் தேவ நேரம் என்று சொல்லலாம். இரவு மூணு நாலு மணின்னு வைங்க. அந்த நேரத்தைக் குறிக்கிற வார்த்தைகள் இவை - சாமமிங்கு தேவமாகும் சந்தி நேரம்''

"காமம் கொன்ற தேவன் - காமனை எரித்த தேவன்சிவன்... ஸோ, சிவனைக் குறிக்குது காமம் கொன்ற தேவன் என்கிற வார்த்தைகள்''

"காமங்கொன்ற தேவன் கோவில் - சிவன் கோவில்

ஆழந்தன்னில் தோன்றுமே- அடியில் தோன்றுமே''

ஏதோ ஒரு மீன் வகை, ஒரு சிவன்கோவில் அடியில் - அல்லது குளத்தில் தோன்றும் என்பது இதன் அர்த்தம்'' சம்பத் முடித்தான்.

"மண்டலைல ஏதாவது சிவன்கோவில் இருக்கா? இல்ல, பர்மாவுலேயே சிறப்பான சிவன் கோவில்?'' அனந்த், ரெ நெகினைக் கேட்டான். அவர் பதில் சொல்லவில்லை. இன்னும் எதையோ எதிர்பாக்கிறாப்போலத் தோன்றியது அவனுக்கு.

ஜானகி சம்பத்தை ஏறிட்டாள் '' கடைசி ரெண்டு வரியத் திரும்பச் சொல்லு''

சம்பத் பொறுமையாக மீண்டும் வாசித்தான்.

"ம்.. காமம் கொன்ற தேவன்னா சிவன் இல்லன்னு எனக்குப் படுது''

'' வேற யாரு?''

"புத்தர். காமம்னா ஆசைன்னு ஒரு அர்த்தம் இருக்கு. ஆசையே அழிவுக்குக் காரணம். ஆசையை அழிக்கணும்னு போதிச்ச புத்தரை, காமம் கொன்ற தேவன்னு சொல்லலாம். இல்லயா?''

"ம்.. சொல்லலாம்'' என்றான் சம்பத் சிந்தித்தவாறு.

க. சுதாகர்

''புத்தர் கோவில்ங்கிறது பகோடா. இங்க, ரெண்டு பகோடா இருக்கு. இதுல ஏதோவொரு பகோடாவோட அடியில மீன் தோன்றும். அதுல அகழி மாதிரி நீர்ப்பரப்பு ஏதோ இருக்கணும்''

ரெ நெகின் முகம் விகசித்தது. அவர் ஜானகியையே கூர்ந்து நோக்கினார்.

''இன்னிக்கு நாம பாத்த சுரங்கத்துக்கும், இந்த வரிகளுக்கும் ஏதோ தொடர்பு இருப்பதா எனக்கு இப்போ தோணுது. அந்தச் சுரங்கத்துல தேடினா ஏதாவது நீர் வழி கிடைக்கலாம். ஆனா ஏன் ஒரு மீனைப் போயி இப்படிப் புகழணும்? அது புரியலை'' ஜானகி முடித்தாள்.

ரெ நெகின் எழுந்தார்.

''நீங்க விருப்பப்பட்டா, இன்னிக்கு ராத்திரி மூணு மணிக்கு அந்தச் சுரங்கத்துக்கு நாம போய்ப் பாக்கலாம். யார் வர்றீங்க?''

ஜானகி கையை உயர்த்தினாள். ''நான் வர்றேன்''

சம்பத்தும் தேவராஜும் ஆச்சரியமாகப் பார்த்தனர். அவர்கள் கையை உயர்த்த, ஏதோ மறுத்துச் சொல்ல வந்த அனந்த், தனது கை மட்டும் உயராமல் இருப்பதை அறிந்தான். அரைமனதாகக் கையை உயர்த்தினான். ''ஓகே. கவுண்ட் மி இன்''

'இன்னிக்கு ராத்திரிக்கும் தூக்கம் போச்சு'

இரவு ஒரு மணியளவில் ஒவ்வொருவர் அறைக்கதவையும் ஒரு ராணுவ வீரன் தட்டினான். ஜீப் தயாராக இருப்பதை மிக மரியாதையாகச் சொல்லிவிட்டு நகர்ந்தான்.

பனி பொழிந்து, ஈரப்படலம் படர்ந்திருந்த ஜப்பானிய ஜீப்பின் முன் விளக்குகள் மங்கலாக ஒளிர்ந்தன. முன்புறம் டிரைவரின் அருகே ரெ நெகின் அமர்ந்திருக்க, நால்வரும் உள்ளே அமர்ந்தனர். ஏ.கே 47 ஏந்திய இரு வீரர்கள் பின்புறமாக ஏறி அமரவும், ஜீப் முன்னே விரைவாகப் பாய்ந்தது. ஐந்தே நிமிடங்களில் பகோடாவை அருகினர். ஐராவதி அமைதியாக இருந்தது. கரிய பெரும்பாம்பு

ஒன்று இரையெடுத்து மெல்ல நகர்வதைப்போல ஐராவதி நகர்வதின் அழகைப் பார்த்துக்கொண்டே இருக்கலாம் என ஜானகி எண்ணினாள்.

டார்ச் விளக்குகளின் ஒளியில் ராணுவ வீரன் ஒருவன் முன்னே செல்ல, ஐவரும் பின் தொடர்ந்தனர். அவர்களின் பின்னே மற்றொரு வீரன் துப்பாக்கியை ஏந்தியபடி நடந்துகொண்டிருந்தான்.

''எதுக்கு இத்தனை பாதுகாப்பு?'' ஜானகி மெல்ல சம்பத்தின் காதில் பேசினாள்

''தெரியல. ரெ நெகினோட ஏற்பாடு''

''துப்பாக்கி? அதிகமாப் படல?''

''விடு ஜானகி. நம்ம வேலைய மட்டும் கவனிப்போம்'' சம்பத் பேச்சுக்கு முற்றுப்புள்ளி வைத்தான்.

போதவ்பாயா பகோடாவின் நுழைவாசலில் ஒரு வீரன் நின்றுகொள்ள, மற்றவர்கள் ரெ நெகினின் தலைமையில் மண்மேட்டின் சரிவில் இறங்கினர். என்னமோ வெகுநாளையப் பழக்கம் போல சரிவில் இறங்கி பாறையின் அருகே சென்ற ரெ நெகினின் விரைவு, தேவராஜை வியக்க வைத்தது. நான் போலீஸ்காரன். ஸ்பெஷல் ஸ்குவாட். பயிற்சியில் எப்போதும் இருக்கிறேன். இந்த ஆளு ஓய்வுபெற்ற ராணுவ அதிகாரி... என்ன ஸ்பீடு, அலெர்ட்னெஸ் இவருக்கு?

''எல்லாரும் டார்ச், ஹெல்மெட் வாங்கிக்கிட்டு தயாரா இருங்க'' ரெ நெகின் பேசியபடியே பாறையை நகர்த்த முயன்றார். தேவராஜ் அவரைச் சேர்ந்துகொள்ள, பாறை நகர்ந்தது. மீண்டும் நாற்றத்தில் மூக்கைப் பொத்தியபடி உள்ளே நுழைய ஆயத்தமாயினர். சுத்தப்படுத்தப்பட்டது நினைவிருந்தும்...

''ஒரு நிமிஷம்'' என்றான் சம்பத்.

''சுரங்கத்துக்குள்ளப் போறதுக்கு முன்னால, என்ன செய்யப்போறோம்னு ஒரு திட்டம் போட்டுக்குவோம். சரிதானா?''

ரெ நெகின் நின்றார். ''வெரிகுட்'' என்றார்.

"இந்தச் சுரங்கத்துல நாம ஒரு நீர்த்திவலைகூடப் பாக்கல. ஆக, மீனைப் பாக்கணும்னா, நாம வேற இடத்துக்குத்தான் போகணும். ஆனா, எங்க?"

"கரெக்ட், தண்ணிய எங்கன்னு தேடறது? அதுவும் இந்த ராத்திரில?" அனந்த் உரக்கவே முணுமுணுத்தான்.

ரெ நெகின் இரண்டு அடி பின்னே வந்தார். டார்ச் லைட்டின் ஒளி அவள் முகத்தின்மேலே பட, கண்களைச் சுருக்கினாள்.

"ஜானகி, இப்பலேர்ந்து நீ எங்கள லீட் பண்ணறே"

ஜானகி ஆச்சரியமானாள் "நானா? எனக்கென்ன தெரியும்.?"

"உனக்குத்தான் இப்போ எதுவும் தெரியும்" மர்மப் புன்னகையுடன் ரெ நெகின் பேசினார்.

"இது சரியாப்படலை" என்றான் அனந்த்.

"அவளுக்கே முதல்ல நீங்க சொல்லற மாதிரி நம்பிக்கை இல்ல. அவ எப்படி நம்மை வழிநடத்த முடியும்?"

சம்பத் அவன் தோள்களைப் பற்றினான். "ஒரு நிமிஷம் இரு. ரெ நெகின் சொல்லறது சரி"

"எத வைச்சுச் சொல்லற?"

சம்பத் ஜானகியை ஏறிட்டான். "ஜானகி, நாம கடைசியாப் பாத்த புதிர் என்ன?"

ஜானகி நினைவுபடுத்த முயற்சித்தாள். "கடைசி ரெண்டு வரி காமம் கொன்றான் கோவில் ஆழந்தன்னில்னு வரும். சரியா வார்த்தைகள் ஞாபகமில்ல. முதல் ரெண்டு வரி மச்சாவதாரத்தைக் குறிச்சு, ஏதோ மீன் பத்தி வந்துச்சு. சரிதானா?"

"சரிதான். முதல் ரெண்டு வரிக்கு வேணும்னா மீன் பத்தி வந்ததைச் சொல்லலாம். கடைசி ரெண்டு அடி?" சம்பத் விஷமமாகக் கேட்டான். ஜானகி மீண்டும் சிந்தித்தாள்.

'புரியலை. ஏதோ மீன் வர்ற இடம்...'

''இது சிலேடை வகை''

''புரியற மாதிரிச் சொல்லு சம்பத். தமிழ் இலக்கணம் ப்ளஸ்-டூ வோட போச்சு'' ஜானகி சலித்தாள். குளிர் வேற ஆட்டுது. இப்ப வந்து சிலேடை, அது இதுன்னுகிட்டு...

''ஒரே வார்த்தைக்கு இரண்டு அர்த்தம். இது நீ சொன்ன மாதிரி விஷ்ணுவோட மச்ச அவதாரக் கதைன்னும் எடுத்துக்கலாம். ஆமைன்னா கூர்ம அவதாரம்'' அதுக்கு முன்னாடி இருந்தது மீன் அவதாரம். எல்லா உயிர்களையும் பிரபஞ்ச அழிவிலிருந்து மீனாகத் தோன்றி இறைவன் காத்தார் என்கிற கதையைச் சொல்லுது. இது ஒரு அர்த்தம்.

இன்னொண்ணு... இப்ப ஒவ்வொரு வார்த்தையாப் பாப்போம்.

மொதல்ல *ஆமைக்கு முன் தோன்றி* , மிகப்பழமையான உயிரினம் நீர்வாழ் உயிரினம்- மீன். அதுக்கு அப்புறம் நீரிலும் நிலத்திலும் வாழும் ஆம்ஃபிபியன்கள் வந்துச்சு ஆமை மாதிரி ஸோ, ஆதியான நீர் வாழ் உயிரினமான மீனாகத் தோன்றி,

அடுத்த வார்த்தை *''அனைத்துயிரின் விதையாகி''* மீனிலிருந்து தான் எல்லா உயிர்களும் பரிணாம வளர்ச்சி அடைந்தது என்பதைச் சொல்லுது.

அப்புறம் *''பூமிதன்னைக் காத்துநின்ற முதல் உருவம்''* - இந்த பூமியின் உயிரினங்கள் டினோசார் காலத்தில் முற்றும் அழிந்து விடாமல் மீண்டும் தோன்றும்படி இருந்த உயிரினம், மீன் நிறுத்தினான் சம்பத்.

ஜானகி ஏதோ பேச வாயெடுத்தாள். கையால் அவளை அமைதியாக இருக்கும்படி சைகை காட்டித் தொடர்ந்தான் சம்பத்.

இப்ப கடைசி ரெண்டு வரி. *''சாமமிங்கு தேவமாகும் சந்திநேரம்.* நாம நேத்தே பாத்த மாதிரி ஜாமம் முடிந்து ப்ரஹ்ம முகூர்த்தம் தொடங்கும் நேரம்'' கிட்டத்தட்ட இது அதிகாலை மூன்றரை மணி. அந்த நேரத்தில,

''காமம் கொன்ற தேவன் கோயில்'' ''நீ சொன்னமாதிரி

பகோடாவின் *''ஆழந்தன்னில் தோன்றுமே''* அடியாழத்தில் நீரில் அந்த ஆதிமீன் தோன்றும். யாருக்கு? ''ராமதேவி'' - ராமனின் தேவி -*ஜானகி - உனக்கு''* சம்பத் முடித்தான்.

ஜானகி வெகுநேரம் ஒன்றும் பேசாமல் நின்றிருந்தாள். அனந்த் அரண்டே போயிருந்தான். என்ன நடக்கிறது இங்கே? ஏதோ செப்பேடு... அதுவும் அடித்தல் கிறுக்கலோடு, அதன் பின்புறம் ஜானகியின் பெயர்... முன்னே மீன்.. அதுவும் ஆதி மீன்.. சீலகந்த்? இங்கே? ஐராவதியில்? சட்டெனு அவனுக்குப் பூரியில் கிடைத்த முதல் ஜாடியிலிருந்த ஓலையின் வரி நினைவுக்கு வந்தது.

''முடியாத காப்பினடி ஆதியுரு காக்கும்''

யார் இதை எங்கோ மயன்மாரில் முடிக்கப்படாத மந்தர க்யி பகோடா எனப் படுதுல்லியமாக கணித்தது? அதுவும் பகோடா கட்டுவதற்குப் பல நூறு வருடங்கள் முன்பு? எப்படி இது சாத்தியம்?

அனந்த் மவுனமாக முன்னே நடந்தான். சட்டென இதயம் வெறுமையானதுபோல உணர்ந்தான். இதுவரை அவன் உறுதியாக நினைத்திருந்த தத்துவங்கள் கண்முன்னே தவிடுபொடியானதும் இலேசானதாகத் தோன்றியது. நம்புவது என்பது நிகழ்வுகளைவிட, நிரூபணங்களைவிட ஆழமானது. சில நிரூபணங்கள் சில நம்பிக்கைகளைத் தகர்க்கின்றன. அந்த வெற்றிடத்தில் வேறு நம்பிக்கைகள் தளிர் விடுகின்றன. மிக ஆழமாக, மிக உறுதியாக அவற்றை வேறு நிரூபணங்கள் தகர்த்தால் வேறு நம்பிக்கைகள் தளிர்விடும். இதனால்தான் நம்பிக்கைதான் வாழ்க்கை என்கிறோமோ? சில கேள்விகளுக்கு பதில் இல்லை என்பதே பதிலாக இருப்பதை அனந்த் அந்த அதிகாலைப்பொழுதில் நாற்றம் குடலைப் பிடுங்கும் சுரங்க வாயிலில் உணர்ந்தான்.

ஜானகி சிலை போல் நின்றிருந்தாள். நான் விரும்பியோ விரும்பாமலோ கடந்தகாலத்தில் சிலர் என்னை எதிர் நோக்கியிருந்திருக்கின்றனர். எனது கடமை இது... இதுவரை ஒரு ஸ்பெக்டேட்டராக மட்டும் இருந்த நான் இப்போது முழு பொறுப்பும் ஏற்கிறேன். தெய்வம் துணை நிற்கும்.

கண்களை மூடி ஒரு நிமிடம் தியானித்தாள். பின் பாறையின் அருகே சென்றாள்.

"இந்தப்பாதையில் முதல்ல போவோம்" பதிலுக்குக் காத்திராமல், காலையில் கண்டு அரண்ட இறந்த எலிகள்மீது கால் பாவாமல் விறுவிறுவென நடந்தாள். ரெ நெகின் புன்னகையுடன் பின் தொடர சம்பத் தேவராஜின் பின்னே இறுதியில் அனந்த் நடந்தான்.

பாதை திரும்புமிடத்தில் நின்றாள் ஜானகி. பின்வந்தவர்கள் தயங்கி நின்று அவள் முகத்தை நோக்கினர்.

"இங்க இருந்து நாம திரும்பினோம். நேராப் போனா?"

"போக முடியாது ஜானகி. பாதை இல்ல"

"இல்லயா? அடைச்சிருக்கா?"

சம்பத் மவுனமானான். இப்போது எதுவும் சாத்தியம்.

"லெட்ஸ் ஸீ" ரெ நெகின் டார்ச் ஒளியை நேரே சுவரில் பாய்ச்சினார். இடது பக்கம் பாதை இருட்டாக இருக்க, நேர்ச் சுவரில் பாதை இருந்த தடயமே இல்லை.

"ஒண்ணும் இல்ல. வெறும்பாறை"

ஜானகி வலது புறம் நகர்ந்தாள். கை நீட்டி, சுவரில் தனது மெலிந்த நீண்ட விரல்களால் நெருடினாள்.

"இங்க லைட் அடிங்க"

இரு டார்ச் லைட்டுகளின் ஒளியில் வலப்பக்கச் சுவரில் மெல்லிய கீறல் தெரிந்தது. மேலெழுந்து முன்புறம் நீண்டு, கீழே இறங்கியது. ஒரு ஆள் நுழையுமளவுக்குக் கீறலின் கோடு தெரிந்தது...

ரெ நெகின் சாடை காட்ட, அவர்களின் பின் தொடர்ந்து வந்த ராணுவ வீரன் அனைவரையும் ஒரு புறம் ஒதுங்கி நிற்கச் சொல்லி முன்னே வந்தான். அவன் கையில் இருந்த சுத்தியலின் ஒரு புறம் கூர்மையாகக் கொத்தும் விதமாக இருந்தது. அப்பகுதியால் கீறலில் மெல்ல அடித்தான். பின் கீறலில் மெல்ல நெம்பி கற்களை எடுக்க

க. சுதாகர்

முயன்றான். வியர்வை வழிய பத்து நிமிடம் போராடியபின்னும் கல் நகரவில்லை. ரெ நெகின் ஐந்து நிமிடம் போராடி ''வேற வழியிருக்கணும்'' என்றார்.

ஜானகி ஒரு டார்ச் லைட்டின் ஒளியைத் சுவற்றில் அக்கீறலின் வலப்புறம் சிறிது தூரத்தில் பாய்ச்சினாள். பல ஆண்டு காலமாக தூசி படிந்திருந்த சுவற்றில் எதையோ உன்னிப்பாகக் கவனித்தவள், ரெ நெகினை அழைத்தாள்.

''இது என்ன வித்தியாசமான டிசைன்?''

அவள் காட்டிய இடத்தில் சுவற்றில் இதழ் விரிந்த தாமரை ஒன்று லேசாகச் செதுக்கப்பட்டிருந்தது. சுவற்றிலிருந்து இதழ்களின் வட்டம் பாதையினுட்புறம் நீட்டியிருந்தது. சிலையை ஒட்டி வைத்தது போல...

''தாமரை, புத்த மதத்தில் உயர்ந்த சின்னம் ஜானகி. அவை இங்கு இருப்பதில் ஒரு ஆச்சரியமும் இல்லை''

தாமரையின் இதழ்களை கவனித்துப் பார்த்தாள் ஜானகி. அனைத்தும் ஒரே மாதிரி இருந்தாலும், சில வட்டங்களில், ஒரே ஒரு இதழ் மட்டும் நுனியில் கூராக நீட்டியிருந்தது.

ஜானகி தாமரையின் நடுவிலிருந்து ஆறு இதழ்கள் நீட்டியிருந்த வட்டத்தில் கையை வைத்தாள். அது மெதுவாக முன்னும்பின்னும் அசைய, மெல்ல அதனை இடமிருந்து வலமாகத் தள்ளினாள். சிறிது நகர்ந்ததும் மேற்கொண்டு நகராமல் நின்றுபோனது. ஏதோ உறுத்தலில் ஏழாவது வட்டத்தில் அதேபோலத் தள்ள அதுவும் சிறிது தூரம் நகர்ந்து நின்றது. பின் ஒன்றாவது வட்டம் , இறுதியில் நாலாவது வட்டம். அனைத்தும் நகர்ந்ததும், சற்று தள்ளியிருந்து ஒரு காலை முழங்காலிட்டு அமர்ந்து சுவற்றைப் பார்த்தாள்.

தாமரை இதழ்களும் 6 1 7 4 என்ற வரிசையில் நகர்கின்றன...

''சம்பத், இங்க பாரு''

நகர்ந்த வட்டங்களின் கூரான நுனியுடைய இதழ்கள் ஒரே திசையைச் சுட்டியவாறு அமைய, தாமரையின் நடுவிலிருந்து கூரிய

முனைகள் காட்டிய திசையில் இருவரும் நோக்கினர்... ஜானகி அத்திசையில் அடையாளத்திற்காக விரலை வைத்தாள். முனை காட்டிய திசையில் நேர்க்கோட்டில் விரலை வேகமாக நகர்த்தினாள். சுவற்றில் புதைத்திருந்த ஒரு முக்கோண வடிவக்கல்லை அவள் விரல் தட்டியது. அதனைச் சுற்றி இருந்த மற்ற கற்களெல்லாம் சதுரவடிவில் இருக்க, இது ஒன்று மட்டும் முக்கோண வடிவில்...

"இது என்ன ஒரு தினுசா முக்கோணம்?"

"முக்கோணம் என்பது பிரமிட்டின் இருதள அமைப்பு" அனந்த் திகைப்பில் பேச, ஜானகி சட்டென அவனை ஏறிட்டாள். அவளது அகன்ற விழிகள், வியப்பில் மேலும் அகன்றன.

"அச்சுக்கல்..." ரெ நெகின் பிரமிப்பில் முணுமுணுத்தார்.

"வாட்?"

"அச்சுக்கல். கோட்டைகளில் பாதுகாப்புக் கதவு, அகழிகளின் மேலே போடப்படும் பலகைப் பாலம் எல்லாம் இயங்கறதுக்கு ஒரு கல்லை முழை கட்டி வச்சுருப்பாங்க. அதை நகர்த்தினா, மிகப் பருமனான கதவுகள், பாலங்கள் இயங்கும். அத இங்க மறைச்சு வச்சிருக்காங்க. சாதாரணமாப் பாத்தா தெரியாது. இந்தத் தாமரையில அதோட இடத்தை மறைச்சு வச்சு... அமேஸிங்" ரெ நெகினின் குரல் உற்சாகத்தில் சிறிது உயர்ந்தது.

ரெ நெகின், சிப்பாயிடமிருந்து சுத்தியலை வாங்கி, அச்சுக்கல்மீது அழுத்தமாக, மெதுவாக அடிக்க, கீறலில் மெல்ல கல் வெளிப்புறம் சரிவாக நகர்ந்தது. அதனைத் தள்ளித் தள்ளி மேலும் துவாரத்தைப் பெரிதாக்க, சில்லென்ற காற்று அவர்கள் முகத்தை வருடியது. அடைந்து கிடக்கும் சுரங்கத்தில் எப்படி சிலிர்க்கும் காற்று? அனந்த் யோசித்துக்கொண்டிருக்கும்போதே, ஜானகியைத் தாண்டி முதலில் ரெ நெகின் உள்ளே சென்றார். முப்பது வினாடிகளில் அவர் குரல் மெல்ல ஒலித்தது. "வாங்க"

அப்பாதை நேராகச் சென்று இடப்புறம் மெல்லத் திரும்பியது. அனந்த் கணக்கிட்டான்... இப்போது பகோடாவை நோக்கி நதியிலிருந்து செல்லும் பாதைக்கு இணையாக இறங்குகிறோம்.

க. சுதாகர்

நேராகக் கீழே இறங்கிய பாதையில் குப்பென பாசியின் துர்நாற்றம் வீசியது. படிகளில் பாசிபடிந்து வழுக்கியது.

''மெல்ல சுவற்றைப் பிடித்துக்கொண்டு இறங்குங்க'' ரெ நெகின் விரைவைக் குறைத்தார். டார்ச் லைட்டின் ஒளியில் கீழே ஏதோ மினுமினுத்தது. அலைந்தது.

தண்ணீர்...

ரெ நெகின் தனது இடது மணிக்கட்டைப் பார்த்தார். புள்ளிகளாக எண்களும், மெல்லிய கோடுகளுமாக பச்சையாக ஒளிர்ந்த ஓமேகா கான்ஸ்டெலேஷன் வாட்ச்சில் சரியாக நேரம் மூன்று ஐம்பத்திரெண்டு.

நீர்ப்பரப்பின் மேல்படியில் குத்திட்டு அமர்ந்தார். தண்ணீரின் மேல்பகுதியையே அவரது சிறு கண்கள் கவனித்துக்கொண்டிருந்தன.

ஜானகி அவருக்கு வலப்புறம் நின்றாள். மவுனமாக அவளைப் படியில் இருக்குமாறு சைகை காட்டினார். அவருக்கு இடப்புறம் அனந்த் அமர, சம்பத்தும் தேவராஜூம் பின்னே நின்றுகொண்டனர். அவர்களின் பின்னே ராணுவ வீரன் துப்பாக்கியை ஏந்தியபடி நின்றான்.

அனைவரையும் லைட்களை அணைக்குமாறு சைகை காட்டினார் ரெ நெகின். வாயில் விரல் வைத்து பேசக்கூடாது என எச்சரித்துவிட்டு, ஒரேயொரு லைட்டை மட்டும் தண்ணீரின் மேலே காட்டினார். பாசி நாற்றமும், நீரலைகளின் மிக மெதுவான சலசலப்பும் தூக்கி நின்றன. அவர்கள் அசையாது இருந்தனர்.

இரு நிமிடங்களில் நீரலைகளின் சலசலப்பு கூடியது. மேல்பரப்பில் ஏதோ சலனம் ஏற்பட, அலைகள் வட்ட வட்டமாக வெளிவந்தன. அலைகள் பெரிதாகப் பெரிதாக, ஓசையோடு அது வெளிவந்தது...

மிகக் கோரமான அப்படியொரு மீனின் உருவை ஜானகி தன் வாழ்க்கையில் கண்டதில்லை. இரண்டு அடி உயரத்திற்கு தண்ணீரிலிருந்து மேலே உயர்ந்த அம்மீன் தலையில் முண்டுமுண்டாகப் பல சிப்பிகள் ஒட்டிக் கொண்டிருந்தன. திறந்திருந்த வாயின் ஓரத்தில் சாரை சாரையாக இழைகள் தொங்கின.

பற்கள் தாடையிலிருந்து வெளியே தாறுமாறாக வளர்ந்திருக்க, சிகப்பும் பச்சையுமாக அதன் ஈறுகள் அருவெறுப்பாக, டார்ச் லைட்டில் ஒளிர்ந்தன.

அதன் கண்கள்... குரூரத்தைக் கொட்டின. மிகமிகப் பெரிதாக விரிந்த கண்களின் அருகே பெரும் நீர்க்கட்டிகள் போல இரு தடிமனான சதைக்கட்டிகள் வளர்ந்திருக்க, முக்கோண வடிவில் நீண்ட தலையின் பின்னே முதுகில் சுறாக்களுக்கு இருப்பதுபோல ஒரு செதிள் தெரிந்தது. முக்கோண வடிவிலிருந்த தலை இடம் வலமாக அசைய நீரில் மேலும் அலைகள் பெரிதாக எழுந்தன. ‘ஆ’ வெனத் திறந்திருந்த அதன் வாயின் உட்புறம், ரெ நெகினின் டார்ச் ஒளியில் ரத்தச் சிவப்பாக சில நொடிகள் தெரிந்தது.

பத்து நொடிகள் கழிந்து, அவ்வுருவம் நீரில் மறைய, சலனம் மீண்டும் எழுந்து அடங்கியது. ஒரு நிமிடம் கழிந்தபின், அலைகள் மெல்லப் படிகளில் அடிக்குமோசை மட்டும் கேட்டது.

அவர்கள் யாரும் வெகுநேரம் அசையவில்லை. குத்திட்ட விழிகளுடன், திறந்த வாயுடன் ஸ்தம்பித்துப் போயிருந்தனர். மெல்ல எழுந்த ரெ நெகின், படியில் ஏறி முன்னே நடந்தார். மவுனமாக அனைவரும் திரும்பி அவரைப் பின் தொடர்ந்தனர்.

அனந்த் தன்னை மறந்திருந்தான். அந்த மீனின் வகை... அது தானோ?

‘‘இம்பாசிபிள்’’ என்றாள் ஜானகி. காலை உணவுக்கு மேசையில் ஐவரும் அமர்ந்திருந்தனர். ப்ரெட் ஒன்றில் வெண்ணையைத் தடவியபடி சம்பத் அவளைப் பார்த்துவிட்டு பின், ரெ நெகினை நோக்கினான். அதைக் கவனிக்காமல் ஏதோ சிந்தனையில் ரெ நெகின் அவித்த முட்டையின் ஓட்டை உடைத்துக் கொண்டிருந்தார்.

‘‘இம்பாசிபிள் ’’ என்றாள் ஜானகி மீண்டும். ‘‘சீலகந்த் கடல்வாழ் மீன்கள். என்னதான் அந்த டினோசார் காலத்து மீன்கள் இப்போ மிக அதிசயமாக உயிரோட இருந்தாலும், உப்பு நீர் மீன்கள், ஆற்றில் இருக்க சாத்தியமேயில்லை. இது வேற வகை. மே பி ஜெயண்ட் கேட் ஃபிஷ்?’’

''இல்லை'' அனந்த்திற்கு அவன் குரலே அன்னியமாகப்பட்டது. 'நாம பார்த்தது அதைத்தான். முழு மீன் ஆறு அடி நீளமாச்சும் இருக்கும்'

சம்பத் ஜானகியை ஏறிட்டான். ''சீலகந்த் பத்தி நீ கொஞ்சம் படிச்சிருக்கேன்னு எனக்குத் தெரியுது.. ஆனா, சீலகந்த்தோட ஜாதகமே எனக்குத் தெரியும். பத்து வருஷம் அது மாதிரி கிரைப்ட்டிஸ் பின்னால நடந்திருக்கேன்'' நிறுத்தினான்.

''கிரைப்டிட்ஸ்?''

''மர்மமான உயிரினங்கள். இமாலயப் பனி மனிதன், அமெரிக்க பிக் ஃபுட் மிருகம், திபெத்திய யெட்டி...'' சம்பத் விளக்கினான்..

''...கொஞ்ச நாள் நான் ஆப்பிரிக்காவுல ஆரைக்ஸ் மான் பின்னாடி அலைஞ்சேன், அப்புறம் 5 வருஷம் முன்னாடி இந்திய சீட்டா... ஒரிசா காடுகள்ல சீட்டா இருக்குன்னு காட்டுக்குள்ள அஞ்சு மாசம் அலைஞ்சு திரிஞ்சு உள்ள எங்கயோ தொலைஞ்சு போயி, அப்புறம் என்னை மாவோயிஸ்டுகள் பிடிச்சு... என் அறுவை தாங்காம அவங்களாவே விட்டுட்டாங்க'' சம்பத் சிரித்தான். பின் சீரியசானான்.

''சீலகந்த் 1952வரை கிரைப்டிட் வகைதான். 1938ல பகுதி அழுகிய நிலையில் கிடைத்த ஒரு மீன் உடல், சீலகந்த்தானா என்பதில் பெரும் சர்ச்சை இருந்தது. 1952 இல் உயிருடன் சீலகந்த் தென்னாப்பிரிக்கக் கடலில் கிடைத்ததும்தான் அவை இந்த யுகத்திலேயும் இருப்பதை நம்பினார்கள். டினேசார்களுக்கெல்லாம் முன்னாடி இருந்த மீன்கள் அவை. அவற்றின் ஒரு வகைதான் கரையேறி, நீரிலும் நிலத்திலும் வாழும் உயிரினமாக, பின்னாளில், ரெப்டைல்ஸ், பாலூட்டிகளாக, பரிணாம வளர்ச்சி பெற்றது. ஸோ, உயிரினங்களின் வேரை ஆராயணும்னா, சீலகந்த் பற்றின ஆய்வு மிக அவசியம். இவை 70 மில்லியன் வருஷங்கள் முன்னாலே அழிந்துபோனவை என்றே அறிவியல் நம்பியது - 1952 வரை.'' சம்பத் எழுந்தான். கை கழுவி வரும் வரை அவர்கள் மவுனமாக இருந்தனர். ரெ நெகின் கைகளைக் கட்டியவாறு புன்னகையுடன் அவர்களைப் பார்த்துக் கொண்டிருந்தார்

''இப்போ கொஞ்சம் சுவையான தகவல்கள்'' கையைத் துடைத்துக் கொண்டு வந்த சம்பத் சிரித்தான். '' ஜானகி, நீ கேட்டியே, சீலகந்த் கடல் வாழ் மீன்கள். ஆற்றில் எப்படி இருக்கும் என்று? சீலகந்த் வாழ்ந்த காலத்தில் கடல் இவ்வளவு உப்பாக இல்லை. 70 மில்லியன் ஆண்டுகள் முன்பு லெமூரியா இருந்திருக்கவேண்டும்''

அனந்த் திகைத்தான்...

''யூ மீன்? இவை லெமூரியாவில் இருந்தன என்கிறாயா?''

''அப்படியும் யூகிக்கலாம். இவை கிடைத்திருக்கும் இடங்களைப் பார். தென்னாப்ரிக்கக் கரைகள், அதாவது அன்றைய லெமூரியாவின் மேற்கு எல்லை. அப்புறம்...''

''வெகு அண்மையில், இந்தோனேசியக் கரைகளில்... அந்த வகையும், தென்னாப்பிரிக்க வகையும் ஒன்றில்லை. வேறு ஸ்பீஸிஸ்'' ரெ நெகின் முதன்முறையாகப் பேசினார். இவருக்கு எப்படி இதெல்லாம் தெரியும்? ஆர்மி ஆபீசர்... மெஷின் கன் பத்திப் பேசினா நம்பலாம். மீன் பத்தி? அதுவும் அரியவகை மீன் பத்தி?

''ரெ நெகின் சொல்வதை நாம் நம்பத்தான் வேண்டும். ஏன்னா, இந்தோனேசிய சீலகந்த்தோட ஜீன் மேப்பிங், ஜீனோ டைப்பிங் எல்லாம் பண்ணி, அதோட முழு ஜீனோம் சீக்வன்ஸ் கண்டுபிடிச்சு இவை வேறு வகை என நிரூபித்த குழுவில் இருந்த முக்கியமான ஆராய்ச்சியாளர்'' சம்பத் நிறுத்தினான். ரெ நெகினைப் பார்த்தான், சொல்லலாமா என்பதுபோல. அவர் ஒன்றும் பேசாததால் தொடர்ந்தான்.

'' டாக்டர். ஆங் நெகின், ரெ நெகினின் மகன்''

ஜானகி வாய் பிளந்தாள். இந்த ரெ நெகின், பிரபல அறிஞர் ஆங் நெகினின் தந்தை?

''நேஷனல் ஜியாக்ரா.ஃபிக் ஸ்பான்ஸார்ட் ப்ராஜெக்ட்'' என்றார் ரெ நெகின் சுருக்கமாக.

பெரும் பரபரப்பை ஏற்படுத்திய ஆய்வு அது. படு ரகசியமாக வைக்கப்பட்டு, நன்றாக நிரூபிக்கப்பட்டபின்னரே வெளியுலகிற்கு

அறிவிக்கப்பட்டது.

"இப்ப நல்லா கவனிக்கணும். இந்தோனேசியா, இந்தியப் பெருங்கடலின் கிழக்கு எல்லை, ஆப்ரிக்கா மேற்கு எல்லை. லெமூரியா, இந்தியப் பெருங்கடல் இப்ப இருக்கும் இடத்தில் இருந்த நிலப்பகுதி... லெமூரியாவின் உள்ளேயும் சீலகந்த் இருந்திருக்க வாய்ப்பு இருந்திருக்கலாம் இல்லையா?"

அனந்திற்கு தலை சுற்றியது. லெமூரியா நம்மை விடாது போலிருக்கே?

"ஒரு நிமிஷம்" ஜானகி குறுக்கிட்டாள். "இன்னும் சீலகந்த் கடல்லதான் கிடைச்சிருக்கு. அவை நன்னீர் மீன்கள் என என்ன சாட்சி? இந்த மடையன் சொல்ற மீன் குளத்துலல்ல இருந்தது?"

"உலகின் பல இடங்களிலும் சீலகந்த் தென்பட்டதாகச் செய்திகள் வருது. 99விழுக்காடு வெறும் வதந்தி. ஆனா, சில தென்படல்கள் நன்னீர் ஏரிகளில்... அங்கு மீன்பிடிப்பவர்களின் வழக்குமொழிக் கதைகளில் வரும் அதிசய மீன் சீலகந்த் உருவத்தை ஒத்திருக்கிறது. எல்லாச் செய்திகளையும் நம்பவும் முடியாது, நம்பாம விடவும் முடியாது. இப்படி மீனவர்களின் வழக்குமொழிக் கதைகளை நம்பாம போனதால்தான் முதல் சீலகந்த் கண்டுபிடிப்பு தாமதமானது. இந்தோனேசியாவில் இந்தத் தவறை அவங்க பண்ணலை. அவங்க கதைகளின் அடிப்படையில சுலபமாக சீலகந்த்தை ஒரு பவழப்பாறை அருகே பிடிச்சாங்க" ரெ நெகின் விவரித்தார்.

"சீலகந்த் நன்னீர் மீன்களாக இருக்க வாய்ப்பிருக்கிறது ஜானகி. அவற்றில் பல வகைகள் இருக்கின்றன. இருக்கக் கூடும்" என்றபடி ரெ நெகின் எழுந்தார். துவலையில் கையைச் சுத்தம் செய்தபடி வரவேற்பறைக்குச் சென்றார்.

"ஆனா, ஆறடி நீளம்? இப்படி மீன் இங்க இருக்குன்னா, லோக்கல் ஆளுங்க சும்மாவா இருப்பாங்க?"

"லோக்கல் ஆளுங்களுக்கு ஆறடி நீள மீன் சர்வசாதாரணம். அவங்க பாக்காத கேட் ஃபிஷ்ஷா, ஐராவதி டால்ஃபின் மீன்களா? என்ன இது வித்தியாசமான வகைன்னு மட்டும் தெரிஞ்சிருக்கும்.

ஆனா விஷயம் வெளியே வராது. மயன்மார் ராணுவ ஆட்சி வர விடாது''

வரவேற்பறையின் சோஃபாவில் அமர்ந்திருந்த ரெ நெகின் கவலையோடு தன் வாட்சைப் பார்த்தார். மணி ஒன்பது ஐந்து. நாளை காலை ப்ரம்ம முகூர்த்தம் வரை மட்டுமே நேரம் இருக்கிறது... அதற்குள் இவர்கள் பிரமிட்டைக் கண்டெடுக்க முடியுமா?

மெதுவே தெருவில் இறங்கி நடந்தார். அவரது செல்போன் கிணுகிணுத்தது. ஹலோ என்றவரின் முகம் மாறியது. '' கோ அஹெட். ஸ்க்வாட்-ல நாலுபேர் போதும். லாஜிஸ்டிக்ஸ் ரெடியா?''

''யெஸ் ஸர்''

''கவனம். எல்லா சாலைகளையும் கவர் பண்ணுங்க. ஒரு சந்தேகமும் வரக்கூடாது''

இயக்கம்

மிங்குன் - மண்டலை செல்லும் சாலையின் ஓரத்தில், மிங்குனில் இருந்து சுமார் 3 கிமீ தொலைவில் அந்தக் குடிசைகள் அமைந்திருந்தன. வயற்காட்டின் ஓரத்தில் வரிசையாக இருந்த அவற்றிலிருந்து சாலைக்கு எருமைமாடுகள்மீது அமர்ந்து மட்டும்தான் போகமுடியும். வரப்பு என்பதெல்லாம் கிடையாது. அனைத்தும் நெற்பயிர் வயல்கள், பயிரிடப்படாத இடங்கள், சகதி நிரம்பிய குட்டைகள், முழங்கால் வரை சேற்றில் சிக்கும் சிறு குளங்கள். எருமைகளை மேய்த்தபடி செல்லும் சிறுவர்களுக்கும், பர்மிய விவசாயிகளுக்கும் இப்படிப் பயணம் போவது அன்றாட வாழ்வின் ஒரு பகுதி.

குடிசையொன்றின் உள்ளே அவன் மோட்டுவளையைப் பார்த்தபடி படுத்திருந்தான். கயறு இற்றுப் போயிருக்க, இருக்கும் போதும், எழும்போதும் கட்டிலின் கால்கள் கிறீச்சிட்டு ஆடின. குடிசையில் வயல் எலிகள் அங்குமிங்கும் ஓடிக்கொண்டிருந்தன. கொசுக்கள் வயலிலிருந்து படைபடையாய் சுவற்றில் ஒட்டியிருந்தன. அந்த இடத்தில் தங்குவதற்குப் படு ஏழையான பர்மிய விவசாயிகூடத் தயங்குவான்.

படுத்திருந்தவன் அதையெல்லாம் பற்றிக் கவலைப்படவில்லை. அவன் சிந்தனையில் வியாபித்திருந்த ஒன்று, இவற்றைவிட மிகப்பெரிது. கவலையளிக்கக்கூடியது. ஹாங்காங் சரியாக நடந்தது. சென்னை விமான நிலையத்தில் சிறு தவறு. கிழக்கு அதிருப்தியான

ஒரு நிகழ்வு. அதன்பின் இங்கே இத்தனை நாட்களாக இருந்து, ஆட்கள் அமர்த்தி, சுரங்கத்திற்குள் இறங்கும் வழியைச் சரி செய்து... எத்தனை வேலை பார்த்திருக்கிறான்?

எங்கிருந்து வந்தனர் இவர்கள்? இன்று இரவு ஒளிக்கற்றையின் சேர்க்கை நடக்காவிட்டால், அடுத்தகட்டமாக... ஒடிசி? கிழக்கு என்ன சொல்லும்? அதன் ஆணைப்படி, நான் இன்று இரவு ஒரு லாரியில் தாய்லாந்து பார்டர் நோக்கிப் பயணப்படவேண்டும்.

ஆனால், என் திட்டம் அதுவல்ல. கொரியர்கள் பேசிய தொகை மிகப்பெரிது. ஒடிசிக்குத்தான் என் விசுவாசம்.

எழுந்தவன், கசங்கிக் கிடந்த ஒரு பேப்பரில் பென்சில் கொண்டு திட்டங்களைக் குறித்தான். சுவற்றில் தொங்கியிருந்த பேண்ட்டின் பையில் இருந்து கறுப்பாக நீளமாக இருந்த செல்போனை உயிர்ப்பித்தான். சாட்டிலைட் போன். ஒரு நிமிட மவுனத்தின் பின் மற்ற முனை கரகரவென சப்தத்துடன் உயிர்த்தது.

''இன்றுவரை பிரமிட்டின் ஒளிப்பாதை கிடைக்கவில்லை. கூடவே நால்வரின் தேடல் வேறு. விட்டுவிடலாமா?''

''விட்டுவிட்டு?''

'' அடுத்த திட்டத்தின்படி ஒடிசி முன்னேறட்டும். அல் ஹரீஃபா...''

''ஸ்டாப் இட்.'' மற்ற முனையிலிருந்த குரல் அவனை இடைவெட்டியது.

''உனக்கு என்ன செய்யச் சொல்லி ஆணையிட்டிருக்கிறோமோ அதை மட்டும் நீ செய்தால் போதும். எங்களுக்கு உன் அறிவுரை தேவையில்லை''

''இங்கு நடப்பதை நீங்கள் அறிவீர்களானால், நான் சொல்வதை...''

''தெரியும். மேற்கொண்டு பேசாதே. நாளை காலை ஐந்து மணி வரை உனக்கு நேரம் இருக்கிறது. வாழ்த்துகள்''

தொடர்பு துண்டிக்கப்பட்டது. வெறும் எலக்ட்ரிகல் நாய்ஸ் மட்டும் கேட்டுக் கொண்டிருக்க அவன் மீண்டும் கட்டிலில் சாய்ந்து சிந்திக்கலானான்.

''அனந்த்...'' அவன் வாய் முணுமுணுத்தது. பின் எழுந்து, அரைக்கால் சட்டையும், பனியனும் மட்டும் அணிந்துகொண்டு, பேண்ட், சட்டை மற்றும் அழுக்கேறிய அடிடாஸ் ஷூவையும் ஒரு முதுகுப்பையில் திணித்துக்கொண்டு வெளியேறத் திரும்பினான். மேற்கூரையில் ஏதோ சப்தம் கேட்டு அண்ணாந்து பார்த்தான்.

பத்து நிமிடங்கள் பின்பு, எருமைமாடுகளின் மேல் இருவர் அமர்ந்திருக்க, மாடுகளின் அருகில் இருவர் நடந்து செல்வதை சற்றே தூரத்தில் இருந்து வேடிக்கை பார்த்த பர்மியச் சிறுமி ஒருத்தி, பிற சிறுமிகள் விளையாட அழைக்க, ஓடிப்போனாள். ஒரு எருமையின் மேல் குனிந்து அமர்ந்திருந்த ஒருவன் விழுந்துவிடாமல் அருகிலிருந்தவன் பிடித்துக்கொண்டே செல்வது அவளுக்குத் தெரிந்திருக்க நியாயமில்லை. சடலம் ஒன்று எருமையின்மீது ஏறிப் பயணம் செய்வது கடினம் என்பது அவளுக்குப் புரிந்திருக்கவும் வாய்ப்பில்லை.

சென்னை என்பவனின் இறுதிப்பயணத்தைப் பார்த்த ஒரே சாட்சி அந்தச் சிறுமி மட்டுமே.

அனந்த் வெளியே வந்தபோது ஜீப் தயாராக இருந்தது. பகோடாவின் வலப்புறம் மணல் மேட்டில் நின்ற ஜீப்பில் இருந்து அவனும் சம்பத்தும் மட்டும் இறங்கினர். அவன் மற்றவர்களைக் குறித்து கேட்கு முன்னே ஜீப் திரும்பி வேறுபாதையில் விரைந்தது. ஒரு நிமிடம் திகைத்த அனந்த் திரும்புமுன்னே விரைந்த ஜீப்பின் பின்புற சக்கரங்கள் கிளப்பிய மணல்மழை தங்கமயமாக மின்னியது.

''எங்கப் போறாங்க?'' அனந்த் பகோடா நோக்கி நடந்த சம்பத்திடம் கேட்டான்.

'' போலீஸ் சமாச்சாரம். தேவராஜோட உதவி வேணுமாம்''

''ஜானகி? அவ எதுக்கு?''

''தெரியல. அவளுக்கும் ஏதோ வேலை இருக்குன்னு ரெ நெகின் பேசிக்கிட்டிருந்தாரு. நாம நம்ம வேலைய கவனிப்போம்.. நேத்திக்கு பாத்த ஸ்தம்பங்கள்ல தொடங்கலாமா?''

''நம்மளை இப்படி தனியா விட்டுட்டாங்களே? யாராவது பிடிச்சுக் கேட்டாங்கன்னா?''

''நீ வேற பயமுறுத்தாத...'' சம்பத் சலித்தான். பாக்கெட்டில் கையைவிட்டு சற்றே அளவு பெரியதான ஒரு செல்போனை எடுத்தான்.

''சாட்டிலைட் போன். சடகோபன்கிட்ட மட்டும் பேசமுடியும். பெட்டிக்குள்ள வைச்சிருந்தேன்'' முழுபோனும் திரையால் நிரம்பியிருந்தது.

''டச் சென்சிடிவ் அமோலெட் ஸ்கிரீன்'' திரை மெல்ல உயிர்த்தது.

''இதுல வீடியோ கான்ஃபரென்சிங், டெக்ஸ்ட் சாட் எல்லாம் இருக்கு. என்ன, இந்தப் பாழாப்போன இடத்துல சிக்னல் ரொம்பவே வீக்... பாரு, இப்ப வருது... சே உடனே போயிருச்சு...'' சம்பத்தின் ரன்னிங் கமெண்ட்ரியைக் கேட்கும் மனநிலையில் இல்லாதபோதும், அனந்த் ஆமாவெனத் தலையாட்டினான்.

சடகோபன் ஹெட்போனை அணிந்துகொண்டார். என்றுமில்லாத ஒரு பதற்றம் அவர் முகத்தில் தெரிந்தது.

''ஹலோ, டாக்டர் சடகோபன்? பூர்வி ஹியர்'' தொலைத்தொடர்பு உயிர்பெற்றது. டெல்லி சரியாக இரவு ஒரு மணிக்கு அழைப்பதாக அறிவித்திருந்தது. இந்தத் தொடர்பு ரா-வின் இணைப்பில் அல்ல.. வேறொரு சர்வரின் மூலம்...

''யெஸ் பூர்வி''

''இரண்டு விஷயங்கள். முதலாவது, திருவனந்தபுரம் கான்வர்ஸேஷனைத் தொடர்ந்து, அனைத்து ஃபீடுகளையும்(Feeds) அலசிப் பார்த்தேன். சொற்கள் ஒரேவிதமான அதிர்வலைகளில், அனைத்து உரையாடல்களிலும்...''

''தட் மீன்ஸ்...'' சடகோபன் இழுத்தார். அவருக்குப் புரிந்ததென்றாலும், பூர்வி போன்ற எக்ஸ்பர்ட்ஸ் சொன்னால், சந்தேகத்திற்கிடமில்லாமல் உறுதியாகும்.

'' தட் மீன்ஸ், இட் வாஸ் சிந்தடிக் வாய்ஸ் (synthetic voice). அந்தக் குரல் செயற்கையாகத் தயாரிக்கப்பட்டது''

''ஓ... யாரோ, சாம்பிள் பி-யின் குரலில் பல வார்த்தைகளைப் பதிவு செஞ்சு, வாக்கியங்களைத் தயாரிச்சிருக்காங்க, கரெக்ட்?''

‘‘இல்ல, டாக்டர். சாம்பிள் பி -யின் குரலைப் பல ரேஞ்சுகள்ல பதிவு பண்ணி, துண்டுதுண்டாகப் பிரித்து, ஸாஃப்ட்வேர் மூலம், அந்த ஒலித்துண்டுகளை ஒன்று சேர்த்து புது சொற்களைத் தயாரித்திருக்கிறார்கள். ’’

‘‘புரியலை பூர்வி’’

‘‘உதாரணமா , நீங்க ‘‘அம்மா’’ ன்னும் ‘‘காக்கா’’-ன்னும் பேசின சொற்கள் இருக்குன்னு வையுங்க. அதுல இருந்து ‘‘அக்கா’’ என்ற சொல்லை உங்க குரல்ல முதல்ல தயாரிச்சிருக்காங்க. ஆன் லைன்ல இப்படி செய்யறது கஷ்டம்’’

‘‘ஓ.கே. காட் இட்’’

‘‘அதுக்கு அப்புறம், இன்னொரு குரலில் குறிப்பிட்ட சொற்களைப் பேசி, ஸாஃப்ட்வேர் மூலம் அந்தச் சொற்களை அடையாளம் கண்டுகொண்டு, அச்சொல்லை சாம்பிள் பி யின் குரல் ஒலியில மாற்றியிருக்காங்க. உதாரணமா, நான் ‘‘அக்கா’’ என்று சொன்னா, அது சாம்பிள் பி-யோட குரல்ல இருந்த ‘‘அம்மா’’, ‘‘காக்கா’’வுல இருந்து ‘‘அக்கா’’ என்று சொற்களை உண்டாக்கும். வாய்ஸ் கன்வெர்ஷன், செர்ச் அண்ட் சிந்த்தஸிஸ் ஸாஃப்ட்வேர் (Voice conversion , search and synthesis software) ப்ரில்லியண்ட் வொர்க்’’

‘‘லெட் மி பி க்ளியர். ஒருத்தர் குரலில் வரும் சொற்களை அடையாளம் கண்டுகொண்டு, மற்றொருவர் குரல்ல அந்தச் சொற்கள் செயற்கையாகத் தயாரிக்கப்பட்டிருக்கு. கரெக்ட்?.’’

‘‘கரெக்ட்’’

‘‘இதில் உணர்வுகள் வெளிப்படும்படி நீட்டி, சுருக்கிப் பேச முடியுமா?’’

‘‘கஷ்டம், டாக்டர். எல்லாச் சொற்களையும் இப்படி செய்துவிட முடியாது. மிகப்பெரிய டேட்டாபேஸ் தேவைப்படும். அதுனால, சில குறிப்பிட்ட சொற்கள் கொண்டு மட்டுமே வாக்கியங்களை உண்டாக்கியிருக்கணும்’’

‘‘இதற்கு என்ன ஆதாரம், பூர்வி?’’

‘‘எல்லா உரையாடல்களிலேயும், உணர்வுகள் அற்ற சொற்கள் பேசப்பட்டிருக்கின்றன. வட்டார வழக்குகள் தவிர்க்கப்பட்டிருக்கு. ஒரே வேகத்துல பேசப்பட்டிருக்கு. ஆனா, நாம வழக்கமாப் பேசும்போது ஒரே வேகத்துல பேசறதில்ல. வாக்கியங்களில் வரும் சொற்கள் திரும்பத் திரும்பப் பயன்படுத்தப்பட்டிருக்கின்றன. ஒரே விதமான வாக்கியக் கோவைகள்... அதுவும் அந்தப் பெண்குரல்... டாக்டர்? லைன்ல இருக்கீங்களா?’’

‘‘யெஸ். யெஸ்.கோ அஹெட் பூர்வி. கேட்டுக்கிட்டுத்தான் இருக்கேன்’’

‘‘அந்தப் பெண்குரலின் சொற்களை ஒன்றோடொன்று பொருத்திப்பார்த்தேன். ஒரே மாதிரியான ஒலியதிர்வுகள். மற்றவர்களின் சொற்கள் அப்படியில்லை. அதிர்வுகள் மாறுகின்றன’’

‘‘ஸோ, அந்தப் பெண்குரல் மட்டும் சிந்தடிக் வாய்ஸ். மற்றவர்களின் குரல் நிஜமானவை என்கிறாய்?’’

‘‘யெஸ்’’

‘‘வெரிகுட். இரண்டாவது விஷயம்?’’

‘‘அது... அது கொஞ்சம் புதிராக இருக்கிறது டாக்டர். நீங்க சொன்னமாதிரி, ரிவர்ஸ் என்ஜினீயரிங் பண்ணி, அந்தச் செயற்கைப் பெண் குரலை ஸாஃப்ட்வேர் மூலம் மாற்றி ஒரிஜினல் குரலை சிமுலேட் செய்து ஒப்பிட்டுப் பாத்தோம். அது, நீங்கள் அனுப்பிய வாய்ஸ் சாம்பிள்களில், சாம்பிள் டி யின் குரலோடு ... சில வார்த்தைக் கோர்வைகள்ல, ஒத்திருக்கிறது’’

‘‘எத்தனை சதவீதம் இத நம்பலாம் பூர்வி?’’

‘‘60% சாத்தியம் இருக்கு. இத முழுக்க முழுக்க நம்ப முடியாது. சொற்கள் செயற்கையானவை. அதவச்சு ஒரிஜினல் குரலைக் கண்டுபிடிக்கமுடியாது. ஒவ்வொருத்தருக்கும் பேச்சுத்தன்மைல தனித்துவம் இருக்கு. வாக்கியங்களில் சொற்களின் அமைப்பு, சில சொற்களுக்குக் கொடுக்கிற முக்கியத்துவம் மாறும். அத வச்சுத்தான் ஓரளவு கண்டுபிடிக்கலாம்... வாய்ஸ் ரீ-கன்வெர்ஷனில் (Voice Re - conversion) தவறுகள் நிகழலாம். வேணும்னா இன்னொரு தடவை...’’

‘‘வேண்டாம் பூர்வி’’ இடைமறித்த சடகோபன், தொடர்ந்தார் ‘‘ ரொம்ப தாங்க்ஸ். மீண்டும் வேணும்னா கூப்பிடறேன்’’

தொடர்பு அறுந்தது.

சடகோபனின் முகம் எப்போதும் அப்படி சிவந்ததில்லை. அவரது கரிய நிறத்தில் சிகப்பாக முகம் மாறுவது கடினம். ஆத்திரம், ஏமாற்றப்பட்டுவிட்ட கோபம் கொந்தளிக்க, விவரிக்க முடியாத உணர்ச்சிக் கலவை நிறைந்திருந்த முகத்துடன் தன் கையிலிருந்த காகிதத்தை விரித்தார். அவர் பூர்விக்கு அனுப்பிய குரல் சாம்பிள்களின் பெயரும், அதன் உரிமையாளரின் பெயரும் அருகருகே எழுதப்பட்டிருந்தன.

சடகோபன் அந்தப் பட்டியலை பார்த்தார். பூரியில் நடந்த டெலிகான்ஃபரன்ஸில் வேண்டுமென்றே அனைவரையும் மகிழ்ச்சியாகக் கூவ வைத்து, அதனைப் பதிவு செய்ததில் கிடைத்த சாம்பிள்கள் அவை. உணர்ச்சியில் பேசும்போதும், கூவும் போதும் குரலின் அதிர்வலைகள் கூடுதலாகவும், அதன் வீச்சும் அதிகமாகவும் இருக்கும். பேச்சுவழக்கும் , தனித்துவமும் தெரியும்.

சாம்பிள் டி - தேவராஜ்.

சம்பத்தும், அனந்த்தும் போதவ்பாயா பகோடாவின் முகப்பிற்கு வலப்புறப் பக்கத்திலிருந்து படிகளை நோக்கி நடந்து கொண்டிருந்தனர்... வலப்புற மூலையில் பூகம்பத்தால் ஏற்பட்டிருந்த பெரும் பிளவுக்கு நேர்க்கோட்டில் வந்திருந்த அனந்த் அதனைப் பார்த்துக்கொண்டே வந்ததில் எதிலோ முட்டிக்கொண்டு தடுமாறி விழுந்தான்.

‘‘பாத்து, கவனமா நட. இன்னிக்குன்னு பாத்து அடிபட்டுக்காத’’ சம்பத் சலித்துக்கொண்டே முன்னே அனந்த்தை நோக்கி விரைந்தான்.

தடுமாறி எழ முயன்ற அனந்த் , மணலில் கால் சறுக்க, மீண்டும் விழுந்து விடாமலிருக்க, தான் இடித்துக்கொண்ட பொருளை இறுகப் பிடித்துக்கொண்டான்.

‘‘ஆர் யூ ஓ.கே?’’ சம்பத் கேட்டதற்குக் கையால் ‘‘பரவாயில்லை’’ என சைகை காட்டினான்.

''இங்க நம்மகூட யாராவது துணைக்கு இருக்கணும். லோக்கல் அதிகாரிங்க ஏதாவது கேட்டாங்கன்னா, காமிக்க பாஸ்போர்ட்கூட இல்ல. இரு.. ரெ நெகினை முதல்ல பிடிக்கறேன்'' சம்பத் பேசியபடியே, டூரிஸ்டுகள் அதிகமில்லாத ஒரு மரத்தடியில் போய் சாட்டிலைட் போனை இயக்கினான்.

அனந்த், கைத்தாங்கலாகப் பிடித்திருந்த கல்தூண் நாலு அடி உயரமிருந்தது... உருளையாயிருந்த அத்தூணின் அடிப்பகுதி பெரிதாக இருக்க, உயர உயர அதன் குறுக்களவு குறுகிக்கொண்டே வந்தது. அதன் தலைப்பகுதியில் மற்றொரு கல், மூடி போட்டு கவிழ்த்தி வைத்திருப்பதைப்போலப் பொருத்தப்பட்டிருந்தது.,

அனந்த் தலைப்பகுதியைக் கையால் தடவிப் பார்த்தான். வெங்காயத்தை வைத்திருப்பதைப் போலிருந்த தலையில், நான்கு திசைகளிலும் ஓட்டைகள். அதன் மேற்பகுதி குறுகலாக.. வலப்புறமாக மேல்நோக்கிய திருகுகள் கொண்ட வேலைப் பாடுகளுடன்.

ஏதோ பெரிய அளவில் நிறுத்தப்பட்டிருந்த ஊதுபத்தி ஸ்டாண்டு ஒன்றில் பத்தி தீர்ந்ததும் எஞ்சியிருக்கும் குச்சிகள் போல நாலு துவாரங்களிலும் சிறு கம்புகள் சாய்வாக நீண்டிருந்தன.

அனந்த் மெல்ல பகோடாவின் முகப்பை ஏறிட்டான்.

ஐராவதியின் மேற்குக்கரையில் இருக்கும் பகோடாவின் முக்கிய வாயில் கிழக்கு முகமாக அமைந்திருக்கிறது. அந்த வாயிலில் ஐந்து வளைவுகள் வேலைப்பாட்டுடன் ஒன்றின் மேல் ஒன்றாக அடுக்கடுக்காக இருக்கின்றன. வாயிலின் உட்புறமான இரு வளைவுகள் இருபுறத் தூண்களோடும், வாயிற்கதவோடும் வெள்ளையடிக்கப் பட்டிருந்தன. அகலமான பெரும்படிக்கட்டுகள் நதிக்கரையிலிருந்து சிறிது தொலைவில் ஆற்று மணலில் தொடங்கி நுழைவாயில் வரை நீண்டிருந்தன.

அனந்த் நுழைவாயிலிலிருந்து நதிக்கரை வரையிலான தொலைவைக் கவனித்தான். நுழைவாயிலில் இருந்து ஒரு நேர்க்கோட்டில், ஐராவதிக் கரையில் சிறு கம்பு போல ஏதோ நீட்டிக் கொண்டிருந்தது. கரையில் மேய்ந்து கொண்டிருந்த எருமைகளின்

கழுத்துக் கயிறுகள் அதில் கட்டப்பட்டிருந்தன. அவன் பிடித்துக்கொண்டிருந்த வெங்காயத் தலைத் தூணையும், அக்கம்பையும் மாறி மாறிப் பார்த்தான் அனந்த். பின் விரைவாக நடந்து படிக்கட்டில் ஏறி , பகோடாவின் வாசலில் இருந்து ஐராவதியை நோக்கி நின்றான். கம்பு அவனுக்கு எதிரே, ஒரு நேர்கோட்டில் அமைந்தது.

மெதுவாக வலக்கையைத் தோள்வரைத் தூக்கினான். அவன் கை, தரைக்கு சமதளத்தில் நிற்க, வலப்பக்கம் பார்த்தான். அவன் இடித்துக்கொண்ட தூண், சரியாக வலக்கை காட்டிய திசையில்.

கம்பும், தூணும் ஒன்றிலொன்று 90 டிகிரி பாகையில், பகோடாவின் முகப்பிலிருந்து, கம்பு நேராக, தூண் வலப்புறம் 90 டிகிரியில்....

மெதுவாகக் கம்பை நோக்கி நடந்தான். அவனுக்கு எதிர்த்திசையில் பகோடாவை நோக்கி டூரிஸ்டுகள் நடந்து கொண்டிருந்தனர். அவர்களைக் கடந்து, கம்பை அணுகினான். அருகில் வரவர, அது சற்று தெளிவாகத் தெரிந்தது.

அது கம்பு இல்லை. கல்தூண்.

அவன் இடித்துக்கொண்ட முதல் தூணின் ஒரு நகல் போல. மிகக் கச்சிதமாக அதே அளவில், அதே வடிவில், தரையிலிருந்து அதே உயரத்தில். அதே வெங்காயத் தலை.

அதன் தலைப்பகுதியில் இருந்த துவாரங்களைக் குச்சிகள் நான்கு அடைத்திருந்தன. யாரும் பார்க்கவில்லை என்பதை உறுதி செய்தபின் ஒரு குச்சியை அதன் துவாரத்திலிருந்து அசைத்து உருவினான். பளீரென அதனுள் சூரியஒளி நுழைய, துவாரத்தினுள்ளே ஏதோ மினுமினுத்தது. வலது கை விரலை அத்துவாரத்தில் நுழைத்துத் தடவினான். ஒரு நிமிடத்தின் பின் குச்சியை அதன் துவாரத்தில் வைத்துவிட்டு, படிகளில் மெல்ல ஏறினான். அவன் முதுகு குவிந்திருக்க, தலை தரை நோக்கி குனிந்திருந்தது. ஏதோ தீவிர சிந்தனையில் இருந்தவன், மரத்தடியில் இன்னும் போனோடு போராடிக் கொண்டிருந்த சம்பத்தை அணுகினான்.

''சாரிடா. லைன் சரியாக் கிடைக்கலை. சாட்ல செய்தி அனுப்பியிருக்கேன். இப்ப திரும்பவும் முயற்சிக்கட்டுமா?''

''வேண்டாம்'' என்றான் அனந்த். அவன் முகம் இறுகியிருந்தது.

சம்பத் வியந்தான். ''வேண்டாமா? நீதானே ரெ நெகினைக் கூப்படணும்னே?''

'' சொன்னேன். இப்ப வேண்டாம்''

சம்பத் புரியாது விழித்தான்.

''எங்கூட சுரங்கத்துக்குள்ள வர்றியா?'' அனந்த் எதையோ தீவிரமாகச் சிந்தித்தபடியே கேட்டான்.

'' எதுக்கு?''

ஒன்றும் பதில் பேசாமல் அனந்த் மணல்மேட்டின் சரிவுக்கு நகர, சம்பத் பின் தொடர்ந்தான்.

சுரங்கத்தின் வாசலில் பாறை ஒரு சரிவாக அடைக்கப் பட்டிருந்தது. காலையில் திரும்பி வரும்போது சரியாக அடைக்கவில்லை போலும். அனந்த் அதன் வாசலில் சிறிது தயங்கினான். பின் உடலை வளைத்து மெல்ல உள்ளே நுழைந்தான். சம்பத் பின் தொடர்ந்தான்.

அனந்த் பாறையைக் கடந்து உள்ளே செல்லும்வரை சம்பத் பின்னாலிருந்து ஏதோ பேசிக்கொண்டே வந்தான். அனந்த்தின் மனம் அவன் பேசுவதில் லயிக்கவில்லை. சுரங்கத்தின் உள்ளே பாதையின் திருப்பத்தில் அனந்த் ஒருமுறை வலதுபக்கம் பார்த்தான். காலையில் திரும்பி வரும்போது பாறை சரியாக மூடுவதற்கு பத்து நிமிடம் பிடித்தது.. அச்சுக்கல்லை அடித்து, மூடும் கற்சுவரை அனைவரும் தள்ள ஒருவழியாக அது வாயிலில் சொருகிக்கொண்டது நினைவுக்கு வந்தது... சுவர், இருட்டில் அங்கு சுரங்க வாயில் இருப்பதைச் சுத்தமாக மறைத்திருந்தது.

இடது புறம் திரும்பி, படிகளில் இறங்கி மணல் தளத்தை அடைந்தான். பின்னால் திரும்பி சம்பத் வருகிறானா எனப் பார்த்தவன் திகைத்தான்.

சம்பத் அங்கு இல்லை.

மெல்ல இருட்டில் முன்னேறியவனுக்கு ஏதோ வித்தியாசமாகப் பட்டது. என்ன அது வலப்புறம்....?

வலப்புற மூலையில் சூரிய ஒளி மேலிருந்து ஒரு தூணில் விழுந்து அப்பகுதியில் பரவி மங்கலான ஒளிவெள்ளத்தைப் பாய்ச்சியிருந்த்து.

இந்தத் துவாரம் நேற்று இருக்கவில்லையே? அப்பவும் மத்தியானம்தான் வந்தோம்? அனந்த் மெல்ல வலப்புற மூலையை நோக்கி நடந்தான். தலையில் ஏதோ பளீரெனத் தாக்க முன்னே சுருண்டு விழுந்தான். வெள்ளையாய்த் தெரிந்த ஒளி மஞ்சளாகி, ஊதாவாகி பின் சுத்தமாக இருள் சூழ்ந்தது.

அனந்த் அருகே ஒரு உலர்ந்த வாழைப்பழத் தோல் கிடந்தது. மெல்ல மெல்ல நினைவு வர எழ முயன்றவன், கண்கள் அழுந்த மிகச் சிரமத்துடன் விழிகளைத் திறந்தான். தலை பாரமாகக் கனக்க, வாழைப்பழத்தோலை எடுத்து விலக்க முயன்றவன், அருவருப்புடன் உதறினான். இறந்த எலியின் மிஞ்சிய தோல் மட்டும் உலர்ந்து போய்...

'சே'எனத் தள்ளாடி எழுந்து, கிறுகிறுத்த தலையைப் பிடிக்க எத்தனிக்க, மிக அருகில் கேட்ட குரலில் திடுக்கிட்டான்

''எலி ஒண்ணும் உனக்குப் புதுசில்லயே அனந்த்?''

சரேலெனத் திரும்பினான் அனந்த். நெடுநெடுவென அவன் முன்னே நிழல் போல.

முன்னே நின்ற உருவம், கையிலிருந்த டார்ச்சை சொடுக்கியது. பாய்ந்த ஒளிவெள்ளத்தில், அவன் முகம் பகுதி தெரிய அனந்த் மேலும் திகைத்தான். சட்டெடன ஆறுதலானான்.

தேவராஜ் நின்றிருந்தார்.

''தேவராஜ்! நீங்க எப்ப இங்க?'' கையை ஊன்றி எழ முயன்றவன், திடீரென எகிறி விழுந்தான். இடது கன்னம் சில நொடிகளின் பின் ஜிவுஜிவு என வீங்கி, தீயாய் எரிய, கிறக்கத்தில் விழிகள் மூடுமுன்னே, தேவராஜின் ஷூ அவனை உதைக்க நீண்டது மங்கலாகத் தெரிந்தது. தேவராஜ் வலது கன்னத்தில் உதைக்க, அனந்த் சுருண்டான்.

கண்ணில் மண் துகள் புகுந்ததாலா, வலியின் தீவிரத்தாலா அல்லது எல்லை மீறிய திகைப்பினாலா என்பது தெரியாமலே, அனந்தின் கண்களில் நீர் பொங்கியது. தடுமாறி ஊர்ந்து அருகிலிருந்த சுவரில் சாய்ந்தவனின் முன்னே தேவராஜின் முகம் பூதாகரமாக விரிந்தது.

''எப்பவோ கொன்னிருப்பேன். திருவனந்தபுரம் கோயில் வாசல், யூனிவர்சிடி கெஸ்ட் ஹவுஸ், காஞ்சிபுரம், லோனார், பூரி.. எல்லத்துலயும் தப்பிச்சுட்ட. தப்பிக்க வச்சுட்டாங்க'' தேவராஜ் விரல் நகத்தைக் கடித்துத் துப்பினார்.

''ஏ..ஏன் நான்?''

''தப்பு. நாங்கன்னு சொல்லு. நீயும், அந்தப் பொம்பளையும்''

அனந்த்தின் மூளை மரத்துப் போயிருந்தது. மேலும் திகைப்புகளுக்கு அவன் தயாராயில்லை.

தேவராஜ் மெல்ல எழுந்தார். அவன் முன்னே நின்றபடி, முதுகில் ஜீன்ஸில் சொருகிவைத்திருந்த ஒன்றை எடுத்து நிதானமாக நீட்டினார். கறுப்பாக பளபளத்தது ரிவால்வர்.

''ஒரிஜினல் கால்ட் 0.32 காலிபர். இது மூலமா சாகறதுக்கு நீ கொடுத்து வச்சிருக்கணும். ப்ரமிட் பின்னாடி அலைஞ்சா உயிர் போகும்னு உலகத்துக்குக் காட்டப்போறே. பெருமைப்படு''

''ப்ளீஸ் தேவராஜ். நீ நினைக்கிற மாதிரி நான் ப்ரமிட் பின்னாடி வரல. ஒரு க்றிஸ்டல் அமைப்பு''

''நம்பச் சொல்லறே'' தேவராஜ் முகத்தில் கேலி இழையோடியது.

''நிஜமா. ரெண்டு நிமிஷம் நான் சொல்லறதைக் கேளு''

அனந்த் தேவராஜ் மேற்கொண்டு பேசுமுன் தொடர்ந்தான். ஸ்லெம்மர் கொடுத்த கிறிஸ்டல், அதன் அதீத ஒளிர்வு, சென்னைப் பயணம் குறித்து விவரித்தான். பயத்தில் அவன் குரல் படபடத்தது. வார்த்தைகள் மடிந்து, திக்கல்களில் திணறி வெளியே வழிந்தன.

தேவராஜ் சில நொடிகள் சிந்தித்தான்.

''அந்த... அந்த ஆற்றல் கடக்கும் பாதை... அதைக் கண்டுபிடிச்சப்புறம் நீ உயிரோட இருக்கறது சரியில்ல. ஏன், அது தெரிஞ்ச யாருமே உயிரோட இருக்கறது சரியில்ல. பூரியிலயே செத்திருப்பே. அந்தப் போன் மட்டும் வராம இருந்திருந்தா...'' தேவராஜ் ஒரு வினாடி பூரியின் நினைவுகளின் மூழ்கினான்.

''நீயும், சம்பத்தும் கோடுகளின் பாதையைக் கண்டு பிடிக்கிறப்போ நான் அங்க இல்ல. என்னோட ரெண்டாவது ஆள் போலீஸ் கஸ்ட்டடில முட்டாள்தனமா மாட்டிக்கிட்டான். அவன் எதுவும் உளர்றதுக்குள்ள அவன முடிக்கவேண்டிய கட்டாயம். கிளம்பிப் போயிட்டேன். வந்து கேட்டா நீ...'' கோபத்தில் மீண்டும் அனந்தை விலாவில் உதைத்தான்.

''நீ, கண்டுபிடிச்சதச் சொல்லாம, 40% வெற்றின்னு என்னமோ கத விட்ட. அப்பவே உன்னைக் கொல்லணும்னு ஆத்திரமா வந்தது... சே... இவ்ளோ தூரம் உங்க எல்லாரையும் வரவைச்சு...''

''தேவராஜ்... நீ... யாரு?'' அனந்தின் வார்த்தைகள் தடுமாறி வந்தன. கண்கள் இருட்டி வர, விலாவில் உணர்ச்சியற்று, அரை மயக்கத்தில் கேட்டான்.

'' நான்... லெமூரியன்'' தேவராஜின் வார்த்தைகள் நிதானமாக வெளிவந்தன.

''கொரியா திட்டம் அமெரிக்க மாய உலகத்தை அலற வைப்பதுன்னா, என்னோட திட்டம், மனித உலகை உருத்தெரியாம அழிப்பது. இந்த உலகம் இழைச்ச அநீதிகளுக்கு நான் தீர்ப்பு வழங்குவேன். நான் லெமூரியன். சர்வ வல்லமை படைத்தவன். நீதிபதி. தவறுகள் தண்டிக்கப்படணும். தவறுகளின் ஊடகம், அதன் கருவி - அதனைச் செய்பவன் அழிக்கப்படணும். இது என் தீர்ப்பு''

''ஏன்... ஏன்... கொல்றே?''

''இது எனக்கும் தீமைக்கும் நடக்கும் போர். போர்ல அழியறது, போர் செய்யறவன் மட்டுமல்ல, போர் தளவாடங்களும், ஆயுதங்களும்தான். தவற்றின் தளவாடம், அதன் ஊடகம், அத்தவற்றைச் செய்யும் மனிதன். அவனும் அழியணும். அதான் விதி. அதான் முறை''

அனந்த்தின் விலாப்பகுதி விண் என வலித்தது. சிரமப்பட்டு தேவராஜை ஏறிட்டான்.

தேவராஜ் தொடர்ந்தான். ''ரெண்டு வருஷம் முன்னால, சடகோபன் இந்தப் பிரிமிட்டைத் தீவிரமாத் தேடும்போது, எங்களோட கொரியா ப்ளான் அரசல்புரசலா ஐ.பிக்குத் தெரிஞ்சுபோச்சு. தேவராஜ்னு ஒரு ஐ.பி.எஸ் அதிகாரியை அவருக்குப் பாதுகாப்பா ஐ.பி சிபாரிசு செஞ்சுது. தேவராஜைப் பத்தி முழுசும் படிச்சோம். தேவராஜ் ஒரு பாச்சிலர். அவருக்கு சொந்தம்னு ஒரேயொரு அண்ணன் லண்டன்ல... தேவராஜோட அண்ணன் கொஞ்ச நாள்ல ஒரு வாகன விபத்துல செத்துப் போயிட்டாரு''

தேவராஜ், ''சடகோபனைச் சந்திக்கப் போறதுக்கு ஒரு வாரம் முன்னால, உல்ஃபா லீடர் பரேஷ் பருவாவோட ஆள் ஒருத்தன, நேபாள் பார்டர்ல மடக்க, டார்ஜிலிங் போனாரு. அங்கயிருந்து தேவராஜா வெளிய வந்தது நான்'' தேவராஜ் நிறுத்தினான். அனந்த் அதிர்ச்சியின் எல்லையைத் தாண்டியிருந்தான்.

''சடகோபனோட ஒவ்வொரு அசைவையும் கவனிச்சிக் கிட்டிருந்தேன். ரா-வும், ஐ.பியும் என்ன நம்பிச்சு. சடகோபனும் என்னைச் சந்தேகிக்கல. எனது கூலிப்படை ஆட்கள் திருவனந்தபுரம், சென்னைன்னு புகுந்தாங்க. எப்படியோ எனக்குத் தெரியமா நீயும் ஜானகியும் வந்து சேந்தீங்க. சென்னை ஏர்போர்ட்ல உங்களத் தீர்க்கணும்னு திட்டமிட்டேன். ஹாங்காங் முடிச்ச கையோட சென்னை போனவன், ஏர்போர்ட்ல உன்னையும் ஜானகியையும் தவறவிட்டான் ஆனா, காஞ்சிபுரத்துல, ப்ரமிட் கிடைக்கணும்னா நீங்க வேணும்கறது தெரிஞ்சதும், அதுவரை நீங்க உயிரோட இருக்க வேண்டிய கட்டாயத்தால மத்த குழுக்கள்ல இருந்து உங்களக் காப்பாத்தினேன்.

ஒரு கான்ஃபரன்ஸ்ல பேசின மங்கை என்கிற பெண்ணின் குரலை எனக்குச் சாதகமா, தொடர்புக்குப் பயன்படுத்திக்கிட்டேன். அந்தப் ப்ளான், கருவிகள் என் தலைவர் தந்தது. அவளையே நேர்ல பாப்பேன்னு நினைச்சுகூடப் பார்க்கலை. பூரிக்கு நாம போனப்புறம் அவளத் தீர்த்திடலாம்னு பாக்கும்போது, அவ எங்கயோ கிளம்பிப் போயிட்டா. சம்பத்துக்கு சந்தேகம் வந்துடக்கூடாதேன்னு, நான்

மங்கையா அவனுக்கு, ரத்தோட நம்பர்ல போன் பண்ணினேன். அவ முக்கியமில்ல. விடு. தேவராஜ் நிறுத்தினான்.

''இனிமே நீங்க இருந்து பயனில்ல. ப்ரமிட் உயிர்த்தெழும் நேரம் வந்தாச்சு. இப்ப வலியில்லாம சாகணும்னா ஒண்ணேயொண்ணு நீ செய்யணும்'' தேவராஜ் முழங்காலில் அமர்ந்தான்.

''அந்த ஆற்றல் போகும் பாதை, அதப்பத்தி விளக்கமா எனக்குச் சொல்லணும். என் தலைவர் அத உறுதி செஞ்சப்புறம்தான் நீ சாவே. அதுவர உயிர்ப்பிச்சை தர்றேன்'' சட்டென தேவராஜின் முகம் மாறியது.

''பிடிவாதம் பிடிச்சேன்னு வையி... அணுஅணுவா சாவே. லோனார்ல அவன் செத்த மாதிரி''

தேவராஜ், துப்பாக்கியை நீட்டியபடியே, மற்றொரு கையால் பேண்ட் பாக்கெட்டைத் துழாவினான். மடிக்கப்பட்டிருந்த ஒரு வெள்ளைக்காகிதத்தை அனந்த்திடம் நீட்டினான்.

''எழுது''

''எதை?''

''ஆற்றல் போகும் பாதை... வரையத்தான் செய்யணும்னா, வரை'' பையிலிருந்த ஒரு பால் பாயிண்ட் பேனாவை அவன் முன் தூக்கிப் போட்டான்.

''நீல நிறம். நான் தோன்றிய இடத்தின் வண்ணம். நீ கொடுத்து வச்சவன் அனந்த். புனித வண்ணத்துல, புனிதப்பாதையை எழுதுற அதிர்ஷ்டம் எல்லாருக்கும் கிடைக்காது''

'இவன் ஒரு லூசோ?' அத்தனை வலியிலும் அன்ந்த்துக்கு ஒரு சந்தேகம் தோன்றியது.

''எழுதுரா............ மவனே''

அனந்த் அசையாமலிருக்க, தேவராஜ் ரிவால்வரை அவன் முட்டியில் குறி வைத்தான்.

''முட்டி சிதறி, சிவப்பா ரத்தத்தைப் பாத்தா, தானா நீலத்துல எழுதுவ''

சட்டென உறைந்தான் தேவராஜ், சட்டைப்பையில் துழாவி, அதை எடுத்தான். செல்போன் போல ஒன்று, வெளிவர, அதிலிருந்து சிறிய ஆண்டெனா நீண்டிருந்தது.

எடுத்துப் பரபரப்பானான். ''தலைவர் ... இரு'' என்றவன், காதில் வைத்து விறைத்தான்,

''சொல்லுங்கள் ஜெனரல்''

''.................''

அனந்தை ஒரு முறை பார்த்தவன், செல்போனை கீழே வைத்து ஸ்பீக்கரை ஆன் செய்தான். எதிர்முனையின் குரல் கரகரத்தது.

''மேஜர்,அவன விட்டுட்டு, சென்னையைக் கவனியுங்கள். அவன் விரைவில் இங்கு வரப்போறான்''

''வரமாட்டான் ஜெனரல். அவன் இன்னும் இருமணி நேரத்தில் தாய்லாந்து எல்லைக்குப் பயணமாகிறான்''

''அப்படியா?'' மறுமுனையில் குரல் சிரித்தது.

தேவராஜ் உணர்ச்சிகளைக் காட்டாமல் விறைத்து நிற்க, குரல் மேலும் தொடர்ந்தது.

''இதக் கேளுங்கள் மேஜர்''

பதிவு செய்யப்பட்டிருந்த உரையாடல்... பர்மியக் குடிசையிலிருந்து, ஒடிசி கப்பலுக்குப் பேசிய சொற்கள்... ஒடிசியில் இருப்பவனுக்கு விசுவாசியான பேச்சு...

கேட்கக் கேட்க தேவராஜின் முகம் மாறியது. கண்கள் சிவந்து வர, அனந்த் அவனைப் பார்க்கவே பயந்தான்.

''இன்னும் சென்னை இங்கு வரத்தான் வேண்டுமா, மேஜர்?''

தேவராஜ் மவுனித்தான். ஹாங்காங்கை வெற்றிகரமாகச் செய்து முடித்தவன் சென்னை... அவனை...?

''சென்னை உன் வார்த்தைகளை மீறியிருக்கிறான். அவன் செய்தது துரோகம். நீதி வழங்க நீ இருக்கிறாய். இல்லையா மேஜர்?''

''நிச்சயமாக... நிச்சயமாக அவன் தண்டிக்கப்படுவான்''

''இவனை விட்டுவிட்டு, சென்னையைக் கவனி மேஜர். தீர்ப்பு வழங்கிவிட்டு இங்கு விரைந்து வா''.

தேவராஜ் அனந்தை ஒரு முறை ஆழ்ந்து பார்த்துவிட்டு, படிகளுக்கு விரைந்தான்.

அனந்த் பெருமூச்சு விட்டான். இன்னும் எத்தனை மணி நேரம் உயிரோடு இருக்கப் போகிறோம்? எங்கே அந்தப் பாழாய்ப்போன ரெ நெகின்? சம்பத்? எங்கே ஜானகி?

சட்டென அனந்த் உடல் விறைத்தான். காலடி ஓசை. யார் வருகிறார்கள்? மீண்டும் தேவராஜ்? ஒருவேளை எனது பிரமையோ?

''ரொம்ம பயந்துட்டியோ? '' மிக மெதுவாக , மிக அருகில் கேட்ட குரலில் திடுக்கிட்டுத் திரும்பினான் அனந்த். டார்ச் ஒளி வெள்ளமெனப் பாய்ந்ததில், கண் கூசியது. சில நொடிகளின் சிரமத்தின் பின் , முன்னே தெரிந்த முகத்தைக் கண்டு திணறினான்.

''நீ... நீ ரவிதானே?''

முன்னே நெடுநெடுவென நின்றிருந்தவன் சிரித்துப் பின்வாங்கினான்.

''உன் ஞாபக சக்தி அபாரம். அனந்த். எத்தனை வருஷத்துக்கு அப்புறம் பார்க்கிற? அப்படியும் இந்த இருட்டில என்னக் கண்டுபிடிக்கிறன்னா... நீ பெரிய ஆள்டா''

முன்னால் வந்து, அனந்த்தின் தோளில் கைபோட்டு இறுக்கினான். அனந்த் விலக முயன்றான். தலை பாரமாகி வலித்தது.

''ரவி? நம்பவே முடியல? என்னமோ நீ சிங்கப்பூர்ல கொஞ்ச நாள் இருந்து, அங்க இருந்து சியோல் போனேன்னு கேள்விப்பட்டேன்...''

''அது நடந்து பல வருஷமாச்சு''

''நீ இங்க எப்படி?''அனந்த் தள்ளாடினான். அடுக்கடுக்கான அதிர்ச்சிகள் அவனை நிலை குலையச் செய்திருந்தன.

''வா, நடந்துக்கிட்டே பேசலாம்'' ரவி அவன் கையைப் பிடித்துத் தூக்க, அனந்த் தயங்கினான். இவன் எப்படி வந்தான்? ஏன்?

அனந்த் மீண்டும் ரவியைப் பார்க்கத் திரும்பினான். கன்னத்தில் எதிர்பாராமல் ரவியின் முஷ்டி பாய, நிலை குலைந்தான். கண்கள் செருக மீண்டும் அவனுக்கு இருள் சூழ்ந்தது.

''அனந்த், நீயாகப் பேசினா உனக்கு நல்லது'' ரவியின் கையில் கறுப்பாக ஏதோ நீண்டது. ரவி அதன் முனையிலிருந்து உறையை நீக்கினான்.

அனந்த், சுரங்கத்தின் மற்றொரு பகுதியின் மூலையில் தூணில் கட்டப்பட்டிருந்தான். நைலான் கயிறு, மணிக்கட்டுகளை இறுக்கியதில் எரிந்தது.

''இது நேபாளக் குக்ரி கத்தி. விஷம் தடவினது. லேசா வெட்டினாப் போறும். புண் ஆறுவதற்கே ஒரு மாசமாகும். குத்தினா..'' ரவி மேலே பேசவில்லை. அனந்த்தின் இடது தொடையில் கீறினான். ஒரு நிமிடம் கழித்து அனந்த் அலறினான். வலி வருமுன்னே ரத்தம் வழிந்தது. கால்களை மடக்கத் திமிறினான்.

''இப்ப சொல்லு. ஏன் என்னை ஏமாத்தப் பார்த்த?'' ரவியின் முகம் இன்னும் தெரியவில்லை. தாறுமாறாக எழுந்த கோபத்தில் இரைத்த மூச்சு வெகு அருகில் கேட்டது.

''நான் உன்ன ஏமாத்தினேனா? இப்பத்தான உன்னயே பாக்கிறேன். திஸ் இஸ் கிரேஸி'' அனந்த்தின் குரல் மங்கியது. சம்பத் எப்ப வருவான்?

''ரொம்ப புத்திசாலித்தனமா பாதி புதிர் மட்டும் எங்கிட்ட கொடுத்துட்டு மீதிய அந்த சடகோபன் டீமுக்கு கொடுத்திருக்க... எங்க மீதி புதிர்க்குறிகள்?''

''பாதிப்புதிர்? எனக்குச் சுத்தமா புரியலை'' யாருக்குக் கொடுத்தேன்? ஜானகி, தேவராஜ், சம்பத்? வலியில் தலை சுற்றியது. நினைவுகள் தடுமாறின. லோனாரும், பூரியும், திருவனந்தபுரமும் சுழன்றன.

ரவி அனந்த்தின் கண்களை உற்றுப் பார்த்தான். '' ஒளிப் பாதையை விவரிக்கிற குறியீடு, அது எங்க?''

''என்ன ஒளிப்பாதை?''

ரவி பேசவில்லை. அனந்த்தின் அருகே வந்தான். அவன் முகத்திற்கு வெகு அருகே ஒரு காகிதக் கற்றையைக் காட்டினான். சுழலும் விழிகளுடன், தவறும் நினைவுடனும் இருந்த அனந்த் அந்த நிலையிலும் அரண்டுபோனான்.

பூரி செப்பேடுகளில் இருந்த வரிகள், சித்திரங்கள். இவனுக்கு எப்படி இது கிடைத்தது? யார் கொடுத்திருப்பார்கள்?

"எனக்குத் தெரியாது ரவி. எனக்கு இந்த கிரந்த எழுத்துகள் புரியவும் செய்யாது. வேணும்னா நீ படிச்சுக் காட்டு. எனக்குப் புரியுதான்னு பார்க்கிறேன்"

ரவி, அனந்த்தின் தோளில் கை வைத்தான். மெல்லச் சிரித்தான். "இதப்பாரு அனந்த். நாங்க எத்தனை யுகங்களாய் இந்த நாளுக்காகக் காத்திருந்தோம்னு உனக்குத் தெரியாது. என்னோட சக்தி என்னன்னும் உனக்குத் தெரியாது. ஒரு சாம்பிள்... தேவராஜ் என்னை ஜெனரெல்னு சல்யூட் அடிப்பான்"

அனந்த் உறைந்தான். இவனா? இவனா தேவராஜ் மரியாதையாக அழைத்த ஜெனரல்? இவனா எவனையோ கொல்ல தேவராஜை இப்போ வெளியே அனுப்பியவன்?

ரவி தொடர்ந்தான். "அதிர்ச்சியா இருக்குல்ல? இன்னும் அதிர்ச்சி எவ்வளவோ இருக்கு. இப்படி ஒரு அதீத சக்தி உள்ள பிரமிட் ஒண்ணு நம்ம நாட்டுப் பக்கத்துல இருக்குன்னு நான் சொன்னதுக்கு அந்த ....தி சடகோபன் என்னை எப்படி அவமானப்படுத்தினான்னு தெரியுமா?" ரவியின் குரல் உயர்ந்தது.

ரவி திரும்பினான். டார்ச் வெளிச்சத்தில் அவன் முகத்தைப் பார்த்து அனந்த் அதிர்ந்தான். இது இது....?

"யெஸ். நீ பாக்கிறது எனது இன்னொரு முகம். பல ஆயிரம் ஆயிரம் ஆண்டுகளுக்கு முன்பு இருந்த எனது முகம். நான் ஒரு..." அவன் குரல் அமானுடமாக, அனந்த்தின் முதுகுத்தண்டைச் சில்லிட்டு ரத்தத்தை உறைய வைத்தது.

"லெமூரியன்" என்றான் ரவி. டார்ச் ஒளி இப்போது அவன் முகத்தில் வெள்ளமாகப் பரவ, அனந்த், ரவி என்ற, லெமூரியனை வெகு அருகில் பார்த்தான்.

''ஆல்ரைட். எல்லாரும் கொஞ்சம் முன்ன வாங்க'' சடகோபன் அழைக்க அமர்ந்திருந்த அனைத்து மாணவர்களும் முன்னே நகர்ந்து முதல் மூன்று பெஞ்சுகளில் அவரைச்சுற்றி அமர்ந்தனர்.

''இன்னிக்கு அரைமணிநேரம் பரிமாணங்கள் பத்திப் பார்ப்போம். நாம இருக்கிற இந்த உலகத்தில எத்தனை பரிமாணங்கள் டைமென்ஷன்ஸ் இருக்கு?''

''மூணு'' என்றனர் பலர்.

''மூணு பரிணாமங்கள் - தளத்திலே. அதுக்கப்புறம் ஒண்ணு...''

''நேரம்'' என்றாள் ஜானகி.

''வெரிகுட். நேரம் என்னும் பரிணாமம். கண்ணுக்குத் தெரியாது. மத்த மூணு பரிணாமத்திலேயும் - தளத்திலேயும், முன்னேயும் பின்னேயும் போகமுடியும். ஆனா நேரத்தில முன்னே மட்டுமே நாம போக முடியும். அதுனால் நமக்கு இதே இடத்துல முன்னே இருந்தவங்களயும், இனிமே இருக்கப் போறவங்களயும் உணர முடிவதில்லை. இது நம்ம உலகத்துக்கு, நமக்கு இருக்கிற எல்லைன்னு சொல்லலாம்'' அனைவரும் அமைதியாகக் கேட்டுக் கொண்டிருந்தனர்.

''ஆனா, இப்பவே, இந்த இடத்தில, இந்த நேரத்தில், பிற பரிமாணங்கள்ல இருக்கிறது நமக்குத் தெரியறதில்ல. நாம ஏனோ, நம்ம மட்டும்தான் உலகத்தில இருக்கோம்னு நினைச்சிக்கிட்டு இருக்கோம்'' சடகோபன் புன்னகைத்தார். கேள்விகளுக்கு ஆயத்தமானார்.

வாசலில் நிழலாடியது. இருவர் நின்றுகொண்டிருந்தனர்.

''உள்ள வாங்க''

பேராசிரியர் சிவமணி உள்ளே வந்தார். அவர் பின்னே வந்த அந்த மாணவன் மிக மெலிந்து உயரமாக இருந்தான். முகம் நீண்டிருக்க, காதுகள் நீண்டு மெலிந்து , மேலும் கீழும் ஒடுங்கியிருந்தன. அவன் கண்களில் இருந்த ஒளியும், உதட்டில் இருந்த சிரிப்பும், ஏதோ அனந்த்திடம் ஒரு பயத்தை, எச்சரிக்கையுணர்வை எழுப்பியது.

''இவன். நாகர்கோவில்லேர்ந்து வர்றான். ஸ்காட் க்றிஸ்டியன் காலேஜ். நம்ம லெட்டர் ரொம்ப லேட்டா போயிருக்கு. காலேஜ் லீவு வேற. இன்னிக்கு வந்து நிக்கிறான். சேத்துக்கலாமா?''

சடகோபன் அவனை நீண்ட நேரம் ஆழ்ந்து பார்த்தார். கடந்த இரு நாட்களாக மாணவர்கள் செய்யும் எந்தத் தவறையும் எளிதில் மன்னித்துவிட்டு, அன்போடு அரவணைத்துச் செல்லும் சடகோபன் ஏன் இவனிடம் இத்தனை நேரம் எடுக்கிறார்? அதுவும் லேட்டாக செய்தி கிடைத்தது அவன் தவறில்லையே? அனந்த் மனதில் சிறு கேள்வி எழுந்தது.

''உன் பேரு என்ன?'' சடகோபனது கேள்வியில் வழக்கமான அன்பில்லை.

''ரவி'' அவனது மெல்லிய கோடு போன்றிருந்த உதடுகள் விரிந்தன.

''அதிசயமா இருக்குடி'' ஜானகியின் காதில் அருகே இருந்த தமிழ்ச்செல்வி கிசுகிசுத்தாள். அவள் நாகர்கோவில் ஹோலிகிராஸ் காலேஜிலிருந்து வந்தவள்.

''க்விஸ்ஸுக்கு ஸ்காட்... க்றிஸ்டியன்லேர்ந்து வந்தவங்க செபாஸ்டியன், சிவதாணுன்னு ரெண்டு பேரு. அவங்களை எனக்கு நல்லாத் தெரியும். இவன இதுவரை நான் பாத்ததே இல்ல''

''ஷ். சும்மா இருடி'' ஜானகி எச்சரித்தாள். ''காலேஜ்ல யாரும் போகறதுக்கு இல்லாம இவன அனுப்பியிருப்பாங்க''

''சரி, போய் உக்காரு'' இரண்டாவது பெஞ்சில் காலியாக இருந்த இடத்தைச் சுட்டிக்காட்டினார்.

''நான் என்ன சொல்லிக்கிட்டிருந்தேன்?''.

''இப்பவே இந்த இடத்திலேயே பல பரிமாணங்கள் இருக்கலாம்'' தமிழ்ச்செல்வி நினைவுபடுத்தினாள். ஆமோதித்த அவரது இறுகிய தாடை, மடித்த விரல்கள் ஏதோவொன்று அவரிடம் சரியில்லை எனக்காட்டியதை மாணவர்கள் பேச்சு சுவாரஸ்யத்தில் கவனிக்கத் தவறினர்.

சம்பத் எழுந்தான். 'அது எப்படி சார்? பல பரிமாணங்கள்ல ஒரு பொருள் இருக்குன்னே வச்சுக்குவம். ஆனா, அதனோட மூணு பரிமாணம் நம்மப் புலன்களுக்குத் தெரியணுமா இல்லையா?'

''சம்பத்'' சடகோபன் தன் காலின் கீழே சென்றுகொண்டிருந்த ஒரு எறும்பைப் பிடித்தார். ''இது என்னை இப்பக் கடிச்சது. அதுக்கு எனது கால் சதை என்கிற இருதள உருவம் தெரிஞ்சிருக்கு. உன் கணக்குப்படி அதுக்கு ''சடகோபனோட கால் சதை இது'' என்னு தெரிஞ்சிருக்கணும்.

'' இல்லை'' அனந்த் மறுதலித்தான். '' சம்பத் சொல்றது கரெக்ட். அந்த எறும்புக்கு சடகோபன், அவரோட கால் சதைன்னு தெரியாது. ஆனா என்னமோ ஒரு கடிக்கப்படுகிற பொருள் இருக்குன்னு தெரியும்''.

''சரி. அப்படியே வச்சுக்குவம். நான் இப்ப அதை அடிக்கிறேன்'' கையை உயர்த்தி எறும்பை அடித்தார். அது சுருண்டு சப்பையாகி இறந்தது.

''அதுக்கு இப்ப எது அடிச்சதுன்னு தெரியாது. ஏன்னா, எனது கை, மூன்றாவது பரிமாணத்திலிருந்து வந்தது. எறும்போட உலகத்துல மூன்றாவது பரிமாணத்திலிருந்து வருகிறதெல்லாம் மர்மம். இப்படி தெரியாத பரிமாணத்திலிருந்து தெரிஞ்ச பரிமாணத்துக்கு வருகிற வினைக்கு என்ன சொல்லலாம்?''

அனைவரும் சிந்தித்தனர். '' விதி?'' என்றான் சுடலை.

''சொல்லலாம். நமக்குத் தெரியாததால மட்டுமே ஒன்று இல்லாமப் போயிடாது. எதுக்கு இதைச் சொல்லறேன்னா, நீங்க கார்டீசியன் கோ ஆர்டினேட்ஸ், பரிமாணங்கள், தளம், நேரம், ஐன்ஸ்டின் ரிலேடிவிடி தியரின்னு படிப்பீங்க. அடிப்படையில நம்ம பக்கத்துலேயே நம்ம கூட இருக்கிறங்களுக்கு பல பரிமாணங்கள் இருப்பதை உணரமாட்டீங்க''

ஜானகி எழுந்தாள் ''அப்போ, சிந்தனை, மனம், எண்ண அலைகள்னு சொல்வதெல்லாம், வேறு பரிமாணங்கள்-னு சொல்லலாமா? ஏன்னா, எல்லாரும் சிந்திக்கிறோம். ஆனா, சிந்தனை, சிந்திக்கிற எண்ணங்கள் எங்க இருக்கு, அதோட பொருண்மை என்னன்னு தெரிவதில்லை'' அனந்த் அவளையே பார்த்துக்

கொண்டிருந்தான். ஜன்னலிலிருந்து வந்த வயல்காற்று அவள் தாவணியில் புகுந்து படபடக்கச் செய்து கொண்டிருந்தது. காற்றில் ஆடிய அவளது காதோர முடிக்கற்றைகளைக் கையால் சரிசெய்து கொண்டு அவள் பேசியது அவனை என்னமோ செய்தது.

சடகோபன் ஒரு நிமிடம் மௌனித்தார். ''நீ சொல்வது சிந்திக்க வேண்டிய ஒன்று. என்னால் உறுதியாகச் சொல்ல முடியாது. ஆனா, நினைச்சது எல்லாம் உண்மைன்னு நம்பினா, நமது மற்ற நான்கு பரிமாணங்கள்ல, இயல்பு வாழ்க்கையில பாதிப்பு ஏற்படும். எனவே, சிந்தனைங்கறது நான்கு பரிமாணங்களுக்கும் அப்பாற்பட்டது. ஆனா, சிந்திக்கப்படுகிற பொருள் நான்கு பரிமாணங்களுக்கு உட்பட்டதாகத்தான் இருக்கணும்''

ரவி எழுந்தான் ''நான் லெமூரியா, அட்லாண்டிஸ் பத்தி யோசிக்கிறேன். அது இந்த நான்கு பரிமாணங்களுக்கு உட்பட்டதுன்னு எப்படிச் சொல்ல முடியும்?''

''லெமூரியா எப்ப இருந்தது?'' சடகோபனது தாடை இறுகியது.

''70000 வருஷங்கள் முன்னால அந்த நாகரீகம் அழிஞ்சுபோச்சு...''

''அவங்க எப்படி இருந்தாங்க?''

''சிலர் அவங்க மனித இனம்ங்கறாங்க... சிலர் அவங்க வேற்றுகிரக வாசிகள்னு சொல்றாங்க.''

''இது கற்பனை'' என்றார் சடகோபன் ஏளனமாகச் சிரித்தவாறு.

ரவியின் முகம் மாறியது '' இல்ல, இது வரலாறு. உண்மையான சிந்தனை.''

''ஓகோ, அவங்க எப்படி இருந்தாங்க?''

''அவங்களுக்கு மூணு கண்ணு உண்டு'' ரவி விவரிக்கத் தொடங்கினான்.

''ஸ்டாப்'' என்றார் சடகோபன். அவர் குரலிலிருந்த கோபம் பலரை துணுக்குற வைத்தது. ரவி பேசுவதை நிறுத்தினான். அவமானத்தில் அவன் முகம் கன்றது.

"மூணு கண்ணு? மூணு முட்டாள்தனங்களை இப்ப விளக்கறேன். ஒண்ணு... கற்பனையிலும் நமக்கு கண்ணுதான் தோன்றுகிறது. நமக்கு இருக்கிற இரண்டு, அவங்களுக்கு மூணு. அவ்வளவுதான் கற்பனை போகமுடியும். கண் என்பதன் வடிவம் தாண்டி அந்த உறுப்பைக் கற்பனை கொண்டு போகாது. ரெண்டாவது...மனிதர்கள் - ஒரு ஸ்பீஸிஸ், அயல் கிரகவாசிகள்... ஒரு ஸ்பீஸிஸ், ஒரு இனம். இதுவும் நாம அறிந்ததுதான். ஸ்பீஸிஸ் என்பதின் உள்ளேதான் வித்தியாசமாக கற்பனை போகும். ஆனா அதைத் தாண்ட முடியாது. மூணாவதா, அவங்க இருந்ததாச் சொல்ற காலம்... 70000 வருஷம் முந்தி. இந்த வருஷம், நம்பர், முந்தி... பிந்தி எல்லாம் நாம அறிந்த எல்லைக் கோடுகள். காலத்தைத் தாண்டி நம்மால கற்பனை பண்ண முடியாது. எனவே என்னதான் நாம கற்பனை பண்ணினாலும், நமக்கு அறிந்ததைக் கொண்டு மட்டுமே அறியாததை அறிய முடியும். கற்பனை வேறு, சிந்தனை வேறு" எழுந்தார். அவர் முகம் சிவந்திருந்தது.

"மேற்கொண்டு கற்பனைகளை, புனைகதைகளைப் பற்றிப் பேச நான் விரும்பவில்லை" நாற்காலியைப் பின்னே தள்ளி வேகமாக வாசலை நோக்கி நடந்தார்.

அனைவரும் எழுந்தனர். அரைமணிநேரம் பேசுவதாக இருந்தவர் இப்படி பத்து நிமிடத்தில் முடித்துவிட்டாரே என்ற ஆதங்கம் பலருக்கு இருந்தாலும், ஒருவரும் பயத்தில் பேசவில்லை. மவுனமாக அனைவரும் வெளியே நடந்தனர். வெளியே வந்த ரவி பள்ளி மைதானத்தின் ஓரமாக நின்றிருந்தான். முன்னே நடந்த சடகோபன் திரும்பினார். ரவியின் அருகில் சென்றவர் ஏதோ பேசினார். ரவி தரையில் காறி உமிழ்ந்து வேகமாக வேறுதிசையில் நடப்பதைப் பார்த்து அனந்த் திகைத்துப் போனான்.

அடுத்த நாள் காலையில் ரவி வகுப்பில் இல்லை. கேட்டதற்கு சடகோபன் "அவனுக்கு உடம்பு சரியில்லை. அனுப்பிச்சிட்டோம்' என்றார். மழுப்புகிறார் என்பது அனைவருக்கும் புரிந்தது. சடகோபனின் உரையாடலில் லயித்திருந்தவர்களுக்கு ரவி இல்லாதது ஒரு குறையாகப் படவில்லை. அதுதான் அனந்த் ரவியைக் கடைசியாகப் பார்த்தது.

க. சுதாகர்

''ரவி. ப்ளீஸ் நான் சொல்வதைக் கேளு. நீ எல்லாரையும் போல மனிதன். படு புத்திசாலியானவன்..ஆனால் மனிதன்'' பளேரென விழுந்த அடியில் அனந்த் விழுந்தான். காது ஜிவ்வென சூடேறியது. வலித்தது.

''நோ. நான் லெமூரியன். என்னப்பத்தி உனக்குத் தெரியாது. எனக்கு அது வேணும்'' ரவியின் கத்தல் மண்டபத்தில் எதிரொலித்தது மிகப் பயங்கரமாக.

''எது வேணும்?''

''எங்களோட பிரமிட்...அதன் தலைப்பகுதி. எத்தனை ஆயிரம் ஆண்டுகளாக நாங்க காத்திருக்கிறோம்...'' ரவியின் கண்கள் ரத்தச் சிவப்பாயின. பற்கள் வெளியே தெரிய, மூச்சு பெரிதாக மிகக்கனமாகக் கேட்டது. அனந்த்தின் இடது தோள்பட்டையைப் பிடித்துத் தூக்கினான்.

''பத்து வருஷம் இது பத்தி ஆராஞ்சேன். கிரந்த எழுத்துகள்ல தலைப்பகுதியை வச்சிருக்கிற ரகசிய இடமும், ஒளிப்பாதையும் சில புதிர்கள்ல புதைஞ்சிருக்குன்னு தெரிஞ்சதும், அந்த சடகோபன்கிட்ட என் தியரியைச் சொன்னேன். அதுக்கு அந்த துரோகி... '' ரவி நிறுத்தினான். அனந்திற்குத் தோள்பட்டை வலித்தது.

'' என் தியரியைப் படிச்சுட்டு, 'இதுக்கு பின்னால போகாத. ஒழுங்கா படிச்சு குவாண்டம் பிஸிக்ஸ்ல டாக்டரேட் வாங்கப்பாருன்னு' புத்திமதி சொல்றான்... ஆத்திரத்தில அவனை அடிக்கப் போனேன். போலீஸ்ல காட்டிக் கொடுத்துட்டான்'' ரவி விக்கினான். உணர்ச்சிகள் தொண்டையை அடைத்தன.

'' பத்து நாள் ஜெயில்ல இருந்தேன். அப்புறம் மன்னிப்பு லெட்டர் கொடுத்து வெளிய வந்து, ஒரிஜினல் மார்க்ஷீட், சர்ட்டிபிகேட் வாங்க நாயா அலைஞ்சு, இங்கிருந்து சிங்கப்பூர் போயி டாக்டரேட் பண்ணி, ஹாங்காங் போயி... நாய் மாதிரி அலைஞ்சிருக்கேன் அனந்த்...நாய் மாதிரி... எல்லாம் யாரால? நீ, ஜானகி, இந்த சம்பத்தெல்லாம் தலை மேல தூக்கி வச்சுகிட்டிருக்கீங்களே, அந்த சடகோபன் ✱✱✱✱தான்''

''உனக்கு ... உனக்கு எப்படி இந்தப் புதிர் பத்தித் தெரிஞ்சது?'' அனந்த் தடுமாறினான்.

ரவி சிரித்தான். ''என் மூலவேர்களை எனக்கு அடையாளம் தெரியாதுன்னு நினைக்கிறியா? லெமூரியா குறித்தும் இப்பிரமிட் குறித்தும் எல்லாச் செய்தியையும் என்னால எடுக்க முடியும். எல்லா இடத்துலயும் எங்க ஆளுங்க இருக்காங்க. ஆராய்ச்சி நிறுவனங்கள், ஆர்க்கியாலஜி டிபார்ட்மெண்ட்ஸ், ம்யூசியம், லைப்ரரி.. எல்லாத்துலயும். பல்லாயிரம் வருஷத்துக்கு முன்னால புதைஞ்சு போன மம்மியோட சரித்திரத்திலேயிருந்து நேத்திக்கு நேனோ டெக்னாலஜில வந்த பேப்பர் வரைக்கும் எத வேணுமானாலும் என்னால எடுக்க முடியும்''

அனந்த்தின் நெஞ்சு திக் திக் என அடிக்கத் தொடங்கியது. இவன் என்ன சொல்லவருகிறான்? அனைத்தும் தெரியும் என்றால், பிரமிட்? 6174?

ரவி தொடர்ந்தான். ''பழைய புதிர்ச் செய்யுள்களிலிருந்தும், எங்க சமூகத்தில் கிடைச்ச தகவல்களிலிருந்தும் தலைப்பகுதி இந்தப் பகோடால இருக்குன்னு தெரிஞ்சது. என்கூட இந்தத் தலையையும், உடல்பகுதியையும் தேடற சயின்டிஸ்ட்ஸ், மத்த லெமூரியன்ஸ்கூட தொடர்பு வைச்சுகிட்டேன். எங்களோட ஒரே வீக்னெஸ்... எண்கள்..எண்களின் புதிர்கள்'' ரவி நிறுத்தினான். அவனது உணர்ச்சிகள் பொங்கின. சிறு மவுனத்தின்பின் மேலும் தொடர்ந்தான்,

''இந்தத் தேடல், எங்களோட இனச் சிதைவு எல்லாத்துக்கும் காரணம், மனித இனம்தான் என்பது புரிஞ்சதும், மனித இனத்தைப் பூண்டோடு ஒழித்துக்கட்டணும்னு வெறி வந்துச்சு

இந்த நேரத்துலதான் பிரமிட் உயிர்த்தெழுகிற நாள் வந்துடுச்சுன்னு எங்களுக்குத் தெரிஞ்சது. பிரமிட்டின் துண்டுகள் தொடர்புகொள்ள வசதியா இரு விண்கல் துண்டுகள் வானத்துல வட்டமடிக்கப் போகிறதுன்னும் தெரியவந்துச்சு. பிரமிட் உயிர்த்தெழணும். எங்க கைக்கு வரணும். மனுசங்க அழியணும். இதுதான் எங்கக் குறிக்கோள். ரெண்டு திட்டங்களைத் தயாரிச்சோம்.

ஒண்ணு..மனிதர்களை வச்சே பிரமிட்டை எடுத்து அதன் சக்தியைக் கைக்கொள்வது. அதுக்கப்புறம் அதைக்கொண்டே அவங்களை ஒழிச்சுக் கட்டறது. அடியோடு...

இன்னொண்ணு...ஒரு வேளை பிரமிட் குறிப்பிட்ட நாள்ல எங்களுக்குக் கிடைக்கலைன்னா, மனுசங்க அவங்களுக்குள்ளயே அடிச்சிகிட்டு ஒட்டுமொத்தமா அழிஞ்சு போகணும். இது கொஞ்சம் கஷ்டமான திட்டம்.'' ரவி, அனந்த்தின் அருகே அமர்ந்தான். அவன் கன்னத்தைத் தட்டினான்.

''எப்படி இவ்வளவு ஆளுங்க... உலகம் பூரா ஊடுருவி உனக்கு வேலை பாக்கிறாங்க?''

ரவி அவன் கண்களை ஊடுருவிப் பார்த்தான். ''ஒண்ணு புரிஞ்சுக்கோ..மனிதன் குறைபாடு உள்ளவன். ப்ரமிட் தேடுற எந்த மனிதனும் ஆசைப்படாம இருக்க முடியாது. மிக விசுவாசமா இருக்கிறவனும், கடைசில பணத்துக்கோ, அதிகாரத்துக்கோ, ஆற்றலுக்கோ ஆசைப்பட்டு ஏதாச்சும் செஞ்சிடறாங்க. எவனையும் நம்பமுடியாது. ஒருத்தன் தயவு ஒருத்தனுக்குத் தேவை.. அதுனால சேர்ந்திருக்கோம். கடைசில எவன் புத்திசாலியா இருக்கானோ அவன் பிழைப்பான். எனக்கு, கொரியா திட்டம் உதவியா இருந்தது. அவங்களுக்கு ப்ரமிட் வேணும், எனக்கு பூமி. தேவராஜ் மாதிரி பலருக்கு மூளைச்சலவை செய்தோம். அவங்க டீமை, அவங்களே உருவாக்கிக்கிட்டாங்க.. கூலிப்படை, ஆர்மி, போலீஸ், உளவுத் துறை, அறிவியல் விஞ்ஞானிகள்னு அவன் அவனுக்கு ஒரு விலை. பேசினா விழுந்திறப் போறாங்க. இதுல நீயும், சடகோபனும் அடக்கம்தான். உங்களுக்கு வேற விலை. எனக்கு வேற. அவ்வளவுதான். விலை கிடைச்சா எல்லாரும் விழுவாங்க, அனந்த். எது விலைன்னு தெரியணும். அது தெரியாதவரை எல்லாரும் நேர்மையானவன் தான்''

ரவி தொடர்ந்தான்.

''கொஞ்சம் அதிகமாகவே செலவாச்சு. பேரம்பேசி ஒரு பழைய ரஷ்ய ஸ்பேஸ் ஸ்டேஷனை ரகசியமா ஒரு வருஷம் எங்க கண்ட்ரோல்ல வச்சிருக்கோம். அப்புறம் ஒரு ஆராய்ச்சிக் கப்பல்...

ஒடிசி... தெரியுமா? அதுல எங்க ஆட்களை உள்ளே அனுப்பி, 2002ல நேரே மாலத்தீவு பக்கம் கொண்டு வந்து முதல்ல அடிப்பகுதியக் கண்டுபிடிச்சோம். இப்ப திரும்பவும் அதே இடத்துக்குப் பக்கத்துல...''

ரெண்டு வருஷம் முன்னால வடகொரிய அரசோட பேசி, ரஷ்யக் கப்பல்களோட அவங்க போர்க்கப்பலைப் பயிற்சிக்கு இந்தியப் பெருங்கடலுக்கு அனுப்பத் தூண்டினோம்.

சரியாக ஒரு சூப்பர் டேங்கர் மாலத்தீவுக்கு வடக்கே உள்ள குறுகலான சேனலைக் கடக்கும்போது, ஜிங் லி 1 அங்க வர்ர மாதிரி அதோட வேகத்தைக் கட்டுப்படுத்தினோம். ஜிங் லி 1 ல இருக்கிறது இப்ப ஜிங் லி 1 னோட பாதை அடைபட்டுப் போச்சு. வடகொரியா கொதிச்சுப்போயி டேங்கர் வழி விடலைன்னா அத அழிப்போம்னு மிரட்ட, அதுக்கு அமெரிக்கா கத்துது. ரஷ்யா அதிருப்தி அடைஞ்சிருக்கு. ரொம்ப மோசமாப் போச்சுன்னா ஜிங் லி, சூப்பர் டேங்கரை அடிக்கும். பதிலுக்கு அமெரிக்கா அதைத் தாக்கும். அதுக்குப் பாதுகாப்பபா இருக்கிற ரஷ்யக் கப்பல்கள் போர்ல ஈடுபடும். மொத்தத்துல... உலகப்போர்...''

''வடகொரியா, ஜிங் லி 1 ஐ வச்சு சூப்பர் டேங்க்கரைத் தாக்கலைன்னா? மத்த நாடுகள் கொடுக்கிற அழுத்தத்துல வடகொரியா அடிக்காம விட்டுருச்சுன்னா?'' அனந்த் வேணுமென்றே கேட்டான். இவன் திட்டம் என்னவெனத் தெரியணும்.

ரவி சிரித்தான். ஒரு நோட்டுப் புத்தகத்தை அவன் முன் காட்டினான். சித்திரங்கள்... அனந்த் பூரியில் பார்த்த சித்திரங்கள்.

''உனக்கு, என்னோட திட்டம் தெரியணும். அவ்வளவுதானே? சொல்றேன்... இந்த பிரமிட்டோட ஒளிப்பாதையை நீ முதல்ல எனக்குச் சொல்ற. எங்களோட சாட்டிலைட்... குர்குட்ஸ்க்... அது, ஒரு விண்கல்லுக்கு மேலே ஒரு வட்டப்பாதைல, கொஞ்சம் பக்கத்துலதான் சுத்திக்கிட்டு இருக்கு. ஒளிப்பாதை பத்தி என்னோட சிக்னல் ஒடிசிக்குக் கிடைச்சதும், அதுலேர்ந்து ஆணை குர்குட்ஸ்க்குப் போகும். குர்குட்ஸ்க், விண்கல்ல சின்ன ராக்கெட்டை வச்சு தாக்கும், இந்தத் தாக்குதல், பிரமிட்ல இருந்து வர்ற ஒளி, விண்கல் படற

நேரத்துக்கு சில வினாடி முன்னால, நடக்கும். விண்கல்லோட எதிரொளிக்கும் பாதை, இந்தத் தாக்குதலால கொஞ்சம் மாறும். மாறின பாதை, இந்த தலைப்பகுதியிலேயிருந்து வர்ற ஒளிக்கற்றையை நேரே அந்த டேங்கர் மேலே எதிரொளிக்கும். கப்பல் எரியும்''

ரவி விட்டுவிட்டு சிரிப்பது ஏதோ கழுதைப்புலி சிரிப்பது போலிருந்தது அனந்த்திற்கு. அது மேலும் அவனை அச்சுறுத்தியது.

''கப்பல் தீப்பிடிச்சா எப்படியும் பழி விழப்போறது வடகொரியா மேலத்தான்.கண்டிப்பா போர் வரும். வந்தே தீரும்'' ரவி சிறிது நிறுத்தினான். அனந்த்தின் முகத்திற்கு மிக மிக அருகே குனிந்தான். ரகசியம் சொல்வதுபோல் தொடர்ந்தான்.

''அது மட்டுமா? டேங்கர்ல இருந்த எண்ணெய் சிந்தி, மாலத்தீவு, திருவனந்தபுரம், குமரி, ஏன் தூத்துக்குடி வரைக்கும் கடல் மாசுபடும். எக்கச்சக்கமா இழப்பு வரும். இந்தியாவோட கடல் வளம் போகும். சிலோனோட இயற்கைவளம் சின்னாபின்னமாகும்.

எங்கக் கப்பலை இந்திய நேவி தாக்க முடியாது. ஏன் சொல்லு? பக்கத்துல வடகொரிய ஜிங் லி1 நிக்குது. கொச்சிலேர்ந்து ஒரு ஹெலிகாப்டர் கிளம்பினாக்கூட, ஜிங் லியோட ஏவுகணை பாய்ஞ்சுரும். அது அணு ஆயுத ஏவுகணை.

இது இந்தியக் கடற்படைக்கு நல்லாவே தெரியும். அதுனால சத்தம் போடாம கையப் பிசைஞ்சுகிட்டு நிக்குது''

''இவங்க அடிச்சுக்கிட்டிருக்கிற நேரத்துல நாங்க என்ன பண்ணப் போறோம்னு தெரியணுமா? கேளு'' நேராக நிமிர்ந்த ரவியின் கண்கள் நடக்கப் போவதைக் கற்பனையில் பார்த்து அசாதாரணமாக மின்னின.

''கொஞ்சம் கொஞ்சமா விண்கல்லை ராக்கெட் வச்சு இன்னும் லேசாத் தட்டினோம்னு வையி, எதிராளிப்பாதை மாறும். இலக்கும் மாறும். கல்பாக்கம் அணுமின் நிலையம், இஸ்ரோ தலைமை அலுவலகம், ஸ்ரீ ஹரிகோட்டா...'' ரவி ரசித்துப் பேசிக் கொண்டிருந்தான்.

''அதுக்கு அப்புறம்... வேண்டாம். நீயே பாரு. இல்லன்னா த்ரில் போயிரும்'' ரவி மீண்டும் சிரித்தான்.

அனந்த் உறைந்தான்.

காஞ்சிபுரம் அருகே தேசிய நெடுஞ்சாலையிலிருந்து சிறிது தொலைவில், மூடப்பட்டிருந்த தொழிற்சாலை ஒன்றின் சேமிப்புக் கிடங்கின் உள்ளே, காதில் ஸ்பீக்கர்ஃபோனை மாட்டியபடி சிலர் உன்னிப்பாகக் கேட்டுக் கொண்டிருந்தனர். ரவி பேசியது அவர்களுக்குத் துல்லியமாகக் கேட்டது.

காதிலிருந்து ஸ்பீக்கர்ஃபோனைக் கழற்றியபடி, அருகில் இருந்த கணினியில் 'குர்குட்ஸ்க்' எனத் தட்டச்சு செய்தார் சடகோபன். அச்செய்தி பல துண்டங்களாக உடைக்கப்பட்டது. துண்டங்களின் வரிசை கலைக்கப்பட்டு, இதற்கென்றே தனியாக அமைக்கப் பட்டிருந்த ஆப்டிகல் ஃபைபர் கேபிள் தொடர்பில், ஒரு வினாடிக்குள் பெங்களூர் இஸ்ரோ தலைமை அலுவலகத்தை அடைந்தது. அங்கு துண்டங்கள் மீண்டும் ஒருங்கிணைக்கப்பட்டு டாக்டர். பிந்தியா கோஸ்வாமியின் கணினியில் கடவிச்சொல் சரிபார்ப்பின்பின் திரையில் பத்து வினாடிகள் தெரிந்தது. அதன்பின் அது அழிந்து போனது, சுவடே இல்லாமல்.'கே' என அவர் டைப் செய்துவிட்டு, தனது கணனியில் மென்பொருளை இயக்கத் தொடங்கினார். பதினைந்து ஆண்டுகளுக்கு முன்பு செய்யாத குற்றத்திற்காக அவமானப்படுத்தப்பட்ட பிந்தியா, இப்போது அதே வேலையைத் தன் நாட்டுக்காகச் செய்ய முனைந்தார். ஒரு வைரஸ் மென்பொருள் மெதுவாக குர்குட்ஸ்க்கின் கண்ட்ரோலர் போர்டில் ஏறத் தொடங்கியது. விஷத்தை விஷத்தால்தான் முறிக்க முடியும்.

தீர்ப்பு... தேவராஜின் மூச்சு, உள்ளிருக்கும் கோபத்தில் சூடாகி, சீரின்றிப் பொங்கும் நீராவி போல விட்டுவிட்டு இரைத்தது. அவனோடு பத்துப்பேர் அந்த மோட்டார் சைக்கிள் வண்டியில் பிதுங்கியிருந்தனர்.

அடக்கி வாசிக்கவேண்டும். அயல் தேசம். மக்களோடு கலந்துபோனால் சந்தேகம் தோன்றாது.

''*பேப்பர்....மேஜர்... பேப்பர் வேண்டும்*''

''ஷட் அப்''

''மேஜர். மிக முக்கியமானவற்றை எழுதவேண்டும். திட்டங்கள்...''

''தே ✸✸✸✸ மவனே. சும்மா இர்றா''

''மேஜர். மிக அவசரம். என் கைகள் பரபரக்கின்றன''

''வெட்டி எறிடா நாயே... பேப்பராம்... பேப்பர்''

தேவராஜின் கண்கள் ரத்தச் சிவப்பாக மின்ன, உதடுகள் மனத்தின் போராட்ட உரையாடலை முணுமுணுத்தன.

தேவராஜின் பிளவுபட்டிருந்த இரு மனங்களும் போராட, முழுதாய் வேதனையை அனுபவித்தான். லெமூரியன்... தீர்ப்பு நிறைவேற்றும் நீதிபதி என இரு கற்பனை நிலைகள், யதார்த்தமான செயல்பாட்டின் நிஜமான தேவை... அனைத்தும் அவனைத் திண்டாட வைத்திருந்தன. நெற்றியின் இரு புறமும் விண் விண்ணெனத் தெறித்தன. ஆழமாக மூச்சிழுத்து அமைதியாக இருக்க முயன்றான். தோற்றான்.

அரைமணி நேரத்தில் அந்தக் குடிசையை அணுகினான். 'கால்ட்'டை கையில் ஏந்தியபடி, உள்ளே நுழைந்தவன் மிக எச்சரிக்கையானான்.

யாரும் இல்லை.

போயிருப்பானோ? சாத்தியமில்லை. கதவு உள்புறம் பூட்டியிருந்தது. டூப்ளிகேட் சாவி வைத்தல்லவா திறந்தேன்? அவனது உடமைகள் கட்டிலில் இறைந்து கிடக்கின்றன.

தேவராஜ் எச்சரிக்கையானான். ஏதோ சரியில்லை என உள்ளுணர்வில் பட்டது. தரையில் மண்டியிட்டுப் பதுங்கியவன் கைகளில் ஈரமாக ஏதோ பிசுபிசுத்தது..

சகதி... புதிய சகதி... இன்னும் காயவில்லை. யாரோ வந்திருக்கிறார்கள்... இல்லை சென்றிருக்கிறார்கள்.

ஒரு நிமிடம் உள்ளே ஒரு சப்தமும் கேட்கவில்லை என்பதை உறுதி செய்தபின், மெல்ல டார்ச்சை தரைநோக்கி ஆன் செய்ய, தடங்கள் தெரிந்தன.

ஹெவி பூட்ஸ்களின் புதிய தடங்கள். வெளிப்புறம் நோக்கிய தடங்கள். உள்ளே செல்லச்செல்ல சகதி கூடி, தடங்கள் தேய்ந்திருந்தன. சட்டென அவன் நின்றான்.

புதிய இரு பூட்ஸ் தடங்கள் மிக மிக அழுத்தமாக... சற்றுத் தொலைவில் சகதி தேய்ந்திருக்கப் பின் தடங்கள் மறைந்திருந்தன.

புதிய தடங்கள்... திடீரென வீட்டின் நடுவே வந்திருக்க வாய்ப்பில்லை, மேலேயிருந்து குதித்தாலொழிய. தேய்ந்திருந்த சகதி... ஏதோ சண்டை நடந்திருக்கிறது... அதன்பின் அவர்கள் வெளியேறியதும்... மேலேயிருந்தும்,வாசலிலிருந்தும்...

உண்மை மெல்ல மெல்லப் புரியத் தொடங்கியது. இது பொறி. எனக்கு வைத்த பொறி. அவன் தலையை உயர்த்தி விட்டத்தைப் பார்க்கவும், அவன் மேல் அந்த கனமான பளு விழவும் சரியாக இருந்தது. கண்கள் இருட்டிக்கொண்டுவர தேவராஜ் சரிந்தபோது, மேலே ஒரு கயிற்றைப் பிடித்து இறங்கிய ரெ நெகினின் முகம் மங்கலாகத் தெரிந்தது. பின் முழு இருட்டு வியாபித்தது.

சம்பத் மெல்ல மரத்தின் பின்னிருந்து வெளிவந்தான். அனந்த் முன்னே சுரங்கத்துக்குள் சென்றதை உறுதிப்படுத்திக்கொண்டபின் தனது சாட்டிலைட் போனை உயிர்ப்பித்தான்.

திரையின் ஒரு பகுதியில் சடகோபனின் முகம் தெரிந்தது.

''உள்ளே போயிட்டான்'' என்றான்.

''தெரியும். அவன் சில நிமிடங்கள் தனித்திருக்கட்டும். அவனுக்கு அங்கோர் ஆச்சரியம் காத்திருந்தது''

''ஒண்ணும் பயமில்லையே டாக்டர்?'' என்றான் சம்பத் கவலையுடன்.

''ம்ம்... சொல்ல முடியாது. எப்படி வேணுமானாலும் மேற்கொண்டு நடக்கலாம். நீ பத்து நிமிடங்கள் கழிந்து உள்ளே போ.

கவனமாக... ஒரு சப்தமும் எழுப்பாமல் இரு... அகச்சிவப்பு கதிர்க் கண்ணாடியை அணிந்துகொண்டு உள்ளே நடப்பதைக் கவனி. உள்ளிருப்பவன் வெளியேறியபின், நீ வெளிவந்து தொடர்புகொள் புரிகிறதா?''

'' புரிகிறது. உள்ளிருப்பவன் என்றால்... அனந்த்?''

''இல்லை'' சடகோபன் சற்று தயங்கியது, அவர் முகத்தில் தெரிந்தது.

''ரவி''

சம்பத் விதிர்விதிர்த்துப் போனான். காலின்கீழ் பூமி நழுவுவது போலிருந்தது அவனுக்கு. அம்பாசமுத்திரத்தில் நடந்தது அவனுக்கும் தெரியும்.

சுதாரித்துக்கொண்டு மிக மெதுவாகச் சுரங்கத்துள் நுழைந்த சம்பத் கடைசிப் படியில், சடகோபனின் ஆலோசனைப்படி மெல்லப் படுத்து உருண்டான். இடப்புறமாக இருந்த தூணின் ஓரம் ஒதுங்கியவன், இன்ஃப்ரா ரெட் கண்ணாடிகள் மூலம் முன்னே இருட்டில் இருப்பதைப் பார்த்து ரத்தம் உறைந்து போனான்.

சிகப்பு பின்னணியில், தெரிந்த இரு உருவங்களையும் அவனால் தெளிவாக அடையாளம் காண முடிந்தது.

ரவியின் சிரிப்பு நின்றது.

''இப்ப நீ பேசணும். அனந்த், பூரில கிடைச்ச சித்திரங்களுக்கு என்ன விளக்கம்னு சொல்லு''

அனந்த் மவுனிக்க, ரவியின் குக்ரி மீண்டும் வெளிப்பட்டது.

''அம்மா'' என அலறிய அனந்த் திணறல்களுக்கிடையே சொன்ன அடுத்த வார்த்தை '' சொல்றேன்...''

சம்பத் இயலாமையில் பார்த்துக்கொண்டிருக்க, அனந்த் , வலியில் துவண்டு கொண்டிருந்தான்...

அனந்த்தின் தோளைப்பற்றித் தரதரவென இழுத்துச் சென்ற ரவி மண்டபத்தின் மற்றொரு மூலையில் அவனைத் தரையில் எறிந்தான்.

பின் அங்கிருந்த குழல்விளக்கு டார்ச்லைட்டை ஆன் செய்ய, வெள்ளையாக ஒளி பரவியதில் அங்கிருந்த பொருட்களைப் பார்த்து அனந்த் வாயைப் பிளந்தான்.

ஒரு முக்காலியில் ரவி அமர்ந்திருக்க, அவன் முன்னே சிறு மேசையொன்றில் ஒரு லாப்டாப் உயிர்த்திருந்தது. அதிலிருந்து நீண்ட மைக், மற்றும் இயர் ஃபோனை அணிந்து கொண்ட ரவி பேசத் தொடங்கினான்.

இருபது வினாடிகளில் மறுமுனை உயிர்த்தது. கரகரவென சப்த்ததுடன் அவனது லாப்டாப்பின் வழியே வந்த ஒலி சற்று தள்ளி தரையில் கிடந்த அனந்த்திற்கும் சன்னமாகக் கேட்டது.

''ஒடிசி... ரோஜர்''

ராணுவ அதிகாரிகள் விடுதியில் ஜானகி, ஆளுயரக் கண்ணாடியில் திரும்பித் திரும்பிப் பார்த்துக் கொண்டிருந்தாள். தலைமை ராணுவ அதிகாரிகள் தங்கள் குடும்பத்தோடு சில நாட்கள் இந்த விடுதியில் தங்குவார்கள் என்பதால் சில அறைகள் மட்டும் பெண்களுக்கும், குழந்தைகளுக்கும் வசதியாக இருக்கும்படி மாற்றியமைக்கப் பட்டிருந்தன. அவற்றில் ஒன்று ஜானகிக்கு அளிக்கப்பட்டிருந்தது. ரெ நெகினுடனும், தேவராஜூடனும் வெள்ளைப் பகோடாவுக்குச் சென்றவளை, அங்கிருந்து அவர்கள் அவசரமாக செல்ல வேண்டியிருப்பதாகச் சொல்லி, மீண்டும் ராணுவ அதிகாரிகள் விருந்தினர் விடுதியில் விட்டுவிட்டு எங்கோ விரைந்திருந்தனர்.

''இன்னும் ஒரு மணி நேரத்துல வந்துருவோம். இல்லன்னா சம்பத் வருவான்'' தேவராஜ் சொல்லிவிட்டு அவசரமாக ஜீப்பில் ரெ நெகினுடன் கிளம்பிப் போனார். அவள் காத்திருந்தாள்.

லோனாரிலிருந்து அவசரமாகக் கிளம்பியதில் மங்கையின் இரு சுடிதார்களை எடுத்து வந்திருந்தாள். மங்கையின் உடைகள் சிறிது லூசாக இருந்தாலும், அந்தக் கலர் சுடிதார் தன்னிடத்தில் இல்லை என்பதால் நன்றாக இருப்பதாக அவளுக்குத் தோன்றியது. மஞ்சளில் ஊதாப்பூக்கள் சிறிது சிறிதான அளவில், அதிகம் பளபளப்பும் இல்லாமல், அழுது வடிந்தும் இல்லாமல், சரியாக இருப்பதாகப்

பட்டது. மங்கையின் தேர்வுகள் எல்லாமே சரியாகத்தான் இருக்கின்றன. நான் ஏன் இப்படி கேணத்தனமாக இருக்கிறேன்? எனது தேர்வுகள் எல்லாவற்றிலும் குறைகள்... வாழ்க்கைத் துணையிலும்கூட...

சட்டென மகளின் நினைவு வந்தது. அப்பா எப்படி சமாளிக்கிறாரோ? போன் பண்ணலாமா? ஒருகணம் யோசித்து அந்த எண்ணத்தைக் கைவிட்டாள். நாளை காலையில் பேசலாம். இப்போ இந்த முட்டாள்தனமான கிறிஸ்டல் பிரமிட் தேடல் முக்கியம். எல்லாம் இந்த சடகோபனால் வந்தது. யோசித்துப் பார்க்கையில் கொஞ்சம் கோபம் வந்தது. எல்லா மாணவர்களிலும் ஏன் நானும் இந்த அனந்தும் மட்டும்? புரியவில்லை. புரியாததால் வந்த இயலாமை மேலும் தளர்த்தியது. எரிச்சலைக் கூட்டியது. சுவற்றில் இருந்த கடிகாரத்தில் மணி ஒன்றரை ஆகியிருந்தது. லேசாகப் பசியெடுத்தது.

வாசலில் யாரோ வந்திருப்பது போலத் தோன்றியது. எட்டிப் பார்த்தாள்.

உள்ளே வந்த சம்பத் வியர்த்திருந்தான். இந்த லேசாக குளிர் தொடங்கின நேரத்தில் இவனுக்கு ஏன் வியர்த்துக் கொட்டுகிறது? அவள் யோசித்துக் கொண்டிருக்கும்போதே, அவன் தனது பையிலிருந்து சில பொருட்களை வெளியே எடுத்து வைத்துவிட்டு, தனது துணிகள் திணித்து வைத்திருந்த பெட்டியிலிருந்து சில பொருட்களை எடுத்து லாப்டாப் பையில் திணித்தான். ஜிப்பை இழுத்து மூடி, முதுகில் அணிந்துகொண்டான். ஜானகி அவன் எடுத்து வைத்த பொருட்களைக் கவனித்தாள். குழம்பினாள். எதுக்கு காகிதங்கள் - சார்ட் பேப்பர்? அப்புறம் அதென்ன ரப்பர் மூடி போட்ட இரும்புக் கம்பி? என்னமோ தோண்டப்போகிற மாதிரி ரப்பர் மூடி போட்ட சுத்தியல்? ஹெட்லைட்டா அது? ஒரு எலாஸ்டிக் பட்டையில் டார்ச்சைப் பொருத்தி வச்சாப்போல?

"ஜானகி" முதுகில் பையைச் சரிசெய்து கொண்டே சம்பத் பேசினான். 'எனக்கு என்ன வேலை?'ன்னு கேட்டியே...? வந்துடிச்சு'

"என்ன வேலை?"

"பகோடாவுல ஒரு முக்கியமானதைத் தேடணும்"

"என்ன இன்னும்?"

"பிரமிட் எங்க இருக்குன்னு சொல்லற தடயம்... புதிர் ஏதோ ஒண்ணு"

"அதுக்கு நான் எதுக்கு?" ஜானகி தயங்கினாள்.

"நீ வந்தாத்தான் அது தெரியும்"

"வாட்?"

"ஒண்ணுமில்ல. நீ வந்தாத்தான் முடியும். அனந்த் இன்னொரு தளத்தில இருக்கான். அவனை இப்ப கூப்பிட முடியாது" வாசலுக்கு நடக்கத் தொடங்கியவன் நின்று திரும்பினான்.

"பேச நேரமில்ல ஜானகி. என்ன நம்பு"

ஜானகி அவனைப் பின் தொடர்ந்தாள். பசி அதீதமாகக் கூடியதைப்போல உணர்ந்தாள்.

வாசலில் ஜீப் இல்லை.

"எப்படிப் போறது?" ஜானகி நெற்றியின் குறுக்கே உள்ளங்கையைக் குவித்து வெயில் கண்ணைத் தாக்குவதைத் தடுக்க முயன்றாள். உச்சந்தலை சுட்டெரித்தது.

"நடந்துதான்"

"மறந்துடு" ஜானகி திரும்பி விடுதிக்குள் நுழைந்தாள்.

இருநிமிட காரசார விவாதித்தின்பின், சம்பத் வெளியேறி ஒரு மாட்டு வண்டியைப் பிடிக்க, இருவரும் அதில் ஏறினர். அரைமணி நேரம் கழித்து பகோடாவின் பின்புற வாயிலில் இறங்கி, உடைந்த சிலைகள் அடுக்கி வைக்கப்பட்டிருந்த இடத்தைத் தாண்டி, நதிக்கரை நோக்கி நடந்து இடதுபுறம் திரும்பி, பகோடாவின் முன்வாயிலை அடைந்தனர்.

மாட்டு வண்டிக்காரன் மிகுந்த சந்தோஷத்துடன் வண்டியைத் திருப்பினான். அவன் கையில் இந்திய டைட்டன் வாட்ச் மின்னியது. நான்கு வாழைப்பழம், இரண்டு இளநீர், வெறும் சோறு ஒரு வட்டை சாப்பிட்டதற்கும் ஓட்டலில் பர்மியப் பணம் கொடுத்ததற்கும், ஆர்மி

க. சுதாகர்

அலுவலகத்திலிருந்து பகோடா போவதற்கும் சேர்த்து இவ்வளவு பெரும் தொகையா? பாஸ்போர்ட், பர்ஸ் தொலைத்துவிட்ட இவர்கள் தினமும் என் வண்டியில் வரவேண்டும்... புத்தபெருமானே... இதுபோன்ற அறிவற்ற காதலர்கள் டூரிஸ்டுகளாக வரும்வரை மிங்குனில் எனக்கும் என் மாடுகளுக்கும் கவலையில்லை...

சுரங்கத்தின் பாதை வலம் இடமாகப் பிரியும் இடத்தில் இருவரும் நின்றிருந்தனர்.

சம்பத் மிக மிக ஜாக்கிரதையாக ரப்பர் பதித்திருந்த சுத்தியலால் அச்சுக்கல்லை சப்தமே கேட்காதவாறு அழுத்தினான். வாயிற்கல் அதுக்கெல்லாம் அசைந்து கொடுக்கவில்லை.

''கொடு'' ஜானகி அவனிடமிருந்து பிடுங்கி, சற்று ஓங்கி அடித்தாள். தட் என்னும் ஒலி கேட்கவும், சம்பத் பதறினான். இடப்புற வாயிலை பயத்துடன் கவனித்தான்.

அதற்குள் ஜானகி வலப்புற சுரங்க வாயிலின் கல்லை நகர்த்தியிருந்தாள்.

''என்ன காரியம் பண்ணறே ஜானகி? அவனுக்குக் கேட்டுருச்சுன்னா நாம செத்தோம்.''

''அவன்னா?''

''ரவி..'' அவள் பதிலுக்குப் பேசுமுன்னே சட்டென அவள் வாயைப் பொத்தினான். ''ரிலாக்ஸ். முதல்ல பிரமிட்டை நாம கண்டுபிடிக்கணும்.ரொம்ப ஜாக்கிரதையா...''

ஜானகி மெல்ல முன்னே நடந்தாள். சம்பத் விவரித்தவற்றைக் கேட்டதில் அவள் உள்ளூர வெலவலத்துப் போயிருந்தாள்... கால்கள் சரியாக வைக்க முடியாமல் தடுமாறின.

அனந்த்... அவன் மாட்டிக்கொண்டிருக்கிறான். அவள் மனத்தில் பிரமிட்டைவிட அனந்த்தின் நினைவு வியாபித்திருந்தது. நீர்ப்பரப்பிற்குச் செல்லும் பாதையில் ஒரு செங்குத்தான திருப்பத்தில் இருவரும் நின்றிருந்தனர்...

ஜானகிக்கு அத்தளம் ஏனோ மனதில் உறுத்தியது. தளத்தின் வலப்புறச் சுவரில் கைவைத்துத் தடவினாள். ஈரப்பதம்

வழுவழுவென பாசியோடு ஒரு அதீத நாற்றத்தைப் பரப்ப, அச்சுவரில் ஏதோ அவள் கையில் தட்டுப்பட்டது. ஜானகி பரபரப்பானாள். உன்னிப்பாக, மிகக் கவனமாக சுவற்றில் வல இடமாக, மேல்கீழாகத் தடவினாள்...

''சம்பத்''

மெதுவாக சம்பத் மேலே திரும்பினான்.

''ஸம்திங் பெகூலியர்... லைட் போட்டுப் பார்க்கலாமா?''

''நோ'' சம்பத் தானும் கைவைத்துத் தடவினான். பரபரப்பானான்.

''ஜானகி. இத ட்ரேஸிங்க் எடுக்க முடியுமா?''

''கஷ்டம். ஈரப்பதம் அதிகம், பாசி வேற. பேப்பர் கெட்டுப்போகும்''

''இல்ல, எடுத்துத்தான் ஆகணும். யோசி''

''உன் தோள்பையைக் கொடு'' அவன் சிந்தித்தபடியே, பையைக் கழற்றிக் கொடுக்க, அவள் அதனுள் காகிதங்களைச் சுருட்டி வைத்திருந்த பிளாஸ்டிக் பையை எடுத்து, அதன் மடிப்பில் கிழித்தாள். செவ்வக வடிவில் கிழிந்த அந்த பிளாஸ்டிக் பையைச் சுவரில் வைத்து, அதன்மேல் பேப்பரை வைத்து பென்சிலால் மெல்லத் தேய்க்கத் தொடங்கினாள். சம்பத் அவளைப் ஆச்சரியத்தோடு பார்த்தான். சும்மா இல்லை... சடகோபன் அவ்வளவு மாணவர்களிலும் இவளைத் தேர்ந்தெடுத்திருக்கிறார் என்றால்...

சார்ட் பேப்பரின் மேல் உருவங்கள் மெல்லத் தெரியத் தொடங்கின.

ஐந்து நிமிடங்களில், அவள் கை வலிக்க, சம்பத் பென்சிலால் ட்ரேஸ் செய்யத் தொடங்கினான். ஜானகி, பேப்பர், பிளாஸ்டிக்கின் விளிம்புகளைப் பிடித்துக்கொண்டாள்.

இருபது நிமிடங்கள் கழிந்து, மேலும் நகலெடுக்க ஒன்றும் இல்லை என்பது உறுதியானதும். இருவரும் படிகளில் கீழே இறங்கினர். பத்து படிகளில் குளத்தின் நீர் கால்களைச் சிலீரென நனைத்தது. அதற்குக் கீழேயும் சில படிகள் இருக்க, மேலும் செல்லத் தயங்கினர். குளத்தின்

நீர் ''குப்''எனப் பாசி நாற்றமெடுக்க, மேலும் நிற்க முடியாமல் மேலே ஏறினர்.

இரவு 9.10

ரவி, சாட்டிலைட் டி.வியின் ஆண்டெனா மாதிரி இருந்த சிறு வட்ட ஆண்டெனாவைத் தூண்களில்லாத பகுதியில் சுவற்றிலிருந்து நாலு அடி தள்ளி வைத்தான். ஒரு எலக்ட்ரானிக் கருவியைக் கையில் வைத்தபடி ஆண்டெனாவின் கோணத்தைச் சரிசெய்தான். அதிலிருந்து ஒயர் தொடுத்து, மண்டபத்தின் நடுவே இருந்த ஒரு முக்காலியில் வைத்திருந்த லாப்டாப்பில் சொருகினான்.

இயர்போனும் மைக்குமான ஒன்றை அணிந்து கொண்டான்.

அனந்த் அனைத்தையும் பார்க்க முடியவிலை. தூண் மறைத்தது. சில நிமிடங்களில், கரகர என்னும் ரேடியோ ஒலி கேட்டது. லாப்டாப்பில் ரவி ஏதோ சரி செய்து, குனிந்து கவனமாகக் கேட்டுக் கொண்டிருந்தான். நடுநடுவே அவன் பேசுவது சன்னமாகக் கேட்டது.

''காலையில் சில தகவல்களை அனுப்பியிருந்தேன். பார்க்கவில்லை என்றால், பார்த்துவிட்டு இன்னும் பத்து நிமிடத்தில் மீண்டும் அழையுங்கள்'' ரவியின் வார்த்தைகள்.

''இன்னும் எத்தனை நிமிடம் கழித்து உங்களைத் தொடர்புகொள்வது? நேரம் குறைந்து வருகிறது''

''ம்... இல்லை''

''இவற்றைத் தவிர இன்னும் இருக்குமெனத் தோன்றவில்லை. எதற்கும் முயற்சித்து...''

''ஓ.கே, லெட் மீ பி கிளியர். ஒளிப்பாதையைக் காட்டற சூத்திரம் அது எங்கன்னு கண்டுபிடிக்கணும். ரைட்?''

''ஓகே, பை''

ரவி தலையிலிருந்து இயர் ஃபோன், மைக் அமைப்பைக் கழற்றினான். அண்ணாந்து பார்த்து யோசிக்கத் தொடங்கினான். தனது லாப்டாப் பையைக் குடைந்து செவ்வக வடிவில் கையடக்கமாக இருந்த ஒரு கருவியை எடுத்து, அதில் நீளமான

மெல்லிய குழாய் ஒன்றைப் பொருத்தி மெதுவாகக் கருவியை உயிர்ப்பித்தான்.

ஜானகியின் நடையில் சிறு நடுக்கம் இருந்தது. சம்பத்தின் வேகத்துக்கு ஈடு கொடுக்க முடியாமல் சிறிது பின்னடைந்தாள். அவள் கையைப் பிடித்து இழுத்தபடி சம்பத் பகோடாவின் முன் வாயிலைக் குறுக்கே கடந்து விரைந்தான். வலது பக்கம் திரும்பி பகோடாவின் பின்னே சென்று இருவரும் வரிசையாக அடுக்கி வைக்கப்பட்டிருந்த சிலைகளின் பின்னிருந்த மரங்களினூடே மறைந்தனர்... சார்ட் பேப்பரை உன்னிப்பாக இருவரும் கவனித்தனர். கிரந்த எழுத்துகள் ஒன்றும் அதில் இருக்கவில்லை. சிறிய அளவில் நட்சத்திரங்கள் கொண்ட சித்திரங்கள் மட்டுமே பதிந்திருந்தன...

''ஒண்ணுமில்லையே, சே... ஏமாந்துட்டமோ?'' ஜானகியின் குரலில் ஏமாற்றம் தெரிந்தது.

சம்பத் சார்ட் பேப்பரைச் சற்று தூரத்தில் பிடித்தான். ''இப்பப் பாரு''

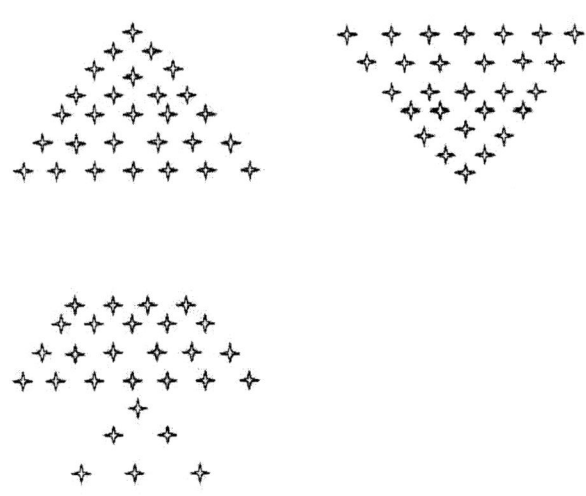

க. சுதாகர்

எட்டிப்பார்த்த ஜானகி வியப்பில் வாயைப் பிளந்தாள். சட்டென அவளுக்கு எல்லாம் புரிந்து போயிற்று.

ஜான் வில்க்கின்ஸ் சிகாகோவில் காட்டிய சித்திரப்புதிர். எந்தப் புதிருக்காக, ஹான்ஸ் டூனன் அவளைத் தனது புதிர்க்குழுவில் சேர்த்துக்கொள்ள அனுமதியளித்தாரோ, எந்தப்புதிர் இன்னும் பல குழுக்களுக்கு சவாலாக இருந்து வருகிறதோ, அந்தப் புதிரின் மூலக் கருவறையிலிருந்து அதனை எடுத்திருக்கிறாள். நினைப்பே அவளுக்குப் புல்லரிக்கச் செய்தது.

படுவேகமாக ஓடிய எண்ணங்கள், வடிவக் கணக்கியலில் உலகின் பெரும் மூளையொன்றினால் கட்டுப்படுத்தப்பட்டது. இது சிந்திக்கும் நேரம். உணர்ச்சிகளின் உந்துதலில் எங்கோ சிதறிவிடும் நேரமில்லை.

இரு கேள்விகள் அவள் மனதில் நெருடின. எல்லா இடத்தையும் விட்டு இச்சித்திரப்புதிர் ஏன் இந்தச் சுரங்கத்தில்? அதுவும் இரு பகுதிகளாக மூன்று சித்திரங்கள்... பொதுவாக புதிர்கள் ஒரேயொரு சித்திரத்தில் அடைபட்டுவிடும். சித்திரம் எவ்வளவு சிறியதாக இருக்கிறதோ, அத்தனைக்குப் புதிர் பெரியதாக இருக்கும்.

ஜானகி சற்றே சம்பத்திடமிருந்து விலகி நடந்தாள். இது வெறும் புதிர் மட்டுமல்ல. ஏதோ ஒரு செய்தியை மறைமுகமாகத் தெரிவிக்கிறது. என்ன செய்தி? யாருக்காக?

''ராமதேவி'' என்னை ஏன் இங்கு ஒரு புதிர் அழைத்து வந்தது? ஹன்ஸ் டூனன் ஒரு வருடமாக ஆசியாவில் பல பகுதிகளில் அலைந்தும் கிடைக்காத புதிர், 400 வருடங்களுக்கு முன் யாரோ எடுத்துவந்த ஒரு நகல் மட்டும் வெளியுலகில் இப்போதுவரை...

''நகலில் புதிர் தவிர என்ன இருந்தது? ஜானகி யோசி'' தீவிரமாக ஜானகி , ஜான் வில்கின்ஸன் காட்டிய பேப்பரில் இருந்த உருவங்களை நினைவுக்குக் கொண்டு வர முயன்றாள்.

சித்திரங்கள்... மூன்று வடிவங்கள் ... இரு வரிகளாக... அதில் இரண்டு தலைகீழான முக்கோணங்கள்.

''தலைகீழாய் தான் நின்று''

எங்கோயோ கேட்டிருக்கிறோமே இந்த வார்த்தைகளை? எங்கே?

சட்டென நினைவுக்கு வந்தது... 6174... புதிரின் வாக்கியங்கள். அதைப் போலவே இங்கு , இரு முக்கோணங்கள் தலைகீழாய்...

தன்னினின்று தான் கழிய....

ஜானகி மீண்டும் அந்தச் சார்ட் பேப்பரை உற்றுக் கவனித்தாள்.

கடைசி வரி ..

"**தோன்றக்காண் தலையங்கே**"

சட்டென அவள் நிமிர்ந்தாள். மாலைச்சூரியனின் பொன்னொளியில் பகோடாவின் செங்கற்கள் மேலும் சிகப்பை ஏற்றி தகதகவென செம்பொன்னாக ஒளிர்ந்தது போலவே, அவள் முகமும் விகசித்தது. சித்திரங்களின் கணித இயலை ஆராய்ந்து ஆராய்ந்து வலுத்திருந்த அவள் அறிவு, சித்திரப்புதிரின் விடையையும் அது உருவான காரணத்தையும் அவள் முன்னே காட்டியது.

"சம்பத். கிளம்பு, போலாம்"

"எங்க?"

"பிரமிட் இருக்கிற இடத்துக்கு"

திகைத்துப் போன சம்பத் சுதாரித்துக்கொண்டு அவளை மீண்டும் அடக்கினான்.

"ஷ்..."

"லெட்ஸ் கோ. எனக்கு மந்திர க்யி பகோடாவைத் தெளிவாப் பாக்கணும். மிகத் தெளிவாக..." ஜானகியின் குரலில் ஓர் உற்சாகம் தெரிந்தது. சம்பத் புன்னகைத்தான். சார்ட் பேப்பரை கவனமாகச் சுருட்டி பையில் வைத்தவாறே ஜானகியுடன் வெளிவந்தான்.

சம்பத், இந்தப் பகோடா பத்தி உனக்கு என்ன தெரியும்? சொல்லு. ஜானகி, பகோடாவின் உடைந்த மேல்பகுதியை அண்ணாந்து பார்த்தபடியே கேட்டாள். மாலை நாலுமணிக்கு இருட்டத் தொடங்கிவிடுமென்பதால், பகோடாவின் வாசலருகே மினுக் மினுக்கென எரிந்து கொண்டிருந்த மெர்க்குரி விளக்கு சட்டென பிரகாசமாக எரியத் தொடங்கியது.

இவளுக்கு பகோடா பத்திச் சொல்ல புதுசா என்ன இருக்கு? சம்பத், யோசி....

சிங்கச் சிலைகள்? தெரிஞ்சிருக்கும். மிங்குன் பெரிய மணி ? சே... நாம என்ன டூரிஸ்ட் கைடா?

புதுசான்னா... வேலைப்பாடுகள் கொண்ட தூண்கள் பத்திச் சொல்லலாமா? அனந்த் இன்னிக்குக் காலேல பாத்தது?

''நேராத் தெரியுது பாரு ஒரு சின்னத் தூண்? அதே மாதிரி ஒண்ணு, இதோ என் வலது கைப்பக்கம் பாரு... தெரியுதா?'' சம்பத் பகோடாவின் படிகளில் நின்றுகொண்டு வலது கையைத் தோள்வரை உயர்த்திக் காட்டினான். படகிலிருந்தது பகோடா வாயில் நோக்கி வந்துகொண்டிருந்த மற்றொரு டூரிஸ்ட் கும்பல் அவன் கையை நீட்டவும், சுதாரித்து விலகி நடந்தனர். இருவர் திரும்பிப் பார்த்து முணுமுணுத்துச் சென்றனர்.

ஜானகி உன்னிப்பாக அவன் காட்டிய தூண்களின் இருப்பு அமைப்பைக் கவனித்தாள். செங்குத்தான கோணத்தில் இரண்டும்... இடது புறம் திரும்பி சுரங்கத்தின் வாயில் இருந்த இடத்தை உத்தேசமாக மனதில் அளவிட்டாள். சுரங்க வாயில் நதிக்கரைக்கு அருகில் இருந்ததாக அவளுக்குப் பட்டது.

பகோடாவிலிருந்து நேரே நதிக்கரையிலிருக்கும் தூணுக்கும், வலதுபுறமிருக்கும் தூணுக்கும் இடையே, பகோடாவின் இடதுபுறம் சுரங்கப்பாதை அமைந்திருக்கிறது. ஆனால் எதற்காக?

படியிலிருந்து இறங்கி மணலில், வலப்புறமாக தூணை நோக்கி நடந்தனர். படகுகள் மண்டலைக்குத் திரும்பத் தொடங்கியிருந்தன. படகோட்டிகளும், டூர் ஆபரேட்டர்களும், டூரிஸ்டுகளைப் படகுக்கு வருமாறு கூவி அழைத்துக் கொண்டிருந்தனர். கொஞ்சம் கொஞ்சமாக ஆள் நடமாட்டம் குறையத் தொடங்கியது.

''இந்த துவாரங்கள்ல என்னத்தையோ பாத்துட்டுத்தான் அவன் அவசரமா சுரங்கத்துக்குள்ள போனான். என்னென்னு தெரியல'' என்றான் சம்பத், தூணைச் சுட்டிக்காட்டியபடி.

ஜானகி, அத்துவாரங்களை ஆழ்ந்து கவனித்தாள். அதன்

அமைப்பு வினோதமாக இருப்பதாகப் பட்டது அவளுக்கு. தூண் அடியில் பெருத்து, முனைக்குப் போகப்போக சிறுத்திருக்க, அதன் மேல் வெங்காயத்தை வைத்தது போல வினோதமான தலை... துவாரங்களுடன்....

இந்த மினாரெட் வடிவமைப்பு, முகலாய, பாரசீகக் கட்டிடக் கலையின் அம்சம். மயன்மார் பகோடாவில்?

மாலை சிகப்பு வெயிலில் பகோடா சிகப்பான பொன்னிறமாக மின்னியது. உருக்கியெடுத்து அப்படியே வார்த்துவிட்ட பொன் கட்டியைப்போல...

ஜானகி அதன் அழகை ரசிக்கும் நிலையில் இல்லை. சிகப்பு ஒளி துவாரத்தினூடே உள்ளே மின்னியது... அவள் மற்றொரு துவாரத்தில் கண் வைத்து உள்ளே நோக்கினாள்.பேசிக்கொண்டிருந்த சம்பத்தைச் சற்றும் கவனியாமல் நதிக்கரைக்கு ஓட்டமும் நடையுமாக விரைந்தாள்...

தூணில் கட்டப்பட்டிருந்த நீலநிற நைலான் கயிற்றை எடுத்து விட்டு, படகுக்குச் சைகை காட்டிய ஒருவன், அவள் ஓடிவருவதைப் பார்த்துவிட்டு, படகை நிறுத்துமாறு கத்தினான்.

அவள் அதில் ஏற வரவில்லை என்பது தெரிந்ததும் அசட்டுச் சிரிப்பைச் சிந்திவிட்டு, படகை நோக்கி விரைந்தான். அது படகுத்துறை இல்லை என்றாலும் சில படகுகள், பகோடாவுக்குச் செல்லும் வழிக்கு வெகு அருகில் கரையில் ஸ்பெஷலாக நிறுத்தப்படும். சில படகுகள் , அதற்கு அருகில் மந்திரக்யி இன் மாதிரிஉரு பகோடாவின் படிகளுக்கு அருகில் நின்றிருக்கும்.

ஜானகி சற்று நிதானித்தாள். கொஞ்சம் கூட்டம் போகட்டும். இன்னும் இரண்டு படகுகள் இருக்கின்றன. அவையும் போனதும் தூணைப் பார்க்கலாம். இப்பவே பார்த்தால், டூரிஸ்டுகளும் வந்து எட்டிப் பார்ப்பார்கள்..

நீரில் நின்றபடி , பர்மியப் பெண்கள் கூடைகளில் பழங்களை வைத்துக் கொண்டு படகுகளில் இருப்பவர்களுக்கு அன்றைய கடைசி விலையைக் கூவிக்கூவி விற்றுக் கொண்டிருந்தனர்.

இனிமேல் காலையில்தான் டூரிஸ்ட் படகுகள் வரும்...

ஜானகி நின்ற இடத்துக்கு சம்பத் வந்து சேரும்போது கடைசி படகு கிளம்பியிருந்தது. பழம் விற்ற பெண்கள் நதியிலிருந்து வெளிவந்து பகோடா நோக்கி நடந்து கொண்டிருந்தனர். மிகவும் அடிமட்ட விலையில் வாழைப்பழம் விற்றதுக்காய் ஒரு பெண் மற்றவர்களிடமிருந்து சரமாரியாகத் திட்டு வாங்கிக் கொண்டிருந்தாள்.

''சொல்லிட்டு ஓடக்கூடாது? எல்லாரும் நம்மளையே பாக்கறாங்க. லோக்கல் போலீஸுக்குச் சந்தேகம் வந்தா நாம காலி... ஒரு டாக்குமெண்ட் கிடையாது. அந்த ஆளு நெகின்... அவரையும் காணம்...'' சம்பத் சிடுசிடுத்தாலும், அவன் சொன்னதில் நியாயம் இருப்பதால் ஜானகி வாய் மூடி நின்றுகொண்டிருந்தாள்.

''உங்கிட்ட டார்ச் இருக்குல்ல?''

''ம். எதுக்கு?''

'' கொடு...''

எல் இ. டி விளக்குகளாலான அந்த ஜெர்மானிய டார்ச் லைட் தூணின் மேல் துவாரங்களில் ஒளியைப் பாய்ச்சியது. ஒவ்வொரு துவாரத்தின் மீதும் டார்ச்சை வைத்து மற்ற துவாரங்களில் கண் வைத்து கவனித்தாள் ஜானகி.

இரு நிமிடங்களுக்குப் பின் டார்ச்சை அணைத்துவிட்டு சம்பத்தை வெற்றிப் புன்னகையுடன் ஏறிட்டாள்.

'' ப்ரமிட் கிட்டத்தட்ட கிடைச்சாச்சு. போய்ப் பாக்கலாமா?''

''ஜானகி.. எனக்குப் புரியல. எங்க... எங்க இருக்கு?'' சம்பத் தடுமாறினான். இவள் சொல்வதை நம்பலாமா? இப்படிப் பேசித்தான் உள்ளே ஒருவன் மாட்டிக் கொண்டிருக்கிறான்.

''ம்.. நீ லூசு மாதிரி படி மேல நின்னு வலது கையை விரிச்சுக் காட்டினியே? அதுக்கு நேர் கீழே''

சம்பத் வாயைப் பிளந்தான். எப்படி இவ்வளவு உறுதியாகச் சொல்லுகிறாள்?

''நீ நம்பலேல்ல? கம் வித் மி'' ஜானகி பதிலுக்குக் காத்திராமல் பகோடாவின் இடப்பக்கம் மணல் மேட்டை நோக்கி நிதானமாக நடந்தாள். சில நொடிகள் தயங்கிய சம்பத் அவள் நடையில் தெரிந்த உறுதியில் அவள் பின்னே நடந்தான்.

ஐராவதியின் தங்க நிற மணல் கரையை ஒட்டி வரிசையாக மரங்கள் நட்டிருந்த சாலையின் ஓரம் முன்னே ஜானகி நடக்க, சம்பத் சற்று வேகம் குறைந்தான்.

உள்ளே போகுமுன் ஒரு வேலை பாக்கி இருக்கிறது. சாட்டிலைட் போனை எடுத்தவன் மரங்களின் ஊடே நடந்தபடி போனை உயிர்ப்பித்தான். மறுமுனையில் இரு நொடிகள் தாமதத்தின் பின்னே சடகோபன் தோன்றினார். அவர் 'ஹலோ' என்றது கேட்ட ஒரு நொடியின் பின் அவர் வாய் திரையில் ஹலோ என்பதுபோல விரிந்தது.

'ஒரு நிமிஷம் இரு' என்றவர் சில பட்டன்களை இயக்க , வீடியோ கான்ஃபரன்ஸில் ரெ நெகின் சேர்ந்தார். சம்பத்தின் திரை இரண்டு சன்னல்களாகப் பிரிய ஒன்றில் சடகோபனும், மற்றொன்றில் ரெ நெகினும் தெரிந்தனர்.

''ஜானகி பிரமிட்டைக் கண்டுபிடித்துவிட்டதாகச் சொல்கிறாள்'' சம்பத் குரலில் இருந்த ஆர்வத்தைச் சிரமப்பட்டு மறைக்க வேண்டியிருந்தது. நான் இன்னும் பார்க்கவில்லை. பார்க்காமல் எப்படி உறுதியாகச் சொல்லமுடியும்?

''அவள் சொன்னது சரியாக இருக்க வாய்ப்பிருக்கிறது'' என்றார் சடகோபன், மிக சர்வ சாதாரணமாக. சம்பத் வியந்தான். இந்த ஆளைக் கொஞ்சம்கூட அனுமானிக்க முடியவில்லை. இவ்வளவு கஷ்டப்பட்டதே இந்தச் செய்திக்காகத்தான்...மனுசர் அதைப் பத்திக் கொஞ்சமும் பதட்டப்படாம, சந்தோஷப்படாம ''அப்படியா'' என்கிறார் பல் குத்துவதைப்போல...

''ஆனா, அனந்த் உள்ள மாட்டிக்கிட்டிருக்கான்... அவனுக்கு ஏதாச்சும் ஆயிருச்சுன்னா?''

''நான் உள்ள போட்டுமா? மிங்குன் பக்கத்துல வந்துகிட்டிருக்கேன். இன்னும் அரை மணி நேரத்துல சுரங்கத்துக்குப்

போயிடலாம்'' ரெ நெகின் பேசுவது முதலில் கேட்க, அவர் வாயசைப்பது சில நொடிகள் தாமதத்தின் பின் திரையில் தெரிந்தது.

''மயன்மார் சட்டம் சும்மா விடாது ரெ நெகின்... வுடுங்க ஏற்கெனவே பயங்கர ரிஸ்க் எடுத்திருக்கிறீங்க'' சடகோபன் தெரிந்த கட்டம், திரையில் லேசாக சிமிட்டியது - அவர் பேசுகிறார் என்பதைத் தெரிவிக்கும் வகையில்.

''அப்போ அனந்த்? லோக்கல் போலீஸ், ராணுவம்- அவங்க போயி..'' சம்பத் மெல்லப் பதட்டமானான். அனந்த்தை இவர்கள் அம்போவென விட்டுவிடுவார்களோ?

''லோக்கல் போலீஸை நம்பி ஒரு பிரயோஜனமுமில்ல. அவங்கள இன்வால்வ் பண்ணினா ஏன் எதுக்குன்னு ஆயிரம் கேள்வி வரும்.. அரசாங்கம் மூக்கை நுழைக்கும்.. ரெ நெகினுக்கு ஆபத்து. வேணாம்''

''ஆர்மி?''

''சான்ஸே இல்ல. ஆர்மிய மூவ் பண்ணறதுங்கறது லேசுப்பட்ட காரியம் இல்ல சம்பத்... ஆர்டர் வாங்கறதுக்குள்ள முழி பிதுங்கிடும். என்னோட ஆர்மி தொடர்புகள் ஒரு லிமிட் வரைதான் உதவ முடியும்'' ரெ நெகின் முந்தினார்.

சம்பத்திற்கு சட்டென தேவராஜின் நினைவு வந்தது. அவர் எங்க போனாரு?

''தேவராஜ் எங்க, ரெ நெகின்? உங்க கூடத்தானே போறதாச் சொன்னாரு?''

''எங்கூடத்தான் இருக்காரு. அவருக்கு முக்கியமா வேற வேலை இருக்கு.'' என்றார் ரெநெகின், சலனமன்றி.

சம்பத் மேற்கொண்டு பேசுமுன் சடகோபன் இடைமறித்தார்.

''ரெண்டாவது சுரங்கத்துல என்ன கிடைச்சது?''

''ஆங். காட்டறேன்'' சம்பத் பேப்பரைக் கீழே விரித்து காற்றில் பறக்காதபடி மூலைகளில் கற்களை வைத்தான். பின் டார்ச் லைட் ஒளியை, பதிந்தெடுத்த சித்திரத்தின்மீது பாய்ச்சியபடி, சேட்டிலைட் போனைப் பின்புறமாகத் திருப்பி, காமிராவால் ஃபோகஸ் செய்து கிளிக் செய்தான். அதனை சடகோபனுக்கு தரவேற்றம் செய்தான்.

"சின்ன சைஸ் ஃபைல்தான்" அவன் சொல்லிக் கொண்டிருக்கும் போதே சடகோபன் அதைப் பார்த்துவிட்டு மீண்டும் பேசினார்.

"எக்ஸலெண்ட். இத யாரு முதல்ல பாத்தது?"

"ஜானகி"

"உனக்கு இதுல எதாச்சும் புரிஞ்சுதா?"

"இல்ல. அவள் 'இது என்னன்னு புரிஞ்சிருச்சு'ன்னு சொன்னா. ரொம்பப் பதட்டமா இருந்தா"

"அப்புறம்?"

"பகோடால ஏதாச்சும் பெகூலியாரா இருக்கான்னு கேட்டா"

"நீ என்ன சொன்னே? மிங்குன் மணி?"

"இல்ல, அனந்த் காலேல பாத்த தூண்களைப் பத்திச் சொன்னேன். அத ரெண்டையும் பாத்துட்டு இன்னும் எக்ஸைட் ஆயிட்டா. ப்ரமிட் இருக்கிற இடம் திட்டவட்டமா தெரியும்னு சொன்னா. இப்ப சுரங்கத்துக்குத்தான் போயிட்டிருக்கா" பேசிக்கொண்டே சம்பத் கவலையுடன் அவள் முன்னே நடந்த திசையில் பார்த்தான். ஆட்கள் முகம் கூடத் தெரியவில்லை. இருட்டு கவிந்துகொண்டு வருகிறது. அவள் வழிதெரியாமல்...

"அடுத்த கட்டம்..."

அவர் சொல்லச் சொல்ல சம்பத் உறைந்தான்.

"நோ" அலறிவிட்டான்.

"இது தற்கொலை. உள்ள இருக்கிறவன்கிட்ட ஆயுதம் இருக்கு. அதோட அவன் வெறி..."

"தெரியும்" என்றார் அவர் அமைதியாக. "அவனை எனக்குப் பல வருஷமாகத் தெரியும். அனந்த்தோட உயிர அத்தனை ஈசியா அவன் எடுத்துற மாட்டான். இந்த ப்ளான் நான் போடல. சாரங்கன் கொடுத்த திட்டம்"

ரெ நெகினின் குரலில் கவலை தெரிந்தது... "சடகோபன்... ரெண்டுபேர் கிட்டயும் தற்காப்புக்குக்கூட ஒண்ணுமில்ல. அதுவும்

அந்தப்பெண்...''

''ரெ நெகின். டாக்டர் சாரங்கன், என்னைவிடபெ பலமடங்கு வேகமாகவும், சாதுரியமாகவும் சிந்திக்கத் தெரிஞ்சவர். பதறாம, இப்ப நான் சொன்னபடி செய்யுங்க''

ரவி இப்போது இருக்கும் நிலையில் எதையும் செய்வான். எதையும்....

''நீயும் ஜானகியும் தண்ணீர் இருக்கும் சுரங்கத்துல இறங்குங்க. முதல்ல பிரமிடை அவ கண்டுபிடிக்கட்டும். அதுக்கப்புறம், மேற்கொண்டு என்ன செய்ய வேண்டுங்கறதை அவளே தீர்மானிப்பாள்''

சடகோபன் சொன்னதை நம்புவதற்கு சம்பத்துக்குக் கடினமாக இருந்தது. இது நடக்கிற விசயமாப் படல. ஜானகி புத்திசாலியே தவிர, தெளிவான சிந்தனை, நிதானம் என்பதெல்லாம் கிடையாது. மங்கை அவளைவிட ஆயிரம் மடங்கு நிதானம், தெளிவான சிந்தனை. ரவி இருக்கும் இடத்தருகில் ஒரு வார்த்தை மாறிப்போய் பேசினால்கூட உயிர் போய்விடும் அபாயம். ஜானகியால் அவனைக் கையாள முடியுமா?

நான்? ஒரு சராசரி விஞ்ஞானி. போலீசோ ராணுவமோ இல்லை. எனக்குக் கோபமாய் கையை நீட்டி அடிக்கக்கூடத் தெரியாது. படித்த புத்தகங்கள் கோபத்தை ஆக்ரோஷத்தை மழுங்க அடித்துவிட்டன. நானும் இந்தப் பெண்ணும் ரவியின் முன் என்ன செய்து விடமுடியும்? நினைக்க நினைக்க அவனுக்கு மேலும் குழப்பம் மேலிட்டது...

''எங்கப் போயிட்ட? நான் கிட்டத்தட்ட சுரங்கத்துல நுழைஞ்சுட்டேன். பின்னால நீ இல்லன்னு தெரிஞ்சதும், அவசரம் அவசரமா ஓடிவர்றேன்'' சம்பத் சரேலெனத் திரும்பினான், ஜானகியின் குரல்.

அவள் குரலை மேலும் உயர்த்த, அவளை அடக்கினான். கையால் போன் பேசுவதைச் சுட்டினான்.

''யாருகூடப் பேசிக்கிட்டிருக்கே?'' என்றாள் ஜானகி, குரலைத் தணித்து.

''சடகோபன்.. நம்மள முதல்ல பிரமிட்டைக் கண்டுபிடிச்சுட்டு, அப்புறமா...'' அவன் சொல்லச் சொல்ல ஜானகி, பதட்டப்படாமல் நிதானமாக ஒவ்வொரு வார்த்தையையும் உள் வாங்கினாள், சம்பத்தின் எதிர்ப்பார்ப்பிற்கு மிக மாறாக,

ஐந்து நிமிடத்தில் அவர்கள் சுரங்க வாயிலை அடைந்தனர். ரொம்பப் பழக்கமான இடம் போல ஜானகி விறுவிறுவென நடந்து சுரங்கங்கள் பிரியும் இடத்தில் நின்றாள்.

''அந்த அச்சுக்கல்லைத் தள்ளு, சம்பத்... சீக்கிரம்''

சம்பத்துக்கு எரிச்சல் வந்தது. '' வெயிட். சும்மா திங்கு திங்குன்னு ஆடாத. ரவிக்கு சந்தேகம் வந்தா தொலைஞ்சோம்'' டார்ச் லைட்டை தலையில் வைத்து ஆன் செய்தான். அச்சுக்கல்லைத் தடவி உறுதிப்படுத்திக்கொண்டு, ஒலி எழுப்பாமல் ரப்பர் சுத்தியலால் பலமாக அடித்தான். மெல்ல கீறலில் பாறை விலக, தள்ளி அதனை விலக்கினான்.

ஜானகி அவனுக்குக் காத்திராமல், நேரே இருந்த கதவைத் தள்ளி நுழைந்தாள். குளிர்ந்த ஈரக்காற்று மேலே குப்பென வீசியது. ஜானகி மூக்கைப் பொத்திக்கொண்டாள். சம்பத் கதவை மேலும் திறந்து உள்ளே எட்டிப் பார்த்தான். மெதுவாக அவன் உள்ளே நடந்து செல்ல, ஜானகி பின்னே, வலது உள்ளங்கையை சுவற்றில் அழுத்தியபடி, ஒவ்வொரு படியாக கவனமாகக் கீழிறங்கினாள்.

டார்ச் லைட்டின் ஒளி அலைவது நின்றிருந்தது. சம்பத் நின்றுவிட்டிருந்தான் என்பதை ஜானகியால் ஊகிக்க முடிந்தது. ஐராவதி நீர் மெல்லச் சலசலத்த படியிலிருந்து இரண்டு படிகள் மேலேயே அவன் நின்றிருந்தான். காலையில் பார்த்த கொடூர மீனின் வடிவம் அவனைத் தண்ணீர்ப்பரப்பைத் தொடவே பயமுறுத்தி இருந்தது.

ஜானகி அவனருகே வந்து நின்றாள். சம்பத் அவளை நோக்கித் திரும்பினான்.

''இவ்வளவுதான் போக முடியும் ஜானகி. தண்ணிக்குள்ள பிரமிட் முங்கி இருந்தா... கஷ்டம்.''

"ஆழம் எவ்வளவு இருக்கும்?"

"யாருக்குத் தெரியும்? இறங்கிப் பாக்க இது நேரமில்ல ஜானகி. அந்த மீன் வேற இங்கதான் காலேல தெரிஞ்சது" சம்பத் அமைதியாகப் பேச முயன்றாலும், அச்சம் அனைத்தையும் மீறி அவன் குரலில் தோன்றியது.

ஜானகி ஒரு படி மேலேறி அமர்ந்தாள். கால்முட்டில் முழங்கையை வைத்து மடக்கி, தலையை இரு கைகளாலும் பிடித்துக்கொண்டு, சிந்திக்க முயன்றாள்.

பிரமிட் இங்குதான் எங்கயோ இருக்கு. அந்தச் சித்திரம்? அது எங்கே?

சட்டென மேலேறி சித்திரத்தைத் தேடி நடந்தாள். சம்பத் அவளைப் பின் தொடர்ந்தான். சித்திரம் கிடைத்த தளத்தில் இருவரும் நின்றனர். சம்பத் சித்திரத்தை நோக்கி டார்ச்சை செலுத்தினான்.

ஜானகி மெல்ல தனக்குள்ளே நினைவுபடுத்தத் தொடங்கினாள்.

"நீ முன்பு செய்தபடியே செய்து கொண்டிருந்தால், வித்தியாசமான முடிவுகள் கிடைக்காது" யார் சொன்னது? ஐன்ஸ்டீனா?

காலையில் நாம் செய்தது என்ன? நேராகக் கீழே இறங்கினோம். புதிர் கிடைக்கும்போது வித்தியாசமாக செய்தது என்ன? தளத்தில் நின்றோம். மேலிருந்து கீழே இறங்கும்போது, வலப்புறச் சுவரில் சித்திரம் தட்டுப்பட்டது.

ஜானகி தளத்தில் முழுதும் திரும்பி குளத்தை நோக்கி நின்றாள். படிகள் கீழே நீர்ப்பரப்பை நோக்கி இறங்கின. தளத்தின் இடப்புறம் நாம் ஒன்றும் பார்க்கவில்லை. வலப்புறம் சுவற்றைத் தொடாமல் இடப்புறம் கையை நீட்டினாள். வித்தியாசமாக ஏதாவது தெரிகிறதா? அவள் கையில் ஒன்றும் படவில்லை.

இடதுபுறம் சுவர் இல்லை.

கும்மிருட்டில் மெல்ல இடது காலைப் பக்கவாட்டில் அகட்டினாள். தடுப்புச் சுவர் இருக்கவேண்டும். இல்லையென்றால் தண்ணீரில் விழவேண்டியிருக்கும். காலில் ஒன்றும் படவில்லை. மெல்ல வலது கையைச் சுவற்றிலிருந்து எடுத்தாள். ஒரு அடி

இடப்புறம் பக்கவாட்டில் வைத்து, மிகக் கவனமாக இடதுகாலை நீட்டி தடுப்புச் சுவர் இருக்கிறதா எனத் தேடினாள்.

இல்லை.

மாறாக, அவளது இடது பாதம் ஒரு கல்லில் உரசியது. படிக்கட்டு போல..

இடது பக்கவாட்டில் மேலும் நகர்ந்து, காலை நீட்டினாள். அடுத்த படியில் அவள் பாதம் தட்டியது.

''சம்பத்''

திரும்பிய சம்பத்தின் தலையிலிருந்த டார்ச்சின் ஒளியில் மங்கலாக முன்னே தெரிந்தது.

படிக்கட்டுகள்.

''சம்பத், இங்க என்ன இருக்கு?''

தளத்தின் இடது புறம் 90 டிகிரியில் மற்றொரு படிக்கட்டு திரும்பியது. காலையில் அனைவரும் நேராகவே சென்றதில் இதனைக் கவனிக்கவில்லை.

சிறிது சாய்வாகக் கீழே இறங்கியது. சிறிது தூரம் சென்றபின் சமதளமாகக் குறுகிய பாதைபோல நேராகச் சென்றது. மேலே கற்பாறைகள் சீராக அமைந்திருக்க, பாதை மண்ணாலே அமைந்திருந்தது. இருபுறமும் கற்சுவர் மூன்று அடி உயரத்திற்கு, பாசிபடர்ந்த நாற்றத்தோடு... ஈரப்பதம் கற்சுவரில் ஏறிக் கைகளில் பிசுபிசுத்தது.

''படிகளுக்கு நேர் கீழே இப்ப நாம இருக்கோம்'' என்றான் சம்பத். அவன் குரலில் வியப்பு தொற்றியிருந்தது.

''சம்பத். கொஞ்சம் வழிவிடு. நான் முன்னே போறேன்'' ஜானகியின் குரலின் உறுதியான தொனியில் சம்பத் வியந்தான். பயத்தில் கொஞ்சம் வியர்க்கவும் செய்தான்.

ஜானகி டார்ச் லைட்டை தலையில் அணிந்துகொண்டு முன்னே நடந்தாள். சிறிது தூரம் சென்றதும் சட்டெனெ நின்றாள்.

''என்ன ஆச்சு'' கேட்ட சம்பத் அவள் முன்னே டார்ச் ஒளியில் கண்டதைப் பார்த்து திகைப்பில் உறைந்து போனான். அச்சத்தில் அவன் நாக்கு மேலண்ணையில் ஒட்டிக்கொண்டது.

ஜானகிக்கு முன்னே பத்து அடி தூரத்தில் குறுகிய பாதை சட்டென தாழ்வான அகலமான கல் அடித்தளமாக விரிய, சதுரமான அந்தக் கல்தளத்தில் ஒரு சதுரமான பீடத்தின் மேலே அது பிரகாசித்தது. கல் தளம் முழுதும் நீரில் முழுகியிருந்தது. அதுவும் தண்ணீரில் முழுதும் முழுகியிருந்தது.

பிரமிட்.

மிகப் பெரியதாகவும் இல்லாமல் , மிகச் சிறியதாகவும் இல்லாமல் மூன்று அடி உயரத்தில் நான்கு அடி அகலத்தில் பட்டை தீட்டப்படாத வைரக்கல் போல மங்கலாகத் தெரிந்தது. பகோடாவை நோக்கியிருந்த திசையில் பீடமுகம் சாய்வாகப் படிகளுடன் அமைந்து கீழே, மிகக்கீழே ஆழத்தில் மறைந்தது. ஐராவதி நதித் திசையில் பீடத்தின் முன்னே நான்கு அடி அகலத்திற்குக் கல்தளம் விரிந்திருந்தாலும், அக்கல் தளத்தின் நடுவே பீடம் அமையாது பகோடா நோக்கிய அதன் விளிம்பில் அமைந்திருந்தது. பீடம் பகோடாவுக்கும் நதிக்கரைக்குமான பாதையில் படிகளின் நேர் கீழே அமைந்திருந்தது என்பது பார்க்காமலேயே இருவருக்கும் புரிந்தது.

வியப்பின் உச்சியில் நின்றிருந்த சம்பத் தனிச்சையாக பிரமிடை நோக்கி வணங்கினான். நிலை குத்திய பார்வையுடன் பிரமித்திருந்த ஜானகி மெல்ல மண்டியிட்டு வணங்கினாள். ப்ரமிட் , அச்சத்தைவிட, ஆச்சரியம் கலந்த மரியாதையை இருவருக்கும் தோற்று வித்திருந்தது... கால, வெளிப் பரிமாணங்கள் கடந்த ஒரு இனம்புரியாத பரிணாமத்தில் நின்றாற்போலே. ஏதோ ஒரு அமைதி, இனம்புரியாத மகிழ்வு, புத்துணர்வு பரவுவதைப்போலே இருவரும் உணர்ந்தனர்.

முதலில் சுதாரித்துக்கொண்ட சம்பத், ஜானகியை தோளில் தட்டினான்.

'' ஜானகி. வா போகலாம்''

‘‘எங்க?’’ ஜானகி திரும்பாமலே, பிரமிடிலிருந்து கண்களை எடுக்காமலே கேட்டாள்.

‘‘இத சடகோபனுக்குச் சொல்லணும். அப்புறம் ...’’

‘‘அப்புறம்?’’

‘‘நமக்கு இன்னும் ஒரு வேலை இருக்கு’’

சம்பத் மணியைப் பார்த்தான். இன்னும் ஐந்து மணிநேரந்தான் இருக்கிறது. சடகோபன் சொன்னது போலவே இருவரையும் புதிர்களும், பிரமிடும் ஈர்த்துவிட்டன. இனி அவரது கட்டளையில் ஒன்றேயொன்றுதான் பாக்கி.

சம்பத் தன்னிடமிருந்த மொபைல் போன்ற கருவியை எடுத்தான். ‘‘மீனுக்கு நல்வரவு’’ என தட்டச்சு செய்து அனுப்பினான். என்கிரைப்ட் செய்யப்பட்டு அந்த செய்தி ஷில்லாங்குக்கு அருகில் ஒரு கிராமத்து வீட்டில் இருக்கும் சர்வருக்கு அனுப்பப்பட்டு, காஞ்சிபுரத்திற்கு ரிலே செய்யப்பட்டது. ஒவ்வொரு கட்டத்தையும் கடக்கும்போது தெரிவிக்க வேண்டிய சங்கேத மொழி அது.

சில நொடிகளில் பதில் வந்தது. ‘‘வந்ததும் வரவேற்கவும்’’ சம்பத் அந்த செல்போனை ஆஃப்செய்து பையில் வைத்தான். ஜானகியுடன் சுரங்கத்தின் படியேறி மேலே வந்தான். ‘‘இப்ப அனந்த்தைத் தேடிப் போவோம்’’

அனந்த்தின் தொடைப்பகுதி எரிந்தது. ரத்தம் வருவது நின்றிருந்தாலும், வெட்டுப்பட்ட இடம் நீலம் பாரித்து வீங்கியிருந்தது. தலை பாரமாகி வலித்தது. ஒன்றையும் தெளிவாகப் பார்க்கவோ சிந்திக்கவோ முடியாமல் திணறினான். லேசாகத் தூங்க முயன்றவனைத் தொடையில் அழுத்தி ரவி எழுப்பினான்.

அனந்த் முனகினான். வலி விண்ணெனத் தெறித்தது.

‘‘சொல்லு. இந்த பிரமிடோட ஒளிப்பாதை எது?’’

‘‘எந்தப் பிரமிட்?’’ அனந்திற்குக் கண்கள் இருட்டிக்கொண்டு வந்தன.

''இங்க பார்'' ரவி காட்டிய இடத்தில் 3டி ஹோலோகிராபிக் பிம்பமாக ஒரு பிரமிட் தெரிந்தது.

''எனக்கு... எனக்கு ஒரு ஒளிப்பாதையும் தெரியாது. ப்ளீஸ் நம்பு''

ரவி அவனருகில் வந்தான். புருவங்கள் வியர்த்திருந்தன. மேல் உதட்டோரம் வியர்வை அரும்பி முத்துமுத்தாக நின்றிருந்தன. அவன் கண்களில் ஒரு குரூரம் ஒளிர்ந்தது.

''ஒரு நிமிஷம் இந்த பிரமிட்டைப் பாரு அனந்த்'' உலுக்கி எழுப்பினான்.

அனந்த் கண்களைத் திறக்க எத்தனித்தான். மீண்டும் அவை சொருகின. மிகுந்த சிரமத்தோடு கண்களை விரித்துப் பார்க்க எத்தனித்தான்.

ஆறு அடி உயரமும், பத்து அடி அகலமுமாக முன்னே பிரமிட் விரிந்தது. கறுப்பும் சிவப்புமாக. ஹீலியம் நியான் லேசரின் சிகப்பு அதன் முகங்களைச் சிவப்பாக அடிக்க, நிழலாக இருந்த பகுதியில் மங்கலான கறுப்பு நிறம்.

''இன்னும் மூன்று மணி நேரத்தில் முதல் கதிர் இதிலிருந்து கிளம்பும். அத எங்க எதிரொளிக்கணும்னு எங்களுக்குத் தெரியும். நீ ஒத்துழைக்கலைன்னா...''

ரவி லாப்டாப்பை மீண்டும் உயிர்ப்பித்தான். ''அணு அணுவா உன்ன வெட்டுவேன். எப்படியும் அழிக்கலாம்னு இருக்கோம். இன்னும் மோசமா, இன்னும் தீவிரமா அழிப்போம். உனக்கு எப்படி வசதி?''

''ரவி, எனக்கு அந்தப் புதிர்கள் இருந்தாலும் சொல்லத் தெரியாது., எனக்கு கிரந்த எழுத்துகள் புரியாது''

''எனக்குப் புரியும். நான் வேணா மொழிபெயர்த்துத் தரட்டுமா?''

''நீ மொழிபெயர்த்தாலும், அது புரியணும். அத்தனை ஈஸி இல்லை ரவி இது''

''உனக்கு எது புரியும், புரியாதுன்னு எனக்குத் தெரியும், மவனே. நான் இப்ப மொழிபெயர்த்துத் தர்றேன். நீ அது என்னன்னு சொல்லற.

இல்ல..."

ரவி தனது லாப்டாப் பையிலிருந்து சில காகிதங்களை உருவினான். ஒரு பென்சில் கொண்டு, புதிர்களின் நகலைப் பார்த்துப் பார்த்து நிதானமாக எழுதத் தொடங்கினான். கனத்த மவுனம் அங்கு சூழ்ந்தது.

'யோசி, அனந்த், யோசி...' அனந்த் கண்களை மூடிக்கொண்டு, நெற்றியில் கவனத்தை நிறுத்த முயன்றான். எப்பொழுது மனக்கலக்கம் வந்தாலும், ஆழ் மூச்சு எடுத்து, மெல்ல ப்ராணாயாமம் செய்து, தியானத்தில் இரு நிமிடம் இருப்பது அவன் பழக்கம். பலமுறை, தெளிவான முடிவுகள் அதில் கிடைத்திருக்கின்றன.

இவனிடம் கருஞ்சுழி சூத்திரத்தைச் சொல்லிவிடலாமா? உடனே அந்த எண்ணத்தைக் கைவிட்டான். ரவி அறிவாளி. உடனே அதனையும் ஒளிப்பாதையையும் சேர்த்து கண்டுபிடித்துவிடுவான். இரண்டாவது சாய்ஸ்?

ஒளிப்பாதையைப் பகுதி சரியாகக் காட்டிவிட்டு, நேரம் வாங்குவோம். அதற்குள் ரெ நெகினோ போலீஸோ வந்துவிட்டால் நல்லது. கடைசி பகுதி மட்டும் சொல்லாமல் விடலாம்.

கடைசி பகுதியைச் சொல்லாமல் விட்டாலும், விடாவிட்டாலும் ஒரு பயனும் இல்லை எனப் பின்னர் உணர்ந்தான். ஒளி பெருகி, கடலிலிருந்து கொந்தளிக்கத் தொடங்கியவுடன், இவர்களும்தான் மடிவார்கள். இறுதிப் ப்ரளயம்... நான் சொன்னால் என்ன, சொல்லாவிட்டால் என்ன?

"இந்தா. இதப் படிச்சு என்னன்னு சொல்லு" ரவி நீட்டிய காகிதங்களைப் பார்த்து வியந்தான் அனந்த். ஒரு வரி, ஒரு சொல் மாறாமல் அப்படியே சம்பத் மொழிபெயர்ப்பு செய்தது போலவே இருந்தன. அத்தோடு அவன் நீட்டிய நோட்டுப் புத்தகத்தில் கோட்டுச் சித்திரங்கள் தெளிவாக... எண்கள் இன்றி...

ஜானகியும் சம்பத்தும் சுரங்கத்தின் கல் கதவை மீண்டும் மூடிவிட்டு வெளியே வந்தனர். இடது பக்கம் கறுமையாக விரிந்தது. மற்ற சுரங்க அறைக்குச் செல்லும் வழி. சம்பத் ஒரு வினாடி

க. சுதாகர்

தயங்கினான்

''ஜானகி. கொஞ்சம் வெளியே போய் சடகோபன்கிட்ட சொல்லிட்டு வர்றேன். இங்கயே நில்லு'' அவள் பதில்பேசுமுன் வெளியே விரைந்தான். செல்போனை உயிர்ப்பித்தான். கடவிச் சொல்லைத் தட்டியதும், திரை ஒளிர்ந்தது. காதில் இயர்போனைச் சொருக்கிக் கொண்டு, ஒரு எண்ணைத் தட்டினான். இரு நொடியில் திரை இருபகுதியாகத் தெரிய, ஒன்றில் சடகோபனும், மற்றொன்றில் ரெ நெகினும் தோன்றினர். செல்போனின் கேமிரா அவனைச் சரியாகக் காட்டுவதாக ஒரு குறி தோன்றி மறைய, சம்பத் பேசத் தொடங்கினான்.

''அவள் பிரமிட்டைக் கண்டுபிடித்துவிட்டாள்...''

''வெரிகுட். நிச்சயமாத் தெரியுமா?''

''ஆமா சார். நானும் பார்த்தேன்... அது...''

''அவள் எங்கே?''

''சுரங்கத்தின் அருகே நிறுத்திவிட்டு வந்திருக்கிறேன்'' சம்பத் அவள் அங்குதான் இருக்கிறாளா எனத் திரும்பிப்பார்த்து உறுதிசெய்து கொண்டான்.

''சார். அனந்த் அங்கே ரவிகிட்ட...''

ரெ நெகின் பேசினார், ''தெரியும். அவன் இன்னும் சில நிமிடங்களில் ரவியிடம் சித்திரவதை தாங்காம ஒளிப்பாதையின் ரகசியத்தைச் சொல்லிவிடுவான்''

''சார்'' சம்பத் பதறினான். ''அவனுக்கு ஒண்ணுமில்லையே? சீக்கிரம் எதாச்சும் செய்ங்க. அவன் பாவம்''

சடகோபன் முகம் சீரியசானது ''சம்பத், எமோஷனலாகாம உன்னோட வேலைய மட்டும் பாரு. எப்ப உள்ள போகணும்னு ரெ நெகினுக்குத் தெரியும். சொன்னத மட்டும் செய் இப்ப. ப்ளீஸ் கோ ஆபரேட்''

''சம்பத்'' ரெ நெகின் மீண்டும் பேசினார் ''என்னோட டீம்'' தயாரா ஒரு கிலோமீட்டர் தூரத்துல இருக்கு. சுரங்கத்துக்குள்ள போயி அடிக்க பத்து நிமிஷம்கூட ஆகாது. ஆனா, நாளைக்கு எப்படி

பகோடாக்குள்ள போய் சுடலாம்னு கேள்வி வரும். அரசியல் ப்ளஸ் மதம். டெட்லி காக்டெயில். அவன் வெளிய வந்தாத்தான் முடியும். இல்லன்னா கவெர்ட் ஆபரேஷன் மட்டும்தான் முடியும்''

''இப்ப நான் என்ன செய்யணும்? ஜானகிய என்ன செய்யறது? அவளுக்குப் பாதுகாப்பு?''

அதற்கு சடகோபன் சொன்ன வார்த்தைகளில் சம்பத் அதிர்ந்தான்.

ரவி காட்டிய சித்திரத்தை ஒரு நிமிடம் பார்த்தான் அனந்த். ''எனக்கு என்னமோ இப்படித் தோன்றுகிறது. அது தவறாகவும் இருக்கலாம்''

''பீடிகை போடாம, உள்ளதச் சொல்லுடா நாயே''

''ஓகே. இது இரண்டு பிரமிடுகளைக் காட்டுது. ஒன்று ஒற்றைப்படை. மற்றொன்று இரட்டைப்படை எண்கள்னு எடுத்துக்கோ'' அனந்த் விவரிக்கத் தொடங்கினான். ரவி பதற்றத்துடன் ஆர்வமாய் எழுதிக்கொள்ள ஆயத்தமானான்.

''அனந்த்''

ரவி சரேலெனத் திரும்பினான். அனந்த் உறைந்தான். ஜானகி....ஜானகியின் குரலா இது? நான் ஒருவேளை கனவு காண்கிறேனோ? ஹாலுசினேஷன்?

ரவி ஒரு தூணின் பின்னே மறைந்தான்.

''அனந்த். உன்ன எங்கெல்லாம் தேடறது?'' ஜானகி ஓட்டமும் நடையுமாக அவனை நோக்கி வந்தாள். அருகில் வந்து அதிர்ந்தாள். ''மை காட். என்னது இது?'' நெற்றியில் உறைந்திருந்த ரத்தம், கிழிந்த உதடுகள்... தொடையில் ரத்தக்கறை சொத சொதவென...

''யாரு? எப்படி ஆச்சு?''

''ஜானகி, ஏன் வந்த? எப்படி?'' கேட்க முடியாமல் திணறி, அவளுக்குப் பின்னால் வந்த ரவியைப் பார்த்துப் பதறினான். ரவி ஒன்றும் பேசாமல் அவள் பின்னே அமைதியாகக் கைகட்டி நின்றான்.

ஜானகி அனந்த்தின் முகத்தைப்பார்த்து, அவன் கண்கள் காட்டும் சைகையில் ஊகித்துப் பின்னால் திரும்பினாள்.

''ஸோ.. வெல்கம் ரவி''

நிதானமாக ஜானகி பேசுவது கண்டு அனந்த் ஆச்சரியமானான். இவளுக்குப் பயம் இல்லையா?

''தாங்க்ஸ். அனந்த் ஒத்துழைக்க மறுத்துவிட்டான் ஜானகி. உனக்கு பாசம், பந்தம் எல்லாம் தெரியும், புரியும். அதுவும் குழந்தை வாழணும் எங்கிற துடிப்பு அம்மாகிட்டதான் அதிகமா இருக்கும். குழந்தையைப் பாக்கக்கூட முடியாம போயிட்டவன்கிட்ட வேண்டாத அடம்தான் இருக்கும் இல்லையா?'' ரவியின் மனோதத்துவப் போர்முறை பலித்தது. அனந்த்துக்கு அடி படக்கூடாத இடத்தில் பலமாகப் பட்டது. துடிக்கத் துடிக்க மேலும் வலித்தது.

''ஸ்டாப் தி நான்சென்ஸ். ரவி. உனக்கு என்ன வேணும்ங்கறதை மட்டும் சொல்லு. என்னோட, அனந்த்தோட வாழ்க்கையப் பத்திப் பேச உனக்கு உரிமை இல்ல''

ரவி எதிர்பார்க்கவில்லை. ஜானகிதான் முதலில் துவளுவாள் என அவன் நினைத்திருந்தான்.

''ஓகே. எனக்கு இந்த ஒளிப்பாதையின் புதிருக்கு விடை வேணும். நீ சொல்லமுடியும்னா சொல்லு. இல்ல, உன் முன்னால அனந்த் கொஞ்சம் கொஞ்சமா சாவான்''

''அவன் சாவறதப்பத்தி அப்புறம் பேசலாம். அனந்த், முதல்ல பேப்பரைக் கொடு'' ஜானகி, அனந்தின் கையிலிருந்த காகிதங்களைப் பற்றினாள்.

''ஜானகி'' தீனமாக மன்றாடினான் அனந்த். '' ப்ளீஸ். வேண்டாம். அவன் செய்யப்போறது என்னன்னு தெரிஞ்சா...''

''அவன் என்னமும் செஞ்சுட்டுப் போட்டும். விடு''

நிறுத்தி நிதானமாக ஒளிப்பாதையின் போக்கினை அவள் விவரித்தாள். ரவி எழுதியெடுத்துக்கொண்டான்.

''தாங்க்ஸ் ஜானகி. நீ புத்திசாலி. சாகறதுக்கு முன்னாடி ஏன் வலி அனுபவிச்சு சாகணும்னு நினைக்கற பாரு. நீ ப்ராக்டிகல்''

துள்ளினான். ஹோலோகிராம் பக்கம் சென்று மகிழ்ச்சியில் லேசாக ஆடினான்.

''ஜானகி, உனக்கு பிரமிடைப் பாக்கணுமா? ஹோலோகிராம் இல்ல. நிஜமான தலைப்பகுதி பிரமிட்?''

அவள் பேசவில்லை.

''இங்க பாரு''

ரவி காட்டிய திசையில் சுரங்க அறையின் ஒரு மூலையில் கற்கள் பெயர்த்தெடுக்கப்பட்டு பள்ளம் ஒன்று தெரிந்தது. லேசர் விளக்குகள் அதில் சிகப்பொளி பாய்ச்ச, நடுவே பளீரென பளிச்சிட்டபடி ஆறு அடி உயரத்தில், பத்து அடி அகலத்தில் ஒரு பிரமிட் தெரிந்தது. பிரமிட்டின் ஒரு முகம் வடகிழக்கு நோக்கி இருந்தது. பிரமிடின் தென்கிழக்கு முகத்தின் நேரே மூன்று அடி விட்டத்தில் ஒரு துவாரம் சுரங்கம்போல இருந்தது. ஜானகி சிறிது சுற்றி வந்து பார்த்தாள். தென்மேற்குப் பகுதியில் மற்றொரு முகம்... மற்றொரு சுரங்கத் துவாரம்.

''இந்தச் சுரங்கத் துவாரங்கள் நேரா ரெண்டு தூண்களுக்குப் போகுது'' என்றான் ரவி.

''நீ சொன்ன ஒளிப்பாதையில் சின்னதா ஒரு ப்ராப்ளம் இருக்கு. வானத்துல ஒளி எப்படி எதிரொளிச்சு கடலுக்குள்ள இருக்கிற ப்ரமிட் துண்டுல விழும்.? அங்க இருந்து எப்படி திரும்பி வானத்து வழியா இங்க வந்து சேரும்ங்கறது இந்த சூத்திரத்துல சொல்லல. சொல்லட்டுமா? முழுசும் தெரிஞ்சுகிட்டு செத்துப் போறது உனக்கும் மன நிறைவா இருக்கும்ல?'' என்றான் ரவி. ஜானகி அவனை நேராக ஏறிட்டாள். அவள் கண்களில் தீ பறந்தது. மார்பின் குறுக்கே கைகளைக் கட்டி மிக அமைதியாக நின்றாள். அனந்த் இருக்குமிடத்தின் அருகே இருவரும் சென்றனர்.

ரவி தனது லாப்டாப் பையிலிருந்து மூன்று காகிதங்களையும் பென்சிலையும் எடுத்தான். ''ஜானகி இதப்பாரு'' ஒவ்வொன்றாக வரைந்தான்.

''ஒரு வளைவு வரைஞ்சுருக்கேன் பாரு. அது புவி நிலைய வட்டப்பாதை. அங்க ரெண்டு விண்கற்கள் நிற்கிற இடத்துல

ஒளிப்பாதைகள் முட்டித் திரும்புது. பிரமிடோட தலை, உடல்பகுதியில இருக்கிற முகங்களை எண்களால குறிச்சிருக்கேன். 1, 7, 6, 4ன்னு... தெரியுதா? ரெண்டு தூண்களையும் உருளைகள் மாதிரி வரைஞ்சுருக்கேன். ஒளியோட பாதையை அம்புகள் காட்டுது.

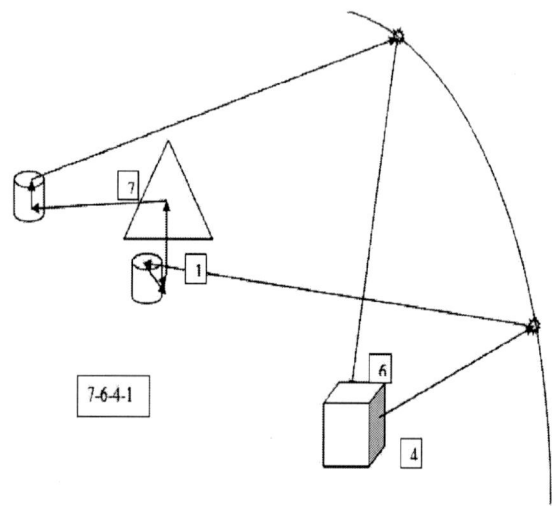

முதல்ல 7641. இந்தத் தலையின் தென் மேற்கு திசையில இருந்து முதல்ல 7ம் முகத்து வழியா ஒளி வெளியே வரும். அங்க இருந்து சுரங்கத் துவாரம் வழியா பகோடாவின் வலப்பக்கத் தூணோட அடிப்பகுதியில எதிரொளிச்சு மேலே போய் வானத்துல முதல் விண்கல்லுல போய்ப் படும். முதல் விண்கல்லுல இருந்து எதிரொளிச்சு நேரா கடல்ல இருக்கிர பிரமிட்டோட அடிப்பகுதியில 6வது முகத்துக்குப் போகும். அங்க புகுந்து ஒளிர்ந்து, பெருகி 4 வது முகத்துல இருந்து வெளிவர்ற ஒளி மேலே அடுத்த விண்கல்லுல எதிரொளிச்சு இங்க நதிக்கரைல இருக்கிற தூண்வழியா வந்து 1வது முகத்துல படும். இது 7641 பாதை''

இதே மாதிரி திரும்பிப் போறது 1467 பாதை. அது இப்படி இருக்கும். 7-6-4-1 பாதையோட நேர் எதிர்.

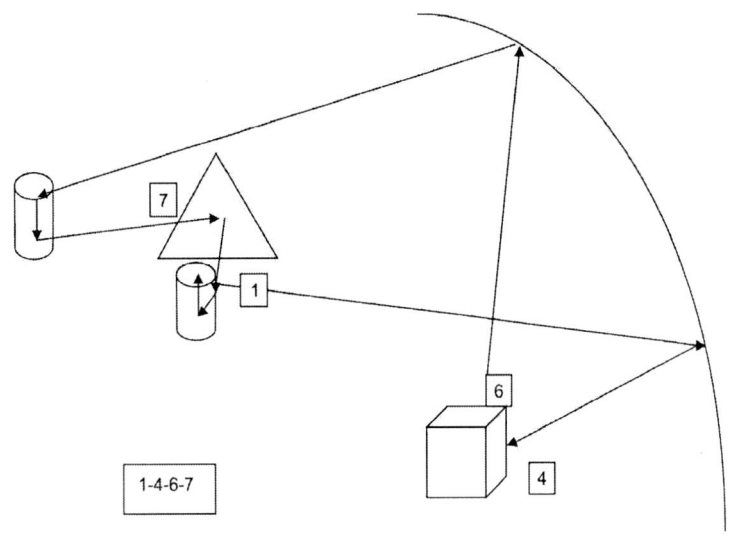

இந்தக் கண்ணாமூச்சி மூலமா பிரமிட், 'ஒளிர்வது தன்னோட மற்றப் பகுதிதானா?'ன்னு பரிசோதிச்சுக்குது. பிரமிட்டின் ஒவ்வொரு பக்கத்துலயும், குறிப்பிட்ட அலைவரிசை பட்டாத்தான் ஒளிர்வு ஏற்படும். மற்ற ஒளிக்கற்றைகள் பட்டா, ஒளிராது. ஒவ்வொரு ப்ரமிட்டோட ஒவ்வொரு பக்கத்துக்கும் இந்த சிக்னேச்சர் அலைவரிசை உண்டு. அதுனால, ஒரு ப்ரமிடோட முகத்துல இருந்து வர்ற ஒளி, வேற ப்ரமிட்டோட முகத்துல பட்டா ஒளிர்வு நடக்காது. இந்த ஒளிர்வு சோதனைய, படு புத்திசாலித்தனமா 6174 ஒளிப்பாதையில ஒளிச்சு வச்சிருக்காங்க.

''அதுக்கு அப்புறம் இருக்கு... 6174'' ரவி நினைத்து, நினைத்து பரவசப்பட்டான்.

"அங்க மட்டும் விண்கற்கள் மாறும். கடல்ல இருக்கிற 6-ஆம் முகத்துல இருந்து வர்ற ஒளி முதல் விண்கல்லுல பட்டு எதிரொளிச்சு, நதிக்கரைப்பக்க தூண்வழியே 1ம் முகத்துக்கு வரும். அது ஒளிர்ந்து 7-ஆம் முகத்துல வெளிவந்து, வலப்பக்கத் தூண் வழியே வெளியேறி ரெண்டாவது விண்கல்லுல எதிரொளிச்சு 4-ஆம் முகத்துக்குப் போகும்.

6-1-7-4 வருதா?"

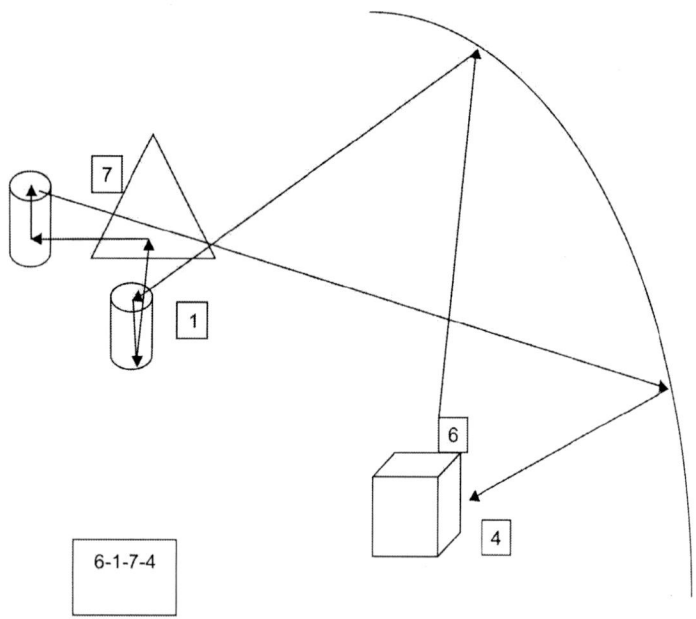

நிறுத்தினான். காகிதங்களை மடித்து தனது முதுகுப்பையில் வைத்துக் கொண்டான். ஆர்வப் படபடப்பில் இரு உள்ளங்கைகளையும் சேர்த்துப் பரபரவென தேய்த்தான். ஜானகியையும் அனந்தையும் மாறி மாறிப் பார்த்தபடி பேசினான்.

"இனிமே நான் சொல்லப்போறது உங்களுக்குத் தெரிஞ்சிருக்க

முடியாது. இறுதியான இந்த 6174 பாதை ரொம்ப முக்கியம். இதுலதான் பிரமிட் தன்னோட மற்ற பகுதிக்கு சக்தி வாய்ந்த கற்றைகளை வெளியிடும். அது பன்மடங்காகப் பெருகி, கட்டுக்கடங்காத ஆற்றல் கற்றைகள் 6174 பாதையில அடுத்து அடுத்து வந்து கொண்டேயிருக்கும். நான் முதல்ல சொன்ன மாதிரி ஒவ்வொரு இடமா அழிக்கிறதுங்கறது என்னோட இறுதித் திட்டமில்ல'' நிறுத்தினான்.

அவன் முகத்தில் குரூரப் புன்னகை கீற்றாகத் தோன்றியது. ''ஒரு மணி நேரத்துல இதுல வர்ற ஆற்றல் கற்றை, விண்கற்களை வெடிக்க வைக்கும்''

அனந்த் நடுங்கினான். மீண்டும் துங்குஸ்கா?

ரவி அனந்த்தின் மனதில் ஓடுவதை அறிந்தாற்போல் மேலும் தொடர்ந்தான்.

''துங்குஸ்கா நிகழ்வைப் போல பல நூறு மடங்கு பெரியது ஒரு விண்கல் வெடிப்பு. மற்ற விண்கல் வெடிப்பு...'' ரவி நிறுத்தினான்.

''நீங்க கற்பனை பண்ணிக்கூட பார்க்க முடியாது''

''அதற்கு அப்புறம், ஒளிக்கற்றை விண்கல் தடையில்லாம வானத்துல பாயும். எங்க இனத்தவங்க அதப் பாத்துட்டு இங்க மீண்டும் வருவாங்க. அதுக்குள்ள இங்க எல்லாம் அழிஞ்சிருக்கும். திரும்பவும், முதல்லேர்ந்து அமைதியான லெமூரியப் புவி வாழ்வு தொடங்கும்...''

கன கச்சிதம். ஜானகி நினைத்தாள். நாங்கள் நாலுபேர் இத்தனை நாட்கள் பாடுபட்டு கண்டுபிடிச்ச ஒளித்தடத்தை, தூண்கள் ரகசியத்தை, ஒரே நிமிஷத்துல அலசி, 6174 எப்படி ஏன் முக்கியம் என்று சொல்லியிருக்கான்.. இவன் நிஜமாவே ஜீனியஸ்தான்...

ஆனால் புகழ்வதற்கோ, புகழை அனுபவிப்பதற்கோ நாளை யாருமே இருக்கமாட்டார்கள்...

ரவி தொடர்ந்தான்.

''பத்து வருஷம் தேடினதுக்குப் பிறகு, எனக்குன்னு தன்னைக்

காட்டின புதிர்ப்பாடல்களை ஆராய்ந்தபிறகு, நான் என் கைப்படத் தோண்டி எடுத்த பெரும் பொக்கிஷம். இது நான் தவிர நீ மட்டும் தான் பார்த்திருக்கிறே''

''அனந்த், ஒரு வருஷமா, இங்க ஒவ்வொரு தூண்லயும் தேடினேன்... சில தூண்கள்ல ஒரு வார்த்தை தெரியும், அப்புறம் தெரியாது. ஒரு நாள் தெரியும், இன்னொருநாள் தெரியாது. இப்படி கண்ணாமூச்சி காட்டிக்கிட்டிருந்தது இந்தப் புதிர்கள். அப்பத்தான் நீயும், ஜானகியும் இதில் சம்பந்தப்படறீங்கன்னு எனக்குத் தெரிஞ்சது. இந்தியாவுக்கு நீங்க ரெண்டுபேரும் வருமுன்னாலேயே ஆட்களை அமர்த்திட்டேன். சடகோபனை அழிக்க கேரளா யூனிவர்சிடி குவார்டர்ஸுக்கு ஆள் அனுப்பினேன். அதுக்குள்ள இன்னொரு கூட்டம் அவனைக் கொண்டு போயிருச்சு'' ரவி நிறுத்தினான்.

''உன்னைப்பத்தி சடகோபன் யாரோடயோ பேசறாருன்னு தெரிஞ்சதும் உன்னைத் தொடர்ந்தேன். இதோ இருக்கு பாரு இந்தக் கருவி'' லாப்டாப்பின் அருகே கிடந்த செவ்வகப் பெட்டி போன்ற கருவியைக் கையில் எடுத்தான். அதன் மேல்புறம் சொருகியிருந்த மெல்லிய ஆண்டெனா போன்றிருந்த நுண்புழைக் குழாய் சிறிய அதிர்வுக்கும் பெரிதாய் வளைந்து ஆடியது.

''இது கையடக்கமான மாஸ் ஸ்பெக்ட்ரோமீட்டர். போர்ட்டபிள் ஜி.சி.எம்.எஸ். இன்னும் மார்க்கெட்டுக்கு வரலை. ஆராய்ச்சி நிலைக் கருவி. இதுல ஒரு ஆளோட வியர்வை வாசனை உண்டாக்குகிற கெமிக்கல்ஸ்ஸோட மாஸ் டேட்டாவைப் பதிவு பண்ணிட்டோம்னா, அந்த ஆள் கோயில் திருவிழால நின்னுகிட்டிருந்தாகூட கண்டுபிடிச்சிரலாம். அத்தனை சென்ஸிடிவ், அத்தனை செலெக்டிவ். ஒவ்வொருத்தரோட வியர்வை கெமிக்கல்ஸ் அவங்களுக்கு மட்டுமே உரித்தானதுன்னு நான் சொல்லத் தேவையில்லை உனக்கு. இத வச்சுத்தான் கேரளா யூனிவர்சிடி குவார்டர்ஸ்வரை உங்களைத் தொடர்ந்தேன்''

ரவி லாப்டாப்பில் இயர்ஃபோன் மற்றும் மைக்கின் ஒயர்களைப் பொருத்தித் தொடர்பைச் சரிபார்த்தான். இன்னும் யாரும் லைனில் வரவில்லை. மேலும் தொடர்ந்தான்.

‘‘அதுல ஒரு திடீர் பின்னடைவு. மதுரைக்குப் போறதாகச் சொன்ன நீங்க ரெண்டுபேரும் கிளம்பிப் போகும்போது திடீரென வியர்வை ட்ரேஸ் நின்னுபோச்சு. நானே கதிகலங்கிப் போயிட்டேன். எங்க ஆளுங்க யூனிவர்சிடி வாசல் வரை வந்துட்டு குழம்பி நின்னுட்டாங்க. திருவனந்தபுரம் ஏர்ப்போர்ட்ல தவறா இன்னொரு ஜோடியைத் தொடர்ந்து... அப்புறம் நீ எனக்குக் கிடைக்கிறது இங்கதான்’’ ரவி புன்னகைத்தான்.

‘‘நடுவுல எங்கப் போனீங்க, என்ன ஆனீங்கன்னு தெரியலை. என்னோட மாஸ்ஸ்பெக்ட்ரோமீட்டர்லகூட மண்ணைத் தூவிட்டு... ஜானகி, உனக்குக் கிரிமினல் மூளை’’ சிரித்தான். ஜானகி ஒன்றும் பேசவில்லை.

‘‘மல்லிகைப்பூவின் மணம் வியர்வையை அடிச்சிருச்சு. மேற்கொண்டு ட்ரேஸ் பண்ண முடியலை. மல்லிகைப்பூவின் மூலக்கூறுக் கலவையிலகூடப் பிடிக்க முடியல... விட்டுட்டேன். மல்லிகைப்பூவை எப்பவும் நீ வச்சுக்கிறது எதுக்காயிருந்தாலும், தெரியாத்தனமா உங்களுக்கு உதவியிருக்கு...

‘‘சமூகத்துல எல்லா வட்டங்கள்ளேயும் எனக்கு ஆளுங்க இருக்காங்க ஜானகி. வேற குழுவோட ஒரு ஆராய்ச்சியாளர், மைசூர்ல கிடைச்ச ஒரு பழைய புஸ்தகத்துல இருந்த குறிப்பை வைச்சு, லோனார் கோயில் சுரங்கத்துல இறங்கினாரு. கிட்டத்தட்ட அவரு பிரமிட் போன பாதையக் கண்டுபிடிச்ச நேரத்துல என்னோட ஆளு, கல்ல வச்சு மூடி, கோயில்லயே அவருக்கு சமாதி கட்டிட்டான். அதுக்கப்புறம் ஒரு நாள் கழிச்சு யாரோ உள்ள இறங்கினப்போ அதேமாதிரி செய்யப்போன என்னோட ஆளு போலீஸ்ல மாட்டிகிட்டான். பூரில உங்களத் தொடர்ந்த என்னோட இன்னொரு ஆளையும் கொன்னுட்டீங்க’’ ரவியின் முகம் கோபத்தில் சிவந்தது.

‘‘அவன் செத்ததுகூடப் பரவாயில்ல. அவங்கிட்டயிருந்த செப்பேடுகள்... குறிப்புகள்... எல்லாத்தையும் எடுத்திருக்கீங்க. இதுக்கெல்லாம் பதில் சொல்ல வேண்டிவரும்... மிகப் பயங்கரமான விளைவுகளச் சந்திக்க வேண்டிவரும்... விடமாட்டேன்...’’ அவன் கண்கள் தீக்கங்குகளாக ஜொலித்தன.

''எக்ஸலண்ட். கொன்னது தேவராஜ். பழி நம்ம மேல'' அனந்த் மனத்துள் நினைத்துக் கொண்டான். ரவியிடம் சொல்லலாமா?

உடனே அந்த எண்ணத்தைக் கைவிட்டான். தெரிஞ்சாலும் ரவி என்ன செய்யப் போகிறான்? எப்படியும் நாம சாகறது நிச்சயம்.

அனந்த்தால் அந்த வலியிலும் தேவராஜை வியக்காமலிருக்க முடியவில்லை. எவ்வளவு அழகாக அந்த சைக்கோ, ரவியையே ஏமாத்தியிருக்கான்? தன்னோட ஆளையே தீர்ப்பு எழுதறதாகத் தீர்த்துக் கட்டிட்டு, பழியை நம்ம மேல போட்டு, ரவியை வைச்சே நம்மளைத் தீர்த்துக் கட்டத் திட்டம் போட்டிருக்கிறான். போலீஸ் மூளையில்ல. கிரிமினல் மூளை.

''என்னோட திட்டத்துல இதனாலயே பின்னடைவு... எப்பவோ பிரமிட்ட நான் எடுத்திருப்பேன். தெரியாம இருந்தது ஒளிப்பாதையும், அது பத்திப்பேசற எண்புதிரும் மட்டும்தான். வீணா என் பாதைல குறுக்கிட்டீங்க ரெண்டுபேரும்''

ஜானகி ஒரு சலனமும் இன்றி கை கட்டி ஒரு தூணின் மேல் சாய்ந்து நின்றிருந்தாள். கைக்கடிகாரத்தில் மணியைப் பார்த்தாள் 3.54

லாப்டாப்பில் பொருத்தியிருந்த ஸ்பீக்கர்களில் கரகரவென சப்தம் கேட்டது.

''ஒளிப்பாதை கிடைத்ததா ரவி?''

''யெஸ். இப்ப டெஸ்ட் பண்ணிப் பார்க்கலாமா?''

''முதல்ல பாதையைச் சொல் ரவி. நாங்க அடித்தளத்தைச் சரியாக அணுகணும்''

ரவி விவரித்தான். அவர்கள் ஒன்றும் பேசாமல் பதிந்து கொண்டனர்.

''ஓகே. இப்ப ஒரு ரேடியோ அலையை ஏழாம் முகத்திலேருந்து வெளியே வர வை''

''என்ன அலைவரிசை வேணும்?''

அவர்கள் சொல்ல, ரவி ஒரு ரேடியோ அலை ஜெனரேட்டரில் கன்ட்ரோலரில் அந்த அலை வரிசையைப் பதித்தான். நேராக அதனை ஏழாம் முகத்தருகே வைத்தான்.

அனந்த் துவண்டான். எல்லாம் போச்சு. இவள் ஏன் அவசரப்பட்டு ஒளிப்பாதையைச் சொன்னாள்? என்னை என்னமாவது செய்துவிடுவான் என்கிற அச்சமா? இப்போ அவ்வளவு பேரும் கொஞ்ச நேரத்தில் அழியப் போகிறோம்.

ரேடியோ அலைகளை எதிரொளிக்க சாட்டிலைட் தேவையில்லை. விண்வெளியில் அயனோஸ்பியர் போதும் எனப் பள்ளிக்கூடத்தில் படித்திருந்தாலும், இவர்கள் விண்கல்லின் எதிரொளியைக் கவனிப்பார்கள் என அனந்த் எதிர்பார்த்தான். அதன்படியே அடுத்து வந்த உரையாடல் நடந்தது.

''வெரிகுட். இப்போ அந்த அலை இங்கே 6ல் நுழைந்து 4ல் வெளியே வருகிறது'' ஸ்பீக்கரில் ஒலி கரகரத்தது.

ரவி ரேடியோ அலையின் வீச்சைக் கண்டறியும் கருவியை சுரங்கத்தின் துளையில், பிரமிட்டின் 1ம் முகத்தின் பாதையில் வைத்தான். சில நொடிகளின் பின்பு, கருவியின் எல் இ டி விளக்குகள் வரிசையாக ஒளிர்ந்தன. 1ம் முகத்தருகே ரேடியோ அலையின் வீச்சு பெரிதாக இருப்பதைக் காட்டின.

''இங்கே 1- ஆம் முகத்துல உள்ளே ஏறுது'' ரவி உற்சாகத்தில் கூவினான்.

''அடுத்தது அகச் சிவப்புக் கதிர்கள்'' ஒவ்வொரு முறையும் அலைவரிசை கூடிக்கொண்டே போனது.

சட்டென அவர்கள் பேசுவது நின்றது.

''ரவி, ஏன் அந்த பிரமிட் தானாகவே மேற்கொண்டு அதிகமான அலைவரிசைகளை உருவாக்கவில்லை?''

ரவி நிதானித்தான். உண்மை... என்னமோ தவறு நடந்திருக்கிறது.

''ரவி. இந்த ஒளிப்பாதை உண்மையானால், அலைவரிசையைப் பன்மடங்காக்கித் தலைப்பகுதி தானாகவே உற்பத்தி செய்யும். இது ஒரு சங்கிலித் தொடராக நிகழவேண்டும். நீ கொடுக்கும் அலைவரிசையைச் சரியாக எதிரொளிக்கின்றன. இது போதாது''

ரவி சிந்தித்தான். அவனுக்குப் புரிபடவில்லை. என்ன நடக்கிறது?

கவலையோடு தன் கைக்கடிகாரத்தைப்பார்த்தான். 3.58. இன்னும் இரண்டு மணி நேரம்தான் இருக்கு.

''ரவி'' ஸ்பீக்கரில் ஒரு குரல் கரகரத்தது. ''நீ எடுத்திருப்பது சரியான பிரமிட் தானா?''

''யெஸ்'' வெடித்தான் ரவி. ''பூமியிலே ஒரே ஒரு மிங்குன்தான் இருக்கு. அதிலும் ஒரேயொரு உடைந்த பகோடாதான். அதுல ஒரேயொரு சுரங்க அறைதான். அதுல ஒரேயொரு பிரமிட்தான்''

''ரியலி?'' ஜானகியின் குரல்கேட்டுத் திடுக்கிட்டுத் திரும்பினான் ரவி.

கைகளை மார்பின் குறுக்கே கட்டியபடி, தூணின் மேல் சாய்ந்து ஜானகி நின்றுகொண்டிருந்தாள் - ரவி அவளை எங்கே நிற்கச் சொல்லியிருந்தானோ, அதே இடத்தில் அமைதியாக... ஒரு சலனமும் இல்லாமல்.

''என்ன சொல்றே?'' ரவியின் முகம் ஜானகியின் முகத்தின் வெகு அருகே. அவன் கைகள் அவள் முடியைப் பிடித்து இறுக்கியிருந்தன.

ஜானகி கண்களை மூடினாள். இத்தனை அருகே குரூரத்தை அவள் பார்த்ததில்லை. நிதானத்தை இழக்காமல் இருக்கப் போராடினாள்.

''நீ காட்டினது போலி பிரமிட்'' ஜானகியின் வார்த்தைகள் மெதுவாக நின்று நின்று, அழுத்தமாக வந்தன.

ரவியின் பிடி இளகியது. அவன் முகம் விலகியதை உணர்ந்தாள். மெதுவே கண்களைத் திறந்து, அவனை நேரே கண்களில் நோக்கினாள்.

ரவியின் கண்கள் கலைந்தன. சட்டையில் முகத்தைத் துடைத்துக்கொண்டான்.

''எப்படிச் சொல்றே ஜானகி?'' மிகச் சாதாரணமாகக் கேட்டது அவன் குரல். அனந்த் முழுமையாகக் குழம்பியிருந்தான். இது அந்த பிரமிட் இல்லையா? இவளுக்கு எப்படித் தெரியும்? சும்மா கதை விடுகிறாளா? சம்பத்தும் போலீஸும் வரும்வரை இவனை நிறுத்துவதற்கு இவள் போடுகிற நாடகமா? ரொம்ப சிறுபிள்ளைத் தனமா இருக்கு? அவன் நம்புவானா?

''நீ எங்கூட வந்தா அந்தப் பிரமிட்டைக் காட்டறேன். ஆனா ஒரு கண்டிஷன்''

''என்னது?'' லாப்டாப்பை எடுத்துக்கொண்ட ரவி உஷாரானான்.

''அனந்த்தையும் அங்கக் கூட்டிக்கிட்டுப் போகணும். அவன் இருந்தாத்தான் அது தெரியும்''

ரவி ஒரு நிமிடம் நின்றான். சிரித்தான். ''இவ்வளவுதானா? இவனை நான் தூக்கிக்கிட்டுப் போறேன். ஆனா, நீ காமிச்ச இடத்துல பிரமிட் இல்ல... ரெண்டுபேரும் இருக்கமாட்டீங்க''

ஜானகி மேலும் பேசாமல், முன்னோக்கி நடந்தாள். என்னமோ பழக்கப்பட்ட இடம்போல, இருட்டில்எங்கேயும் தடுமாறாமல் நேராகப் படிகள் இருக்குமிடத்தில் நின்றாள். பின்னால் ரவி, அனந்த்தைத் தூக்கிக் கொண்டு நடந்து வந்து கொண்டிருந்தான்.

சம்பத் மெதுவாகத் தூணின் பின்னாலிருந்து நகன்றான். ஜானகியும் ரவியும் முன்பக்கமாகச் செல்ல, அவன் மெதுவாகப் பின்னடைந்தான். படிகளில் ஏறி சுரங்கத்தின் வாயிலை அவன் அணுகும்போது , ஜானகியும், அனந்தைச் சுமந்து கொண்டு ரவியும் மற்ற சுரங்க வாயிலைத் திறந்துகொண்டு சென்றுவிட்டிருந்தனர். பகுதி திறந்திருந்த வாயிலில் நுழையுமுன், மெதுவாக செல்போனை உயிர்ப்பித்தான்.

''மீனுக்கு நல்வரவு. ஒரு கட்டம் வெற்றிகரமாக முடிந்தது'' என சங்கேத வார்த்தைகளை அனுப்ப, இனி அடுத்த கட்ட நடவடிக்கை? ச்ம்பத் காத்திருந்தான். ஒரு நிமிடத்திற்குப் பிறகு, செல்போனின் திரை உயிர்த்தது. அதில் வந்த கட்டளையைப் படித்தவனுக்கு தலை சுற்றியது. 'முடியவே முடியாது' தன்னையறியாமல் உளறினான்.

கப்பலில் இருந்தவர்கள் ரவியின் செய்திக்காகக் காத்திருந்தனர். ஒருவேளை இது போலி பிரமிடாக இருக்குமோ? என்ற சந்தேகம் அவர்களுக்கு உடனே வந்ததில் ஆச்சரியமில்லை. இது போலப் பிரமிட்களின் மர்மத்தை வைத்தே பணமும் புகழும் சம்பாதிக்க நினைத்த கூட்டங்கள் பல நூறு ஆண்டுகளுக்கு முன்பிருந்தே உண்டு. போலி பிரமிடுகள் பல இடங்களில் தோண்டப்பட்டு, பல வருடங்கள்

வாழ்ந்திருக்கின்றன. வேண்டுமென்றே வேறொரு பிரமிடை எங்கோ புதைத்துவிட்டு, புதிர்களால் வழிமாற்றக்கூடும் என்பதை அவர்கள் முன்பே எதிர்பார்த்திருந்தனர்.

ஜானகியும், தானும் செல்லும்போது, தங்கள் பின்னே போலீஸின் அதிரடிக்குழு பகோடா கோபுரத்தின் அடியில் வரும் என எதிர்பார்த்திருந்த சம்பத்துக்கு, '' ஜானகியும், அனந்த்தும் மட்டும் ரவியுடன் போகட்டும்'' என மிகச்சிறியதாக வந்த செய்தி ஒரு நிமிடத்தில் மறைந்தது பெரும் அதிர்ச்சியைத் தந்தது. அனந்த் ஏற்கெனவே அடிபட்டுக் கிடக்கிறான். அவளால் தனியாக ரவியைச் சமாளிக்க முடியாது. பிரமிடைப் பார்த்தபின், அவன் இருவரையும் எளிதில் தீர்த்துவிடுவான். இது பைத்தியக்காரத்தனம்...

கோபமாக அவன் செல்போனை மீண்டும் உயிர்ப்பித்தபோது, சிக்னல் போயிருந்தது. திரை வெறுமென வெள்ளையாய் ஒரு நிமிடம் ஒளிர்ந்து மறைந்தது. இயலாமை தந்த வெறுப்பில் சம்பத் வாயிலில் இருந்து திரும்பி, பாறைக் கதவைத் தாண்டி வெளியே நடந்தான். தளர்வாக நடந்தவன் பகோடாவின் படிக்கட்டைக் குறுக்கில் கடந்து , வலப்புறம் இருந்த தூணினை அடைந்தான். அவன் மனம் மிக வெறுமையாக ஒரு உணர்வும் எழாத அளவில் தளர்ந்திருந்தது... பேசாமல் லோனாரில் இருந்திருக்கலாம்... தூணின் மேல் கை வைத்து குறுகி நின்றவன் கண்களில் சட்டென அது பட்டது. இதென்ன... சிறிய ஒளிக்கற்றை? கீழிருந்து...? அவன் தூணின் மேல் பகுதியைப் பார்க்க, அதில் நாலு துளைகள் தெரிந்தன... ஒன்றுக்கொன்று சரியான இடைவெளியில்... ஒளிக்கற்றை அதில் ஒன்றின் வழியே வானத்தில் பாய்ந்தது. ஒளிக்கற்றை பட்ட இடத்தில் மட்டும் லேசாக வட்டமாக துவாரம் ஒளிர, வெளியே இருக்கும் இருட்டில், மற்ற பகுதிகள் கறுப்பாகத் தெரிந்தன. சம்பத்திற்கு மெல்ல மெல்லப் புரிந்தது.

பிரமிட் உயிர்த்தெழுந்து விட்டது.

ஜானகி முன்செல்ல ரவி அனந்த்தைத் தோளில் சுமந்தபடி பின்னே நடந்தான். வியந்தான். இத்தனை அருகில் இருந்திருக்கிறோம். எப்படித் தெரியாமல் போச்சு. சே...பாழாய்ப்போன புதிர்கள்...

சிறு மண்பாதையில் நடக்க சிரமப்பட்ட ரவிக்கு மூச்சு வாங்கியது.

அனந்த்தைக் கீழே இறக்கினான். ''நட, மவனே'' முன்னே சென்ற ரவி தரதரவென்று இழுக்க, தடுமாறி இருபுறச் சுவர்களையும் பிடித்துக்கொண்டு நடந்தான் அனந்த். பத்து நிமிடம் நடந்தபின்னர் ஜானகி நிற்க, பின்னே ரவி காண முடியாத, நம்ப முடியாததைக் கண்டு மயிர்க்கூச்செறிந்து நிற்பதையும், அந்த இருட்டிலும் உணர முடிந்தது, பின்னால் வந்த அனந்திற்கு.

மெல்ல அனந்த் முன்னேறினான். ரவியின் தோளில் கைவைத்தபோதும் அவன் அசையாது குத்திட்டு முன்னே நிலை குத்தி நிற்பதை உணர்ந்த அனந்த் முன்னே நோக்கினான். முன்னே இருந்ததைக் கண்டதும் நிலை மறந்தான்.

''ஓ.மை காட்'' அனந்த் முணுமுணுத்தான். நம்புதல் நம்பாமை என்ற எல்லைகளைக் கடந்து, நிலைகுத்திய பார்வையுடன், பிரமிப்புடன் அதனை நோக்கியபடியே வெகு நேரம் நின்றான்.

ஜானகி மெதுவே முன்னேறினாள். அவளை நோக்கியிருந்த பிரமிடின் முகத்திலிருந்து ரத்தச்சிவப்பில் ஒளிக்கீற்று சாய்வான கோணத்தில் வெளியேறியது. தொலைதூரத்தில் மின்னிய ஒரு தளத்தில் எதிரொளித்து மேலே ஒளிர்ந்து மறைந்தது.

''நீ சொன்ன அதே பாதைதான். ரெண்டு தூண்கள், அதில் துளைகள்..'' என்றாள் ஜானகி சுருக்கமாக.

ரவி சுதாரித்தான் ''இன்க்ரடிபிள். ஜானகி நீ ஒரு ஜீனியஸ். எப்படி இது இருக்கிறதக் கண்டுபிடிச்ச?'

''அதே புதிர்தான். நீ ஒரு பக்கம் போனே. நான் இன்னொரு பக்கம்...''

''கருஞ்சுழிச் சூத்திரம்-ங்கறது... எப்படி ஜானகி அதப் புரிஞ்சுகிட்ட?'' ரவி வியப்பின் உச்சியிலிருந்தான்.

''விடு. இப்ப இந்த பிரமிட் நிஜமானதான்னு பாரு. எனக்கு இது நிஜம்னு படுது. ஏன்னா, ரெண்டு பக்கமும் தூண்களுக்குப் பிரதிபலிக்கிற மாதிரி கிறிஸ்டல் பாறை இருக்கு. மேலே வானத்துக்கு ஒளி போகறதுக்கு தூண்ல ஓட்டை இருக்கு. அதுனால, இது அவங்க திட்டமிட்டுக் கட்டினதாகத்தான் இருக்கணும்''

''அப்போ அந்த பிரமிட்டும் எப்படி சரியான ஒளிப்பாதைல இருக்கு?'' ரவி சந்தேகித்தான்.

''இரண்டு தூண்கள் இருக்கு. அவற்றில் நாலு திசைகளிலும் துளைகள். நீ காட்டின ப்ரமிட், தூண்களுக்கு ஒரு கோணத்தில் இருந்தது. அதன் ப்ரதிபலிப்பு இதே தூண்களில்... சாய்வாக விழுந்திருக்கும்... ஒளி வேறு துளையில் நுழைந்து வானத்துல போகும், வரும். எப்படியானாலும் பாதை ஒண்ணுதான்... எதிரொளிக்க ஒரு கிறிஸ்டல் சரியான கோணத்துல தூணுக்கு அடியில இருக்கணும். அவ்வளவுதான். எத்தனை பிரமிட் வேணுமானாலும் இருக்கலாம்'' ஜானகியின் தெளிவான குரலில் அனந்த்கூட அசந்து போனான். இப்பெண்ணிற்கு எப்படி இதெல்லாம் தெரிந்தது? தோன்றுகிறது? இவள் பேசுவது சரிதானா?

ரவி அவள் சொன்னதை நம்பியதாக அவன் முகம் காட்டியது. ''ஓகே. ஒரு நிமிஷம்'' தனது லாப்டாப்பை உயிர்ப்பித்தான். கப்பலின் கரகரப்பு கேட்டது.

''நீங்க யாரும் நம்ப மாட்டீங்க.. நிஜமான பிரமிட் கிட்டநான் இப்ப நிக்கிறேன்''

''சிகப்பு ஒளி இப்ப...''

கப்பலில் மிக ஒல்லியான நெடுநெடுவென இருந்த ஒரு வெள்ளைக்காரன், தாடியைச் சொறிந்தபடியே கணினியில் சில பொத்தான்களைத் தட்டினான்.

இந்தியப் பெருங்கடலில், பனி மூடிய அக்காலைப் பொழுதில் கடலில் ஒரு மெல்லிய சிகப்புக்கற்றை ஊடுருவ, சில நொடிகளில் மற்றொரு கோணத்தில் ஒரு சிகப்பு ஒளிக்கற்றை கடலிலிருந்து வெளிப்பட்டது.

ரவி ஆவலுடன் பார்த்துக் கொண்டிருந்தான். சிகப்பு ஒளிக்கற்றை ஒன்று ஐராவதி நதிக்கரையில் ஒரு சிறு தூணின் மேல்பகுதி துவாரத்தின் வழியே நேராக உள் நுழைந்து, பாறையில் எதிரொளித்து, பிரமிடின் ஒன்றாம் முகத்தில் பட்டு அதனுள் நுழைந்தது.

சில நொடிகளில் பச்சைநிற ஒளி பிரமிடின் ஏழாம் முகத்திலிருந்து புறப்பட்டு, தேரடி மண்டபத்தின் அடியில் எதிரொளித்து மேலேறியது. ரவி துள்ளினான்.

''யெஸ்... யெஸ்... வி காட் இட்''

''நண்பர்களே, இது உண்மையான பிரமிட்தான். சிகப்பு ஒளி உள்ளே வந்ததும், தானாகவே ஆற்றல் கூடிய ஒளியை உமிழ்கிறது. இன்னும் சில நிமிடங்களில் எக்ஸ் ரே... குர்குட்ஸ்க்கை இயக்குங்கள். ஆயில் டேங்கர் இப்போ எரியணும்...''

அனந்த் உடைந்தான். எல்லாம் போச்சு. இன்னும் சில நிமிடங்களில் படு ஆற்றல் வாய்ந்த அலைகள் , ஏன் காமா அலைகள் கூட வெளிவரும். நாசத்தின் நாள் இது.

காஞ்சிபுரத்தினருகே இரு முதியவர்கள் அமைதியாக ரவி பேசுவதைக் கேட்டுக் கொண்டிருந்தனர். சடகோபன் பக்கத்திலிருந்த கணினியில் தட்டச்சு செய்யத் திரும்பினார். அருகிலிருந்த மற்றொரு முதியவர் மறுபுறம் திரும்பி ஒரு ஆப்பிளை எடுத்து மெல்லக் கடிக்கத் தொடங்கினார். சாரங்கனுக்கு டயாபடீஸ். அவ்வப்போது கொஞ்சம் கொஞ்சம் ஏதாவது சாப்பிட்டுக்கொண்டே இருக்க வேண்டும்.

சடகோபன் தட்டச்சு செய்ததில் திரை ஒளிர்ந்தது 'பிந்தியா, இது உனது நேரம்'

இரு நொடிகள் தாமதத்தின் பின்னர் பிந்தியாவின் பதில் வந்தது ''இந்நிமிடத்திற்காகத்தான் காத்திருந்தேன்...''

பெங்களூரில் யாரும் எழுந்திருக்கக்கூட நினைக்க முடியாத அந்த அதிகாலைப்பொழுதில், சோதனைச்சாலையில் மும்முரமாக ஆராய்ச்சியில் இருந்த பிந்தியா, மெல்ல எழுந்தார். தனது சுடிதாரின் பல்லூவைச் சரிசெய்துகொண்டு, தன் முன்னே பெரிதாக விரிந்திருந்த திரையின் அடியில் இருந்த கண்ட்ரோல் தளத்தின் முன்னே நின்றார். முகத்தில் விவரிக்க இயலாத பல எண்ணங்கள் ஓடிட, மெதுவாக, மிகக் கவனமாக சில கட்டளைகளைத் தட்டச்சு செய்தார். பச்சை நிறத்தில் ஒரு மூலையில் இருந்த ஒரு பொத்தானை இறுதியில் ஒரு நொடி தயக்கத்தின் பின் அழுத்தினார்.

பூமியிலிருந்து பல கிலோமீட்டர்கள் தொலைவில் சுற்றிக் கொண்டிருக்கும் பல செயற்கைக்கோள்களில் ஒன்றான குர்குட்ஸ்க், மெல்லத் தன் விலாவிலிருந்து ஒரு ராக்கெட்டை வெளியேற்றியது, பத்து டிகிரி கோணத்தில் விண்கல்லைத் தாக்கவேண்டிய அது கடைசி நொடியில் வந்த கட்டளையின்படி பத்து டிகிரி முப்பது மினிட்டுகள் என்னும் கோணத்தில் தாக்கியது. விண்கல் லேசாகத் திரும்பியது... முப்பது மினிட்கள் ரவி எதிர்பார்த்த கோணத்திற்கு அதிகமாகவே... பூமியில் மிக அருகில் இது ஒன்றும் பெரிய வேறுபாடு இல்லைதான். வானியல் துறையில் ஒரு மினிட் என்னும் கோண வேறுபாடு, இரு பொருட்களின் இடையே இருக்கும் தொலைவின் அளவில் பல்லாயிரக்கணக்கான கி.மீட்டர் வேறுபாட்டை ஏற்படுத்தும்.

உதாரணமாக இரு கப்பல்களில் ஒன்றைத் தாக்கும்படி ஏவும்போது, கோணம் மாறினால், அதிலிருந்து தொலைவில் சென்று கொண்டிருக்கும் மற்றொரு கப்பலை ஏவுகணை தாக்கிவிடும். ரவி ஏவிய கோணத்தில் முப்பது மினிட்கள் வேறுபாட்டை பிந்தியா ஏற்படுத்த, கீழே ஒளி பாய்ந்தது... வேறு இலக்கை நோக்கி.

ரவி உற்சாகத்தில் துள்ளத் துள்ள அனந்த்திற்கு உள்ளே வெறி மெல்ல மெல்ல ஏறத் தொடங்கியது.. கால்வலி ஏனோ சற்றுக் குறைந்தது போலிருந்தது அவனுக்கு. தொடையில் காயத்தின் வீக்கமும் சிறிது வற்றியிருப்பதாகப்பட்டது. மண்பாதையின் இருபுறமும் இருக்கும் சுவர்களில் கைவைத்து ஊன்றி மெல்ல எழுந்தான். ரவி முன்புறமாக ஒளி பாய்வதைக் கவனிப்பதில் மும்முரமாக இருக்க, அனந்த் மெல்ல மெல்லப் பின்னே நோக்கினான். இருபது அடி தொலைவில் ஒரு செங்கல் கட்டி பெயர்ந்து கிடப்பதைக் கவனித்தான். இதை வைத்துத் தாக்கினால்?....

அனந்த் திரும்பி ஓடினான். கால் விண்விண்ணெனத் தெறித்தது. வலி குறைந்து வருவதுபோல அவனுக்குத் தோன்றியது. இது பிரமையோ? வெறித்தனமான உணர்வுகள் ஆக்கிரமிக்கும்போது உடல்வலி தெரியாது என்பதுபோல... இதுவும் அந்த வகையாயிருக்குமோ?. கண்கள் இருட்டில் மெல்லப் பழகியிருந்தன. காலுக்கடியில் மண் தரை வழுக்கியது. குளத்தின் ஈரப்பதத்தில்

பாசியின் நெடி மூக்கைத் துளைத்தது. அனந்த் யோசிக்காமல் ஓடினான்.

காற்றில் தீப்பற்றி எரிவது போல, கடலின் மேல் ஒளிப்பிழம்பு தோன்றியது. கருகிய நெடி அடிக்க, ஜிங்லி 1 போர்க்கப்பலின் மேல்தளத்தில் இருந்தவர்கள், நெருப்புப் பந்து ஒன்று பாய்ந்து வருவதை வியப்புடன் பார்த்துக்கொண்டு நின்றனர்... அல் ஹரிஃபாவின் மேல்தளத்திலோ பீதி நிலவியது. ஒடிசியின் மேல்தளத்தில் இருந்தவர்கள் ஆவலுடன் அதனை எதிர்நோக்கியிருந்தனர். இன்னும் இரண்டு நிமிடங்களில் எண்ணெய்க் கப்பல் வெடிக்கும். தீப்பிழம்பின் பாதையைக் கவனித்துக்கொண்டே வந்தவர்களின் முகம் மெல்ல மெல்ல மாறியது. குழப்பம் ஓடியது.

''ஏன் பாதை மாறியிருக்கிறது? ரவி என்ன கோணத்தில் எதிரொளிக்க வைத்தான்?'' தளத்திலிருந்து அவசரமாகக் கீழிறங்க ஏணிப்படிக்கு ஓடியவர்களில் கொரியர்கள் போலிருந்த இருவர் தங்களுக்குள் பேசிக்கொண்டே வருகையில், கீழிருந்து மேல் தளத்திற்கு ஏறி வந்த ஒருவன் ஏணியின் மேல் பகுதியை அடைத்து நின்றான். அவன் முகம் வெளிறியிருந்த்து.

''ஒளிக்கற்றைதாக்கப்போவது...''கிழக்குப்பக்கம் கடலில் கையைக் காட்டினான். ''அடிப்பகுதி பிரமிட்டின் தலையில்''

சிலர் அமைதியாயினர். தங்கள் கப்பலைத் தாக்கவில்லை. ரவியின் கோண அளவுகள் மாறியிருக்கலாம். இன்னும் ஒரு நிமிடத்தில் சரிசெய்து விடலாம்.

''சரி. கீழே கன்ட்ரோல் ரூமில் போய், குர்குட்ஸ் - உடன் தொடர்புகொள். கோணத்தை மாற்று'' சொல்லி முடிக்குமுன், ஒடிசி திடீரென அதிர்ந்தது. அதிர்ந்தவர்கள் சுதாரிக்குமுன், மீண்டும் அதிர்ந்தது.

''என்ன நடக்கிறது?'' அக்கொரியர்கள் புரிந்துகொள்ளுமுன்னே, ஒன்றை உணர்ந்தனர் அனைவரும்..வெப்பம்... கப்பல் தீப்பற்றி எரியும் வெப்பம்... ரப்பர், பிளாஸ்டிக் பொருட்கள் கருகும் வாடை நாசியில் ஏறும்போது, மற்றொரு பெரும் அதிர்வு. கப்பல் கடலில் மெல்ல இடது புறம் புரண்டது. சாய்ந்து, செங்குத்தாக எழ முயன்று,

மெல்ல முழுகத் தொடங்கியது. ஹெலிகாப்டர் சறுக்கி, கனமான இரும்புக்கம்பி, தடைகளை உடைத்துக்கொண்டு கடலில் அமிழ்ந்தது. நீர்மூழ்கிக் கூண்டு சங்கிலியில் செங்குத்தாகத் தொங்கி, கப்பலின் நடுப்பகுதி அமிழும்போது மெல்ல மெல்ல முதலில் மிதந்து பின் அமிழ்ந்தது.

இந்தியக் கடல் எல்லைக்குள் இருந்த இரு போர்க் கப்பல்கள் திடீரென சுறுசுறுப்பாகச் செயல்பட்டன. அவற்றில் ஒன்று ஐ.என்.எஸ் டெல்லி.

பதினைந்து நிமிடங்கள் கழிந்த பிறகு ஐ.என்.எஸ் டெல்லியின் தளத்திலிருந்து கிளம்பிய இரு சீக்கிங் ரக கடற்படை ஹெலிகாப்டர்கள், கப்பல் முழுகிய இடத்தில் தீவிரமாகத் தேடின. மேலே மிதந்த உடல்கள், உடமைகள் ஹெலிகாப்டர்களால் பெரும் வலைகளை வைத்து பொறுக்கியெடுக்கப்பட்டன.

''இந்திய எல்லைக்குள் அத்துமீறி நுழைந்தது மட்டுமன்றி, கேட்கப்பட்ட கேள்விகளுக்கு சரியான பதில் எதுவும் தராமல் இருந்த ஒடிசியில் டார்பீடோக்கள் இருந்ததற்கான ஆதாரங்கள் இந்தியக் கடற்படையிடம் இருக்கிறது. விளக்கம் கேட்டும், எச்சரிக்கை அனுப்பியும் பதில் வரவில்லை, திடீரெனப் பெரும் வெடிப்பு ஏற்படக் காரணம் தெரியவில்லை. உடல்கள் கொச்சி அரசு மருத்துவமனை மார்ச்சுவரியில் வைக்கப்பட்டுள்ளன'' என இந்தியத் தரப்பில் விளக்கம் தரப்பட்டது.

ரவி வினோதமான சப்தம் கேட்டு சுதாரித்தான். ஏதோ விபரீதம் கப்பலில். ஏன் இத்தனை குழப்பம் கப்பலின் மேல்தளத்தில்? ஓர் உள்ளுணர்வில் திரும்பிப் பார்த்தவன் மிக அருகில் அனந்த் தாக்குவதற்குத் தயாராக இருப்பது கண்டு சட்டென முன்னே பாய்ந்தான். அனந்த் தடுமாறினான். ரவியின் வலதுகால் அவன் வயிற்றில் பாய்ந்தது. சுருண்டு விழப்போனவன் பின்னந்தலையில் அடி விழுந்தது. நிலை குலைந்த அனந்த்தை ரவி இழுத்துக்கொண்டு முன்னே விரைந்தான்... ஜானகி விறைத்தாள். அவள் கண்கள் பயத்தில் விரிந்தன.

அனந்த் கால்கள் உதைக்க, மூச்சுவிட முயற்சித்தான். முன்னே அவன் முகத்திற்கு வெகு அருகே கறுப்பாகத் தண்ணீர் தெரிந்தது.

ரவியிடமிருந்து தப்பிக்க ஒரே வழி.

முழு பலத்தையும் திரட்டி, கால்களால் தரையை உதைத்தான். ரவி முன்னே தள்ளாடி விழ, அனந்த் கல் தரையில் மூக்கு இடிக்க நீர்ப்பரப்பின் விளிம்பில் விழுந்தான். மூக்கு உடைந்து சூடாய் ரத்தம் கசிந்தது. அனந்தின் உணர்வுகள் மங்கின. அது என்ன மங்கின ஒளி? எங்கோ சிவப்பாக ஒளிரும் குகையில் நான் எங்கே மிதக்கிறேன்?

சுரீரெனத் தொடையில் வலி எழ, நனவுக்கு வந்தான். சித்திரவதையிலிருந்து தப்ப ஒரே வழி...

சாவு.

கால்களால் காற்றில் கண்டபடி உதைக்க எத்தனித்தான். எங்கோ அவன் கால்கள் பட, சட்டென முன்னே தாவினான். ரவியிடமிருந்து ஒரு முனகல் வெளிப்பட்டது. கைப்பிடி தளர்ந்தது.

அனந்த் குளுமையை உணர்ந்தான். ஈரப்பதம் அவன் மேல் படர, மங்கலாக முன்னே வெளிர் மஞ்சள் நிறத்தில் பிரமிடின் ஒரு முகத்தின் எல்லை தெரிந்தது. அதனை நோக்கி நீந்தினான். மெல்ல அவன் மூக்குத் துவாரங்கள் விரிந்தன. பச்சைப்பாசி படர்ந்த நீர் அவன் நுரையீரலில் செல்லத் தொடங்கியது. குளிரில் கால்கள் விறைக்க, தொடையில் சதை கிழிந்து மேலும் எரிந்தது. மிதக்க முடியாமல் கால்கள் நீரில் முழுக, இடுப்புப் பகுதியும் மெல்ல மெல்ல முழுகத் தொடங்கியது. கண்டபடி கைகளை அசைத்து மிதக்க எத்தனித்தவனின் சக்தி மெல்ல மெல்லக் குறைய, கால்கள் தரை நோக்கித் தாழ, மூச்சுக்குழல் நீரால் நிரம்பி, மெல்ல நேரே, நீரில் அமிழலானான். அவன் உடல் கொஞ்சம் கொஞ்சமாக நீருள் மறைந்தது.

"யாரும் என்னை நிறுத்த முடியாது. ஜானகி, இப்ப பிரமிட் தானா இயங்கும். அழிவு நிச்சயம்" ரவியின் கொக்கரிப்புக்கு ஏற்றாற்போல மெல்லமெல்ல பிரமிடின் வலது முகம் ஒளிர்வில் அதிகரித்துக் கொண்டே வர, ஜானகி உறைந்தாள். இப்போது பிரமிட் கக்கும் ஒளிக்கற்றை வலப்பக்கத் தூணின் ப்ரிஸத்தில் எதிரொளித்து மேலேறினால்?...

நதிக்கரையின் திசையிலிருந்த நீர்ப்பரப்பின் மேலே நிழலாக இரு பெரும் உருவங்கள் தோன்றின. ஐராவதி நதியிலிருந்து நீண்ட

அந்நீர்ப்பரப்பில் வேகமாக வந்த அவை, பிரமிட் இருக்கும் கல்தளத்தில் நீந்தி, வேகம் குறைத்து மெதுவே பிரமிடைச் சுற்றி வந்தன. ஜானகி வியப்பில் பார்த்துக் கொண்டிருக்கும்போதே, இரு ராட்சத மீன்கள் பிரமிடை மெல்ல நகர்த்தின. ஒன்று அடியிலும் மற்றொன்று கூரான மேல் பகுதியிலுமாக...

முக்கோண வடிவக் குரூர முகத்தோடு ஒன்று, கழுத்துக்குச் சற்று கீழே செதிள்களுக்குப் பதிலாக முதலைகள் போல சிறு கால்களைக் கொண்டிருந்தது. அச்செதிள் கால்களால் பிரமிட்டின் தலையைப் பிடித்தபடி, ' ஆ' வெனத் திறந்திருந்த வாயால் பிரமிட்டை முட்டித் தள்ளியது.

பிரமிட்டின் மறுபுறம், அடிப்பகுதியில் இருந்த மற்ற ராட்சத மீன், கறுப்பான உடலும், வெள்ளையான வயிறும் கொண்டிருந்தது. தட்டையாக அகலமாக விரிந்திருந்த தலையில் மிகப் பெரிய கண்கள் மேலும் விரிய, தலையால் பிரமிட்டின் அடிப்பகுதியைத் தள்ளியபடியே, வாலால் நீரை விளாசியது. கலங்கிய ஐராவதி நீர் மேலும் கலங்க, மிக மங்கலான ஒளிர்ந்த ஒளியின் வெளிச்சத்தில், பிரமிட் அசைந்து பின்புறம் மெல்லச் சரிவதை, உறைந்து போய் நின்றிருந்த ஜானகி கண்டாள்.

ரவி திகைத்தான். என்ன நடக்கிறது என்பது அவனுக்கு மெல்ல மெல்லப் புரியத் தொடங்கியது. ''நோ'' என அலறியவன் குரல் அடங்குமுன்னரே, பிரமிட் மேலும் அசைந்தது. இரு மீன்களும் தள்ளியதில் மிக மெல்ல பின்புறம் சாய்ந்தது. ஒளிக்கற்றை வெளிவரும்போது பிரமிட் அடிப்பகுதி, வெள்ளையாய் ஸ்படிகம் போலத் தெரிய, பின்புறம் முழுதும் சரிந்தது. பீடத்தின் பின்புறச் சரிவில் இருந்த சிறிய படிக்கட்டுகளில் தட்டித் தட்டி குளத்தின் ஆழத்தில் மறைந்தது. வெள்ளையாய் ஓர் சன்னமான ஒளிக்கற்றை அதன் அடிப்பகுதியில் கணநேரம் ஒளிர்ந்து மறைந்தது. பின் புராதன இருள் குளத்தில் கவிந்தது.

ரவியின் மிக அருகே வந்த ராட்சத மீன் ஒன்று தயங்கி நீரில் நிற்க, ரவியின் கண்கள் ரத்தச் சிவப்பாயின. கத்தியை எடுத்தபடி அதனருகில் நீரில் பாய்ந்தவன், பின்னாலிருந்து வந்த மற்ற மீனைக் கவனிக்க மறந்துபோனான். ரவியின் விலாவைக் கவ்வியபடி அது

ஆழத்தில் மறைந்தது. அவன் திமிறுவது சில நொடிகளுக்குத் தரையில் குத்திட்டு அமர்ந்திருந்த ஜானகிக்குத் தெரிந்தது. அனைத்தும் அதன்பின் அடங்கியது.

திடீரென தண்ணீரின் மேல்பரப்பில் பெரும் சலனம் தோன்ற, ஒரு உடல் தூக்கித் தரையில் எறியப்பட்டது. மிக விகாரமான ஒரு மீன் தலை தண்ணீரிலிருந்து ஒரு அடிக்கு மேல் எழும்பிப் பின் நீரில் மறைய, நீர் வளையங்கள் அலையலையாய் நீர்த்தடுப்புச் சுவரில் மோதித் தெறித்து அடங்க, அதன்பின் படு நிசப்தம் நிலவியது.

ஜானகி, அவசரமாய், குப்புறக் கிடந்த உடலின் கால்களைப் பிடித்து இழுத்துப் புரட்டினாள். குளத்திலிருந்து எறியப்பட்ட அனந்த்தின் உடல் அசைவற்றுக் கிடந்தது. பெருங்குரலில் அலறியபடி ஜானகி வெளியே ஓடத் தொடங்கினாள்....

''ஸீ பெட் லாகிங் (Sea Bed Logging) சமாச்சாரம்'' சாரங்கன் அமைதியாக ஆப்பிளைக் கடித்தபடி கடற்படை அதிகாரிகளுக்கு விளக்கிக் கொண்டிருக்க அவருக்கு அருகே சடகோபன் சில போலீஸ் அதிகாரிகளிடம் ஒடிசி ஆபரேஷன் முடிவு கட்டங்களைக் குறித்து ஆலோசித்துக் கொண்டிருந்தார்.

''இப்பவெல்லாம் கடல்ல எண்ணெய் அல்லது எரிவாயு இருப்பதைக் கண்டுபிடிக்க ஸீ பெட் லாகிங் உபயோகிக்கறாங்க. ஒரு மின் அலை, அல்லது மின்காந்த அலை கடற்படுகையில் பாய்ச்சுவாங்க. மத்த பகுதிகளைவிட எண்ணெயோ எரிவாயுவோ இருக்கும் பாறைல அதுக்கு மின்எதிர்ப்பு கூடுதலா இருக்கும். திரும்பி வருகிற மின் அலை இல்லன்னா மின்காந்த அலைகளை மேப் பண்ணி அங்க ஆயில் இருக்கா இல்லையான்னு சொல்லலாம்.'' சாரங்கன் 'கறக் கறக்' என ஆப்பிளைக் கடித்தது, கடற்படை சீனியர் அதிகாரிக்கு எரிச்சலாக வந்தது.

''டாக்டர் சாரங்கன். ப்ளீஸ் கம் டூ த பாயிண்ட். ஸீ பெட் லாகிங் பத்திப் படிக்க நாங்க வரல''

''ஆங். அதே மாதிரி, விண்கல்லுல இருந்து எதிரொளிக்கிற ஒளியின் கோணத்தைச் சிறிது மாற்றினோம். தாங்க்ஸ் டூ டாக்டர் பிந்தியா. அதுனால ஆயில் டேங்கர்ல படவேண்டிய ஒளி, நேரா

பிரமிடோட மேல்தளத்துல பட்டுத் தெறிச்சது. அப்படித் தெறிச்ச ஒளிக்கற்றை ஒடிசியோட அடிப்பகுதியில அடிக்கற மாதிரி பிந்தியா, குர்குட்ஸ்-ல இருந்து கிளம்பின ராக்கெட்டின் கோணத்தை மாத்தியிருந்தாங்க. முப்பது மினிட்தான் ரவியோட கோண அளவுக்கும் பிந்தியாவோட கோணஅளவுக்கும் வித்தியாசம்... வாழ்வுக்கும் சாவுக்கும் உள்ள வேறுபாடு.. வெறும் முப்பது மினிட்... கோண அளவு. ஒரு டிகிரி அளவில பாதி...'' சாரங்கன் நிறுத்தினார்.

இந்திய சதர்ன் நேவல் கமாண்ட்டின் வைஸ் அட்மிரல் எழுந்தார். ''நன்றி. சாரங்கன். இதுக்காக கொச்சி, அரக்கோணத்தில ஐ.என்.எஸ் ராஜாளி எல்லாத்தையும் தயார் நிலையில ரெண்டு நாள் வச்சுருந்தோம். இனிமே உள்ள வேலையெல்லாம்...''

''போலீஸ் பாத்துக்கும்'' சாரங்கன் அவரைப் பார்க்காமலேயே குனிந்தபடியே பேசினார். ராணுவத்தோடு பேசுவதை அவர் பொதுவாக விரும்புவதில்லை. 1962ல நான் எவ்வளவோ சொல்லியும் கேக்காதவங்ககிட்ட இப்ப என்ன பேச்சு வேண்டி கிடக்குது?

கடற்படை அதிகாரிகள் எழுந்து வெளியேறினர்.

ஜிங் லி1 பதட்டமடைந்தது. எப்படி அந்த ஆராய்ச்சிக் கப்பல் அமிழ்ந்தது? ஏதோ தீப்பிடித்து எரிந்தது போல இருந்தது? ஒரு வேளை இந்திய எல்லைக்குள்ளே அத்துமீறி ஏதேனும் உளவு வேலை செய்திருக்குமோ?

ப்யாங்யாங்கின் மத்தியப் பகுதியில் அந்த அரசு அலுவலகத்தின் மூன்றாம் மாடியில் நால்வர் ஒரு மேசையைச் சுற்றி அமர்ந்திருந்தனர். சிகரெட் புகைந்து கொண்டிருக்க, அடர்த்தியான புருவத்துடன் இருந்தவர் எழுந்தார்.

''ஜிங் லி1க்கு என்ன ஆர்டர் கொடுப்பது?''

''பதட்ட நிலயைக் குறையுங்கள். தயார் நிலையையும் 5ல் இருந்து 2 ஆகக் குறைக்கச் சொல்லுங்கள்''

அடர்புருவ மனிதர் எச்சில் விழுங்கினார். இதன் விளைவுகள் அவருக்குத் தெரியும்... போரிலிருந்து நாம் பின்வாங்குகிறோம்.

மெதுவாக எழுந்து , குளிருக்கான அடக்கமான கோட்டை அணிந்து கொண்டு ஒன்றும் பேசாமல் வாசலுக்கு மெதுவாக நடந்தார். வாசலில் காவலுக்கு நின்ற ராணுவ வீரன் விறைப்பாக சல்யூட் அடித்தான். அவன் கண்களில் ஆச்சரியமும் வியப்பும் கலந்திருந்தன. வட கொரிய கப்பற்படையின் தலைவரை அதுவரை அவன் போட்டோவில் மட்டுமே கண்டிருக்கிறான். ஆனால் போட்டோவில் அவர் முகம் வீரத்தில் ஜொலித்திருந்தது.

உள்ளிருந்த மற்ற மூவரில் ஒருவர் நீண்ட மவுனத்தின் பின் பேசினார். ''இனி இதுபோன்ற ப்ராஜெக்ட்களில் அரசு பணம் முடக்குவதாக இல்லை''

'' இன்னுமொரு வாய்ப்பு இருக்கிறது''

பேசிய மற்றொருவர் தன் கையில் இருந்த கோப்புகளை மேசையின் மேல் வைத்தார்.

நெருங்கிய அமெரிக்கக் கடற்படைக் கப்பலில் இருந்து அல் ஹரிஃபாவில் ஒரு ஹெலிகாப்டர் இறங்கியது. குனிந்து வெளியே விரைந்து வந்தவர்களைக் கண்டதும் காப்டன் ஹாரி பால்மர் நிம்மதிப் பெருமூச்சு விட்டார். இனிமே பயமில்லை.

கப்பலின் என்ஜின் அறையின் கீழே ஒரு பச்சை மானிட்டரில் ஓடிக்கொண்டிருந்த மென்பொருள் வரிகளை, ஹெலிகாப்டரில் வந்திறங்கிய ஒருவன் வியந்துபோய்ப் பார்த்துக் கொண்டிருந்தான்.

''எப்படி இந்த ப்ரோக்ராம் அப்லோட் ஆச்சு?''

'தெரியலை'

''நாங்க என்ஜின் சோதனை செய்யும்போது என்னவெல்லாம் மோசமான சூழ்நிலைகள் உருவாகும்னு சிமுலேஷன் செய்வோம். அப்படி செயற்கையான மோசமான சூழ்நிலை உருவாக்க நாங்க தயாரிச்ச மென்பொருள் இது. அதெப்படி இங்க வந்தது?''

பால்மர் யோசித்தார். ஸோ, இது சதி... தானாக என்ஜின் ரிப்பேராகவில்லை.

'எப்போ என்ஜின்ல ப்ரோக்ராம் கடைசியா டெஸ்ட் பண்ணினீங்க?'

''ஒருவருஷம் முன்னால... ரஷ்யால ஒடெஸ்ஸா துறைமுகத்துல''

பால்மர் இரண்டாவது நிலை அதிகாரியை அழைத்தார்.

''ஒடெஸ்ஸால நம்ம கப்பல்ல இருந்தவங்க, அங்க ஏறினவங்க, இப்ப இருக்கிறவங்களோட லிஸ்ட் வேணும். யாருக்கும் தெரியக் கூடாது. ரகசியமாச் செய்''

கப்பலின் என்ஜின்கள் ஒன்றன்பின் ஒன்றாக உயிர் பெற்றன. கவனிப்பு நிலையில் ஒருநாள் வைக்கப்பட்டு, ஒவ்வொன்றாக ஓட்டத்தில் சேர்க்கப்பட்டது.

பட்டியல் கை வந்தும் யாரையும் பால்மரால் சந்தேகிக்க முடியவில்லை. அல் ஹரீஃபா தனது பாதைக்குத் திரும்பியது.

ஜிங்லி 1 வேகத்தைக் கூட்டி, சானலைக் கடந்து இந்தியப் பெருங்கடலில் ரஷ்யக் கப்பல்களுடன் போர்ப்பயிற்சியில் இணைந்தது.

அதன்பின் 18 மணி நேரத்தில் சானலைக் கடந்த அல் ஹரிஃபா சிங்கப்பூர் நோக்கி பயணத்தைத் தொடர்ந்தது. மூன்று ரஷ்யப் போர்க்கப்பல்கள் வரிசையாக அதனைக் கண்காணித்துக் கொண்டிருக்க, அல் ஹரிஃபாவின் மேல்தளத்தில் நின்று பால்மர் அவற்றை ரசித்துக் கொண்டிருந்தார். போர்க்கப்பல்களுக்கென ஒரு தனி அழகு இருக்கிறது.

சிங்கப்பூர் சென்றடைந்ததும் மறுநாள் ஜானுக்கு இந்தக் கதையைச் சொல்லவேண்டும்.

ஒடிசியை இழந்த கப்பல் கம்பெனி காப்பீட்டுத் தொகை கேட்க ஆயத்தமானது.

பத்திரிகைகள் நல்ல தீனி கிடைத்ததில் சுறுசுறுப்பாயின. இன்னும் கொஞ்சநாள் பரபரப்பாக ஒடிசி பேசப்படும். பிறகு யாராவது புத்தகம் எழுதுவார்கள்.

''ஒடிசி. தி ரியல் ஸ்டோரி''

'' ஒடிசி முழுகக் காரணம் யார்? வேற்று கிரகவாசிகளா? இந்தியக் கடற்படையா?''

‘‘ஆராய்ச்சிக் கப்பல்ல டார்பீடோ எதுக்கு?’’

அனந்த்திற்கு தலை கனத்தது. எங்கே இருக்கேன்? ஐராவதிக்கு அடியிலேயா? அங்க எப்படி மூக்குல குழாய் போகும்? மங்கலாக உருவங்கள் தெரியத் தொடங்கின..

விழித்தபோது சடகோபன் அருகில் நின்றிருந்தார். சம்பத், ரெ நெகின் இருவரும் சிறிது நேரத்தில் வந்தனர். எங்கே ஜானகி? இது எந்த இடம்?

சடகோபன் அவன் அருகே நாற்காலியில் அமர்ந்தார். மெல்ல அவன் கையைப் பற்றினார்.

‘‘இது மண்டலை ஆர்மி ஆஸ்பிடல்... எந்திரிக்காதே... இன்னும் ரெண்டு நாள்... அப்புறம் பேசலாம். பெரிய கதை...’’

அவன் கண்கள் யாரையோ தேடுவது போலத் தோன்றியது. சடகோபன் அனைவரையும் வெளியே போகும்படி சைகை காட்டினார். அனைவரும் வெளியேறியபின், மவுனமாக எழுந்து தானும் வெளியேறினார். இரு நிமிடங்களில் ஜானகி உள்ளே நுழைந்தாள். அனந்த்திற்கு ஏனோ அழத் தோன்றியது. அவன் அழு முன்னே, இருட்டிக்கொண்டு வர, மீண்டும் கண்களை மூடினான். உணர்வு தப்புமுன், ஏதோ மெல்லிய மயிலிறகு ஒன்று அவன் நெற்றியை வருடியது போலிருந்தது அவனுக்கு.

‘‘ஆத்தங்கரையிலதான் உங்கிட்ட இதுபத்திப் பேசணும்னு இருக்கு போல’’ என்றாள் ஜானகி.

இருவரும் ஐராவதி நதிக்கரையில் ஒரு பெஞ்சில் அமர்ந்திருந்தனர். சற்றுத் தொலைவில் மண்டலைப் படகுத்துறையின் சப்தம் மெல்லியதாகக் கேட்டுக் கொண்டிருந்தது. புழுக்கமான அந்த மாலையில், ஈரம் தோய்ந்த ஐராவதிக் காற்று அனந்த்திற்கு மெல்லக் குளிரூட்டுவதாக இருந்தது. அவன் மெல்ல நடுங்கினான்.

சால்வையை அவன் தோளில் விரித்துப் போர்த்தியவாறே ஜானகி பேசினாள் ‘‘ஆண்ட்டிபயாட்டிக்... ஹெவி டோஸ். கொஞ்சம் வீக்னஸ் இருக்கும்’’

‘‘எது பத்திப் பேசணும் ஜானகி?’’

அவள் ஆழ அவன் விழிகளை நோக்கினாள். ''ரொம்ப வருஷம் முந்தி தாமிரபரணி ஆத்தங்கரையில நான் தெளிவாப் பேசியிருந்தேன்னா, இன்னிக்கு நாம இப்படி இருக்க வேண்டிய அவசியமிருந்திருக்காது. ஐராவதிக் காத்து, என் அனுபவங்கள் அன்னிக்கு இருந்த தயக்கம், பயம் வெக்கத்தையெல்லாம் குறைச்சிருச்சு''

நதியை நோக்கிப் பார்த்தவாறே மெதுவாகப் பேசத் தொடங்கினாள்.

''வாழ்க்கை வெறும் சாய்ஸ் அனந்த். சில சாய்ஸ் நம்மீது திணிக்கப் படுகின்றன. அப்படி ஒன்றுதான் எனக்கு நீ கிடைக்கமாட்டாய் என்ற விதி. இத்தனை வருடங்கள் கழித்து உன்னைப் பார்த்த பின்னும் ஏதோ ஒரு தயக்கம் என்னுள். இது எனது குற்ற உணர்வா எனத் தெரியவில்லை.''

''எனது திருமண வாழ்க்கை என்பது நான் மறக்க நினைக்கும் ஒரு விபத்து''

''மல்லிகைப் பூவை நான் ஏன் இப்படிப் பைத்தியமாக தலையில வைச்சுக்கிறேன்னு நீ எரிச்சல் பட்டது எனக்குப் புரியுது. ரெண்டு வருஷம் முன்னால..'' ஜானகி மிடறு விழுங்கினாள். குரலின் தழுதழுப்பை அடக்க சிரமப்பட்டாள்.

''விவாகரத்துக்குப் பிறகு, மகளைப் பார்க்கறதுக்கு விசிட்டிங் உரிமை தீபக்குக்கு இருந்துச்சு. ஒரு விசிட்டிங்.. தீபாவளி நேரம்.. நான் டென்வர்ல கான்ஃபரன்ஸுக்குப் போக வேண்டியிருந்துச்சு. சிகாகோ இந்தியக் கலாச்சார ப்ரோக்ராமுக்கு, என் மகள் தலை நிறைய மல்லிகைப்பூவும், தழையத்தழையப் பட்டுப்பாவாடையுமா போணும்னு அழுதா. ''ப்ரோக்ராமுக்கு நான் கொண்டு விடறேன்னு'' சொன்ன தீபக், குடிச்சுட்டு கார் ஓட்டினதுல, ஆக்ஸிட்டெண்ட் ஆயி, அன்னிக்கு கண்ண மூடினவ, இன்னும் எழுந்திருக்கல. கோமால இருக்கா. நான் ஆஸ்பத்திரியில் அவளைப் பார்க்கும்போது 'குப்' பென்று மல்லிகை மணம்... அதுதான் அவள் இந்த உலகில் கடைசியாக அனுபவித்த உணர்வு... நான் இருந்திருந்தா அவளுக்கு இப்படி வந்திருக்காதோன்னு எனக்குள்ள ஒரு அலமாப்பு. குற்ற உணர்வுன்னு வச்சுக்கியேன். அதான், அவ ஞாபகமா, அவகூட

எப்பவும் இருக்கிற நினைப்புல இந்தப் பூ வாசனை எப்பவும் என்கூட.

ரெண்டு வருடமாக அவளைப் பிரிஞ்சு நான் இருந்ததேயில்ல அனந்த். இந்த சில நாட்கள் சற்று விசேஷமானது - ஒரே காரணம் - நீ. உனக்கு ஆபத்துன்னதும் என்னுள் ஏதோ ஒரு வேகம்... என்ன செய்றேன்னே தெரியாம செஞ்சிருக்கேன். கிழிஞ்ச நாராக் கிடக்கிற உனக்கு ஆதரவாகப் பக்கத்துல இருக்கத் தோணினாலும், அதே ஆஸ்பிடல் வாடை, என்னைப் பிடுங்குது. நீ கண் முழிச்சதும் இது பத்தி உங்கிட்ட நேர்ல பேசலாம்னு இருந்தேன். மகள் ஒரு பக்கம்... என் உணர்வுகள் ஒரு பக்கம்... ஒரு குற்ற உணர்வு... எங்கே அவள விட்டுவிட்டேனோன்னு...

தற்காலிகமாக இதற்கு ஒரேயொரு விடை... உங்கிட்ட இத அப்புறம் கூடப் பேசிக்கலாம். நீ என்னைப் புரிஞ்சுக்குவேன்னு ஒரு நம்பிக்கை. ஆனா, புரிவது என்பதே என்னவெனத் தெரியாத என் மகள்... அவளுக்கு என் துணை மிக முக்கியம்.. .அதனால...''

''அதனால?'' அனந்த் மெல்ல அவள் புறம் திரும்பினான்.

''அதனால, நாம இப்பப் பிரிஞ்சிருப்போம். நான் கோயமுத்தூர் போறேன். நீ உன் ஆராய்ச்சியில தொடர்ந்துட்டு, என்னிக்கு நானும், நீயும், என் அப்பாவும் விவேகமா சிந்திச்சு பேச முடியுமோ அப்ப நீ என்னைத் தொடர்பு கொண்டாப் போறும்.

காலம் சில புண்களை ஆற்றும். சில நேரம் கிளறிக் கிளறி, வடுவாக ஆறிய புண்களையும் ரணகளமாக்கிப் பெரிதாக்கும். எது நடக்கும்னு தெரியாது. ஏன்னா, இதுவும் வெறும் சாய்ஸ்... அவ்வளவுதான்.

உனக்கு மறுவாழ்வில் நம்பிகை இருந்தா, கோமாவில் இருக்கும் ஒரு குழந்தை பாரமாகத் தெரியாமல் இருந்தா, மல்லிகை மணத்தால் தலைவலி வராமல் இருக்குமானா, என் கோபங்களைப் பொறுத்துக் கொள்ள முடியுமானா, அவமானப்படுத்திய ஒருவரை மன்னிக்க முடியுமானா, நிதானமாக யோசிச்சுட்டு எனக்கு கான்டாக்ட் பண்ணு'' ஜானகி ஒரு சிறு காகிதத்தை அவனிடம் நீட்டினாள்.

''இது என்னோட மின்னஞ்சல் முகவரி... அதன் கடவிச் சொல்லும் இதுல இருக்கு. தீபக்கோட எனது பழைய மின்னஞ்சல்களை நீ

தாராளமாகப் பார்க்கலாம். உனக்கு என் கடந்த வாழ்க்கை தெரியணும், அனந்த்''

''ஜானகி''

அனந்த் கண்களை மூடிக்கொண்டான். விழிகளின் ஓரம் ஈரம் கசிந்து வழிந்தது. மிகக் கவனமாக ஜானகி, தன் துப்பட்டாவின் நுனியால் அவன் கண்ணீரை ஒற்றியெடுத்தாள். அவன் மேற்கொண்டு ஒன்றும் பேசவில்லை. மெல்ல எழுந்து நடந்தனர். அவன் தோளை ஆதரவாக அணைத்தவாறே அவள் நடந்தபோது, அவனுக்குப் பழைய கிளுகிளுப்பு ஏற்படவில்லை. மிக அமைதியாக அவர்கள் மனங்கள் பல நினைவுகளால், உணர்வுகளால் ஆழங்களை நிரப்பியபடி, கனத்து மெல்ல நேரத்தில் ஊர்ந்தன... அந்த ஐராவதி போலவே.

அடுத்தநாள் காலை அனந்த் மெல்ல எழுந்து அமர்ந்தான். இடது தொடையில் பெரிய கட்டு இருந்தது. திரும்பும்போது வலித்தது. ஜானகி சடகோபனுடன் மந்திரக்யீ பகோடா சென்றிருந்தாள். லோக்கல் ஆர்க்கியாலஜி டிப்பார்ட்மெண்ட்டுடன் சேர்ந்து சுரங்கத்தையும், பகோடாவையும் ஆராயப் போயிருக்கும் இருவரும் திரும்பிவர இரு நாட்களாகும் எனக் காலையில் வந்த சம்பத் சொல்லியிருந்தான்.

அனந்த் நர்ஸை அழைத்தான். ''எனக்கு ஒரு லாப்டாப்பைக் கொண்டு வந்து தரமுடியுமா? இணையதள இணைப்பும் வேண்டும்''

அவள் ஒரு மாதிரியாகப் பார்த்தாள். ''டாக்டரிடம் கேட்க வேண்டும். மடியில் பாரம் வைத்துக்கொள்ள அனுமதியில்லை. புண் இன்னும் ஆற நாளாகும்''

ரெ நெகின் வந்தபோது அவரிடம் சொல்ல, ஒரு மணி நேரத்தில் பழைய டெல் 610 சி லாப்டாப் வந்தது. மிகமிகக் குறைவான வேகம் கொண்ட ஜி.பி.ஆர்.எஸ் இணைப்புடனான பிசிம்சிஐஏ கார்டு ஒன்று சொருகப்பட்டிருந்தது. மிக நிதானமாக இணையதள உலவி உயிர்பெற்றது. சில நிமிடங்களுக்குப் பின் அவன் தட்டச்சு செய்தான்.

''ஜானகி, இதுவே உனது இந்த மின்னஞ்சல் முகவரிக்கு நான் எழுதும் கடைசி வரிகள்.

புத்தம் புதியதாக ஒரு மின்னஞ்சல் முகவரியை ஏற்படுத்தி இருக்கிறேன். அதன் வரவேற்பு அஞ்சலைக்கூட அழித்து விட்டேன். பழையதாக ஒன்றுமேயில்லை இதில். எல்லாம் புதுசு. இந்த புதிய மின்னஞ்சல் இருவருக்கும் பொது. அதன் பெயரையும், கடவிச் சொல்லையும் கீழே கொடுத்திருக்கிறேன் ''

பி.கு: உனது பழைய மின்னஞ்சல் கணக்கை மூடிவிடு- நிரந்தரமாக. கடந்தகால பாரங்களில் அது அமிழ்ந்து போகட்டும், அந்த பிரமிடைப்போல

அனந்த்.

அனந்த் எழுந்து நடக்க நாலு நாட்களாயிருந்தன. மெல்ல விந்தி விந்தி நடப்பது அவ்வளவு கடினமாக இருக்கவில்லை அவனுக்கு... இரு நாட்கள் முன் ஸ்பெஷல் விமானத்தில் வந்திருந்த மூன்று ஆராய்ச்சியாளர்கள், வயல்வெளியில் ஒரு குடிசையைத் தேடிப் போனார்கள். ஜானகி மண்டலையிலிருந்து அந்த விமானம் மூலம் இம்பால் கிளம்பிப் போய்விட்டிருந்தாள். அங்கிருந்து கோயமுத்தூருக்கு...

'அஞ்சு வருஷம் முன்னால இந்தப் பகோடாவுக்கு வந்திருக்கேன்' சடகோபன் சொல்லிக்கொண்டே மந்தர க்யி பகோடாவின் மாதிரி உருப் பகோடாவைத் தாண்டி முன்னே போக, சம்பத், அனந்த், ரெநெகின் பின்னே வந்தனர். காற்று பலமாக அடித்ததில், ஐராவதியின் கரையில் அலைகள் சற்று வேகமாகவே அடித்து நீண்டன..

''அப்ப சுரங்க அறை மட்டும்தான் என்னால் கண்டுபிடிக்க முடிஞ்சது'' திரும்பி அனந்த்தைப் பார்த்தார்.

''1992 ல அம்பாசமுத்திரத்துக்கு நான் வந்ததே ஒரு கல்வெட்டைத் தேடித்தான்... அங்க மன்னார்கோவில் கிராமம் பக்கம் ஒரு பாறைக் குகையில கிடைச்ச ஒரு ப்ரம்மி எழுத்துக் குறள்... அதுதான் என்னை மயன்மார்ல பிரமிட்டைத் தேடத் தூண்டியது''

''முடித்தான் காமம் அருள் நிற்கத் தானெழுந்த

முடியாப் பெருங்கோயில் மனமே நினை''

முடியாப் பெருங்கோயில்னா கட்டி முடிக்கப்படாத பெரிய கோயில். இது பல திருத்தலங்களைக் குறிக்கலாம். ஆனா, முடித்தான் காமம் என்பது காமத்தை அழித்தவன் என்கிற பொருள்ல புத்தனைக் குறிக்கிறது. எந்தப் புத்த ஆலயம்னு தெரியலை. இந்தக்குறள் பிரமிட் பத்தியே பேசலை. ஆனா இது கிடைச்ச அப்புறம் நடந்த நிகழ்வுகள்...

''இந்தக் குறள் கிடைச்ச அடுத்தவாரம், அம்பாசமுத்திரத்துல உங்களோட பத்து நாள் பயிற்சி முகாம். ரவி அங்கே வந்தது அந்தக் குறள் புதிரைத் தேடித்தான்...''

அனந்த்தின் உடல் சில்லிட்டது.

''எப்படி இது சாத்தியம்? அவன்.. அப்ப ஒரு காலேஜ் ஸ்டூடண்ட்''

''நாகர்கோவில் காலேஜ்லேர்ந்து மாணவர்களை அனுப்ப முடியாதுன்னு வருத்தம் தெரிவிச்சு ஒரு கடிதம் வந்திருந்தது அவனுக்குத் தெரியாமப் போச்சு... அவன் சேர்ந்திருந்த மறைமுகமான குழு அவனுக்குக் கொடுத்த முதல் பணி அது''

''அவனுக்கு அப்ப மன்னார்கோவில் குறள் கிடைக்கல. எனக்குக் குறள் கிடைச்சப்போ நிஜமான புதிர்த் தொடர் கிடைக்கலை. பிரமிட் எல்லாரையும் பைத்தியமா சுத்த வைச்சிருச்சு. பல போலியான புதிர்களை வேண்டுமென்றே அங்கிங்கே அந்தக் காலத்துல புதைச்சு வச்சிருந்தாங்க.. பிரமிட் மத்தவங்க கைல போயிரக்கூடாதுன்னு... அஜாதசத்ரு புத்த சின்னங்களைப் புதைச்சு வச்சு, வேற இடத்துல ஸ்தூபி கட்டினமாதிரி...'' சடகோபன் சுரங்கத்தில் இறங்கினார்.

''தேவராஜ்'' சடகோபன் ஒரு நிமிடம் மவுனித்தார். ''எனது தவறு. முதலிலேயே சரி பார்த்திருக்கணும். நம்பிட்டேன். நாங்க அதிகம் சந்தித்துக் கொண்டதில்லை. என் சந்தேகம், மங்கையின் குரல்ல ரத்தோட லைன்ல வந்த கால்... அங்கதான் ஆரம்பிச்சுச்சு. ஏன்னா, அன்னிக்குத்தான் மங்கையை நாங்க அவுரங்கபாத்லேர்ந்து சென்னைக்குக் கொண்டு வந்துக்கிட்டிருந்தோம். லோனார்ல சம்பத் வீட்டைச் சிலர் கண்காணிக்கறாங்கன்னு போலீஸ் இன்ஃபார்மர்ஸ் சொல்லவும், மங்கையை, மயக்கமருந்து கொடுத்து, வீட்டுக்குப்

பின்வழியா, வயக்காட்டுல மாட்டு வண்டில கொண்டுபோயி லோனார் தாண்டினோம். ஹைவேஸ்ல எதிரி ஆளுங்க கண்காணிப்பாங்கன்னு சந்தேகம் எனக்கு இருந்துச்சு.

அந்தப் பூரி போன்காலுக்கு அப்புறம்தான், நம்ம டீம்லதான் யாரோ ஊடுருவியிருக்காங்கன்னு தோணிச்சு. நீங்க எல்லாரும் பேசறதப் பதிவு பண்ணினேன். உங்க எல்லாரையும் கூவ வைச்சு ஹை பிட்ச் வாய்ஸ் சாம்பிள் எடுத்தப்புறம் வாய்ஸ் அனலிஸிஸ் பண்ண அனுப்பிச்சேன்''

''இப்ப தேவராஜ் எங்க?''

''ஐ.பி-யோட கஸ்ட்டில , ஒரு இந்தியச் சிறையில...''

சடகோபன் பதில் மேலே தொடர்ந்தார்.

''எங்கிட்ட இரண்டு விதமானப் புதிர்கள் இருந்தன. ஒன்று இங்க இருந்த ஒரு போலி பிரமிட்டைக் காட்டிச்சு. நான் கிட்டத்தட்ட ரவி கண்டுபிடிச்ச அதே பிரமிடை அகழ்ந்தெடுக்கப் போயிட்டேன். அப்ப கிடைச்ச ரெண்டாவது புதிர் என்னைச் சிந்திக்க வைச்சது''

சடகோபன் தன் சட்டைப்பையில் இருந்து ஒரு காகிதத்தை எடுத்தார்.

''இது எனக்கு காரைக்குடில ஒரு குடும்பத்தினர் பரிசாக் கொடுத்த ஓலைக் கட்டுல இருந்துச்சு... அவங்க பலதலைமுறையா பர்மாவுல வாழ்ந்தவங்க. சுத்தமா ஒன்றுக்கொன்று சம்பந்தமில்லாத ஓலைச் சுவடிகளின் கலவை அது. ''

அதிலிருந்த சொற்களை நிதானமாக வாசித்தார்.

''ஆணன்றிப் பெண்ணன்றி அழிவு நாடும் தீயோனை

ஆணும் பெண்ணுமாய் ஆதியுரு அழிப்பாரே''

'' ஆணும் பெண்ணும் - அது யார் எனத் தெரியலை. அதைவிட முக்கியமா நான் கவலைப்பட்டது, யார் அந்தத் தீயோன்? அதுவும் **ஆணன்றிப் பெண்ணன்றி?''** சடகோபன் சுரங்கங்கள் பிரியும்

இடத்தில் தாமரை இதழ்ச் செதுக்கங்களைப் பார்த்தபடி தொடர்ந்தார்.

''இங்க ஒரு செப்பேடு கிடைச்சது. இந்தச் சுரங்க அறையின் நடுவே, மண்ணுக்குள்ள புதைந்திருந்த மொராட்டுவான் பீங்கான் ஜாடியில வச்சு சீல் செய்யப்பட்டிருந்தது. அதில் இருந்த வார்த்தைகள்'' சடகோபன் நிறுத்தினார்.

அனைவரையும் வரிசையாகப் பார்த்தார். .

''இத நான் யார்கிட்டயும் சொல்லல. ஏன்னா, அந்தப் புதிர் எழுதப்பட்டிருப்பது...'' மீண்டும் நிறுத்தினார். மர்மமாகப் புன்னகைத்தார்.

''எனக்காக''

சம்பத் வாயைப் பிளந்தான்.

''சுழியும்தான் துலங்கும் ஞாயிறுமுன் கதிரெறியும்
ஊழியும் உடனாட சாவாடும் திசையெங்கும் - நாளதனில்
தானுதித்த தீயோனை, மாறனே முகமறிவாய்''

''*மாறன்* என்பது சடகோபன் என்ற நம்மாழ்வாரின் பெயர். இது எனக்குத்தான் எழுதினதுன்னு உடனே புரிஞ்சு போச்சு. இத நான் யாரிடத்துலயும் சொல்லலை. 'சுழியும் தான் துலங்கும் நாளதனில் தானுதித்த தீயோன் என்பது யாராயிருக்கும்னு சிந்திச்சபோது, லெமூரியா பத்தி வெறியாப்படிச்ச ரவியா இருக்குமோன்னு எனக்கு சந்தேகம் வந்தது'''

'ரவி' பெருமூச்செறிந்தார் சடகோபன். ''அவனுக்கு பெர்வெர்ட்ட் இண்டெலிஜென்ஸ். அதீத புத்திசாலி. தவறான சிந்தனைகள் அவன் ஆற்றலைத் திசைதிருப்பி விட்டன. லெமூரியா பற்றி அவன் படித்தது மிக ஆழமாகப் பதிந்து, அவன் தன்னையே ஒரு லெமூரியன் என நம்பத் தொடங்கிவிட்டான். ஒரு விதமான மனோவியாதி'' அனைவரும் மவுனமாக நின்றனர். சடகோபன் தொடர்ந்தார்.

''எந்த அளவுக்குத் தான் ஒரு லெமூரியன் என நம்பினான்

என்றால்..'' சடகோபன் நிறுத்தினார்'' லெமூரியர்கள் பாலின வேறுபாடின்றி ஹெர்மோப்ராடைட் ஆக இருந்தனர் என்று படிச்சதாலே, பாங்காக் போய் தன் ஆண்மையை அழித்துக் கொண்டான்''

சடகோபன் பேச்சைத் திருப்பினார் ''எங்க விட்டேன்? ஆங்.. அப்படி யார் அந்த ஆணும் பெண்ணும்னு தேடிக்கொண்டிருக்கும் போது, ஸ்லெம்மரோட மின்னஞ்சல் வந்தது. அவரும் நானும் பத்து வருஷம் முன்னாடி பெருவுல கிடைச்ச கிரிஸ்டல்ல, ஆராய்ச்சி பண்ணினதால, தொடர்பு. ரெண்டு மாசம் முன்னால, மெக்ஸிகோ, ப்ரேசில்ல இருந்து கிடைச்ச லெமூரியன் ஸீட் கிறிஸ்டல்களோட வினோதமான எக்ஸ்.ஆர்.டி பேட்டர்ன்ஸ் பத்தி எனக்கு எழுதியிருந்தாரு... நானும் அவரும் ஆலோசிச்சு, இதுல வேலை பாக்க சரியான ஆளு அனந்த்தான்னு முடிவு பண்ணினோம்''

''ஜானகி? அந்த ஹான்ஸ் டூனன்?''

''ஜானகி விஷயம் கொஞ்சம் வித்தியாசமானது. ஐந்து வருஷம் முன்னால, ஹான்ஸ் டூனன் சித்திரப்புதிரைத் தேடி, கண்டுபிடிக்க முடியாம திரும்பிப் போயிட்டாரு. அதுக்கப்புறம், அவரோட இந்தச் சித்திரப்புதிர் ஆராய்ச்சி ஆவணங்கள் மட்டும் ஆம்ஸ்டெர்டாம்ல திருட்டுப் போயிருச்சு''

ஹான்ஸ் டூனன் தனது குழுவுக்கு ஆள் சேர்க்க, சாரங்கன்கிட்ட உதவி கேட்டாரு. அவர், ஜான் வில்க்கின்ஸ்ஸை வைச்சு நிறைய பேரை சோதனை பண்ணிப் பாத்தாரு. மூணு நாலு பேரு தேறினாங்க. ஆனா கடைசிகட்டம் வரை போக, யாரு இதுக்கு சரியான ஆளுன்னு தெரியல.

நம்மளவிட எதிரிக் குழுக்கள் மிகவும் முன்னேறியவை. அவங்களுக்கு யாரைத் தொடர்ந்தா எது கிடைக்கும்னு நல்லாவே தெரியும். அதுக்காக, தேர்வு செய்யப்பப்படவங்களோட தகவல்களை வேணும்னே கொஞ்சம் கொஞ்சமா வெளிவிட்டோம். எதிரிகளுக்கு யார்மேல நாட்டம் போகுதோ அவங்களை முக்கியமா கவனிக்கணும்னு

முடிவு செஞ்சோம். சம்பத்தையும் சுடலையையும் அவங்க சீண்டலை. அவங்க ஜானகியத் தொடர்ந்ததும், ஆம்ஸ்டெர்டாம்ல அவளோட மற்றும் உன்னோட தகவல்கள் அடங்கிய யு.எஸ்.பியை எடுத்து, வட கொரியாவுக்கு அனுப்ப முயன்றதும், அவளுக்கும் உனக்கும் பாதுகாப்பு கொடுக்கத் தீர்மானிச்சேன்...

''ஏன் ரகசியமா தேவராஜோட குழு? அரசாங்கம் போலீஸ் மூலம் உங்களுக்குப் பாதுகாப்பு கொடுத்திருக்குமே?''

''போலீஸ் பாதுகாப்பு இதுக்கெல்லாம் கேக்க முடியாது. என்னன்னு காரணம் சொல்றது? இதப்பத்தி வெளிய பேச முடியாது. மர்மமும் அறிவியலும் மீடியாவுக்கு நல்ல தீனி. அறிவியல், சாதாரணமா இந்த கிறிஸ்டல் பவர் எல்லாம் ஒத்துக்காது. ஒரே பலம், எங்களோட தொடர்புகள். தேவராஜ்'' அரசாங்கம் மறைமுகமாத் தந்த பாதுகாப்பு. அதுதான் வினையாகவும் போச்சு.

நானும் சாரங்கனும் மறைவா காஞ்சிபுரத்தில கண்ட்ரோல் ரூம் அமைச்சோம். ரகசியமா தகவல் பரிமாற்றத்துக்கு, சுடலையும் அவன் மனைவியும் உதவினாங்க. சாதாரண அலைவரிசையிலே, என்கிரிப்ஷன் பண்ணித் தொடர்பு கொள்ள ஒரு தனி சர்வரை சுடலை வடகிழக்கு மாநிலத்துல எங்கயோ நிறுவினான். அதுதான் நீயும் ஜானகியும் வைச்சிருந்த புதுவிதமான செல்ஃபோன். சடகோபன் புன்னகைத்தார். பூர்வியுடன் அவர் பேசியது வேறு, அதே சர்வர் மூலம் வேறொரு அலைவரிசையில் என்பதை அவர் சொல்லவில்லை. ரகசியங்கள், மறைவாக இருக்கும்வரை மட்டுமே அவற்றிற்கு வலிமை உண்டு.

''ரவி பாங்காக்ல ஆண்மையை அழித்துக்கொண்டது தெரிய வந்ததும் புதிரோட ஒரு பகுதி விளங்கியது. ''ஆணன்றி பெண்ணன்றி அழிவு நாடும் தீயோன்'' அவந்தான் என ஊகிச்சேன். இண்டர்போல், அவனைத் தேடித்தேடி மயன்மார் வந்திருக்கான்னு துப்புக் கொடுத்தது. ரெ நெகினோட ஆட்கள் தீவிரமா அவனத் தேடத் தொடங்கினாங்க. இதெல்லாம் நீங்க பூரில இருக்கிறப்போ நடந்தது'' சடகோபன் அனந்தின் தோளில் கை போட்டார்.

''அனந்த், நீ புதிரைக் கண்டுபிடிச்சதும்தான் என்னோட திட்டம் மாறிச்சு. புதிர்கள் உன் பேரைத் தெளிவாக 'தானென்றுமுள்ளோனே' என்றும், அதே மாதிரி அவளை 'ராமதேவி' என்றும் அழைக்கவும், நீங்க ரெண்டுபேரும்தான் புதிர் சொல்லுகிற இறுதிகட்ட ஆபரேஷனில் இருக்க வேண்டியவர்கள் எனத் தீர்மானிச்சேன். கடைசி நேரத்துல சம்பத்தை வெளிய வரச் சொன்னேன்''

''ரெ நெகின், ஒண்ணு கேட்டா தப்பா நினைக்க மாட்டீங்களே?'' சம்பத் இழுத்தான். மனுசன் கோபப்பட்டுருவாரோ?

''நீங்க என்ன கேக்கப் போறீங்கன்னு தெரியும். நான் யாருன்னு தானே?'' ரெ நெகின் சிரித்தார்.

''சொல்லுங்க, ரெ நெகின். இப்ப இவங்க தெரிஞ்சிக்கலாம்'' சடகோபன் சுரங்கத்தின் ஒரு படியில் அமர்ந்தார்.

ரெ நெகின் பேசினார்.

''கோல்டன் ட்ரையாங்கிள் கேள்விப்பட்டிருக்கீங்களா?''

''யெஸ். போதைப்பொருள் விளையும் லாவோஸ், தாய்லாந்த், பர்மா பார்டர் ஏரியா?''

''கரெக்ட். 1986-ல மயன்மார் எல்லைக்குள்ள இருக்கிற ஓப்பியம் பயிரை அழிக்கறதுக்கு ஒரு தனிப்படை உருவாச்சு. அந்தப் படையோட தலைமையதிகாரி நான்'' ரெ நெகின் மற்றொரு படியில் அமர்ந்தார்.

''மயன்மார்ல பல இனக் குழுக்கள் இருக்கு. ஒவ்வொரு இனத்துக்கும் ஒரு தனி ராணுவம். இவங்களுக்கு ஆயுதம் வாங்கறதுக்குப் பணம், பெரும்பாலும் கஞ்சா விற்பனையில வருது. கஞ்சாவை அழிச்சா இவங்கள அழிச்சிடலாம்னு மயன்மார் ராணுவ ஆட்சி திட்டம் போட்டு 1998ல கிட்டத்தட்ட நாங்க மயன்மார் கஞ்சா டீலர்கள் தலைமையை அழிக்கிற அளவு முன்னேறிட்டோம்''

சம்பத் வாயைப் பிளந்தான். மயன்மாருக்குள்ள இவ்வளவு இருக்கா? சிவில் வார்...?

''கஞ்சா டீலர்கள் சாதாரண ஆட்கள் இல்ல. பன்னாட்டு அளவுல

பணம், அரசியல் தொடர்பு உள்ள ஆளுங்க அவங்க. என்னை அழிக்க முடியாமப் போயி, ஏழு வருஷம் முந்தி என் மகன் ஆங் ரெகினைக் கடத்திட்டாங்க.

இரு வீரர்கள் கொண்ட ரகசியப் படை லாவோஸ்ல ஊடுருவி அவன மீட்டுக்கொண்டு வந்தாங்க. தப்பி வரும் வழியில, கண்ணி வெடியில..... அவனோட வலது கால எடுக்க வேண்டியதாப் போச்சு'' ரெ நெகின் முகத்தைத் துடைத்துக்கொண்டார்.

''மேலை நாடுகளோட மயன்மாருக்கு அவ்வளவாத் தொடர்பு கிடையாது. அதுவும் பர்மிய ராணுவ அதிகாரியோட மகன்னா... அப்பத்தான் என் மகன் சடகோபனைப் பத்திச் சொன்னான்.

ஜெய்ப்பூர் கால்கள் அதிசயமானவை. ஹைதராபாத்ல அறுவை சிகிக்சை பண்ணி, ஜெய்ப்பூர் கால் மாட்டினாங்க. இந்தியாவுக்கு விசா, மருத்துவச் செலவு, தங்கும் வசதி... எல்லாம் அவரோட ஏற்பாடு. இப்ப அவனால நடக்க முடியுதுன்னா, இதோ இவராலதான்'' ரெ நெகின் சடகோபனைக் காட்டினார்.

''அது பெரிய விசயமே இல்ல. ஆங் நெகின் மாதிரி ஒரு சயன்டிஸ்ட் கிடைக்கறது அபூர்வம். அவருக்கு உதவி பண்ண நாம கொடுத்து வச்சிருக்கணும். சரி போவமா?'' சடகோபன் , பேண்ட்டில் ஒட்டியிருந்த மண்ணைத் தட்டிவிட்டு மேலேறினார்.

''மயன்மார்ல சரியான அனுமதியில்லாம விமானத்தை இறக்க வச்சு, எங்கள இத்தன நாள் கூடவே இருந்து காப்பாத்தின உங்களோட உதவிய என்னென்னு சொல்லறது?'' சம்பத் வியந்தான்.

ரெ நெகின் ஒரு கணம் நின்றார். ''இது ஒரு தனிமனித அளவுல கேட்கப்பட்ட, செஞ்ச உதவின்னு எடுத்துக்காதீங்க. ரெண்டு மாசம் முன்னால மயன்மாரும், இந்தியாவும் மயன்மார்ல ஒரு துறைமுகம் கட்டறதுக்கு ஒப்புதல் கையெழுத்திட்டிருக்கு. இந்தப் பேச்சுவார்த்தைல அரசு பூர்வமா இல்லாத ஒரு கோரிக்கை, நீங்க இங்க வர்றது. அதுக்கு வேணும்கிற ஏற்பாட்டைச் செய்ய சடகோபன் என்னை நியமனம் பண்ணச் சொன்னாரு'' ரே நெகின் மொபைல் போன் சன்னமாக அதிர, பேச்சை நிறுத்தினார். ''ஒன் மினிட் ப்ளீஸ்''. எடுத்துக் கேட்டவர்,

நிமிர்ந்தார். ''சடகோபன்''

''இன்னிக்கு ராத்திரி நீங்க இங்கிருந்து கிளம்பியாகணும். வேற ஸ்குவாட் நாளைலேர்ந்து விமானதளப் பாதுகாப்புப் பணி ஏத்துக்குது. ஏ.டி.ஸி நம்ம ஆள்தான்... இருந்தாலும், புது ஸ்குவாட் வர்றதுக்கு முன்னால...''

''இன்னிக்கு ராத்திரி 11 மணிக்கு நாங்க கிளம்பிருவோம். நோ வொர்ரிஸ்''

''ரவியோட உடல்?'' அனந்த் தயக்கத்துடன் கேட்டான்.

''கிடைக்கல. ரொம்ப ஆழத்துக்கு அந்த மீன் கொண்டு போயிருக்கணும். அங்க சகதி அதிகம். அவன் உடல் ஐராவதியில எங்கயோ சொருகியிருக்கும்''

''அது எந்த வகை மீன்னு கண்டுபிடிச்சீங்களா?'' சம்பத் ஆர்வத்துடன் கேட்டான். க்ரைப்டிட்ஆ இருக்கலாமோ?

''அனந்த்தும் ஜானகியும், சொல்லற அடையாளங்கள வச்சுப்பாத்தா அந்த மீன் சீலகந்த் இல்ல. டால்ஃபின் கண்டிப்பா கிடையாது. ஜெயண்ட் கேட் ஃபிஷ்ஷா இருக்க வாய்ப்பில்ல. என்ன ஸ்பீசிஸ்ன்னே தெரியலை... சாரி'' என்றார் ரெ நெகின்.

சம்பத் ஏமாற்றமடைந்தான். நானும் ஜானகியோட அன்னிக்கு உள்ளே போயிருந்தா பாத்திருப்பேன். அவளுக்கு முதலைக்கும் மீனுக்கும் வித்தியாசம் தெரியாது. சே..

இருந்தாலும் ஒரு ப்ராஜெக்ட் கிடைச்சா.....

லோனாருக்குப் போய் டிஸ்கவரியைத் தொடர்பு கொள்ளணும்.. சம்பத் நினைத்துக் கொண்டான். மங்கையின் நினைவு வர, உடனே டிஸ்கவரியை மறந்து போனான்.

அவளிடம் சொல்லவேண்டும்.. க்ரைப்டிட்ஸ் , விலங்கினங்களில் மட்டுமல்ல, மனித இனத்திலும் இருக்கின்றன...

அனைவரும் மேலேறி வரும்போது அனந்த் சடகோபனைப் பார்த்து. ''ஒரு நிமிஷம் '' என்றான்.

''அந்த நீர்ச்சுரங்கத்தை நீங்க பாக்க வேணாமா?''

சடகோபன் ஒரு நிமிடம் யோசித்தார். பின் '' வேணாம்.'' என்றார். ''சில ரகசியங்கள் காட்டப்பட வேண்டாமென இருக்கையில் மீறிப்போய் அவற்றைப் பார்ப்பது அவமதிப்பதை ஒக்கும். எனக்குக் காட்டப்பட வேண்டாத ரகசியம் , அப்படியே இருக்கட்டும்''

ஐராவதிக் கரையில் அனைவரும் படகுத்துறைக்கு நடந்து சென்றுகொண்டிருந்தனர். படகுத்துறைக்குச் சற்று தொலைவில் போலீஸின் படகு அலைகளில் ஆடிக்கொண்டிருந்தது. ஐந்து நிமிடத்தில் அவர்கள் புறப்பட வேண்டும். மண்டலை போய்ச் சேர்ந்து, விமான நிலையத்துக்குப் போக ஆறு மணி நேரமே இருக்கிறது.

மற்றவர்கள் முன்னே செல்ல, அனந்த் விந்தி விந்தி நடப்பதற்கு ஈடு கொடுத்து சடகோபன் மெல்ல நடந்தார்.

''விண்கற்கள் இரண்டும் நேத்திக்கு கடல்ல விழுந்திருச்சு. தெரியும்ல?'' சடகோபன் கைகளைப் பின்னே கட்டிக்கொண்டு மெல்ல நடந்தவாறே பேசினார்.

''டி.வில பாத்தேன். யார் தாக்கினாங்க? ரஷ்யா? அமெரிக்கா? நீங்க?''

சடகோபன் பதில் பேசவில்லை. மவுனமாக நடந்தார்.

''ஜானகிக்கு எப்படி பிரமிட் இருக்கிற இடம் தெரிஞ்சது?'' அனந்த் கேட்டான். அவன் நெஞ்சில் ஒரு குறுகுறுப்பு. நான் இவ்வளவு கஷ்டப்பட்டும், இறுதியில் அவள்தான் கண்டுபிடித்திருக்கிறாள் எனப் பெயர் வந்திருக்கிறது.

சடகோபன் கண்களின் ஓரத்தில் சிறு கோபம் எட்டிப் பார்த்தது. அதைத் திறமையாக மறைத்துக்கொண்டார்

''ரூம்ல விளக்கமாச் சொல்லறேன். இப்ப வேண்டாம்''

''அனந்த், உனக்கும் ஜானகிக்கும் இடையே நடக்கும் அறிவுப் போட்டி எனக்குத் தெரியுது. அன்னிக்கு மாதிரியே இன்னிக்கும்

ரெண்டுபேரும் இருக்கீங்க. இது ஆரோக்கியமான போட்டியா இருக்கிறவரைக்கும் ரெண்டு பேருக்கும் நல்லது''

சடகோபனின் ஓட்டல் அறையில் அனந்த் நாற்காலியில் அமர்ந்திருக்க, சடகோபன் கட்டிலில் இருந்து எழுந்து மேசையின் ட்ராயரில் இருந்து பேப்பரும் பேனாவும் எடுத்தார். மேசையின் அருகே ஒரு நாற்காலியை இழுத்துப் போட்டு அவர் அமர, அனந்த் அவருக்குப் பக்கவாட்டில் அமர்ந்தான்.

சடகோபன் தொண்டையைச் செருமினார். பின் பேசத் தொடங்கினார்.

''அறிவுத்திறன்கறதைப் பொதுவாக இருவகைப்படுத்தலாம். ஒண்ணு, தொடர்புகள் தோன்றாத, படு அப்ஸ்ட்ராக்ட்டாக இருக்கிறதை, லாஜிக் கொண்டு அறிய முற்படுதல். தத்துவம், குவாண்டம் பிஸிக்ஸ், ஸ்ட்ரிங்க் தியரி எனப் பலதும் சொல்லிக் கொண்டு போகலாம். நீ அதைச் செஞ்சே. இது கொஞ்சம் கஷ்டம்.

மற்றது, அறிவியல், கணிதக் கோட்பாடுகளின் எல்லைக்கு உட்பட்டு, சவால்களுக்கு விடை காண்பது. எண் கணிதம், கிளாஸிகல் பிஸிக்ஸ், ஜியாமெட்ரி எல்லாம் இதில் அடங்கும். ஜானகி இதனை ஏற்றெடுத்தாள்.

எல்லாருக்கும் அறிவுத்திறன் ஒரே மாதிரியா இருக்கிறதில்ல. நான் மேலே சொன்ன இரண்டும் எல்லாருக்கும் ஏதாவது ஒரு விகிதத்துல கலந்திருக்கும். உனது பலம், லாஜிக்னா. ஜானகியின் பலம், வடிவங்கள். கோலங்கள் பத்தின அவளது ஆராய்ச்சி மிகவும் கடினமானது.

6174 என்பது பலதரப்பட்ட புதிர். இது மாதிரி மிகச் சில புதிர்களே இருக்கின்றன. அவையே புதிர். அவையே விடை. மிகப் பழங்காலத்தில் இருந்தே இது மாதிரி எண்களின் சூத்திரம் பயன்படுத்தப் பட்டிருக்கிறதுன்னு தெரியுது. நீதான் பாத்தியே? ஒளிப்பாதை, பிரமிட் இருக்கும் இடம் எல்லாம் 6174 லோட

சூத்திரத்திலப் பொதிந்து வச்சிருந்தாங்க. ஏன்னா, அந்தப் புதிர் தெரிஞ்சுடுத்துன்னா, மத்த எல்லாத்தோட விடையும் அதுல கிடைச்சிரும். ஆனா, இது மாதிரி எண் புதிரெல்லாம் அவ்வளவு சுளுவாக் கிடைச்சிராது. கிடைச்சாலும் புரியாது. இந்தப் பிரமிட் தேடலில் முக்கிய தடயமே 6174 தான்.

நீ, 6174 இல் எண்களால அமைஞ்ச விடையைக் கொண்டு, ஒளிப்பாதையைக் கண்டெடுத்தே. ஜானகி அதே எண் வடிவத்தில, பிரமிடின் தலைப்பகுதி இருக்கும் இடத்தைக் கண்டெடுத்தாள். நீங்க ரெண்டு பேர்ல ஒருத்தர் இல்லைன்னாகூட இந்த முயற்சி தோல்வியாயிருக்கும்.

அவ எப்படி பிரமிடோட இடத்தைக் கண்டுபிடிச்சான்னுதானே கேட்ட? ''

சடகோபன் ஓட்டல் அறையில் வைத்திருந்த சிறிய காகிதத்தில் வரையத் தொடங்கினார்.

அந்தச் சித்திரப்புதிரைக் கவனமாகப்பாரு. ஒரு பிரமிட்ல நட்சத்திரங்களின் எண்ணிக்கை கீழிருந்து மேல இறங்கு வரிசையா - 7641 நேரான பிரமிட் வடிவம்,

7641

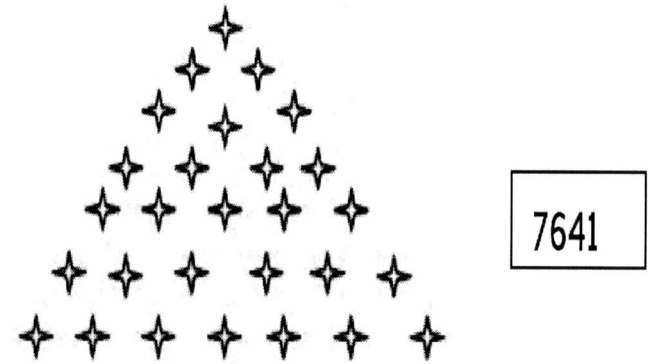

மற்றதுல, நட்சத்திரங்கள் எண்ணிக்கை கீழிருந்து மேலே ஏறு வரிசையாக - 1467 , தலைகீழான பிரமிட் உருவம்.

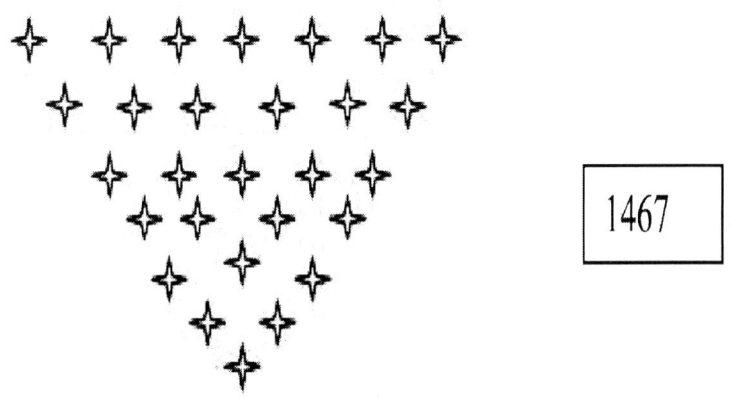

1467

இது சித்திரப்புதிர். இதனோட விதி கீழிருந்து மேலேங்கிற ஒரே திசையில் உருவம் வருதான்னு பாக்கணும். ஜானகி இந்த விதியைப் பிடிச்சுக்கிட்டா.

இந்தச் சித்திரங்கள் காட்டுவதும் அந்தப் புதிர் சொன்னமாதிரி கருஞ்சுழிச் சூத்திரம்தான்.

தலையற்ற உடலமிங்கு தலைகீழாய்த் தான்னின்று
தன்னினின்று தான் கழிய, தோன்றக்காண் - தலையங்கே

முதல் இரண்டு சித்திரங்களையும் முதல் வரி சொல்லிருச்சு. அதோட ‘‘தன்னினின்று தான் கழிய’’ன்னு பார்த்தா, 6174 வரும். சரியா?

இந்த நாலு படை எண்ணை ரெண்டு ரெண்டு எண்களாப் பிரிச்சுக்குவோம் - 61 மற்றும் 74.

இப்ப கடைசி சித்திரம், கடைசி சொற்கள் ‘‘தோன்றக்காண் தலையங்கே’’

சூத்திரத்துல ‘தலை’ங்கிறது தலைப்பகுதி பிரமிட்.

நட்சத்திரங்களின் எண்ணிக்கை கீழிருந்து மேல் இறங்குவரிசை 61 பிரமிட் தலை வடிவம்

நட்சத்திரங்களின் எண்ணிக்கை கீழிருந்து மேல் இறங்குவரிசை 74 பாதி ப்ரமிட் போல.

ரெண்டையும் சேர்த்து வடிவமைச்சுப் பாரு.

6174- கீழிருந்து மேலங்கிற விதியிலே அமைச்சோம்னா, 61 கீழே, 74 மேலே.

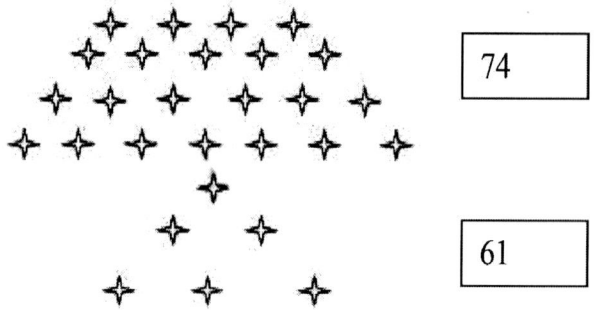

74 - ங்கிறது, மந்தர க்யி. முடிக்கப்படாத பகோடா. அதுக்குக்கீழே 61 - சிறிய தலைப்பகுதி பிரமிட். கடைசி சித்திரம் இதக்காட்டுது. இத வச்சு பிரமிட்டோட தலைப்பகுதி பகோடாவுக்குக்கீழே நடுவே இருக்குன்னு ஜானகி ஊகிச்சா'

"அந்த இடத்துக்குப் பக்கத்துலேயேதான் போலி ப்ரமிட்டும் இருந்தது? எப்படி அவ மட்டும் சரியான பிரமிடைக் கண்டுபிடிச்சா?" அனந்த் குழம்பியிருந்தான்.

"அஜாதசத்ரு டெக்னிக்... இன்னொரு பிரமிட் இருக்கலாம்னே யாரும் நினைக்க மாட்டாங்க. சுளுவா போலி பிரமிட் ரவிக்குக்

கிடைக்கல அனந்த். அவனையும் திண்டாட வச்சுத்தான் அது அவனுக்கு வெளிக்காட்டிச்சு. கஷ்டப்பட்டு கிடைச்சத போலின்னு நாம என்னிக்கும் சந்தேகிக்கமாட்டோம்.

ஜானகி 6174 சித்திரத்துல, பிரமிட்டோட தலைப்பகுதி எதுல தொட்டு நிக்கிறதுன்னு கவனிச்சிருக்கா. இரு பரிமாணத்துல, சரியா பகோடாவோட அடியின் நடுவுல. அதுதான் அவ போன ரெண்டாவது சுரங்கத்தோட அமைப்பு. போலி பிரமிட் கொஞ்சம் தள்ளி இருந்துச்சு''

''எல்லாத்துக்கும் மேல'' சடகோபன் ஒரு கணம் மவுனித்தார். ''அவளுக்குத்தான் அது தன்னை வெளிக்காட்டும். இந்த விஷயம் தெரிஞ்சவங்க, பல நூற்றாண்டுகளுக்கு முந்தியே அவள எதிர்பார்த்திருந்தாங்க'' சடகோபன் ஒரு கணம் நிறுத்தினார். பலவிதமான உணர்ச்சிகளுடன் தொடர்ந்தார்.

''ஏன்னா, அவ ராம தேவி''

அனந்த் ஒரு நிமிடம் சிந்தித்தான் ''ப்ரில்லியண்ட் '' என்றான். அவன் ஒத்துக்கொண்டாலும், உள்ளூற ஒரு குமைச்சல் இருப்பதை சடகோபன் உணர்ந்தார். தனக்குள் சிரித்துக்கொண்டார். இது வாழ்நாள்வரை தொடரும்.

'' சரி, இனிமே என்ன?''

''இனிமே? இப்போதைக்கு ஒண்ணுமில்லன்னுதான் தோணுது. அடிப்பகுதி பிரமிட், ஒளி தெறிச்சதுல, கடல்ல இன்னும் ஆழத்துல அமிழ்ந்திருச்சு. மேல் பகுதி பிரமிட், இதோ...'' உள்ளே பகோடாவைக் காட்டினார்.

'' இதோட நேர் கீழே தலை குப்புற குளத்துச் சகதியில் புதைஞ்சு போச்சு. இனிமே யாராலயும் அத எடுக்க முடியாது. அதால ஒளி உமிழ்ந்து, அடுத்த பகுதியைத் தேடவும் முடியாது. கருந்துளைக்குள்ள போயிருச்சு''

இடம் : ஜிப்ரால்டர்

இரவெல்லாம் அடித்த புயல்காற்று சற்றே அடங்கியிருக்க, ஆழ்கடல் மீன்பிடி ட்ராலர்கள் மெல்ல ஆடியாடி அட்லாண்டிக் சமுத்திரத்தில் செல்லத் தொடங்கியிருந்தன. 'ஹோமர்' கப்பலின் தளத்தின் மேலே சுறுசுறுப்பாக சிலர் மீன் வலைகளை இடுவதற்காக ஆயத்தம் செய்துகொண்டிருந்தனர். இன்னும் மூன்று நாட்களில் ப்ளூஃபின் மீன்கள் கிடைக்கக்கூடிய பகுதிக்குச் சென்றுவிடுவர். வலை மிகப் பலமாக இருக்கவேண்டும். ஒரு மீனே வலையை அறுத்துவிடும். இரண்டு ப்ளூஃபின்கள் கிடைத்தால் திரும்பிவிடலாம்.

வலையைச் சரிபார்ப்பதில் மும்முரமாக இருந்தவர்கள், அடித்தளத்தில் இருவர் சிறு அறையில் ரேடியோவில் யாரிடமோ பேசிக்கொண்டிருப்பதைக் கவனிக்கவில்லை.

"பெர்முடாவுக்கும் ஃப்ளோரிடாவுக்கும் நடுவே? சரியான இலக்கை அனுப்பு"

"ஐவரி கோஸ்ட்... பெர்முடாவிலிருந்து ஒரு வாரம் வரை ஆகும்"

அட்லாண்டிக் பெருங்கடல், தனது பெர்முடா முக்கோண மர்மத்தோடு, அடியில் புதைந்திருந்த மற்றொரு மர்மத்தையும் கொண்டு ஹோமர் வருவதற்காகக் காத்திருக்கிறது.

பிறகு...

இடம் : மெக்ஸிகோ சிட்டி

காலை 5 மணி

மெக்ஸிகோ சிட்டி இன்டெர்நேஷனல் பெனிட்டோ ஜுவாரஸ் ஏரோபோர்ட்டோவின் வருகை முனையத்தில் ஐந்து நிமிட இடைவெளியில் வந்து சேர்ந்திருந்த மூன்று போயிங் 747 விமானங்களிலிருந்து வழிந்த பயணிகள் நீண்ட வரிசையில் இம்மிக்ரேஷனுக்குக் காத்திருக்க, காவலாளிகள் ஒவ்வொரு கவுண்ட்டருக்கும் பயணிகளைத் துரிதமாக அனுப்பிக் கொண்டிருந்தனர். மடிந்து மடிந்து நீண்டிருந்த வரிசையில் சடகோபனும் அவருக்கு முன்பு அனந்த்தும் நின்றிருக்க, அவர்கள் முன்பு வரிசை நான்கு மடிப்பாய் நீண்டிருந்தது.

16 மணி நேரப் பயணம் அவர்களைக் களைப்படைய வைத்திருந்தது. மெக்ஸிக்கோவின் தேயோடீவாக்கன் பகுதியில் மயன் பிரமிட்டின் அருகில் கிடைத்த லெமூரியன் சீட் கிறிஸ்டல் அவர்களை அங்கு இழுத்திருந்தது.

அனந்த் வலப்புறம் திரும்பி வரிசையைப் பார்த்தான். ஆமை வேகத்தில் நகர்ந்துகொண்டிருந்தது. மொழி புரியாத சிலர், காவலர்களிடம் கேட்டுக் கேட்டு இமிக்ரேஷன் படிவங்களை, கையில் வைத்தபடியே கோணல்மாணலாக எழுதி நிரப்பிக் கொண்டிருந்தார்கள். அனந்த் ஆயாசமானான்...இன்னும் அரைமணி நேரமாச்சும் ஆகும். தொடைகள் வலித்தன. மிங்குனில் ரவி கிழித்த

கீறல்கள்.. ஆறிவிட்டன என்றாலும் உள்ளூற வலி இருக்கத்தான் செய்தது.

சடகோபனை நோக்கி மெல்லத் திரும்பினான்.

''ரவி பேசினதயெல்லாம் நீங்க எப்படி கேக்க முடிஞ்சது? பகோடாவுல எல்லா இடத்துலயும் மைக்ரோபோன் வைச்சுருக்கோம்னு மட்டும் சொல்லிடாதீங்க. என்னால நம்ப முடியாது ''

சடகோபன் சிரித்தார். ''அது தேவையேயில்லை அனந்த். நீ இருக்கும்போது மட்டும்தான் எங்களால எதையும் கேக்க முடியும் ''

அனந்த் கேள்விக்குறியோடு அவரை ஏறிட்டான்.

''சப் - க்யூட்டேனஸ் இன்செர்ஷன். உன் இடது பின்புறத் தோள்பட்டைல ஒரு மைக்ரோபோன் , தோலுக்கு ஜஸ்ட் அடில... நேனோ டெக்னாலஜி''

அதிர்ந்தே போனான் அனந்த். '' என் உடம்புல மைக்ரோபோனா? இப்பவும் அது இருக்கா?'' அதான் லோனார் போகறதுக்கு முன்னால தோள் அப்படி எரிஞ்சுதா?

''இல்ல. ஆஸ்பிடல்ல நீ இருக்கும்போது எடுத்துட்டாங்க''

''சார் இது அநியாயம். என்னோட ப்ரைவஸிய அத்துமீறி ஆக்ரமிச்சிருக்கீங்க. சட்டப்படி இத நான் எதிர்க்க முடியும்''

சடகோபன் மீண்டும் சிரித்தார். ''தாராளமாச் செய். ஆனா கொஞ்சம் யோசிச்சுப் பாரு. நீ மட்டும் இல்லன்னா, எங்களுக்கு குர்குட்ஸ் பத்தித் தெரிஞ்சிருக்குமா? அல்லது ரவியோட திட்டங்கள்தான் புரிஞ்சிருக்குமா? உன்னயே அறியாம நீ இந்த நாட்டுக்கு நல்லது பண்ணியிருக்க. பெருமைப்படு. ப்ரைவஸி பத்தி அப்புறம் கவலைப்படலாம்''

அனந்த் சிறிது யோசித்தான். தயங்கித் தயங்கி அவரிடம் கேட்டான் ''சார், நான் ஜானகிகிட்ட பேசினது எல்லாம் .... எல்லாரும் கேட்டுருப்பாங்கல்ல?''

சடகோபன் பதில் சொல்லவில்லை. முன்னே நடந்தார். சில கேள்விகளுக்குப் பதில் சமாதானமாகச் சொல்ல முடியாது.

அனந்த் தர்மசங்கடமாகப் பின் தொடர்ந்தான். யாராச்சும் நான் வழிந்ததையெல்லாம் கேட்டிருந்தால்? அவள் என் மேல் எரிந்து விழுந்ததையெல்லாம் கேட்டிருந்தால்? ஐராவதிக்கரையில் அந்தரங்கமாகப் பேசியதுகூடவா...? சே. மோசமான சேவை இது.

'இன்னொரு கேள்வி... கேக்கலாமா?'

''கேளு'' என்றார் சடகோபன் மெல்ல நகர்ந்தவாறே.

''பகோடால கிடைச்ச செப்பேடுல தீயோன்னு குறிப்பிட்டது ரவியைன்னு எப்படி ஊகிச்சீங்க?'' க்யூ சற்றே வேகமாக நகர்ந்தது. ஒரு பெரிய குடும்பம் மொத்தமாக இமிக்ரேஷனைக் கடந்திருந்தது.

''அந்தப் புதிர் என்னமோ, சுழியும்... சம்திங்.'' அனந்த் அந்த வரிகளை ஞாபகத்தில் கொண்டுவர சிரமித்தான். 16 மணி நேர பயணக்களைப்பு, காலை நேரத் தூக்கம்... அவனைப் படுத்தின.

சடகோபன் புன்னகைத்தார்.

''சுழியும்தான் துலங்கும் ஞாயிறுமுன் கதிரெறியும்

ஊழியும் உடனாட சாவாடும் திசையெங்கும் - நாளதனில்

தானுதித்த தீயோனை, மாறனே முகமறிவாய்''

''ஆங். அதான் எப்படி ரவிக்கு மட்டும் பொருந்தும்? 'சுழியும் தான் துலங்கும் நாள்'னா எது? 6174 தன்னைக் காட்டற நாளா?. அப்படீன்னா அதுதான் லோனார்லேயே முடிஞ்சுபோச்சே?''

அவர்களுக்கு இரண்டு வரிசை முன்னே பெரிய தொப்பியணிந்திருந்த நெடிய ஸ்பானிஷ்காரி ஒருத்தியைக் காவலாளி, ஓரத்திலிருந்த கவுண்ட்டருக்குப் போகச் சொல்லி சைகை காட்ட, அவள் ஸ்பானிஷில் நன்றி சொல்லி வலப்புறம் நடந்தாள். கவுண்ட்டரில், அவள் முறை வந்தபோது, நாலு கவுண்ட்டர் தள்ளி சரியாக சடகோபன் இமிக்ரேஷன் முடித்து, பாஸ்போர்ட் வாங்கிக் கொண்டிருந்தார். அனந்த் இமிக்ரேஷன் முடிந்து, மறுபுறம் ஒளிர்ந்த திரைகளில், லக்கேஜ்கள் எந்தக் கன்வேயர் தட்டில் வருகின்றன என்று பார்ப்பதில் மும்முரமாக இருந்தான்.

ஸ்பானியப் பெண், பாஸ்போர்ட்டையும், படிவங்களையும் அடுக்கியபடி புன்னகையுடன் கவுண்ட்டரை அணுகினாள். கண்ணாடித் தடுப்புக்குப் பின்னாலிருந்த அந்த குண்டுப் பெண்,

பாஸ்போர்ட்டையும் அதை நீட்டியவளையும் மாறி மாறிப் பார்த்தாள். குனிந்து தனது மைக்கில் யாரிடமோ படு வேகமாகப் பேச, டை கட்டிய ஒரு மனிதர் அவள் பின்னே வந்து நின்றார்.

''கொஞ்சம் வருகிறீர்களா?''

அவள் மவுனமாக அவரைத் தொடர்ந்து மற்றொரு அறைக்குச் செல்ல, இருவரும் இரு நிமிடங்களில் வெளிவந்தனர்.

புன்னகைத்துக் கைகுலுக்கிய அந்த ஆஃபீஸரின் பேண்ட்டின் இடது புறப் பாக்கெட் சிறிது வீங்கியிருந்தது. நான்காயிரம் டாலர்கள் இருப்பதாகச் சொன்னாள். டாய்லெட்டில் எண்ணிப் பார்த்துக் கொள்ளலாம்.

அவளை ஒரு நொடி திரும்பிப் பார்த்தார். 'மெக்ஸிகோவின் கோகேய்ன் தெருப்போர்களில் மற்ற குழுக்கள் அவளைக் கவனித்துக்கொள்ளும்...இன்னுமொரு அழுகிய உடல் சில நாட்களில்... நாலாயிரம் டாலரின் தடயம் தெரியாது'

திருப்தியோடு, அவர் குண்டுப் பெண்ணினருகே குனிந்து ஏதோ சொல்லிவிட்டு வேறு புறம் செல்ல, அவள் சலனமேயில்லாத முகத்தோடு, பாஸ்போர்ட்டில் ஸ்டாம்ப்பை அடித்து கண்ணாடித் தடுப்பின் அடியிலிருந்த இடைவெளியில் அவளை நோக்கித் தள்ளினாள். மற்றுமொரு கோகேய்ன் கடத்தும் உடல்...

கிரீன் சானலில் சுங்கத் துறையைக் கடந்து வெளிவந்த சடகோபனும் அனந்த்தும், ரமடா ஹோட்டலின் காருக்காகக் காத்திருந்தனர். ஒன்றரை கிமீ தொலைவில்தான் என்றாலும் நடந்து போவதென்பது தவிர்க்கப்பட வேண்டிய ஒன்று. இது மெக்ஸிகோ சிட்டி.

அவள் அவர்களுக்குச் சற்றுத் தொலைவில் டாக்ஸியின் வரிசையில் நின்றிருந்தாள். டாக்ஸிகள் வரத் தொடங்கியிருந்தன. சீக்கிரமாக க்யூ கரைந்து கொண்டிருந்தது.

ரமடா ஹோட்டலின் கார் வந்து நிற்க, அவர்கள், பெட்டிகளை டிக்கியில் வைத்துவிட்டு, பின் ஸீட்டில் அமர்ந்தனர்,

அவர்கள் கார், டாக்ஸியின் க்யூவைக் கடந்து செல்லும்போது, அந்த ஸ்பானியப் பெண் ஏறிய டாக்ஸி, அவர்கள் பின்னே

கிளம்பியிருந்தது. ''ஹொத்தேல் ரீத்ஸ், சியூடாட் டி மெக்சிக்கோ'' மிக மெதுவாகப் பேசிய அவள் ஏறியவுடன் தொப்பியைக் கழற்றி மாட்டியபோது, ரியர் வியூ மிரரில் பார்த்த டாக்ஸி ட்ரைவர் சற்றே வியந்தான். எத்தனை நீளமான காதுகள்...?

பின் ஸீட்டில் சரிந்து அமர்ந்தவளின் பார்வையிலிருந்து முன்னே செல்லும் ரமடா ஹோட்டலின் கார் மறைந்ததும், புன்னகையுடன் கையிலிருந்த ஸ்பெயின் நாட்டு பாஸ்போர்ட்டின் ப்ளாஸ்டிக் உறையை தன்னிச்சையாக வருடினாள்.

லாமினேஷன் செய்திருந்த அதன் இறுதிப் பக்கத்தில் அவள் போட்டோவின் அடியில் இருந்த வரிகளை டாக்ஸியின் சன்னமான உள் விளக்கின் ஒளியில் கண்களை இடுக்கி வாசித்தாள்.

பெயர், தந்தையின் பெயர், முகவரி அனைத்தையும் தாண்டி ஒரு வரியில் அவள் கவனம் சென்றது.

பாலினம் : பெண்

அவள் முகத்தில் விவரிக்க முடியாத ஒரு புன்னகை அரும்ப, மேலும் கீழே அவளது பார்வை சென்றது.

எது அவளது விதியை நிர்ணயித்ததோ, எதனால் அவள் மெக்ஸிக்கோவுக்குப் பயணப்பட்டிருக்கிறாளோ, அதனை மீண்டும் பார்க்கலானாள்.

பிறந்த தேதி: 1974/01/06

அவள் உதடுகள் மெல்ல முணுமுணுத்தன : 06-01-1974

6174

References

www.wikipedia.org <Http://Www.wikipedia.org> For Mingun Unfinished Pagoda

www.cdi.org <Http://Www.cdi.org> For Russian Warship Details

www.wikipedia.org <Http://Www.wikipedia.org> For Irawaddy Dolphins

www.shipinspection.eu <Http://Www.shipinspection.eu> For Shipping Guidelines.

www.cryptidzoo.com <Http://Www.cryptidzoo.com> Coelacanths And Other Cryptid Creatures

www.newanimal.org <Http://Www.newanimal.org> Coelacanths

<Http://Vindhiya.com/Naranan/Fibonacci&Kolams> For Kolams And Fibonacci Series.

www.plus.maths.org <Http://Www.plus.maths.org> For 6174

www.books.google.com

<Http://Www.books.google.com> For Ancient India, Burma History Related Articles And References.

Papers And Reference Books.

Paleomagnetism In Lonar Crater, India . A Paper By Karin L. Louzada A?, Benjamin P. Weiss B, Adam C. Maloof C, Sarah T. Stewart A, Nicholas L. Swanson&Hysell C, S. Adam Soule 2008.

Archaeology And The Maritime History Of Ancient Orissa By Sushanta Ku. Patra & Dr. Benudhar Patra In Ohrj Vol Xlvii No 2

Sea Bed Logging (Sbl), A New Method For Remote And Direct Identification Of Hydrocarbon Filled

Layers In Deepwater Areas By T. Eidesmo1, S. Ellingsrud1, L. M. Macgregor2, S. Constable3, M. C. Sinha2, S. Johansen1, F. N. Kong4 And H. Westerdahl4 Mar 2002.

Sea Bed Logging By Dave Ridyard& Emgs

List Of Satellites In Geo Stationary Orbit (As Of Nov 2010)

Newly Discovered Tamil Inscriptions From The Tambaram Area ,Madras Christian College Magazine, V. 42, 1973 Gift Siromoney (Pdf File)

Www.varalaru.com <Http://Www.varalaru.com> On Epigraphy Works By Shri.airavatam Mahadevan.

Www.vedic&Academy.com<Http://Www.vedic-academy.com> Were Mayan Pyramids Built By Vedic Architect -maya?

Various Articles On Lemuria.

Bibliography

ஜிஸி-எம் எஸ் **(GC-MS)**; கேஸ் க்ரோமோட்டோகிராபி-மாஸ் ஸ்பெக்ட்ரோமீட்டர்.

இது இரண்டு தொழில்நுட்பங்களின் சேர்க்கையில் (**Gas Chromatography, Mass Spectrometry**) உருவான ஆய்வுக் கருவி. ஆவியாகக்கூடிய கரிமக் கலவைகளை, ஒரு நுண்புழாயில் செலுத்தி, கலவைக் கரிமங்களைப் பிரித்து, அவை வெளிவரும் நேரத்தைக் கணக்கிட்டு (இது வரை **GC**), பிரிபட்ட கரிமங்களை ஒரு மாஸ் ஸ்பெக்ட்ரோமீட்டரில் செலுத்தி, அதன் பொருண்மையை அளவிடுவார்கள் (இது **MS**). கரிம மூலக்கூறு வெளிவரும் நேரத்தையும், அதன் பொருண்மையையும் கொண்டு, எந்தக் கரிமம் இருக்கிறது என்பதையும், எவ்வளவு இருக்கிறது என்பதையும் அறிய முடியும்.

அறியப்படாத கரிமப் பொருட்களின் கலவையை ஜிஸி.எம் எஸ்ஸில் செலுத்தி, அதன் பொருண்மையை, கண்டறியப்பட்ட கூறுகளின் லைப்ரரியில் தேட, கலவையில் இருக்கும் கூறுகள் இவை இவை எனக் கண்டறிய முடியும்.

க. சுதாகர்

எக்ஸ் ரே ப்ளோரொசென்ஸ் ஸ்பெக்ட்ரோமீட்டர் (XRay Fluoroscence Spectrometer):

எக்ஸ்ரே ஒளி, க்றிஸ்டல்களில் பட, அவை வெளிவிடும் ஒளிர்வு தன்மை கொண்டு அக்கனிமங்களை ஆராயும் கருவி. குறிப்பிட்ட அலைநீளம் கொண்ட ஒளிக்கற்றை சில கனிமங்களில் படும்போது, அக்கனிமங்களிலிருந்து ஒளிர்ந்து வரும் ஒளியின் அலை நீளம், பட்ட அலையின் நீளத்திலிருந்து மாறியிருக்கும். படும் கதிரின் அலைநீளத்தையும், வெளி வரும் கதிரின் அலை நீளத்தையும், அதன் வீச்சையும் பட்டியலிட்டு, இந்தக் கனிமம் இந்தப் படிகத்தில், இத்தனை அளவு இருக்கிறது எனக் கணக்கிடலாம்.

சீலகந்த் மீன்கள்: மிக அபூர்வ வகை மீன்கள். பல்லாயிரக் கணக்கான ஆண்டுகளாக இருந்து வரும் உயிரினம். அவை அழிந்துவிட்டன என அறிவியல் உலகம் நினைத்துக் கொண்டிருக்கையில், ஆப்பிரிக்கக் கரையில் எதிர்பாராவிதமாக சீலகந்த்தின் உடல் அழுகிய நிலையில் கிடைக்க, அதன்பின் விழித் தெழுந்த அறிவியல் உலகிற்கு சீலகந்த் மீன்கள் கிட்டின. ''உயிர் கொண்ட ஃபாசில்கள்'' என அழைக்கப்படும் சீலகந்த் மீன்கள், உலகின் பல இடங்களில் காணப்படுவதாகக் கதைகள் வருகின்றன. இந்தோனேஷியாவில் மட்டுமே, ஆப்பிரிக்கா தவிர்த்து, சீலகந்த் கிடைக்கும் ஆதாரம் இருக்கிறது.